பெஞ்சமின் பிராங்க்லின்

(தன்வரலாறு)

மொழிபெயர்ப்பாசிரியர்
பன்மொழிப்புலவர் **கா. அப்பாத்துரை** எம்.ஏ., எல்.டி., வி.அ சாரத்

நியூ செஞ்சுரி புக் ஹவுஸ் (பி) லிட்.,
41-பி, சிட்கோ இண்டஸ்டிரியல் எஸ்டேட்,
அம்பத்தூர், சென்னை- 600 050.
☎: 044 - 26251968, 26258410, 48601884

Language : Tamil
Benjamin Franklin
Autobiography
Translator: **K. Appadurai**

NCBH First Edition: April, 2010
Second Edition: August, 2013
Third Edition: November, 2022
Copyright: Publisher
No. of pages: viii + 368 = 376

Publisher :
New Century Book House Pvt. Ltd.,
41-B, SIDCO Industrial Estate,
Ambattur, Chennai - 600 050.
Tamilnadu State, India.
email : info@ncbh.in
Online: www.ncbhpublisher.in

ISBN: 978-81-2341-742-4
Code No. A 2126

₹ 470/-

Branches

Ambattur (H.O.) 044 - 26359906 **Spenzer Plaza (Chennai)** 044-28490027
Trichy 0431-2700885 **Pudukkottai** 04322-227773 **Thanjavur** 04362-231371
Tirunelveli 0462-4210990, 2323990 **Madurai** 0452 2344106, 4374106
Dindigul 0451-2432172 **Coimbatore** 0422-2380554 **Erode** 0424-2256667
Salem 0427-2450817 **Hosur** 04344-245726 **Krishnagiri** 04343-234387
Ooty 0423 2441743 **Vellore** 0416-2234495 **Villupuram** 04146-227800
Pondicherry 0413-2280101 **Nagercoil** 04652-234990

பெஞ்சமின் பிராங்க்லின்
(தன் வரலாறு)
ஆசிரியர்: **கா. அப்பாத்துரை**
என்.சி.பி.எச். முதல் பதிப்பு: ஏப்ரல், 2010
இரண்டாம் பதிப்பு : ஆகஸ்ட், 2013
மூன்றாம் பதிப்பு : நவம்பர், 2022

அச்சிட்டோர்: **பாவை பிரிண்டர்ஸ் (பி) லிட்.,**
16 (142), ஜானி ஜான் கான் சாலை, இராயப்பேட்டை, சென்னை - 14
☎: 044-28482441

All rights reserved. No part of this book may be reprinted or reproduced or utilised in any form or by any electronic, mechanical, or other means, now known or hereafter invented, including photocopying and recording, or in any information storage or retrieval system, without permission in writing from the publishers.

பதிப்புரை

ஆற்றுவெள்ளம் சிலரை அடித்துச் சென்றுவிடும். சிலர் நீச்சலடித்து அக்கரையில் அல்லது இக்கரையில் சேர்வார்கள். ஆற்றை எதிர்த்து நீச்சல் அடிப்பதுபோல் சிலருடைய வாழ்க்கை அமைந்துவிடும். சிலர் நெருப்பாற்றில் நீந்திச் சாதனை படைப்பார்கள். அத்தகு சாதனையாளர்களின் வரலாறுகள் படிப்பவர் நெஞ்சில் ஒரு புதுத்தெம்பினை ஊட்டி, புது வாழ்வுக்கு வழிகாட்டும்.

பெஞ்சமின் பிராங்க்லின் வாழ்க்கையின் சாதனைகள் வாசகர் நெஞ்சில் பயனுள்ள பல பதிவுகளைச் செய்யும். மொழி, இலக்கியம், கலை, சமுதாயச் சீர்திருத்தம், அரசியல் தொண்டு, வாணிகத் தொழில் வளர்ச்சிகள், அறிவாராய்ச்சி இயல்நூல், புத்தாராய்ச்சித்துறைகள் ஆகிய பல பரிமாணங்கள் பிராங்க்லினுக்கே உரியவை. பிராங்க்லின் தன் வரலாறு கூறும் விதம் தனித்தன்மை வாய்ந்ததாக உள்ளது. அவர் தனது வாழ்க்கையின் தவறுகளையும் ஆங்காங்கே சுட்டிக்காட்டிச் சொல்லும்விதம் படிப்பினை தரக்கூடியவை. அவரது இளமைக்கால வறுமைச்சூழல் போராட்டங்கள் வெற்றிப்பாதை காட்டத்தக்கவை.

அமெரிக்க விடுதலைப் புரட்சிப் போரில் பிராங்க்லினின் பங்கேற்பு பெரிய அளவில் உள்ளது. புதிய அமெரிக்காவைப் படைத்து உருவாக்கிய பெருந்தலைவர்களில் பிராங்க்லின் ஒருவராகத் திகழ்கிறார். அவர் ஆட்சியாளராக மட்டுமல்லாமல்

சிறந்த சமுதாயத்தொண்டராகவும், மக்கள் தொண்டராகவும் விளங்கினார். மக்களைத் திரட்டி நற்பணிகளில் ஈடுபடுத்தும் திறன் அவரிடம் மேலோங்கியிருந்தது.

பள்ளிப் படிப்பு பெயரளவில்தான் அமைந்தது. ஆனால் எண்ணற்ற பல்துறை நூல்களைப் ,படித்து பிராங்க்லின் மேதையானார். சைவ உணவை உண்டு சிக்கன வாழ்க்கை நடத்தினார். ஒரு கட்டத்தில் "பெரிய மீனே... நீ உன் தோழர்களைச் சாப்பிடுகிறாய் அல்லவா... அதனால் நான் உன்னை உண்பது பாவமல்ல" என்று நியாயப்படுத்திக் கொண்டு அசைவ உணவு சாப்பிட்டார். அவர் காதலித்த பெண் பல சிக்கல்களில் தவித்துக்கொண்டிருந்தபோதும் அந்த இடையூறுகளைப் பொருட்படுத்தாது அவளை மணந்து கொண்டார்.

ஒரு புதுவகை மணிப்பொறி, ஒரு புதுவகைச் சூட்டடுப்பு, ஒரு புதுவகைத் தெருவிளக்கு ஆகியவை அவரது கண்டுபிடிப்புகள். அவை மக்களின் தேவைகளுக்குரிய சிக்கனமான கண்டுபிடிப்புகள். அஞ்சல்துறைத் துணைத்தலைவராகயிருந்து அரும்பணி யாற்றினார். அமெரிக்கக் குடியேற்ற நாடுகளுக்குக் கூட்டாட்சிவேண்டும் என்று முதன் முதலில் கருதி, அதற்கான திட்டம் வகுத்து, பேரவைகளிடம் சுற்றறிக்கையாக அனுப்பியவர் பிராங்க்லின்.

அமெரிக்க மக்களிடமும், பிரிட்டன் மக்களிடமும் பிராங்க்லினுக்கு இருந்த மதிப்பை விடவும் பிரான்ஸ் நாட்டில் அவருக்கு அதிக மதிப்பு இருந்தது. பிரஞ்சு அரசியலாளருடன் அமெரிக்காவுக்குப் புதிய வாணிக ஒப்பந்தத்தை மட்டுமன்றி நாட்டுக்கு நாடு உதவும் பாதுகாப்பு ஒப்பந்தத்தையும் உருவாக்கித் தந்தார். அமெரிக்காவின் அடிமைத் தளையை ஒழிக்க வித்திட்டார்.

இளமையில் அச்சுத்தொழில், பத்திரிகைத் தொழில் ஆகியவற்றில் முத்திரை பதித்தார். வியாபாரங்களிலும் ஈடுபட்டார். உடலுழைப்பு, வண்டி தள்ளுவது இவற்றில் அவர் அச்சமோ, கூச்சமோ படாமல் நல்ல உழைப்பாளர் என்று பெயர்வாங்கினார். குடிப்பழக்கம் உடையவரைக் கண்டித்தார். பெண்களிடம் எச்சரிக்கையாகப் பழகினார். ஒழுக்கத்தை உயர்வாக மதித்துக் கடைப்பிடித்தார். நூல் நிலையம் நடத்தினார். செல்வமும் பெருமையும் தொழில் முயற்சியால் வரும் என்று உறுதியாக நம்பினார். ஐந்து மன்னர்களுடன் அமரும் அரிய வாய்ப்புகள் அவரைத் தேடிவந்தது. அது பிராங்க்லினின் சிந்தனை, அறிவுத்திறனுக்குக் கிடைத்த விருது.

எளிய வாழ்வு, அடக்கம், ஒழுங்குமுறை, மனத்திட்பம், சிக்கனம், முயற்சியூக்கம், வாய்மை, நேர்மை, நடுநிலை உணர்வு, துப்புரவு, மன அமைதி, நிறையுடைமை, பணிவுடைமை, இவற்றை அவர் உயிர்த்துடிப்பாக நடைமுறைப்படுத்த நாட்டம் கொண்டிருந்தார். காலை, நண்பகல், மாலை, இரவு என்னென்ன செய்யவேண்டும் என்று திட்டம் வகுத்து தன்னார்வம்கொண்டு செம்மை, செழுமை, தூய்மையுடன் செயல்பட்டார். மக்களிடையே அறிவைப் பரப்பிடப் பத்திரிகையைக் கருவியாகப் பயன்படுத்தினார். ஜண்டோ கழகம் அமைத்து நற்பணிகளாற்றினார்.

பொதுப்பேரவைக்கு எழுத்தாளனாகத் தேர்ந்தெடுக்கப்பட்டார். தொழில்துறையில் வளர்ச்சியடைந்து பொருளாதாரத்தில் மேம்பாடடைந்தார். பல ஆண்டுகள் பேரவை உறுப்பினராக இருந்தார். பல்கலைக் கழகம், மருத்துவமனை நிறுவிட மூலகாரணமாக இருந்தார். சாலைப் பராமரிப்பு, துப்புரவுப் பணிகளில் அக்கறை எடுத்துக்கொண்டார். கல்லூரியில் படிக்காத

பெஞ்சமினுக்குக் கேம்பிரிட்ஜ் கல்லூரி கலை முதல்வர் பட்டமளித்தது. இயேல் பல்கலைக்கழகம் பாராட்டிக் கௌரவித்தது. படைத்துறைக்கும் பங்களிப்புச் செய்தார். அரண்கள் அமைத்தார்.

பள்ளிப்படிப்புக் கூட நிறைவேறாத மிகச்சாதாரண மானவராக இருந்த பெஞ்சமின் தலையிட்டால்தான், அவர் முன்னணியில் நின்றால்தான் திட்டங்கள் செயல்படுத்தமுடியும் என்னும் அளவில் அவருடைய செயல்திறன், ஈடுபாடுகள், அக்கறைகள், துணிச்சல் ஆகியவை இருந்தன. இந்நூலைப் படிக்கின்றவர்கள் தங்களை இயலாதவர்கள், முடியாதவர்கள் என்று எடைபோடமாட்டார்கள். உழைப்பும் ஒழுக்கமும் இருந்தால் வறுமைத்திரையையும் கிழித்துக்கொண்டு நம்பிக்கைவானில் சிறகடித்துப் பறந்து உலகம் போற்றும் அளவில் உயர்வு பெறலாம் என்ற பாடத்தைக் கற்றுக்கொள்ளலாம்.

பிராங்க்லினின் தன் வரலாறு பலரை வரலாறு படைக்கத் தூண்டும் என்பது உறுதி. பன்மொழிப் புலவர் கா. அப்பாத்துரை அவர்கள் சிறப்புறத் தமிழாக்கம் செய்து தந்துள்ளார். வாங்கிப் படித்துப் பயன்பெற வேண்டுகிறோம்.

-பதிப்பகத்தார்

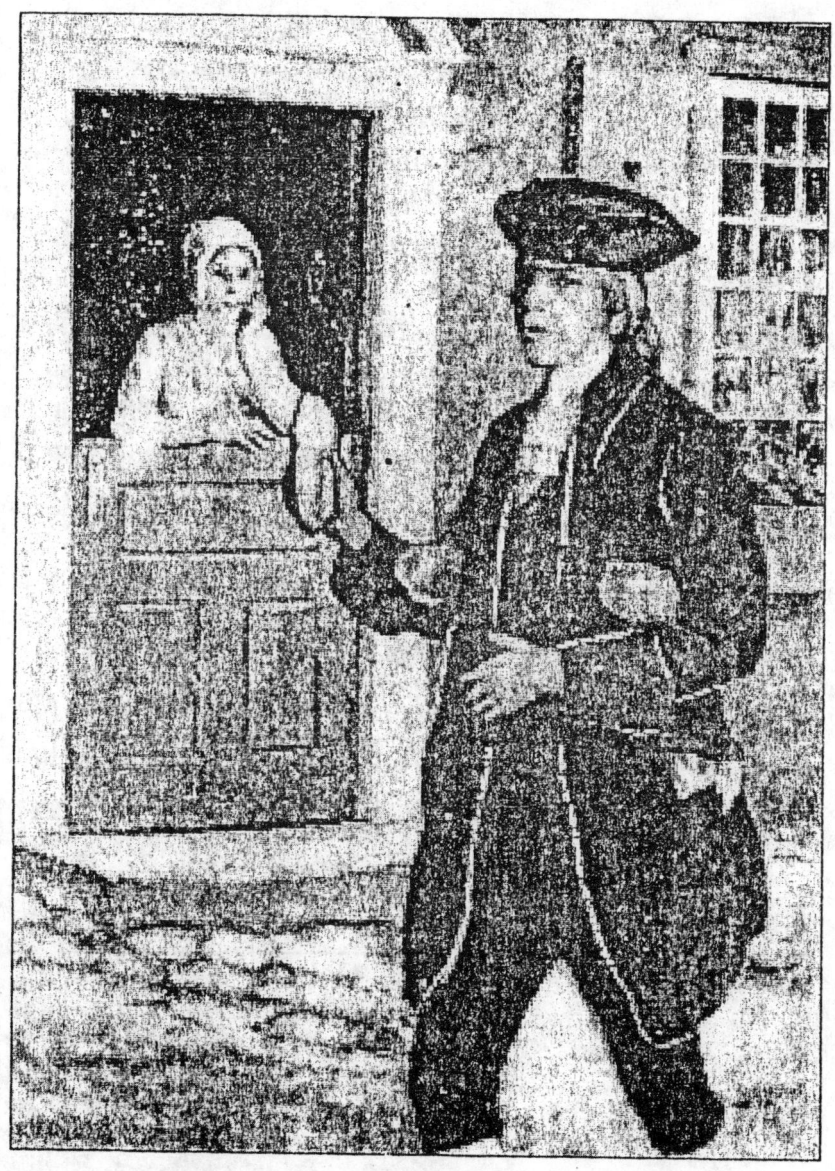

அப்பச்சுருளைத் தின்றவண்ணம் தன் எதிர்கால மனைவி செல்வி ரீடை பெஞ்சமின் பிராங்க்லின் சந்தித்தல்

உள்ளுறை

1. நூன்முகம் 1
2. வாழ்க்கை வரலாற்றின் சுருக்கம் 7
3. தன் வரலாற்றின் வரலாறு 21
   முதற் பகுதி 29
   இரண்டாம் பகுதி 171
   மூன்றாம் பகுதி 217
   பிற்சேர்க்கை 358

பெஞ்சமின் பிராங்க்லின்
(தன் வரலாறு)

1. நூன்முகம்

தமிழகத்துக்கு ஒரு முனைவர்[1] நடேசனார் அல்லது ஒரு திரு. வி. கலியாணசுந்தரனார், இந்தியாவுக்கு ஒரு காந்தியடிகள், சீனத்துக்கு ஒரு சன்யாட்சன், பிரிட்டனுக்கு ஒரு முனைவர் ஜான்சன், இரஷ்யாவுக்கு ஒரு டால்ஸ்டாய்! இதே பொன்மரபினுக்குரிய அமெரிக்காவின் நன்மகனார் முனைவர் **பெஞ்சமின் பிராங்க்லின்**[2]

திரு.வி.கலியாணசுந்தரனாரின் அகன்ற அறிவார்வம், எழுத்தாண்மைத் திறன், முனைவர் நடேசனாரின் மக்கட் பணி, காந்தியடிகளின் எளிமை - வாய்மை, சன்யாட்சனின் சீர்திருத்த ஆர்வம், முனைவர் ஜான்சனின் நடுநிலை ஒப்புரவு, டால்ஸ்டாயின் அன்புத் துடிப்பு ஆகிய இத்தனை நற்பண்புகளின் இனிய கூட்டமைதியாக முனைவர் பிராங்க்லினின் வாழ்க்கைப்பணி அமைந்துள்ளது.

1. தமிழகத்துக்கு ஒரு வழிகாட்டி

மற்றப் பெரியார்களைப்போலவே பிராங்க்லின் தம் தொண்டைத் தம் தாய்நாட்டிலிருந்தே தொடங்கினார். தம் தாய்மொழியிலிருந்தே அதைத் தொடுத்தார். அவர்களைப் போலவே அவரிடம் தாய்நாட்டுப் பற்றும், தாய்மொழிப் பற்றும் இறுதி மூச்சுவரை உள்ளத்தில் இடையறா இடம் பெற்றிருந்தன. ஆயினும் அவர் அன்புள்ளம் நாடு, மொழி முதலிய எல்லைகள் கடந்து பொங்கிவழிந்தது. மனிதப் பண்பார்வம், அன்பார்வம், அறிவார்வம் ஆகியவற்றுடன் கலந்து, அது மற்ற நாடுகளுக்கும்,

மனித இனத்துக்கும் வழிகாட்டிற்று. நாட்டு மேடையில் நின்றே அது உலகனைத்தையும் ஒரு குறிக்கோள் நோக்கிக் கூவியழைத்தது. அது கட்சி வேறுபாடு, கொள்கை வேறுபாடு, சமய இன வேறுபாடுகள் கடந்து, மொழி நரம்பை அதிரச்செய்தே மனித இனத்தின் ஆழ்ந்த உள்ளுணர்ச்சியைத் தட்டி எழுப்பிற்று.

மொழி, இலக்கியம், கலை, சமுதாயச் சீர்திருத்தம், அரசியல் தொண்டு, வாணிகத் தொழில் வளர்ச்சிகள், அறிவாராய்ச்சி, இயல்நூல் புத்தாராய்ச்சித் துறைகள் ஆகிய பல்திசைப் புகழும் அவருக்கே உரியது. இத்தனை இனிய பல்கூட்டுப் பண்ணிசைவை ஒரு தனிமனிதரிடம் காண்பது அரிது. அத்துடன் தம் நாட்டிலும் அவர் புகழ் பெற்றார்; ஏனைய நாடுகளிலும் பெரும்புகழ் பரப்பினார். நேச நாடும், எதிரி நாடும் அவர் பாராட்டில் ஒன்றுபட்டன. ஆனால், இந்தப் புகழ், அவர் தனிப்பெருமை காட்டும் புகழ் மட்டுமல்ல. அது நாட்டு நலனாக, உலக நலனாக, நாட்டு மக்களுக்கும், உலக மக்களுக்கும் இனிமையும் இனிய பயனும் உடையதாக நிலவிற்று. அவர் புகழ், மக்கள் உளமார்ந்த அன்புப் பாராட்டாகவும், நன்றியுணர்வாகவும் நேசபாசமாகவும் மிளிர்ந்தது. அதே சமயம் அது உலகின் அறிஞர் குழாங்கள், கலைக்கழகங்கள், அறிவு மன்றங்களின் வியப்பார்வத்தையும் தூண்டுவதாயிருந்தது.

அவர் உயர்குறிக்கோட் குரலைத் தமிழகம் கேட்கவேண்டும். ஏனெனில் தமிழகத்துக்கே அதன் தேவை பெரிது. தமிழகமே அக்குரலுக்குச் சரியான முழுநிறை எதிர்குரல் அளிக்கவும் முடியும்!

புதிய மேனாடுகளிலும் புத்தம் புதிய மேனாடு அமெரிக்கா. 'ஓர் அடிப்படைப் பண்பற்ற, தனக்கான ஒரு தனி உயிர்ப்பற்ற நாடு' என்று ஐரோப்பியர் அதை மதித்த காலம் ஒன்று உண்டு. ஆனால், ஐரோப்பாவின் தலைசிறந்த பழம் பண்பாட்டுக் கோயில்களிலே, பிராங்க்லின் எளிதாகச் சீரிய இடம்பெற்றார். தம் தாயகத்துக்கும் அவர் அதே புகழைத் தேடித்தந்தார். இங்ஙனம் புதுமைக்கு ஒரு பழமைச் சிறப்பைத் தேடித்தந்த அவரே, பழமையில் பழமைவாய்ந்த நம் தமிழகத்துக்கும் புதுமை வகுத்துக் காட்டத்தக்கவர் ஆவார் என்று கூறல் தகும். புதுமை ஒரு ஆழமற்ற பண்பானால், பழமை ஓர் உயிர்த்துடிப்பற்ற, இயக்கமற்ற பண்பாய்விடக்கூடும். தமிழகம் இயல்பிலே உயிர்ப்பு வண்மையுடையதானாலும், அதன் நாடி

நரம்புகள் சென்ற இரண்டாயிரம் ஆண்டுகளுக்கு மேலாக, செறிவுற்ற பழமையின் பிடியினால் தளர்வுற்றே இயல்கின்றன. மேனாட்டுப் புதிய கலைத்தொடர்பு பொதுவாகவும், முனைவர் பிராங்க்லின் போன்றோர் வாழ்வும் பணியும் கோட்பாடும் சிறப்பாகவும், அதற்குப் புத்துயிர்ப்பு ஊட்டவல்லவை ஆகும். இன்னும் சிறப்பாக, இயல் நூல் துறையில் அவர் தரக்கூடும் படிப்பினைகள் குறிப்பிடத்தக்க பெரும் பயனுடையவை ஆகும். அவர் அடிச்சுவடுகளைப் பின்பற்றினால், தமிழகம் அமெரிக்காவுடனும், ஐரோப்பாவுடனும் போட்டியிடத்தக்க இளம் புதுமைத் துடிப்பை மீண்டும் பெறுதல் கூடும்.

தமிழகத்திலும் இளைஞர் வாழ்வுக்கு, ஏழை எளிய மக்கள் வாழ்வுக்கு பிராங்க்லின் வாழ்க்கை ஒரு மின்னாற்றல் போன்றது. ஏனெனில் அவர் எளிமையிலிருந்து வளமைக்கு, வகையின்மையிலிருந்து திறமைக்கு வழி வகுத்துக் காட்டுகிறார். மேலும் ஒருவர் பெருமைக்கு, முன்னேற்றத்துக்கு, அறிவு, திறமை, ஆற்றல், செல்வாக்கு ஆகியவைதான் தேவை என்று பலரும் எண்ணுகின்றனர். ஆயினும் உள்ளூர இவை அறவே இல்லாதவர் எவரும் கிடையாது. பொய்மை, வஞ்சகம், பிறன்கேடு சூழ்தல், ஊதாரித்தனம், தன்னலம், பொறாமை, தன்னடக்கமின்மை ஆகிய தீயதன்மைகளாலேயே இந்நலங்கள் துலக்கமடையாமல் மங்கிப்போகின்றன. இவற்றைத் துலங்கவைப்பவை வாய்மை, தன்மதிப்பு, நாணயம், விடாமுயற்சி, தளரா ஊக்கம், வணக்க இணக்க நடை, விட்டுக்கொடுப்பு, ஆர்வம் ஆகியவைகளே. இத் தத்துவங்களை வாழ்வுடன் வாழ்வாக - வாழ்க்கைப் படிப்பினைகளாக - கண்கூடான மெய்ம்மைகளாக - பிராங்க்லினின் தன்வரலாறு எடுத்துக் காட்டுகிறது. இளைஞர் நல்லார்வங்களைத் தூண்ட, மக்கள் உள்ளார்ந்த திறங்களை வளர்க்க, அகச்செவ்வி புலப்படாது மறைத்தழிக்கும் அகப்பகைகளாகிய மாசுக்ள் அகற்ற, இத் தன்வரலாற்றினும் சிறந்த நன்மருந்தோ, நல்லூட்ட உணவோ வேறு காணமுடியாது.

2. தன்வரலாறு ஒரு வீரகாவியம்

உலகப் பெரியார்களின் தன்வரலாறுகளிலே, முனைவர் பிராங்க்லினின் தன்வரலாறு தனிச்சிறப்பும் தனிப்புகழும் உடையது. அவர் வாய்மை என்னும் மாசுமறுவற்ற கண்ணாடி

மூலமாக, நாம் அவர் வாழ்க்கையின் தன்மையை உள்ளது உள்ளபடியே தெளிவாகக் காண்கிறோம். அத்துடன் புற நிகழ்ச்சிகளை அவர் நாடகப் பண்புதோய, நகைச்சுவையுடனும் கலைநயத்துடனும் தீட்டிக் காட்டுகிறார். அவற்றை ஈண்டு விரித்தால், இடம் பற்றமாட்டாது. சான்றாக ஒன்றே ஒன்றுமட்டும் குறிக்கிறோம். கையில் காசின்றி, தங்க இடமோ, உதவ ஆளோ இன்றி, மலிவான அப்பச்சுருளைத் தின்றவண்ணம், அவர் பிலாடெல்பியா[3] நகர்த்தெருவில் நாடோடியாகத் திரிகிறார். அச்சமயம் அவர் தம் எதிர்கால மனைவியையே காணநேர்கிறது. முதல்முதல் வாழ்க்கைத் துணைவியைக் கண்ட இக்காட்சியை அவர் வருணிக்கும் திறம் நம் மனத்தில் என்றும் அகலாது நின்றுவிடுகிறது. காட்சியை மட்டுமன்றி, இரு உள்ளங்களின் படங்களைக்கூட அவர் ஓவியத்திறன் நம்முன் நடமாடவிடுகிறது.

நிகழ்ச்சிகளை மட்டுமன்றி, அவர் உள்ளப்பாங்குகளையும் கருத்துக்களையும் கனவுத் திட்டங்களையும் அவர் தன்வரலாறு வளமுடன் வகுத்துத் தீட்டுகிறது.

தம் வாழ்க்கையின் பெருந்தவறுகள் என்று அவர் ஆங்காங்கே குறித்துச்செல்லும் பகுதிகள் சுவையிலும், வீறிலும், படிப்பினைகளின் தன்மையிலும் காந்தியடிகளின் தன்வரலாற்று ஏடான ‘வாய்மையின் தேர்வுகளை’ யே நினைவூட்டத்தக்கனவாய் உள்ளன.

மேலீடாகப் பார்த்தால், தன்வரலாறு தரும் இக்காட்சி ஓவியத்துக்கு இரண்டே இரண்டு குறைகள் இருப்பதாகத் தோற்ற இடமுண்டு. ஒன்று, ‘அது அவர் பெருமையை முற்றிலும் எடுத்துக் காட்டவில்லை, பெருமை அடைந்த வகைகளை மட்டுமே காட்டுகிறது’ என்பது. இது அவர் பணிவார்ந்த தன்னடக்கப் பண்பின் விளைவேயன்றி வேறன்று. தன்வரலாற்றின் முழு வாய்மைக்கு அது ஒரு குறையாகத் தோற்றக்கூடுமாயினும், அதன் கதைத்தலைவரான ஆசிரியர் பண்புக்கு அது நிறைவளிப்பதேயாகும் என்பதை எவரும் ஒப்புவர். இரண்டாவது குறை, ‘அத்தன் வரலாறு அவர் வாழ்வின் நடுப்பகுதி வரை, அஃதாவது அவர் பிறந்த ஆண்டாகிய 1706 தொடங்கி 1757-ஆவது ஆண்டுவரை சென்று நின்றுவிடுகிறது’ என்பதே. இந்த எல்லை கடந்து 1759-ஆவது ஆண்டுவரை சில குறிப்புக்கள் மட்டும் பின்னால் இணைக்கப்பட்டுள்ளன.

ஆயினும் 1759-க்கும் 1790-க்கும் இடைப்பட்ட அவர் வாழ்வின் பிற்பகுதியே, அவர் நாட்டின் பெருந் தலைவராகவும் உலக அரங்கில் பலதுறைப் புகழுடையவராகவும் செல்வாக்கு மிக்கவராகவும் வீறுடன் விளங்கிய காலம் ஆகும். இச் சிறப்புமிக்க பகுதியின் வரலாறு, தன்வரலாற்றில் இடம் பெறவில்லை. ஆனால், இங்கும் குறைபாடு மேலீடான குறைபாடேயாகும். வரலாறு, வாழ்க்கை ஓவியம் என்ற இரு வகைகளிலும் இது ஒரு குறையேயானாலும், இலக்கியப் பண்பிலோ, கலைக்கோப்பியல்பிலோ, ஆசிரியர் குறிக்கொண்ட இலக்கிலோ இவற்றால் குறை ஏற்பட்டுவிடவில்லை. ஏனெனில், அவர் நோக்கம் பெருமையடைவதற்கான வழி வகைகளை, வகைதுறைகளைக் காட்டுவதேயன்றிப் பெருமையை விரித்துணர்த்துவதன்று.

ஏழ்மை எளிமைச் சூழல்களை எதிர்த்துத் தன்னாண்மையுடன் இளமைக் காலங்களில் அவர் போராடிய போராட்டம் ஒரு வீரகாவியம் ஆகும். அதன்பின் அவர் புகழுடன் விளங்கிய காலப்பகுதி வரலாறாகக் காட்சி தரலாம். காவியமாகக்கூட மிளிரலாம். ஆனால், வீரகாவியம் ஆகமாட்டாது. ஆசிரியர் குறிக்கொண்ட, மக்களும் கலைஞரும் ஒருங்கே நுகர்ந்து இன்புறத்தக்க பகுதி, மனித இனத்தைத் தட்டி எழுப்பிப் பெருஞ் செயலாற்றத் தூண்டும் பகுதி, இள உள்ளங்களுக்கு இறும்பூது ஊட்டி இயற்கையின் எல்லை நோக்கிப் போராடிச் செல்லும் போராட்ட ஆற்றலை எழுப்பும் பகுதி முற்பகுதியாகும். ஆகவே, வீரகாவியமாக எழுதப்பட்ட ஏடு, வீரகாவிய எல்லையில் நின்றுவிட்டது பொருத்தமாகும்.

கலைநயம், இலக்கியம் ஆகிய இருவகையினாலும் தன்வரலாறு இங்ஙனம் முழுநிறைவுடையதே யாகும். ஆயினும் ஆசிரியர் இத் தன்வரலாற்றை எழுதியது, தம்புதல்வர்க்காகவே. புதல்வர் நிலையிலுள்ள இள நண்பர்களுக்கும் அது முழுதும் பயன்படத்தக்கதே. ஆனால் புதல்வரும், மற்ற இளைஞரும் அவர் பிற்காலப் பெருமையையும் மேன்மையையும் நன்கு அறிந்தவர் ஆவர். அதனை அவர் அடைந்த வகைகளே அவர்கள் அறியாதவை; அவர்களுக்குத் தேவையானவை. இந்த எல்லை கடந்து இன்று அவர் தன் வரலாறு உயர் இலக்கியமாகியுள்ளது. மொழி தாண்டி நலன் தரத்தக்க உலக இலக்கியமாகிவிட்டது. இந்நிலையில் ஆசிரியர்

முழு வாழ்வும், பெருமையும் வாசகருக்குத் தெரியவருவது பயனுடையது என்பதில் ஐயமில்லை. வீரகாவியத்தின் பின்னணி வண்ணமான இந் நாடகப்பண்பை அது நன்கு மிளிரவைக்கும். இந்நோக்கத்துடன்தான், இம் முன்னுரையின் ஒரு பகுதியாக, அவர் வாழ்வின் மணிச்சுருக்கமும், அவர் பல்துறைப் பெருஞ் சிறப்புக்களின் மதிப்பீடும் இடம்பெறுகின்றன. தன் வரலாற்றின் இன்ப நுகர்ச்சியைப் பெருக்க, அதன் பயனை வளப்படுத்த, தமிழகத்தின் வருங்கால வளர்ச்சிக்கு அவர் வாழ்வுகாட்டும் வழியை விளக்கிக்காட்ட, இது பெரிதும் உதவும் என்று நம்புகிறோம்.

Footnotes:

1. Doctor
2. Benjamin Franklin.
3. Philadelphia

2.வாழ்க்கை வரலாற்றின் சுருக்கம்

1.பெருமையின் மறைதிறவு

பெஞ்சமின் பிராங்க்லின் பாஸ்டன்[1] நகரிலே ஓர் ஏழைத் தொழிலாளர் குடும்பத்தில் 1706-இல் பிறந்தார். அவர் பிறக்கும்போது அமெரிக்கா பிரிட்டனின் பல குடியேற்றப் பகுதிகளாகப் பிரிவுற்று, பிரிட்டிஷ் கொடியின்கீழ் இருந்தது. அவர் 84 வயதுவரை, அஃதாவது 1790-ஆவது ஆண்டுவரை வாழ்ந்தார். அதற்குள் அமெரிக்கா விடுதலை பெற்றுத் தனிநாடாக, கூட்டுக் குடியரசாக விளங்கிற்று. இங்ஙனம் அவர் வாழ்வு கிட்டத்தட்ட 18-ஆம் நூற்றாண்டின் எல்லைகளை அளாவி, இரண்டு ஊழிகளின் இணைப்பாக வீறமைந்து நிற்கின்றது. அவர் நீண்டவாழ்வின் நடுப்பகுதியிலேயே தற்கால உலகின் முதல் மாபெரும் புரட்சியான அமெரிக்க விடுதலை புரட்சிப் போர் நடைபெற்றது. அப்புரட்சியில் பிராங்க்லின் பங்கு பெரிது. புரட்சிக் காலத்திலும், அதன் முன்னும் பின்னும், புதிய அமெரிக்காவைப் படைத்து உருவாக்கிய பெருந் தலைவர்களுள் அவர் ஒருவராக விளங்குகிறார்.

அமெரிக்க நாட்டு மக்கள் உள்ளத்திலும், உலக அரங்கிலும் அவர் அருந்திறனும் செல்வாக்கும் அம்மாபெருந் தலைவர்களின் செல்வாக்கெல்லையையுந் தாண்டியதாயிருந்தது. ஏனெனில், அவர் ஆட்சியாளராக மட்டுமின்றி, சிறந்த சமூகத் தொண்டராகவும், மக்கள் தொண்டராகவும் விளங்கினார். ஆட்சி கையிலில்லாமலே மக்களைத் திரட்டி மாபெரும் பொதுச்செயல்களில் ஊக்கும் திறன் அவரிடம் இருந்தது. அவர் தம் நாட்டிலும் பிறநாடுகளிலுங்கூட மக்களிடையே ஒரு

முடிசூடா மன்னராக, மக்கள் உள்ளத்தின் ஆர்வத் தவிசிடம் கொண்ட மக்கள் தெய்வமாக விளங்கினார். தவிர, தற்கால உலகின் சிறப்புரிமைப்பேறான இயல் நூலாராய்ச்சியில் அவர் தம் நாட்டை ஊக்கினார். உலகத்துக்கு வழி காட்டினார். அமெரிக்காவின் தலைசிறந்த இயல் நூலறிஞர் என்ற முறையில் ஐரோப்பாவெங்கும் அவர் அறிவாட்சி பரந்திருந்தது.

அவர் பிறப்பின் சூழல்கள் எங்கே? அவர் வாழ்ந்த வாழ்வு, நிறைவேற்றிய செயல்கள் எங்கே? இவற்றின் இணைகோப்பை அவர் தம் வரலாறு காட்டுகின்றது. செல்வத்தைக் குவிக்க அவர் எண்ணவில்லை. வாழ்வுக்காகச் செல்வத்தையும், மக்கட் பணிக்காக வாழ்வுக்காகச் செல்வத்தையும், மக்கட் பணிக்காக வாழ்வையும் அவர் ஒப்படைத்திருந்தார். ஆகவே, அவர் தம்முடைய சூழல்கள் தாண்டிச் செல்வம் பெற்றார் செல்வத்தால் பெறமுடியாத ஆட்சியாற்றல் அதனைத் தொடர்ந்து வந்தது. ஆட்சியாற்றலாலும் பெறமுடியாத மக்கள் அன்பார்வம், புகழ், அவர் மக்கட் பணியையும், அறிவார்வப் பணியையும் தழுவிற்று. அவர் புகழ் இன்றும் நீடித்துள்ளது, என்றும் நீடிக்கும்! மற்ற உலகப் பெருமக்கள், அறிஞர் புகழ் தாண்டி அது நீடிக்கிறது, நீடிக்கும்! இதன் மறைதிறவு யாது?

இயல் நூலாராய்ச்சியாளர் பலர் தாம் கண்ட அறிவை விற்று, புகழும் செல்வமும் தேடுவது வழக்கம். ஆனால் அவர் தாம் கண்டவற்றை உலக நலனுக்கும், தாம் காண முயன்றவற்றை அறிஞருலகுக்கும் வழங்கி இன்புற்றார். தனிமனிதன் சிறு சூழலிலிருந்து உலகங் கடந்த அருட் பேராண்மையின் எல்லைநோக்கி அவர் வாழ்வு நமக்கு வழிகாட்டுகிறது.

2. வறுமைச் சூழல்

பிராங்க்லின் தந்தை ஜோசையா பிராங்க்லின்[2] மெழுகுத்திரி, சவர்க்காரம் ஆகியவை செய்யும் தொழிலில் ஈடுபட்டவர். பிரிட்டனின் சமய அடக்குமுறை காரணமாக, அவர்தம் முதல் மனைவியுடனும் நான்கு பிள்ளைகளுடனும் அமெரிக்காவுக்கு வந்து, பாஸ்டன் நகரில் குடியேறினார். இங்கே மூன்று பிள்ளைகளைப் பெற்றபின் முதல் மனைவி காலமானார். இரண்டாம் மனைவி பத்துப் பிள்ளைகளுக்குத் தாயானார். பெஞ்சமின் பிராங்க்லின் இரண்டாம் மனைவியின் பிள்ளைகளில் எட்டாவது பிள்ளை. புதல்வர்களில் எல்லாரிலும் இளையவர்

அவரே. தந்தையின் 17 பிள்ளைகளில் நால்வர் இளமையில் இறந்து போகவே, தந்தையுடனும் பதின்மூன்று உடன்பிறந்தாருடனும் அவர் வாழ்ந்தார்.

வறுமையோ மிகுதி. குடும்பமோ பெரிது. இந்நிலையில் பிராங்க்லினின் பள்ளிப்படிப்பு பெயரளவிலேயே நின்றது. ஆயினும் இளமையிலிருந்தே புத்தகங்களைப் படிக்கும் ஆர்வம் அவர் அறிவை வளர்த்தது. அவர் தாமாகத் தமக்குத் தேவைப்பட்ட துறைகளிலெல்லாம் இராப்பகலாக முயன்று தம் பள்ளிப் படிப்பின் குறைபாட்டைச் சரிசெய்துகொண்டார். பல்கலைக் கழகங்களை அவர் அணுகவில்லை. பட்டங்களை நாடிப் பெறவில்லை. ஆனால், பின்னாட்களில் பல்கலைக் கழகங்கள் அவரை அணுகின. தம் பட்டங்களை அவர்மீது சொரிந்து அவை தம் புகழை உயர்த்தின!

தந்தையின் கீழ், தந்தை தொழிலிலேயே அவர் தம் 12-ஆம் வயதுவரை உழைத்தார். அத்தொழில் இருவர் உழைப்புக்கும் பற்றாததாயிருந்தது. கடலோடியாக வாழவேண்டுமென்ற அவர் அடக்கமுடியாத ஆர்வத்தைத் தந்தை விரும்பவில்லை. ஆகவே தமையன் நடத்திய அச்சகத்தில் அவரைத் தந்தை பயிற்சித் தொழிலாளராக்கினார். இங்கே 17-ஆவது வயதுவரை அவர் உழைத்தார்.

தொழில் செய்யும் நேரம் தவிர மற்ற நேரத்தில் அவர் படித்தார். சைவ உணவையும் எளிய வாழ்வையும் மேற் கொண்டதால், அவர் தம் ஊதியத்தில் மிகுதி மிச்சம் பிடிக்க முடிந்தது. அதைக்கொண்டு அவர் தம் சிறு நூலகத்தைப் பெருக்கி, தம் அறிவகலத்தை வளர்த்தார். அடிக்கடி அவர் பாடல்கள் எழுதி, அவற்றைத் தாமே அச்சிட்டு விற்கவும் முயன்றார். இதன் தற்கால வெற்றியில் அவர் செருக்கினார். ஆனால், தந்தையின் எச்சரிக்கை அவரைத் திருத்திற்று. அவர் பாட்டெழுதுவதைக் கைவிட்டார். தம் உரைநடையைச் செப்பம் செய்வதில் முனைந்தார். தமையனார் நடத்திய பத்திரிகைக்கே புனைபெயருடன் எழுதிப் பேர் வாங்கினார். அதில் வெளிப்படையாக எழுதும் உரிமை பெற்றார். ஆயினும் அவர் காரசாரமான கட்டுரைகள் நியூ இங்கிலாந்தின் ஆட்சியாளர் சீற்றத்தைக் கிளறின. தமையனார் சிறைப்பட்டார். தம் முயற்சியால் பெஞ்சமின் பத்திரிகையத் தாமாக நடத்தினார். சிறையிலிருந்து வந்தபின் பத்திரிகை பெஞ் சமின் பெயருடனேயே செல்வாக்கடைந்தது.

அவர் புகழும் தன்னாண்மைப் போக்கும் தமையனாருக்குப் பிடிக்கவில்லை. உடன்பிறந்தாரிடையே பூசலும் மனக்கசப்பும் வளர்ந்தன. இந்நிலை தவிர்க்க, அவர் யாரிடமும் சொல்லாமல் வெளியேறி, வேற்றூர் சென்றார்.

பத்திரிக்கையில் அவர் எழுதிய கட்டுரைகள் 'நலமே செய்க' என்ற தலைப்புடன் அவரது எழுத்தாண்மையின் முதற் சான்றாக 1721-இல் வெளிவந்தது.

3. கெய்மர்[3] அச்சகம்

அனுபவமற்ற இளமை காரணமாக அவர் பல தவறுகளைச் செய்ததுண்டு. ஆனால், இவை நட்பு, படிப்பார்வம், பிறருக்கு உதவும் பண்பு ஆகிய நல்லுணர்ச்சி காரணமானவையே. குடும்பத்துக்குத் தெரியாமலே **பென்சில்வேனியா**[4]வின் தலைநகரான பிலாடெல்பியாவில் **கெய்மர்** என்பாரின் அச்சகத்தில் அவர் திறமையுடன் வேலை செய்தார். அச்சகத்திற்குள்ளேயும் நாட்டிலேயும் அச்சக முதல்வரைவிட அவர் மதிப்பும் செல்வாக்கும் பெரிதாக இருந்தது. பென்சில்வேனியாவின் ஆட்சித்தலைவர் கீத்[5] அவர் நண்பரானார். தனி அச்சகம் வைக்குமாறு அவர் பெஞ் சமினைத் தூண்டினார். அவரைப் பாராட்டி ஒரு பரிந்துரைக் கடிதந் தந்து, அதனுடன் அவரை அவர் தந்தையிடமே அனுப்பினார். ஆனால், ஆட்சியாளர் நட்பைத்தான் தந்தை பாராட்டினார். மகனைப்பற்றிய ஆட்சியாளர் மதிப்பு மிகைப்பட்டதென்று கூறி, அவர் தனி அச்சகத்திற்குப் பணந்தர மறுத்துவிட்டார்.

ஆட்சியாளர் கீத் இப்போது தாமே பணம் தருவதாகக்கூறிப் புதிய முயற்சியில் அவரை மேலும் ஊக்கினார். அச்சகத் தட்டுமுட்டுப் பொருள்களை நேரில் பார்த்து வாங்கும்படி அவரை இங்கிலாந்துக்கு அனுப்பினார். ஆயினும் சொன்னபடி அவர் பணம் அனுப்பவில்லை. பிராங்க்லின் பிரிட்டனிலேயே ஓர் அச்சகத்தில் வேலை பார்த்துப் பிழைக்கும்படியாயிற்று. ஆனால், இத்தீங்கு அவருக்கு ஒரு மறைமுக நன்மையாய் அமைந்தது. அது அவர் அச்சகத்திறமையைப் பின்னும் வளர்த்தது, அவர் வழக்கமான சிக்கனத்தாலும் உழைப்பாலும் திறமையாலும் வருவாய் பெருகிற்று. எனினும் பென்சில்வேனியாவிலும் இங்கும் அவரைத் தொடர்ந்து ஒரு நண்பர் வந்திருந்தார். அவரைப்போலவே அந் நண்பரும் புத்தக ஆர்வமிக்கவராயிருந்தார். ஆயினும், இந்த நண்பரின் ஊதாரித்தனம் பிராங்க்லின் வருவாயை முற்றிலும் கரைத்தது.

பிரிட்டனில் **வொல்லாட்ஸன்** என்ற மெய்விளக்க அறிஞர் மனித வாழ்வின் இன்ப துன்பங்கள் பற்றிய தம் கோட்பாட்டை ஒரு நூலில் விளக்கியிருந்தார். பிராங்க்லின் அதன் கருத்துக்களுடன் முரண்பட்டார். எனவே, அதை எதிர்த்து 'விடுதலை, இன்றியமையாத் தேவை,' 'இன்ப துன்பம் ஆகியவை பற்றிய ஆராய்ச்சியுரை' என்ற தலைப்புகளுடன் ஒரு சிறு நூல் வரைந்து வெளியிட்டார். அது உடனடியாக அவருக்கு அறிஞரிடையே பெரு மதிப்பளித்தது.

4. தனி அச்சகமும் மணவாழ்வும்

1726-இல் அவர் மீண்டும் பிலாடெல்பியா வந்து சேர்ந்தார். நான்கு ஆண்டுகள் மீண்டும் கெய்மர் அச்சகத்திலும் வெளியிலும் உழைத்ததன் பின், ஓர் இளைஞரைப் பங்காளியாகக் கொண்டு, தனி அச்சகம் தொடங்கினார். இது விரைவில் வளர்ச்சியடைந்தது.

பிரிட்டன் செல்லுமுன்பே செல்வி **ரீட்** என்ற மங்கையுடன் அவர் காதல்கொண்டிருந்தார். அந் நங்கை இடையே பலவகை அல்லல்களில் சிக்கிகொண்டு தவித்தார். காதலே பெரிதெனக் கொண்டு, இடையூறுகளைப் பொருட்படுத்தாது பிராங்க்லின் அவரை மணந்துகொண்டார்.

அவர் மதிப்பும் செல்வாக்கும் உயர்ந்தது. நண்பர் குழு விரிவுற்றது. இதனால் அச்சகம் வளமுற்றது. அவர் அதன் முழு உரிமையையும் தமதாக்கினார். '**பென்சில்வேனியா கஜெட்**' என்ற ஒரு பத்திரிகையையும் அவர் 1729-இல் தொடங்கினார்; 1766-வரை இது வெற்றிகரமாக வளர்ச்சியுற்றது. மக்களுக்கு அறிவும் இன்பமும் ஊட்டும் பல கட்டுரைகளையும், மக்கள் நலனுக்கான பல திட்டங்களையும் இதன் மூலம் அவர் தீட்டினார். இவற்றுட் பல அமெரிக்க இலக்கியத்தில் இடம்பெறத் தக்க சிறப்பமைந்தன. 'ஆண்டனி அஃவ்டர்விட்,' 'ஆலிஸ் ஆடர்டங் கடிதங்கள்' அஃதாவது, 'பின்னறிவு ஆண்டனி, பாம்பு நாக்கு ஆலிஸ்' ஆசிரியர் கடிதங்கள், 'ஹாலிமலைச் சூனியக்காரியின் வழக்கு விசாரணை,' '**பரபரப்புக்காரர் பற்றிய செய்திகள்,**'[6] 'ஃவிலொக்ளிஸ் ஹோரேஷியா உரையாடல்கள்,' ஆகியவை இவற்றுட் சில. இவை தவிர '**ஏழை ரிச்சர்டின் ஆண்டுப்பட்டி**'[7] என்ற பெயருடன் அவர் ஓர் ஆண்டுத் தொகையை 1735 முதல் 1738 வரை வெளியிட்டு வந்தார். அதில் அவர் பொறுக்கி எடுத்து அச்சிட்ட பல நாட்டு

அறிஞர்களின் மணியுரைகள் மக்களிடையே பேரார்வத்தையுங் கிளர்ச்சியையும் ஊட்டி நற்பயன் தந்தன.

5. மக்கட்பணியும் பொதுத்தொண்டும்

1728-இல் குறுகிய சமயக்கோட்பாடுகளற்ற ஒழுக்க அடிப்படையான ஒரு சமரசச் சமய நெறிக்கான திட்டம் வகுத்து, அதைப் பல சமயக்கோட்பாட்டாளரிடையிலும் பரப்ப அவர் முயன்றார்.

நகர் காவற்படை அமைப்பு, தெருப்பெருக்குந்திட்டம், தெருக்களுக்குக் கற்பாவுந் திட்டம், உலாவியல் நூலகத்திட்டம், அறிவாராய்ச்சிக் குழுத் திட்டம், இளைஞர் கல்வித் திட்டம், நகர் கட்டடத் திட்டம் ஆகிய எத்தனையோ திட்டங்களில் இச்சமயம் அவர் ஈடுபட்டார். அவர் எழுத்தாண்மைத்திறன், பத்திரிகைத்திறம், மக்களிடையே அவர்பால் வளர்ந்துவந்த செல்வாக்கு ஆகியவைகளால் அவர் தொட்டதெல்லாம் வெற்றி பெற்றது. அமெரிக்க நாட்டின் முதல் அறிவாராய்ச்சிக் கழகம், முதல் நகர மருத்துவமனை, முதல் பல்கலைக் கழகம் ஆகியவற்றுக்கு அவர் முயற்சிகளே மூலாதாரமாய் இருந்தன.

அவர் இலக்கிய முயற்சிகள் அத்தனையும் உண்மையில் அவர் சமூகத் திட்ட முயற்சிக்குத் துணையான வெளியீடுகளாகவே அமைந்தன. நகர்ச் சீர்திருத்தத் திட்டங்களுக்காக, 'பிலாடெல்பியா நகரின் தற்போதைய நிலை பற்றிய ஆழ்ந்த சிந்தனையும் மெய்யுரைகளும்' என்ற கட்டுரை வெளிவந்தது. சமய ஒழுக்க அறிவுரையாக, 'பயனுடைய நல்லறிவு பரப்புவதற்கான ஒரு புத்துரை' தீட்டப்பட்டது.

1741-இல் அவர் **'ஜெனரல் மாகசீன்'**[8] என்ற மாதப்பத்திரிகை நடத்தினார். அது அமெரிக்காவில் இரண்டாவது மாதப் பத்திரிகையாக மதிப்புப் பெற்றுச் சில காலம் நடைபெற்றது.

6. இயல்நூல் தேர்வாராய்ச்சி

பல துறைகளிலும் பிராங்க்லின் கவனம் செலுத்தினாலும், அவர் தமக்குரிய ஆர்வத் துறையாகக் கொண்டது இயல்நூல் புத்தாராய்ச்சியே. இதில் அவருக்கு மூன்று தனிப் பண்புகள் இருந்தன. முதலாவதாக, எதையுங் கூர்ந்து பார்க்கும் இயல்நூல் பண்பு அவரிடம் இயற்கையாக இருந்தது. ஓய்வு நேரங்களில். கப்பல் பயணங்களில் அவர் இயற்கையையும், அதன் நிகழ்ச்சிகளையும் சிறு பிள்ளைகளின் ஆர்வமும் பின்னிடையும்படி, கூர்ந்து

கவனித்தார். எதற்கும் அவர் காரண காரியத் தொடர்பு தேடினார். பிறர் கருத்துக்கெட்டாத பல மெய்ம்மைகளையும் அவர் கண்டு தேர்வுமுறைகளால் நாட்டியுள்ளார்.

இயல்நூல் துறையில் அவருக்கிருந்த மற்றொரு பண்பு எதையும் நம் நாட்டின் நலன், மனித இனத்தின் நலன் ஆகியவற்றைக் கருதியே நோக்கியது ஆகும். இதனால் அவர் அமெரிக்க மக்களிடையே தம் சிந்தனை, தம் தேர்வுமுறைகள், தம் முடிவுகள், அதன் பயன்கள் ஆகியவற்றை எளிதில் பரப்ப முடிந்தது. அமெரிக்க மக்கள் அறிவு நலனுக்கும், இயல் துறை அறிவுக்கும், முன்னேற்றத்துக்கும் எவரையும்விட அவரே பெரிதும் காரணராவார்.

அவர் மூன்றாவது பண்பு, தம் ஆராய்ச்சிகளைப் பொது மக்கள் அறியும் மொழியிலேயே எழுதி எல்லாருக்கும் விளக்கியதாகும். இதனால் அவர் இயல்நூல் துறை ஆராய்ச்சி ஏடுகளும் அவருடைய மற்ற ஏடுகளைப்போலவே நல்லிலக்கியமாக, மக்கள் இலக்கியமாக இயங்குகின்றன, பாமரரும் பண்டிதரும் அதில் ஒருங்கே பயன்பெற முடிந்தது. இது மட்டுமன்று. அவர் தேர்வு முறைகளும் எவரும் பணச்செலவில்லாமல் பின்பற்றும்படி எளிய கருவிகளைக் கையாளும் முறைகளாய் இருந்தன. நம் நாட்டில் நாம் தெய்வக்கதைகளைக் கதைக் கச்சேரிகளாலும், பாட்டுக் கச்சேரிகளாலும், மடங்களாலும் பரப்புவதுபோல, அவர் அமெரிக்காவில் தேர்வு முறைகளைப் பொதுக் கச்சேரிகளாலும், தேர்வுமுறைக் கழகங்களாலும் பரப்பினார்!

பிராங்க்லினின் இயல்நூல் முறையையும், இயல் நூல் துறை எழுத்தாண்மையையும், 'தேசிய இயல்நூல்,' 'சமுதாய இயல்நூல்,' 'மக்கள் இயல்நூல்' என்று சிறப்பித்துக் கூறலாம். அவர் முறையைக் கீழ் நாடுகள், சிறப்பாகத் தமிழகம் பின்பற்றக்கூடுமானால், பல நூற்றாண்டுகளில் இத்துறையில் ஏற்பட்ட பிற்போக்கைச் சில பத்தாண்டுகளில் சரி செய்துவிடலாம்!

ஒரு புதுவகை மணிப்பொறி, ஒரு புதுவகைச் சூட்டடுப்பு, ஒரு புதுவகைத் தெருவிளக்கு ஆகிய இவை சமுதாய நலம், சிக்கனம் கருதிய பிராங்க்லினின் கண்டுபிடிப்புக்கள். மின்னாற்றல் பற்றிய அவர் கோட்பாடே இன்றளவும் உலகில் அத் துறை வளர்ச்சிகளுக்கு வழி வகுத்தவை ஆகும். அத்துடன் உலகெங்கும் கட்டடங்களையும் நகரங்களையும் பாதுகாக்க வழங்கப்படும்

'மின் காப்பு ஊசி' அவர் தலைசிறந்த கண்டுபிடிப்புகளுள் ஒன்றேயாம்.

7. நாட்டுநலத் திட்டங்கள்

'ஒழுக்கத்தைப் பேணும் முறை' ஒன்றை நுணுக்கவிரிவுடன் தன் வரலாற்றில் காணலாம். அதில் வள்ளுவரின் தமிழ்மணம் கமழ்கின்றது. அது அவர் பிறருக்காக வகுத்ததல்ல. தமக்காக வகுத்துத் தாமே மேற்கொண்ட முறை. இதுவும், அவர் பின்பற்றிய கடுஞ் சைவ உணவுத் திட்டமும் பலரால் மேற்கொள்ள முடியாதிருக்கலாம். ஆனால், எல்லாராலும் இயன்ற அளவு பின்பற்றத் தக்கது, பயன்தரத் தக்கது என்பதில் ஐயமில்லை.

போர்க் காலத்தில் நாட்டுப் பாதுகாப்புக்காக அவர் பல முயற்சிகளில் ஈடுபட்டு அல்லல் உற்றார். ஆனால், அமெரிக்கா பிரிட்டனை நம்பி வாழாமல் தன்னுதவி கோரி வாழ்வதற்கு அதுவே முதல் முதல் வழிவகுத்தது. இதுவும் பிராங்க்லினின் மற்ற மக்கள்திட்டங்களும் தன்னாட்சி பெறவும், தன்னாட்சி பெற்று வாழவும் அமெரிக்க மக்களுக்கு நல்ல பயிற்சிதந்தன.

பொதுமக்களும் அரசியலாரும் அவரை ஒவ்வொரு பொதுப்பணியிலும் பங்குகொள்ளும்படி வற்புறுத்தினர். பல பதவிகள் அவரை நாடின. இவை அவர் செல்வ நிலையையும் வளர்த்தன. அவர் செல்வாக்கையும் வளர்த்தன 1753-54-ஆம் ஆண்டுகளில் அவர் அஞ்சல்துறைத் துணைத் தலைவரானார். பென்சில்வேனியாப் பேரவையும், மற்ற அண்டை அயலிலுள்ள குடியேற்ற ஆட்சிகளின் பேரவைகளும் தம் அச்சுவேலையை அவருக்குத் தந்து ஆதரவு காட்டின. பேரவை எழுத்தாளரென்ற முறையிலும், பின்னாட்களில் பேரவைக்குச் செய்த தொண்டு பெரிதாயிருந்தது. அந்நாட்களில் பேரவை தன் உரிமைக்காக ஆட்சித் தலைவருடனும், அவரை அமர்த்திய நில உரிமையாளருடனும் போராடிவந்தது. ஆட்சித் தலைவர் எவ்வளவு நட்பாதரவும் ஆவலும் தந்து தூண்டியும், அவர் பேரவைக்கு எதிராகச் செயலாற்ற மறுத்தார். அதே சமயம், ஆட்சியாளரின் நட்பையும் அவர் மதித்து நடந்தார் 'உயர் பணியிலுள்ளவர் செயல்களுக்கு அவர்கள் பொறுப்புடையவரல்ல பணியைப் பின்னின்று இயக்குபவரே பொறுப்பாளர் ஆவர்' என்று அவர் நயம்படத் தெரிவிக்கிறார்.

8. புதிய அமெரிக்கத் தேசியத்தின் விடிவெள்ளி

1757-இல் பேரவையின் சார்பாக மன்னர் அரசியலுடன் வாதாடும்படி அவர் இங்கிலாந்துக்கு மீண்டும் அனுப்பப்பட்டார். இத்துறையில் அவர் உழைப்புப் பெரிதாயிருந்தது. அவ்வப்போது இடைக்கால வெற்றிகளும் கிடைத்தன. ஆனால், நில உரிமையாளரும் ஆங்கில நாட்டு ஆட்சியாளரும் குடியேற்ற நாட்டு மக்கள் வகையில் மாற்றாந்தாய் உணர்ச்சியுடனேயே இருந்தனர் என்பதை அவர் படிப்படியாகக் கண்டு கொண்டார்.

பிரிட்டனிடம் தொடக்கத்தில் அவருக்கு மதிப்பு மட்டுமன்றிப் பற்றும் மிகுதியாயிருந்தது. "குடியேற்றங்களில் கிரேட் பிரிட்டனுக்குரிய மெய்ந் நலங்கள்" என்ற அவர் கட்டுரை பிரிட்டனின் நலங்களுக்கே வழிகாட்டிற்று.

பிரிட்டனின் தலைசிறந்த எழுத்தாளர், அறிஞர், அரசியல் வல்லுநர்களுடன் இச்சமயம் அவர் பெரிதும் பழகினார். **பாக், ஹியூம்,** பொருளியல் பேரறிஞர் **ஆடம் ஸ்மித்,** பெருஞ் சொல்லாளர் **சாதம்** ஆகியவர்கள் அவர் நண்பராயினர்.

குடியேற்ற அமெரிக்க நாடுகள் சார்பில் அவர் செய்த தொண்டு தாயகத்தில் பெருமதிப்புப் பெற்றது. பென்சில் வேனியா மட்டுமன்றி, ஜார்ஜியா, நியூஜெர்ஜி, மாசச்சூஸட்ஸ் சார்பில் வாதாடும்படி உரிமை அளித்தன. இதனால் பிரிட்டனில் பிராங்க்லின் நிலை அமெரிக்காவின் ஒரு முழு உரிமைத் தூதர் என்ற அளவாக உயர்வுற்றது.

அவர் நடுநிலையும் சமரச மனப்பான்மையும் தொடக்கத்தில் இருதிசைகளிலும் வெறித்த முற்போக்காளர்களிடையே ஐயப்பாட்டைத் தோற்றுவித்திருந்தன. அவர் பிரிட்டன் பக்கமே சாய்வதாகச் சிலரும், கிளர்ச்சி தூண்டுபவர் பக்கவே சாய்வதாக வேறு சிலரும் கூறினர். ஆனால், பிரிட்டனுக்கும் அமெரிக்கக் குடியேற்ற நாடுகளுக்குமிடையேயுள்ள உறவு நாள்தோறும் படிப்படியாகச் சீர்கெட்டது.

உரிமைப்போரின் புகையாவி அங்காங்கு கிளர்ந்து குமுறத்தொடங்கிற்று!

பிரிட்டிஷ் அரசியலார் அமெரிக்கத் தேயிலைமீது ஒரு புதுவரி விதிக்கச் சட்டம் செய்தனர். அமெரிக்கப் பேரவைகளின்

இணக்கம் இல்லாமல் சட்டம் செல்லாதென்ற கிளர்ச்சி வலுத்தது. இதுபற்றி பிரிட்டிஷ் மாமன்றத்தின் நிறைகுழுவில் பிராங்க்லின் விசாரிக்கப்பட்டார். அவர் தெளிவான, சட்டத்துறை நுணுக்கம் அறிந்த வரலாற்று விளக்கங்கள் இரு நாடுகளிலும் அவர் மதிப்பை உயர்த்தின.

பிரிட்டிஷ் ஆட்சியாளரின் பிற்போக்கான நடவடிக்கைகளை எதிர்த்து அவர் நையாண்டிக் கட்டுரைகள் வரைந்தார். **'பிரஷ்ய மன்னரின் ஆணை விளம்பரம்,'**[9] **'பெரிய பேரரசைச் சிறிய பேரரசாக்கும் வகைமுறை விதிகள்'**[10] என்பன இவற்றுள் சில. இவை வசை சார்ந்தஅமெரிக்க ஆங்கிலமொழி இலக்கியத்தில் உயர் இடம்பெற்றுள்ளன.

1775-க்குள் அமெரிக்க விடுதலைக்கிளர்ச்சி போராட்ட நிலைக்கு வளர்ந்துவிட்டது. தம் சமரச முயற்சிகளால் இனிப் பயனில்லை என்று கண்டு, பிராங்க்லின் தாய் நாட்டுக்குத் திரும்பினார்.

9. ஆராய்ச்சிப் புகழும் பல்கலைக்கழகப் பட்டங்களும்

தன் வரலாறு *1757-59* ஆண்டுகளிலேயே நின்றுவிடுகிறது என்பது மேலே கூறப்பட்டது. அமெரிக்க அரசியல் வாழ்விலும் ஐரோப்பிய அறிஞர் உலகிலும் அவர் புகழும் செல்வாக்கும் உச்சநிலையை எட்டிய காலம் இதுவே. அவர் இயல் நூலாராய்ச்சிக் கட்டுரைகள் முதலில் பிரிட்டனின் இயல்நூற் கழகத்தில் புறக்கணிக்கப்பட்டன. ஆனால், ஐரோப்பாவெங்கும் அவை அவர் முயற்சியில்லாமலே பாராட்டப்பட்டுப் பெரும்புகழ் பெற்றன. அதன்பின் பிரிட்டிஷ் இயல்நூற் கழகமும் அவர் ஆராய்ச்சிகளைப் போற்றிப் பெருமைப்படுத்திற்று.இயல் நூலாராய்ச்சியாளரும் அவரைப் பெருமைப்படுத்தினர்.

பள்ளிப் படிப்புக்கூட முற்றுப்பெறாத அவர் அறிவையும் ஆராய்ச்சியையும் மதித்து, பாராட்டி, பிரிட்டனின் மூன்று பல்கலைக் கழகங்கள் அவரை அழைத்துப் பெருமைப்படுத்தின. **முனைவர்**[11] முதலிய தம் பல்கலைக்கழக நன்மதிப்புப் பட்டங்களை அவர்மீது சொரிந்தன.

அமெரிக்கக் குடியேற்ற நாடுகளுக்குக் கூட்டாட்சி வேண்டும் என்று முதன் முதல் கருதியவரும், அதற்கான திட்டம் வகுத்துப் பேரவைகளிடம் சுற்றறிக்கையாக அனுப்பியவரும் பிராங்க்லினே

யாவர். முதற் கூட்டாண்மைக் கழகத்திலேயே அவர் பென்சில்வேனியாவின் சார்பில் உறுப்பினரானார். அத்துடன் அமெரிக்காவின் அஞ்சல் நிலையத்தின் தலைவராகவும் அவர் அமர்வுபெற்றர்.

அவர் கூட்டாட்சித் திட்டம் அப்படியே நிறைவேறவில்லை. பல முக்கியமான மாற்றங்கள் கோரப்பட்டன. ஆனால், அவரோ அதன் படைப்பு முதல்வராகவுமிருந்தார்; அதே சமயம், ஒற்றுமை நாடி அவர் தம் கருத்துக்களை விட்டுக்கொடுத்ததனால், பிறரிடம் அவர் எளிதில் ஒற்றுமையை உண்டுபண்ண முடிந்தது. புதிய அமெரிக்கக் குடியரசு அவர்மீது மலைபோன்ற நம்பிக்கை வைத்திருந்தது. அன்று பிரிட்டனுக்கெதிராகப் புதிய அரசியல் தொடர்பு ஏற்படுத்துவது அதன் உயிர்த்தேவையாயிருந்தது. இம்முறையில் பிரான்சின் துணை பெறுவதற்காக அனுப்பப்பட்ட தூதுக்குழுவில் பிராங்க்லின் இடம்பெற்றார்.

10. பிரஞ்சுப் பொதுமக்கள் வரவேற்பு

அமெரிக்க மக்கள் உள்ளத்திலும் பிரிட்டன் மக்கள் உள்ளத்திலும் பிராங்க்லினுக்கு இருந்த மதிப்பைவிட பிரான்சு நாட்டில் அவரிடம் மக்களுக்கிருந்த மதிப்பும் ஆர்வமும் ஏற்கெனவே பெரிதாயிருந்தது. தூதுக்குழுவில் ஒருவராக வந்த அவரை மக்கள் மன்னர் பெருமன்னரை விட உயர்ந்தவராக ஆர்வாரத்துடன் வரவேற்றனர். கோவணாண்டியாக வட்டமேசை மாநாட்டுக்காகப் பிரிட்டன் சென்ற காந்தியடிகளிடம், பிரிட்டிஷ் பொதுமக்கள் காட்டிய ஆர்வ வரவேற்பொன்றே, அதற்கு ஈடானதென்று கூறவேண்டும். உலகை வாழ்விக்க இயற்கையின் கருவிலிருந்து தோன்றிய ஒரு புதிய 'ரூசோ' கடல் கடந்து வந்த ஒரு 'வால்ட்டேர்' என்று பிரஞ்சு மக்கள் அவரைப் போற்றிப் புகழ்ந்தனர்.

அவர் தொண்டின் பெரும்பயன் கண்ட தாய்நாடு விரைவில் அவரையே தம் முழுமுதல் தூதராக்கி முழுப்பொறுப்பும் உரிமையும் அளித்தது. அவர் வெற்றிகரமாக பிரஞ்சு அரசியலாருடன் அமெரிக்காவுக்குப் புதிய வாணிக ஒப்பந்தத்தை மட்டுமன்றி, நாட்டுக்கு நாடு உதவும் பாதுகாப்பு ஒப்பந்தத்தையும் 1778-இல் உருவாக்கித் தந்தார். அத்துடன் அமையாமல், புதிய குடியரசுக்கு வலுத் தரும் முறையில் பிரஞ்சு

அரசியலாரிடமிருந்தே பெருந்தொகைகளைக் கடனாகவும் வாங்கி உதவினார்.

பிரான்சுடன் செய்ததுபோலவே ஸ்வீடனுடனும் பிரஷ்யாஷனும் அவர் ஒப்பந்தங்கள் நிறைவேற்றினார். ஐரோப்பிய அரசியலரங்கத்தில் இதுவரை பிரிட்டனின் செல்வாக்கு உச்சநிலையில் இருந்தது. இப்போது பிரிட்டனின் செல்வாக்குத் தாண்டி, அதை எதிர்த்து அவர் செல்வாக்கும், அவர் தாயகமாயமைந்த புதிய நாடான அமெரிக்காவின் செல்வாக்கும் வளர்ந்தன. பிரிட்டன் அமெரிக்காவை அடக்கிவிடுவது என்ற முயற்சியையும், புதிய நாடான அதை அரசியல் துறையில் ஒடுக்கிவிடுவது என்ற ஆணவப் போக்கையும் கைவிட்டு, சமரசம் பேச முன்வந்தது!

1783-இல் பாரிஸ் ஒப்பந்தம் கையெழுத்திடப்பட்டு, அமெரிக்காவுடன் பிரிட்டன் நேச உடம்படிக்கை செய்து கொண்டது. அமெரிக்காவின் சார்பில் அதில் இடப்பட்ட முக்கியமான கையொப்பம் பிராங்க்லினுடையதே.

11. மாலைப் பொன்னொளி

ஐரோப்பிய அரசியலரங்கத்தில் அமெரிக்காவுக்கு வெற்றி தேடித் தந்தபின், அவர் தாய்நாடு செல்ல விரும்பினார். தூதர் பணியிலிருந்து தமக்கு விடுதலை தரும்படி அவர் தாயக அரசியலை வேண்டினார். இவ் விடுதலை 1785-லேயே அவருக்குத் தரப்பட்டது.

இதன் பின்னரும் 3 ஆண்டுகள் அவர் பென்சில்வேனியாவின் செயலாட்சி மன்றத்தின் தலைவராயிருந்து புதிய அரசியலடிப்படைக்கு உறுதி தேடினார். பின் கூட்டாட்சி அரசியலமைப்பு மன்றத்திலும் உறுப்பினராகச் சென்று, அமெரிக்க அரசியலமைப்புச் சட்டத்தில் தம் கையொப்பமிட்டார்.

ஐரோப்பாவிலிருந்து கடைசியாகத் தாய்நாட்டுக்கு வரும்போதுகூட, கப்பலிலிருந்துகொண்டு அவர் கப்பல் கட்டும் புதுமுறைகள், கடலோட்டத்தின் அடிப்படைக் காரணங்கள், வானிலை ஆராய்ச்சிச் செய்திகள் ஆகியவை பற்றிய சிந்தனைகளிலே ஆழ்ந்திருந்தார். அவர் நாட் குறிப்பும், கட்டுரைகளும் இவற்றை நமக்கு உணர்த்துகின்றன.

அவர் வாழ்வின் கடைசி முயற்சி குறிப்பிடத்தக்க ஒன்று. அமெரிக்காவில் அடிமைத்தளையை ஒழிக்க அவர் காலத்துக்குப் பின்னால் ஒரு பெரும் போரே நடத்தவேண்டியிருந்தது. அதைச் செய்துமுடிக்க ஓர் ஆபிரகாம்லிங்கன் தேவைப்பட்டார். ஆபிரகாம் லிங்கன் பணியின் கருநிலைக் கனவார்வத்தை பிராங்க்லினின் இக் கடைசிச் செயலில் காண்கிறோம். அடிமைத்தளை ஒழிக்கவேண்டும். என்ற திட்டம் வகுத்து, அதற்காதரவான ஒரு பாரிய மனுவில் அவர் பலர் கையொப்பம் வாங்கினார். தம் கையொப்பமுமிட்டு அதைக் கூட்டாண்மைப் பேரவைக்கு அனுப்பினார்.

அடிமை ஒழிப்பு வகையில் மக்கள் கருத்தை மேலும் இயக்குவதற்காக அவர் நகைச்சுவை வாய்ந்த ஒரு கட்டுரையையும் **கூட்டரசின் வெளியீடொன்றினுக்கு**[12] அனுப்பினார்.

புதிய அமெரிக்காவை ஆக்க உதவி, புதிய உலகையும் புதியதொரு மக்கள் இயல்நூலையும் ஆக்கக் கனாக்கண்டவர் பிராங்க்லின். அவருடன் அவர் வாழ்வு தாழ்வுகளில் சரிபங்குகொண்டு ஒத்துழைத்த அவர் மனைவி 1774-இல் பிரிவுற்றார். பிலாடெல்பியாவில், நாடோடியாக முதலில் புகுந்த அதே சந்தைத் தெருவில் இறுதி நாட்களில் அவர், தம். புதல்வியுடன் ஒரு பாரிய மாளிகையில் வாழ்ந்தார்.

அரசியல் நெருக்கடிகளில் ஈடுபட்டும், சமுதாயப் பொதுத்திட்டங்களில் பங்குகொண்டும் பெருந்தொண்டாற்றியவர் பிராங்க்லின். அவர் எழுத்தாண்மையின் ஒரு பெரும்பகுதி இத் திட்டங்கள் சார்ந்த 'பயன் நாடிய ஏடுகளே'. ஆனால், அவர் உள்ளத்தின் ஆர்வக்காதலை முழுதும் ஈர்த்த துறை இயல்நூலாகவே அமைந்தது. ஓய்வுநேர முழுவதும் அதற்கே செல்லவிடப்பட்டது. ஆனால், இந்த இரண்டுடனும் அவர் உள்ளம் அமையவில்லை. அவர் சிறந்த மேடைப்பேச்சாளராக இல்லாவிட்டாலும் சிறந்த எழுத்தாளராகவும் தலைசிறந்த உரையாடல் மன்னராகவும் இருந்தார். நண்பர்களுடன் அளவளாவி, மகிழ்வும் பண்பார்ந்த இயலறிவும் ஊட்டுவதில் அவர் ஆங்கிலநாட்டில் முனைவர் **ஜான்சனையும்**, **சர் வால்ட்டர் ஸ்காட்டையும்**, **ஆர்.எல்.ஸ்டீவன்சனையும்**, தமிழகத்தில் **டி.கே.சிதம்பர நாதனாரையும்** நினைவூட்டுபவர் ஆவர். அத்துடன் ஆண் பெண் நண்பர்களுடன் இன்னுரையாடற்

கடிதங்கள் வரைவதில் அவர் **வில்லியம் கூப்பர்** போன்றவராக விளங்கினார். பிரான்சு நாட்டின் நவநாகரிகச் சீமாட்டிகளான **மாது ஹெல்வெட்டியஸ், மாது பிரில்லான்** ஆகியவர்களுக்கு அவர் வரைந்த கடிதங்கள் கடிதத்துறை இலக்கியமாக இயல்பவை. அவற்றின் நகையாடல், நையாண்டியுரைகளைக் காண்பவர், உலக அரங்கத்தின் தலைவர் கைத்திறம்தான் அது என்று எளிதில் நம்பமாட்டார்கள். **'சிறு துணுக்குகள்'**[13] **'சதுரங்க ஆட்டத்தின் ஒழுக்க முறைமை'**[14] **'ஊதாங்குழல்'**[15] **'பிராங்க்லினுக்கும் பக்கவாதத்துக்கும் இடையே நடைபெற்ற உரையாடல்'**[16] என்ற பெயர்களுடன் அவர் இன் உரையாடல் இலக்கியம் அவரது வாழ்க்கையின் மாலைப் போதில் வெளிவந்து உலவின. இவற்றுள் இறுதித் துணுக்கு அவர் இறுதி நோயையே நையாண்டி செய்வதாயமைந்துள்ளது.

Footnotes:

1. Boston.
2. Josiah Franklin
3. Keimer.
4. Pennsylvania
5. Keith
6. Busy body Papers
7. Poor Richards Almanack
8. General Magazine
9. Edict by the King of Pressia
10. Rules by which a great empire may be reduced to a small one
11. Doctor
12. Federal Gazette
13. Ephemere.
14. Morals of the Chess.
15. The Whistle.
16. The Dialogue between Franklin and the Gowt.

3. தன்வரலாற்றின் வரலாறு

தன் வரலாற்றின் முன்னுரையில், தன்வரலாற்றிலேயே ஓரளவு இடம்பெறுகிற இன்னுரை செய்தி ஒன்று உண்டு. அதுவே தன்வரலாற்றின் சுவைத்திறம் வாய்ந்த வரலாறு ஆகும்!

பெஞ்சமின் பிராங்க்லின் எழுதியவை யாவும் பெரும்பாலும் ஒரு பயன் - பல இடங்களில் தற்காலிகப் பயன் - நாடியவைகளே. தன்வரலாறும் அதற்கு விலக்கானதன்று. அது உண்மையில் பொதுமக்களுக்கு அறிவுரை கூறுவதற்காக எழுதப்பட்டதன்று. இலக்கியச் சுவையாளர்க்காகவும் எழுதப்பட்டதன்று. அவர் புதல்வர் வாழ்க்கை முன்னேற்றம் கருதியும், அவர் குடியில் அவர் பின்வரும் இளைஞர் நலங்கருதியுமே எழுதப்பட்டது. இம் முறையில் அவர் அதைத் தம் புதல்வருக்குக் கடிதமூலம் 1771-இல் எழுதத் தொடங்கினார். இச்சமயம் அவர் பிரிட்டனில் முனைவர் ஜோனதன் ஷிப்லியின் மாளிகையில் குடும்ப விருந்தினராகத் தங்கியிருந்தார். இந்த ஓய்வில் அவர் எழுதிய பகுதி அவர் வரலாற்றை 1730 வரை அதாவது அவர் திருமணம் வரை கொண்டு செலுத்திற்று.

இளைஞரான புதல்வருக்குரிய அறிவுரை தம் இளமைப் போதையை வரலாற்றுடன், திருமணத்துடன் முடிந்து விட்டதென்றே பிராங்க்லின் கருதியிருக்கவேண்டும். ஏனென்றால், 1784 வரை அவர் அதைத் திரும்பவும் தொடரவேயில்லை. அவரது முதல் முடிவும் ஓரளவு இயற்கையானதென்றே கூறத்தகும். ஆனால், இதற்கிடையே புதல்வருக்கு எழுதிய தன்வரலாற்றை அவர் நண்பர்கள் சிலர் காணநேர்ந்தது. அது எல்லா அமெரிக்க இளைஞருக்குமே சிறந்த ஒரு கல்வித்துறை

நூலாகக்கூடும் என்றும், அமெரிக்காவின் புகழை உலகில் உயர்த்திய ஆசிரியர் வாய்மையுரையான வாயுரை, அந்நாட்டின் மீதுள்ள மதிப்பார்வத்தையும் நேச ஆர்வத்தையும் அது போல் உயர்த்தக்கூடும் என்றும் பலர் எண்ணினர். இரு நண்பர்கள் தம் எண்ணத்தைச் செயலாக்கி அவருக்கு இவ்வுண்மைகளைக் கூறி வலியுறுத்தி நீண்ட கடிதங்கள் வரைந்தனர். இக்கடிதங்களும் இவற்றின் விளக்கமான ஆசிரியர் கருத்துக்களும் செயல்முறையும் இந்நூலிலேயே தரப்பட்டுள்ளன. அவற்றை ஆண்டுக் காண்க.

இச் சமயம் அவர் பிரான்சில் பாஸி என்ற இடத்தில் இருந்தார். அந்நாட்டில் அவர் அமெரிக்காவின் தனிப்பெருந் தூதராகச் செயலாற்றிவந்தார். மிகுதி ஓய்வு கிடைக்கவில்லை. ஆயினும் கிடைத்த ஒருவார ஓய்விலேயே தன்வரலாற்றைத் தொடர்ந்து எழுதத் தொடங்கியுள்ளதாகக் குறிப்பிடுகிறார். அதற்கேற்ப இங்கே அவர் எழுதிய பகுதி ஒரு சில பக்கங்கள்தான்.

தன்வரலாற்றின் மூன்றாம் பகுதி அவர் நான்காண்டு சென்று தாய்நாட்டுக்குத் திரும்பிவந்த பின்னர் 1788-லேயே எழுதப்பட்டது. இப்போது அவர் தம்முடைய இறுதிநாட்களை பிலாடெல்பியாவிலேயே கழித்துக்கொண்டிருந்தார். தன்வரலாறு இங்கேயே 1757 வரை கொண்டுவரப்பட்டது.

1789-இல் ஒரு சில பக்கங்கள் எழுதப்பட்டிருந்தன. இவையே பின்னாட்களில் நான்காவது பகுதியாகச் சேர்க்கப்பட்டது. ஆனால், இது உண்மையில் மூன்றாம் பகுதியின் பிற்சேர்க்கை போன்றதே.

தம் மறைவின்போது, முனைவர் பிராங்க்லின் தம் இறுதி விருப்ப மூலம் தம் கையெழுத்தேடுகளை எல்லாம் தம் பெயரனாரான வில்லியம் டெம்பிள் பிராங்க்லினுக்கு விட்டுச் சென்றார். இளைஞர் டப்ள்யூ.டி.பிராங்க்லின் அதை வெளியிடுவதற்கென்றே ஆங்கில நாட்டுக்குப் புறப்பட்டுச் சென்றுவிடவும் செய்தார். ஆனால், எக்காரணத்தாலோ தன்வரலாறு அவரால் வெளியிடப்பெறவில்லை. பாட்டனார் ஏட்டை வெளியிடாதிருப்பதற்காகப் பிரிட்டிஷ் ஆட்சியாளரிடமிருந்து அவர் ஒரு தொகை பெற்றார் என்ற குற்றச்சாட்டுக்கூட அமெரிக்காவில் எழுந்தது. ஆனால், உண்மைநிலை எதுவும் முடிவாகத் தெரியவில்லை.

பிராங்க்லின் தன்வராலாறு ஓர் அமெரிக்கப் பெரியார் வரலாறு. அது ஆங்கில மொழியில்தான் எழுதப்பட்டது. ஆனால், அது முதன்முதல் வெளியிடப்பட்டது அமெரிக்கவிலோ ஆங்கில மொழியிலோ அன்று; ஆங்கிலமொழி பேசப்படும் நாடுகளாகிய இங்கிலாந்தில் கூட அன்று, முதன் முதலாக அது 1791-இல் பிரான்சிலே பிரஞ்சுமொழி மொழி பெயர்பாகவே வெளிவந்தது. அத்துடன் மேற்குறிப்பிட்ட நான்கு அல்லது மூன்று பகுதிகளில் முதற்பகுதி மட்டுமே அவ் வெளியீட்டில் இடம்பெற்றது. முற்றிலும் முடிவுறாத நிலையில் இருந்த நூலின் ஒரு பகர்ப்புப் படியிலிருந்தே அது மொழிபெயர்க்கப்பட்டிருக்கக்கூடும் என்று கருதவேண்டும்.

தன் வரலாற்றின் முதல் ஆங்கிலப் பதிப்பு இரண்டு ஆண்டுகள் சென்று 1783-இல் வெளிவந்தது. ஆனால், இது கூட ஆங்கில மூல வடிவம் அன்று. அது முதல் பிரஞ்சு மொழிபெயர்ப்பிலிருந்து மீண்டும் ஆங்கிலமொழிக்கு மொழிபெயர்க்கப்பட்ட இரட்டை மொழிபெயர்ப்பாகவே அமைந்தது. எனவே, அதுவும் பிரஞ்சுப் பதிப்பைப்போல முதல் பகுதி மட்டும் கொண்டதாய் இருந்தது. தன் வரலாற்றுப்பகுதி முடிந்த இடத்திலிருந்து, பிலாடெல்பியாவிலே கொலம்பியா என்ற மாதப் பத்திரிகையில் இதழ்தோறும் வெளிவந்த ஒரு வாழ்க்கை வரலாறு தொடர்ச்சியாக இணைக்கப்பட்டிருந்தது. ராபின்சன் பதிப்பு என்று இந்த ஆங்கிலப் பதிப்பு அழைக்கப்பட்டது. இது இலண்டனிலேயே இரண்டு தடவை மீண்டும் அச்சிடப்பட்டது. அதே சமயம் உரிமையற்ற பல பதிப்புகள் அமெரிக்காவிலிருந்தும், அயர்லாந்திலிருந்தும் பெருக்கமுற்றன.

ஆங்கிலமொழியின் நூலொன்றின் மூலப்படி ஆங்கிலத்தில் அகப்படவில்லை. ஆகவே, அயல்மொழியின் மறு மொழிபெயர்ப்பாக அது ஆங்கிலமொழியில் மட்டும் வந்து, இத்தனை பதிப்புகளுக்கு இடந்தந்தது. இந்த அவல நிலைபற்றிப் பலர் மனக்குறைபடும் நிலைமை 18-ஆம் நூற்றாண்டின் இறுதியிலும், 19-ஆம் நூற்றாண்டின் தொடக்கத்திலும் இருந்தது.

19-ஆம் நூற்றாண்டின் தொடக்கத்திலும் பிற்பகுதியிலும் நடந்த இரு நிகழ்ச்சிகள் இந்நிலையை மாற்றின. முதலில் 1817-இல் பிராங்க்லின் பேரனாகிய வில்லியம் டெம்பிள் பிராங்க்லின்

பரபரப்புடன் ஓர் ஆங்கிலப் பதிப்பை வெளியிட்டார். அதில் தன்வரலாற்றின் மூன்று பகுதிகளும் வெளிவந்தனவாதலால், அது முந்திய பிரஞ்சு பதிப்புக்களையும், அதன்பின் வந்த மறுமொழிபெயர்ப்பான ஆங்கிலப் பதிப்புக்களையுந் தாண்டி மதிப்புப் பெற்றது. ஆயினும், மூன்றாம் பகுதியின் இறுதியில் பிற்சேர்க்கை போலச் சேர்க்கப்பட்ட நான்காம் பகுதி அதில் இல்லாதிருந்தது.

19-ஆம் நூற்றாண்டின் பிற்பகுதியில் நடைபெற்ற நிகழ்ச்சி, தன்வரலாற்றின் வரலாற்றை ஒரு சிறிய துப்பறியும் புனைகதையாக்கிற்று. வில்லியம்டெம்பிள் பிராங்க்லின் பதிப்பு மூலப்படியின் சரிபதிப்பாக எங்கும் ஏற்கப்பட்டாலும், பிராங்க்லின் கையொப்பமிட்ட மூலப்படி எங்கும் கிடைக்காததுபற்றி ஒரு சிலர் தயக்கம்கொண்டிருந்தனர். அந்த ஒரு சிலரில் பிராங்க்லினைப் போல, பிரான்சில் அமெரிக்காவின் தூதராயிருந்த **மேதகு திரு.பிஜ்லோ**[1] ஒருவர். பிராங்க்லின் வாழ்வு கடந்து இரண்டு தலைமுறைகளான பின்பும், அதைத் தேடிப்பிடிக்க முடியும் என்ற நம்பிக்கை அவருக்கு இருந்தது. அத்துறையில் அவர் அயராது முயன்றுவந்தார். தற்செயலாக, 1866-இல் அவர் தேடிய மூலப்படி அவர் கைப்பட்டது. அதைக் கைபற்றுமுன், அதை வைத்திருப்பவருக்கு அவர் 20,000 பிரஞ்சு வெள்ளி (10,000 அமெரிக்க வெள்ளி அல்லது 25,000 இந்திய வெள்ளி) கொடுக்க வேண்டியிருந்தது.

மூலப்படியைப் பெற்று ஆராய்ந்தபோது, 20,000 வெள்ளி கொடுத்துப் பெற்றுவிட்டதற்காக அவர் சிறிதும் வருந்தவில்லை. நேர்மாறாக மட்டற்ற மகிழ்ச்சி பெற்றார். ஏனென்றால், தன் அடித்தல்களும், திருத்தல்களும், ஓரக்குறிப்புக்களும் அது பிராங்க்லினுடைய மூலக் கைப்படியே என்பதை நிலைநாட்டின. அதனுடன் அந்த மூலப் படியை வைத்திருந்த டி.சேனுர்மோ[2] பிராங்க்லின் நண்பரான **லெ.வேயார்ட்**[3] என்பதும் அதனுடன் இருந்த கடிதங்களாலும் நிழற்படத்தாலும் தெரியவந்தது. கடிதங்கள் பிராங்க்லின் கையெழுத்திலே வேயார்டுக்கே எழுதப்பட்டிருந்தன. படம் கண்ணாடியிடப்பட்டிருந்தது. அதன்கீழ் பிரஞ்சு மொழியில் "பெஞ்சமின் பிராங்க்லினின் ஓவியம்; வயது 77; அன்பர் வேயார்டுக்காக 1783-இல் ஜே.எஸ்.டியுப்ளேஸியால் வரையப்பட்டது," என்ற விளக்கம் இருந்தது.

இந்த மூலப்படியில்தான் முதன்முதலாக மூன்றாம் பகுதியின் பிற்சேர்க்கை அல்லது நான்காம் பகுதி காணப்பட்டது. அத்துடன் 1817-ஆம் ஆண்டைய பதிப்பில் உள்ள பல தொடர்கள் இதில் மாறுபட்டிருந்தன. மாறுபட்ட இடங்களிலெல்லாம் மூலப்படியின் 'திசை வழக்குகள்' கொச்சை வழக்குகள் என்று தள்ளப்பட்டு, 1817-ஆம் ஆண்டுப் பதிப்பில் இலக்கிய நடைத்திருத்தம் அமைந்திருந்தது. பெஞ்சமின் பிராங்க்லின் இலக்கிய எழுத்தாளராகப் புகழ்பெற்ற பின்பும், பேச்சிலும் எழுத்திலும் மக்கள் பேச்சு வழக்கை முற்றிலும் விட்டுவிடவும் இல்லை, விடக் கருதவுமில்லை என்பதை அவருடைய மற்ற ஏடுகளும் கட்டுரைகளும் காட்டின. அவர் பெயரனாரான வில்லியம்டெம்பிள் பாட்டனார் நடையைச் செப்பம் செய்யும் எண்ணத்துடனேயே, இத்திருத்தங்கள் செய்திருக்க வேண்டும். என்பது புலனாயிற்று.

மூலப்படி எப்படி பெயரனார் கைப்படாமல் லெ.வேயார்டு கைக்குச் சென்றது என்ற கதையும் சுவையுடையது. இதைத் திரு. வேயார்டின் மரபினரான டி.சேனார்மோ தெரிவித்தார்.

"வில்லியம் டெம்பிள் பிராங்க்லின் தம் பாட்டனாரின் தன்வரலாறு பிரஞ்சிலும், ஆங்கிலத்திலும் பல படியாக வெளிவருவதைப் பார்த்தபின், பரபரப்புடன் அதை அச்சிட்டு வெளியிட முனைந்தார். ஆனால், மூலப்படியின் கையெழுத்தும் அடித்தலும் திருத்தலும் அச்சுக்கோப்பவர்களுக்கு உளைச்சல் தந்தன. அவராலும் அதை எளிதில் வாசித்துப் புரிந்துகொள்ள முடியவில்லை. இந்த நிலையில் அதன் பகர்ப்புப்படி ஒன்று லெ.வேயார்டிடம் இருப்பது அவருக்குத் தெரியவந்தது. அராபிக் கதைகளில் மாயாவியிடமிருந்து அலாடின் மனைவி பழைய விளக்கைக் கொடுத்துப் புதுவிளக்கு வாங்கியதுபோல, அவர் அடித்துத் திருத்திய பழைய படியைக் கொடுத்து, தெளிவான புதிய பகர்ப்புப் படியை வாங்கிக்கொண்டார். பகர்ப்பு படி எடுக்கப்பட்ட பின்பு மூல நூலாசிரியர் 'நான்காம் பகுதி' ஒன்றைச் சேர்த்திருந்ததையும் அவர் கவனிக்கவில்லை!"

பழைய விளக்கின் மதிப்பை உணர்ந்த மாயாவியைப்போலவே, மூலப்படியின் மதிப்பை லெ. வேயார்டு நன்கு அறிந்திருந்தார். அது தம்மிடம் வந்த விவரத்தையும், அதன் மதிப்பையும் அவர் தம் பின்னோருக்குக் கூறியதன்றி, எழுதியும் சென்றார்.

மூலப்படியும், உடனிருக்கும் கடிதங்களும் படமும் என்றும் 'பொன் விலை' யுடையது என்பதை இதனால் அவர் பின்னோர் அறிந்திருந்தனர்.

தன் வரலாற்றின் வரலாறே ஒரு சுவைதரும் கதையாய் அமைந்துள்ளது. ஆனால், அதை இங்கே சுவை கருதி மட்டும் தரவில்லை. தம் பெரியார் வாழ்க்கைச் சின்னங்கள் பற்றியும், இலக்கியச் சின்னங்கள் பற்றியும் அமெரிக்க மக்களும், அவர்கள் சார்பில் நாடாளும் அமெரிக்க அரசியலாரும் கொள்ளும் அக்கறைக்கு ஓர் எடுத்துக்காட்டாகவும் அது இங்கே தரப்பட்டுள்ளது.

தமிழகத்தில் பெஞ்சமின் பிராங்க்லினின் வாழ்க்கைச் சுவடுகளைப் பின்பற்றிப் பெரியார் தோன்றவேண்டும். தோன்றும் சூழ்நிலை ஏற்படவேண்டும் அது மட்டுமன்று. தோன்றிய பின் அவர்கள் மரபும் சுவடும், மக்களாலும், மக்களின் போராட்களான ஆட்சியாளர்களாலும் பேணப்படவேண்டும்.

அமெரிக்காவுக்கும் பிரிட்டனுக்கும் ஆங்கிலமொழி அரசியல் மொழி, நாட்டு மொழி. மக்களுக்கு அது உயிர் மூச்சு, வாழ்வின் சூழல். அரசியலாருக்கு அது அவர்கள் உயிர்நிலை. இதே நிலை கீழ்நாட்டிலும் ஏற்பட்டாலன்றி, மொழி உயிராக மக்கள் வாழ்வும் ஆட்சியும் மலரமுடியாது.

மேலும், மேலைநாட்டின் அறிவியல் வளர்ச்சியும் இயந்திரத்தொழிற்புரட்சியும் கீழை நாட்டின் தொழில்களையும் கலைதொழில்களையும் பேரளவில் அழித்துவிட்டன. அதன் மரபுகளையும் அழித்துவருகின்றன. இதனால் மிகுதி பாதிக்கப்படும் கீழ் நாட்டுப்பகுதி தமிழகமும் தென்னாடுமே, தொழிற்புரட்சி தொடக்கம்வரை தமிழகமே அத்துறையில் உலகில் மேலோங்யிருந்தது. தொழில் உலகின் நடுநாயகமாய் இருந்தது. அந்த மரபு முற்றிலும் அழியாமல் காக்கவேண்டுமானால், விரைவில் தாய்மொழியில் அறிவியல் வளர்ச்சி ஏற்படுதல் இன்றியமையாதது. அத்துடன் அந்த அறிவியல் வளர்ச்சி எல்லையில் காலம் நாட்டில் வேரூன்றிய கலைத்தொழில் மரபுடனும், தொழில்மரபுடனும் இணைவது அவசியம்.

தொழிலாளர், கலைத் தொழிலாளர்களிடையே இயல் நுலறிவு பரவினால்தான் இந்த மரபிணைப்பு ஏற்படும். கலைச் சொற்கள் ஆக்கத்திலும் இந்த மரபே மெய்ப்பயன் பெறும். ஏனெனில்

தொழிற் புரட்சியின் இயந்திரக் கருவிகள், பண்புகளின் மேல் வளர்ச்சியேயாகும். இது எல்லா வகையிலும் பெஞ்சமின் பிராங்க்லின் பின்பற்றிய அறிவியல் அறிவுப்பரப்புமுறை நல்ல வழிகாட்டியாகும். எளிய ஆய்வுக் கருவிகளையும் ஆய்வுக் காட்சிக் குழுவின் சமுகத் தொண்டையும் பயன்படுத்தி, அவரைப்போல நாம் தமிழகத்தின் பண்டைக் கலைத் தொழிலாளரிடையே ஒரு புதிய அறிவியல் மரபை வளர்த்தலாகும். அது புதிய தமிழகத்தை ஆக்குவதுடன் நில்லாமல், உலக அறிவியல் வளர்ச்சியிலேயே ஒரு புதிய ஊழியைத் தொடங்கிவைக்கும்.

பெஞ்சமின் பிராங்க்லின் குறிக்கோள்களும், அவர் தன்வரலாற்றின் படிப்பினைகளும் இத்தகு சூழ்நிலையை மக்கள் உள்ளத்திலும், மன்னாட்சியின் உள்ளத்திலும், இளைஞர் நங்கையர் கனவார்வத்திலும் பதியவைக்குமானால், இத் தமிழ்மொழியாக்கம் பெரும்பயன் பெற்றதாகும்.

புத்தருக்குப் பிடகம்போல, கிறிஸ்தவருக்கு விவிலியநூல் போல, இஸ்லாமியருக்குத் திருக்குரான் போல, தமிழ் மக்களுக்குத் திருக்குறள்போல, தமிழக இளைஞருக்கு இந்நூல் பயன்பட வேண்டும் என்பது எம் அவா.

Footnotes:

1. Hon'ble Mr.Bigelow.
2. M.de Senarmont
3. M.le Veillard.

தன்வரலாறு

(முதற்பகுதி)

தூய திரு.அச்ஃப்
தலைமகனகம்,
ட்வைஃவோடு 1771

அருமை மைந்தனே,

என் முன்னோர்களின் சுவைகரமான வாழ்க்கைச் செய்திகளைச் சேகரித்துத் தொகுப்பதில், எனக்கு எப்போதுமே ஆர்வம் உண்டு. இதற்காகவே நான் இங்கிலாந்துக்குப் பயணம் செய்ததையும், அங்கே அச்சமயம் வாழ்ந்துவந்த வயதுசென்ற உறவினரை அணுகி, அவ்வகையான தகவல்களைச் சேகரித்ததையும், நீ ஏற்கெனவே அறிவாய். ஏனென்றால், நீயும் அப்போது என்னுடன் இங்கிலாந்துக்கு வந்திருந்தாய். என் முன்னோர் வாழ்க்கை பற்றி அறிவதில் எனக்கு இருக்கும் இதே ஆர்வம், என் வாழ்க்கை பற்றி அறிவதில் உனக்கு இருப்பது இயல்பு. அத்துடன், உனக்கு நன்கு தெரியவராத பல கூறுகள் என் வாழ்க்கையில் உண்டு. ஆகவேதான், நான் இதை உனக்கு எழுத முற்படுகிறேன். மேலும், நான் நாட்டுப்புறத்தில் வாழும் இந்தச் சமயத்தில், ஒருவாரகாலம் தடங்கலில்லாத ஓய்வு எனக்குக் கிடைக்குமென்று நான் எதிர்ப்பார்க்கிறேன். அதை இந்த வகையில் நன்கு பயன்படுத்த எண்ணுகிறேன்.

இதில் எனக்கு வேறு சில துணைத் தூண்டுதல்கள் இல்லாமலில்லை. வறுமை செறிந்த, ஆர்வாரமில்லாத பொதுவாழ்க்கைச் சூழலில் நான் பிறந்து வளர்ந்து. இப்போது போதிய செல்வநிலையையும் குறிப்பிடத்தக்க உலகப் புகழையும் அடைந்திருக்கிறேன். இதுகாறும் வாழ்க்கையில் எனக்கு கிடைத்த பங்கு நல்வாய்ப்புடைய பங்கு என்றே கூறவேண்டும். 'இந்த நல்வாய்ப்புக்களை நான் எவ்வாறு பெற்றேன்? இறைவன்

திருவருளைத் துணைக்கொண்டு, அவற்றை எவ்வாறு வெற்றிகரமாகப் பயன்படுத்தினேன்?' என்ற விவரங்களை என் பின்னோர் அறிய விருப்பம் கொள்ளக்கூடும். அவற்றில் பல அவர்கள் வாழ்க்கைச் சூழ்நிலைகளுக்கும் ஒத்தவையாய், அவர்களாலும் பயனுடன் பின்பற்றக்கூடியவையாய் அமைய இடமுண்டு.

1. அகத்தூண்டுதல்கள்

என் வாய்ப்பு நலங்களைப்பற்றி நான் அடிக்கடி சிந்திப்பதுண்டு. இதன் பயனாக, அதே வாழ்க்கை எனக்கு இன்னொரு தடவை வழங்கப்பட்டால், அதைத் தொடக்கத்திலிருந்து திரும்பவும் வாழ்ந்து நுகர்வதில் எனக்குத் துளிகூடத் தடை கிடையாது. அப்போது என் மறுவாழ்வில் ஏற்படும் மாறுதல்கள் எல்லாம், ஓர் ஏட்டின் இரண்டாம் பதிப்பில் ஆசிரியர்கள் செய்யும் மாறுதல்களிலிருந்து மிகுதி வேறுபடமாட்டா. அப்போது நான் என்னிடம் இருந்த ஒரு சில குற்றங்களை மாற்றிக்கொள்ளமுடியும். அதற்குமேல் நான் விரும்பும் மாறுதல்கள் மிக மிகச் சிலவே. பழைய சூழல்களுள் ஒன்றிரண்டு மோசமான கட்டங்களை நான் சிறிது ஒதுக்கிவிட விரும்பக்கூடும் ஆனால், இம் மாறுதல் கிட்டினாலும் கிட்டாவிட்டாலும், பழைய வாழ்க்கையை அப்படியே திரும்பப் பெறுவதற்கு நான் மகிழ்ச்சியுடன் ஒருப்படுவேன் என்பதில் ஐயமில்லை.

நான் கற்பனை செய்யும் இந்த மறுவாழ்வு நேரடியான வாழ்க்கையின்பம் அளிக்கக்கூடிய ஒன்றல்ல என்பது தெளிவு. ஆனால், அதற்கடுத்தபடி கிடைக்கக்கூடிய இன்பம் ஒன்று உண்டு. அதுவே அவ்வாழ்வை மீண்டும் உள்ளத்தில் உருவகப்படுத்திப் பார்ப்பது. நினைத்துப் பார்ப்பதை எழுதினால், உருவகப்படுத்தும் இன்பம் நிலையான இன்பமாகவும் இருக்கும்.

முதுமையின் இயல்பும் இங்கே ஓரளவு என்னைத் தூண்டுகிறது. தங்களைப்பற்றியும் தங்களுக்கேயுரிய பழங்காலத்தைப் பற்றியும் பேசுவதில் முதியவர்களுக்குத் தனி இன்பம் உண்டு. இதை நானும் கூடியமட்டும் பிறருக்கு உவர்ப்பு ஏற்படாத அளவில் பயன்படுத்த எண்ணுகிறேன். முதுமைக்குரிய மதிப்புக் காரணமாக, வாசிப்பவர்களும் இதை ஓரளவு தங்கள் கடப்பாடாகக் கருதலாம். அத்துடன் எழுதியதை வாசிக்கவோ,

வாசிக்காமல் விடவோ செய்யும் உரிமையும் அவர்களுக்கு இருக்கிறது.

கடைசியாக ஒரே ஒரு தூண்டுதலை நான் இங்கே ஒத்துக்கொண்டு தீரவேண்டும். நான் அதை ஒத்துக்கொள்ளாமல் மறுத்தால்கூட, யாரும் அதை நம்பப்போவதில்லை. இதை எழுதுவதில் என்னுடைய **தற்பெருமை** உணர்ச்சிக்கு மிகவும் நிறைவு ஏற்படுவது உறுதி. "**ஒருசிறிதும் தற்பெருமைக்கு இடம் தராமலே என்னால் இதைக் கூறமுடியும்.**" என்று தொடங்கிப் பலர் பணிவுடன் எழுதுவதுண்டு. ஆனால், பணிவான இந்தத் தொடக்கவாசகம் வரும் இடங்களிலெல்லாம், அதை அடுத்ததாகவே தற்பெருமைக்குரிய ஏதாவதொரு செய்திதான் குறிக்கப்படும் என்பதை நான் கவனித்திருக்கிறேன். **ஏனெனின் பிறரிடம் தற்பெருமையைக் கண்டிப்பவர்கள் மிகமிகப் பெரும்பாலானவர்கள். ஆனால், அங்ஙனம் கண்டிப்பவர்களிடத்திலேயே அதன் ஒரு பெரும் பகுதி இடம்பெறக் கூடும்.** எனவேதான், என்னளவில், தற்பெருமை எங்கெங்கெல்லாம் புலப்படக்கூடுமோ, அங்கங்கெல்லாம் நான் அதைத் தாராளமாக ஒத்துக்கொள்ள விரும்புகிறேன்.

உண்மையில் தற்பெருமை பெரும்பாலும் அதனை உடையவர்களுக்கும், அவர் செயலெல்லையில் உள்ளவர்களுக்கும் ஒருங்கே நன்மை பயப்பது என்றே நான் கருதுகிறேன். இதை எண்ணுந்தோறும், **கடவுள் நமக்கு அருளிய நலங்களுள் தற்பெருமையையும் ஒன்றாகக்கொண்டு,** மற்ற நலங்களுக்காகக் கடவுளிடம் நன்றி தெரிவிப்பதுபோலவே, அதற்காகவும் நன்றிதெரிவிப்பது தவறல்ல என்று நான் நினைக்கிறேன்.

கடவுளுக்கு நன்றி தெரிவிப்பது என்றவுடன், என் இறந்தகால வாழ்க்கையில் இவ்வளவு இன்னலங்கள் தந்த அவரது கட்டற்ற தடங்கருணையைப் பணிவுடனும் நன்றியறிதலுடனும் என்னால் குறிப்பிடாமல் இருக்கமுடியவில்லை. அந்த இன்னலங்களை நான் எவ்வாறு பயன்படுத்தி வெற்றிகண்டேன் என்று காட்டுவதே இங்கே எனது நோக்கம். அதே சமயம், இதுவரையில் எனக்கு அளித்த அதே இன்னலங்களை, இன்னும் மீந்துள்ள என் வாழ்க்கைப் பகுதியிலும் கடவுள் எனக்குத் தொடர்ந்தளிக்க வேண்டுமென்று நான் மனமார்ந்த பணிதலுடன் அவாவுகிறேன், நம்புகிறேன். அதை உறுதியாகக்

கொள்ளும் உரிமை மட்டும் எனக்குக் கிடையாது. அத்துடன் பிறர் வாழ்க்கைகளில் நான் காண்கிற **இன்னல்கள்,** கடுந் தீங்குகள் எனக்கு நேரக் கூடுமானால், அவற்றைத் தாங்கும் உரம் எனக்கு அருளவேண்டுமென்றும் நான் வேண்டுகிறேன். இன்னலாயினும், இன்னலமாயினும், இனி வருங்காலத்தின் இயல்பை அறியவல்லவர் 'அவ'ரன்றி வேறு யாருமிருத்தல் கூடியதன்று. இரண்டையும் அருள்பவர் அவரே!

2. குடிமரபார்வம்

என் சிற்றப்பனார் ஒருவருக்கு என்னைப்போலவே குடும்பச்செய்திகளைச் சேகரிக்கும் ஆர்வம் இருந்தது. அவர் தம் குறிப்புக்களை என்னிடம் காட்டினார். அவற்றின் மூலம் நான் அறிந்த விவரங்கள் பல. முந்நூறு ஆண்டுகளுக்கு மேலாக, என் குடும்பத்தினர் (இங்கிலாந்தில்) நார்த்தாம்ப்டன் ஷயர்[1] மாவட்டத்திலுள்ள எக்டன்[2] என்ற சிற்றூரிலேயே வாழ்ந்து வந்தார்கள் என்று அவை தெரிவிக்கின்றன. முந்நூறு ஆண்டுகளுக்கு மேற்பட்டு எவ்வளவு காலம் அங்கிருந்தார்கள் என்று தெரியவில்லை. ஆனால் 'பிராங்க்லின்' என்ற பெயரை அவர்கள் குடிப்பெயராகக்கொண்ட காலத்திலிருந்தே அவர்கள் அவ்வூரில் இருந்திருக்கக்கூடும். அப்பெயர், ஒரு சமயக்குழுவின் பெயராகவே இருந்தது. நாடெங்கும் குடிப் பெயர் வைத்துக்கொள்ளும் புது வழக்கம் ஏற்பட்ட காலத்திலேயே அவர்களும் அப்பெயரைத் தமக்குச் சூட்டிக்கொண்டிருக்க வேண்டும்.

அவர்களுக்கு முப்பது வேலி[3] பட்டய நிலம்[4] இருந்தது. அதன் விளைவுடன், கொல்லர் வேலையும் அவர்கள் வாழ்க்கை வருவாய்க்கு உதவிற்று. இந்த வேலை மேற்குறிப்பிட்ட என் சிற்றப்பனார் காலம் வரையிலும் குடும்பத்தில் இடையீடில்லாமல் தொடர்ந்து நடைபெற்றுவந்தது. ஏனெனில் எப்போதும் குடும்பத்தின் மூத்த மகன் அந்த வேலைக்கே பயிற்றுவிக்கப்பட்டான். என் தந்தையும் அவரும் (தாம் மூத்த பிள்ளைகளாயில்லாமலிருந்தால் கூடத்) தம் மூத்த பிள்ளைகளை அத்துறையிலேயே பயிற்றுவித்தனர்.

எக்டனிலுள்ள அரசியல் பதிவேடுகளை நான் கிளறிப் பார்த்தபொழுது, 1555-ஆம் ஆண்டு முதல்தான் என் குடும்பத்தினரின் பிறப்பு, திருமணம், இறுதியடக்கம் முதலியவை பற்றிய பதிவேடுகள் காணப்பட்டன. அதற்கு முன் அவ்வூரிலேயே பதிவேடுகள் வைக்கப்பட்டிருக்கவில்லை. அந்தப் பதிவேடுகள்

மூலம், ஐந்து தலைமுறைகளாகக் கடைசிப் புதல்வனின் கடைப்புதல்வனாகவே என் மரபு தொடர்ந்து வந்திருப்பதைக் கண்டேன்.

என் பாட்டனார் **தாமஸ்** 1598-இல் பிறந்தவர். மேலும் வேலைசெய்ய முடியாத பழுத்த முது வயதுவரை அவர் எக்டனிலேயே வாழ்ந்தார். அதன்பின் **ஆகஸ்போர்டு ஷயரிலுள்ள**[5] **பான்பரி**[6] என்னும் ஊரில் சாயத் தொழிலாளராயிருந்த அவர் புதல்வர் **ஜானுடன்** அவர் சென்று தங்கினார். இந்த ஜானிடத்திலேயே என் தந்தையும் **பயில்தொழிலாளராக**[7] இருந்தார். என் பாட்டனார் இறந்ததும், அடக்கம் செய்யப்பட்டதும் இங்கேதான். 1758-இல் நான் அங்கே அவருடைய கல்லறைப் பட்டயத்தைக் கண்டேன்.

என் பாட்டனாரின் மூத்த புதல்வர் தாமஸ் எக்டனில் குடும்ப இல்லத்திலேயே வாழ்ந்தார். அவருக்கு ஒரு புதல்வி மட்டுமே இருந்ததால், அவர் தம் மனையையும் நிலத்தையும் அப் புதல்விக்கே விட்டுச்சென்றார். புதல்வியார் **வெல்லிங்பரோ**[8] வைச் சார்ந்த **பிஷர்**[9] என்பவரை மணந்துகொண்டார். அவர்கள் நாளிலேயே மனையும் நிலமும் **இஸ்டெட்**[10] என்பவருக்கு விறகப்பட்டதனால், அவை இன்று வரை உடையவராகக்கொண்டு திகழ்கின்றன.

என் பாட்டனாரின் புதல்வர்களுள் நல்ல வயது வாரை வாழ்ந்திருந்தவர்கள் நால்வர் அவர்கள் **தாமஸ்,**[11] **ஜான்,**[12] **பெஞ்சமின்,**[13] **ஜோசையா**[14] என்பவர்கள். அவர்களைப் பற்றி எனக்குக் கிடைத்த தகவல்களடங்கிய ஏடும் இப்போது கைவசமில்லாம லிருக்கும் நிலையில், எனக்கு நினைவுக்கு வந்தவரை அவர்களைப்பற்றிக் கூறுகிறேன். அந்த ஏடு தொலையாமலிருந்தால், இன்னும் மிகுதியான விவரங்களை நீ அவற்றில் காணலாம்.

3. மறுபிறப்பா?

தாமஸ் தம் தந்தையினிடம் கொல்லனாகப் பயிற்சி பெற்றிருந்தார். ஆனால், என் உடன் பிறந்தார்களைப் போல, அவரும் கல்வியில் ஊக்கமுடையவராயும், கூரிய அறிவுடையவராயும் இருந்தார். அக் காலத்தில் ஊரில் முக்கிய செல்வராயிருந்தவர் **பாமர்**[15] என்பவர். அவர் ஆதரவால் தாமஸ் ஒரு பத்திர எழுத்தாளர் வேலைக்குத் தகுதி பெற்று அந்த மாவட்டத்தில் செல்வாக்குடையவரானார். தம் ஊரிலும்,

நார்தாம்ப்டன் நகரிலும், மாவட்டத்திலும் எத்தனையோ பொது நலத் தொண்டுகளில் அவன் முனைந்து உழைத்துப்பேர் பெற்றார். இவைபற்றிய பல செய்திகள் தெரியவருகின்றன. இக் காரணத்தால் அந்நாளைய **ஹாலிஃவாக்ஸ்**[16] பெருமகனாரின் அறிமுகத்துக்கும் ஆதரவுக்கும் அவர் உரியவராயிருந்தார். அவர் பழைய ஆண்டுக்கணிப்பின்படி,[17] 1702-ஆம் ஆண்டு ஜனவரி 6-ஆம் நாளில், அதாவது நான் பிறப்பதற்கு நான்கு ஆண்டுகளுக்கு ஒரு நாள் குறைய முற்பட்டு, காலமானார்.

எக்டனில் அவர் வாழ்க்கையைப்பற்றி நீ கேள்விப்பட்டபோது, நீ ஒருவகையில் அதிர்ச்சியடைந்ததை நான் அறிவேன். ஏனென்றால், என் வாழ்க்கையைப்பற்றி நீ அறிந்துள்ள செய்திகளுடன் அவை எவ்வளவோ பொருத்தமாயிருந்தன. "**நீங்கள் பிறந்தநாளில் அவர் இறந்திருந்தால், அவரே திரும்பவும் உங்கள் பெயரால் மறுபிறப்படைந்து வந்திருக்கிறார் என்று கருதலாம்,**" என்று நீ கூறியது உனக்கு நினைவிருக்கலாம்.

ஜான் கம்பளங்களுக்குச் சாயமிடும் தொழிலில் ஈடுபட்டிருந்தார் என்று தோற்றுகிறது. பெஞ்சமின் இலண்டனில் பயில் தொழிலாளராயிருந்து, பட்டுச் சாயமிடுபவராகப் பழகிவந்தார். அவர் மிகவும் அறிவுத் திறம் வாய்ந்தவர். அவரை எனக்கு நன்றாக நினைவிருக்கிறது. ஏனெனில் நான் சிறுவனாயிருந்தபோது, அவர் **பாஸ்டனில்**[18] என் தந்தையிடம் வந்து, எங்கள் வீட்டிலேயே சில ஆண்டுகள் தங்கியிருந்தார். அவர் நல்ல வயதுவரை நீடித்து வாழ்ந்தார். அவர் பேரன் சாமுவேல் பிராங்க்லின் இப்போது பாஸ்டனில் வாழ்கிறார். அவர் தம் நண்பர்கள் பெயருக்கும், உறவினர் பெயருக்கும் உரியவையாக இயற்றிய தனிப்பாடல்கள் இரண்டு "**கால்மடி**"[19]க் கையெழுத்து ஏடுகளாகத் தொகுக்கப்பட்டுள்ளன. அவர் எனக்கு அனுப்பித் தந்திருந்த கீழ்வரும்[20] பாடல் அவற்றுக்கு ஒரு நல்ல **முகமாதிரி**[21] ஆகும்.

அவர் தாமாகத் தமக்கென ஒரு **சுருக்கெழுத்து முறை**[22] வகுத்திருந்தார். என் தந்தையுடன் அவர் மிகவும் பாசமுடையவராயிருந்ததனால், அவர் பெயரே எனக்கு இடப்பட்டிருந்தது. அவர் மிகவும் கடவுட் பற்றுடையவர். நல்ல கோவிற் சொற்பொழிவாளரின் சொற்பொழிவுகளையெல்லாம் அவர் தவறாது சென்று கேட்பார். தம் சுருக்கெழுத்தில்

அவற்றைக் குறித்துக்கொள்வார். இங்ஙனம் சொற்பொழிவின் பல ஏடுகள் அவரிடம் இருந்தன.

அவர் பெரிய அரசியல்வாதியும் கூட. அவர் நிலைக்கு அவர் அரசியல் ஈடுபாடு சற்று மிகுதி என்றே கூறவேண்டும். 1641-முதல் 1717 வரையில் முக்கியமான பொது வாழ்வின் கடாக்களைப் பற்றிய துண்டு வெளியீடுகள் பலவற்றை அவர் தொகுத்து வைத்திருந்தார். அணிமையில் இதன் ஒரு பெருந்தொகுதி என் கைப்பட்டது. வரிசை எண்களை நோக்க, இடையிடையே பல ஏடுகளைக் காணவில்லை. அப்படியும் தொகுதியில் அரை மடியாக[23] எட்டு ஏடுகளும், கால்மடியாகவும், அரைக்கால் மடியாகவும்[24] இருபத்து நாலு ஏடுகளும் இருக்கின்றன. அவற்றைக் கண்டெடுத்து என்னிடம் கொண்டுவந்தவர் ஒருப் பழைய சுவடி விற்பனையாளர். அந்தப் பழக்கத்தையொட்டியே அவர் என்னிடம் அவற்றைக் காட்ட நேர்ந்தது. பெரும்பாலும் அமெரிக்காவுக்கு வருகிற பரபரப்பில்தான் இச் சிற்றப்பனார் இவ்வேடுகளை விட்டுவந்திருக்கவேண்டும். எனவே, அவை ஐம்பது ஆண்டுகளுக்கு முன் தொகுக்கப்பட்டவையாயிருக்க வேண்டும். பல ஏடுகளில் அவர் கைப்பட எழுதிய அருகுக் குறிப்புக்கள் காணப்படுகின்றன.

4. 'திருநூலை' ஒளித்து வாசித்தனர்!

ஒதுங்கி வாழ்ந்துவந்த நம் குடும்பத்தினர் சீர்திருத்த இயக்கக்[25] காலத்திலிருந்து புரொட்டஸ்டண்டு[26] களாகவே நாட்கழித்து வந்தனர். அரசி மேரியின்[27] ஆட்சியின்போதும் அவர்கள் தொடர்ந்து புரொட்டஸ்டண்டுகளாகவே இருந்தனர். பழைய திருத்தந்தை சமயத்துக்கு எதிரான உணர்ச்சியார்வம் அவர்களிடையே மிகுதி. இந்நிலை மிகவும் இடர் தருவதாக இருந்தது. சீர்திருத்த சமயஞ்சார்ந்த அவர்கள் ஓர் ஆங்கிலத் திரு நூலைப் பயன்படுத்திவந்தனர். இடர் நேர்ந்தபோது அதைச் சட்டென ஒளிக்கவும், மற்றச் சமயங்களில் பாதுகாப்பாக வைத்துக்கொள்ளவும் அவர்கள் ஒரு சூழ்ச்சி செய்தனர். ஒரு மடக்குக் கோக்காலி[28] யைத் தலைகீழாகத் திருப்பி, அதன் அடிப்புறத்தில் திரு நூலை விரித்தமேனியாக வைத்து, நூலையும் கோக்காலியையும் கச்சைகளால் பிணித்தனர். இந்த நிலையிலேயே நூல் என் பெரு-மும்-பாட்டனாரால் முழந்தாளில் வைத்து வாசிக்கப்பட்டது. வாசிக்கும்போது,

அரசியலாரின் எடுபிடி ஆட்கள் வருகிறார்களா என்று பார்க்க ஒரு சிறுவன் வெளி வாயிலில் நிறுத்தப்பட்டிருந்தான். யாராவது வந்துவிட்டால், சிறுவன் செருமுவான். கோக்காலி உடனே கவிழ்த்து வைக்கப்படும்! கோக்காலியின் கீழே சட்ட விரோதமான திருநூல் இருக்கிறது என்று யாரும் ஐயுறவு கொள்ளமாட்டார்கள்!!

இந்தச் சுவைகரமான கதையை எனக்குக் கூறியவர் சிற்றப்பன் பெஞ்சமின்தான்.

குடும்பத்தினர் அனைவரும் இரண்டாம் சார்ல்ஸ்[29] ஆட்சியின் முடிவுக்காலம்வரை ஆங்கிலக் கோவிலகச் சமயத்தவராகவே[30] இருந்தனர். அதற்கு முரண்பட சில அமைச்சர்கள் நார்தாம்ப்டனில் கூட்டங் கூட்டியபோது, பெஞ்சமின், ஜோசையா ஆகிய இருவரும் அவர்களுடன் சேர்ந்து கொண்டனர். மற்றவர்கள் நாட்டுக் கோவிலகத்துடனேயே நின்றனர்.

5. புதிய தாய்நாடு!

என் தந்தையாராகிய ஜோசையா இளமையிலேயே திருமணம் செய்துகொண்டார். மனைவியுடனும் மூன்று பிள்ளைகளுடனும் அவர் 1682-இல் (அமெரிகாவில்) நீயூ இங்கிலாந்துக்குப் பயணமானார். அவருடன் பழக்கமான பலரும் உடன் சென்றனர். ஏனெனில், மேலே குறிப்பிட்ட சமயக் கூட்டங்கள் சட்ட விரோதமானவை என்று அறிவிக்கப்பட்டபின், எங்கும் குழப்பநிலை ஏற்பட்டது. என் தந்தையும் அவருடன் சென்றவர்களும் இதனால் எளிதில் வெளிநாடு செல்ல ஒருப்பட்டனர். புதிய நாட்டில் தம் சமய உரிமையைத் தங்கு தடையில்லாமல் அனுபவிக்க முடியுமென்று அவர்கள் கருதினார்கள்.

நியூ இங்கிலாந்தில் முதல் மனைவியிடமே என் தந்தைக்கு மேலும் நான்கு பிள்ளைகள் பிறந்தார்கள். அதன்பின் இரண்டாவது மனைவி மூலம் அவருக்கு மற்றும் பத்துப்பிள்ளைகள் உண்டாயினர். ஆக மொத்தம் அவருக்குப் பதினேழு குழந்தைகள் தோன்றினர். ஒரு தடவை ஒரே சமயத்தில் பதின்மூவராக நாங்கள் ஒரே சமயத்தில் பதின்மூவராக நாங்கள் ஒரே மேசையில் உட்கார்ந்து உணவு உட்கொண்ட

காட்சி என் நினைவுக்கு வருகிறது. இந்தப் பதின்மூவருமே பின்னாட்களில் வளர்ந்து மனைவியருடன் வாழ்ந்தவர்கள் என்பது நினைவுக்கு வருகிறது. பிள்ளைகளில் இருவர் தவிர மற்றவர்களுக்கெல்லாம் நான் இளையவன். ஆனால் ஆண் மக்களில் நானே கடைசியானவன்.

தந்தையின் இரண்டாம் மனைவியாகிய என் தாயின் கன்னிப்பெயர் **அபையா பால்கர்**[31] என்பது அவர் தந்தை **பீட்டர் பால்கர்**[32] நியூ இங்கிலாந்தில் முதல் முதல் குடியேறியவருள் ஒருவர். "மக்ணாலியா கிரிஸ்டி அமெரிக்கானா" என்ற பெயருடன் அந்நாட்டின் சமய வரலாறு எழுதிய **காட்டன் மேத்தர்** அவரை மிகவும் நன்மதிப்புடன், 'தெய்வப்பற்றுடைய கல்வி கற்ற ஆங்கிலேயர்' என்று குறிப்பிட்டிருப்பதாக எனக்கு நினைவு. மேலும் அவர் (பீட்டர் பால்கர்) பல சமய சந்தர்ப்பமான பாடல்கள் இயற்றியிருப்பதாகவும் கேள்விப்பட்டிருக்கிறேன். அவற்றுள் அச்சிட்ட ஒரே ஒரு பாடலை நான் பல ஆண்டுகளுக்குப் பின் காண நேர்ந்தது. அது அக்கால நாட்டுப்புற மக்கள் நடையிலே, 1765-இல் அந்நாளைய ஆட்சியாளரை நோக்கிக் கூறுவதாக அமைந்திருந்தது.

மனச்சான்றையும் கொள்கைத் தனியுரிமையையும், இப்பாடல் வற்புறுத்திற்று. சிறப்பாக, **பாப்டிஸ்டுகள்**[33] **குவேக்கர்கள்**[34] முதலிய வகுப்பினரின் உரிமைகளை அது மனதில்கொண்டு, அவர்கள் மீது கையாளபட்ட கொடுமைகளின் பழிகளாகவே, இந்தியப் போர்களும் பிற தீங்குகளும் நாட்டின் மீது கடவுளால் ஏவப்பட்டன என்று அரசியலாருக்கு அறிவுறுத்திற்று. அக்கொடிய சட்டங்களை உடனடியாக அகற்றிவிடவேண்டுமென்று அது அரசியலாரை வேண்டிற்று. பாடல் முழுவதும் திறந்த உள்ளத்துடனும் ஒளிவு மறைவில்லாத உரிமையுணர்ச்சியுடனும் எழுதப்பட்டிருந்ததாக எனக்குத் தோன்றிற்று. பாட்டின் முதல் இரண்டடியை நான் மறந்துவிட்டாலும் அதன் பருத்த கருத்து வருமாறு: "என் கண்டனங்கள் பகைமையால் வருவனவல்ல, நல்லெண்ணத்தாலேயே எழுவன. ஆகவேதான் என்பெயர் தெரிவிக்கிறேன்." பாட்டின் கடைசி ஆறு அடிகள் வருமாறு:

மறைந்து கூறும் வசையில்
மகிழாது என்றன் உள்ளம்
திறந்து என் ஊரும் பேரும்

சேர்ந்தேன், ஷெர்போர்ன் நகரம்
சிறந்த பீட்டர் பாடல்கள்
செய்தி இதுவே பகரும்!

6. கோவிலுக்கு நேர்ந்துவிடப்பட்ட பிள்ளை!

எனக்கு முன் பிறந்த ஆண்கள் அனைவரும் ஒவ்வொரு தொழிலுக்கே பயிற்றுவிக்கப்பட்டனர். ஆனால், எங்கள் கோவிலகத்துக்குச் செலுத்தும் கடனாக[35] என் தந்தை என்னைக் கோவிலகப்பணிக்கு அனுப்ப எண்ணியிருந்தார். ஆகவே, நான் எட்டாவது வயதில் ஓர் உயர்தரப்பள்ளிக்கு[36] அனுப்பப்பட்டேன். இளமையிலேயே நான் எளிதில் வாசிக்கப் பழகியிருந்தேன். வாசிக்கப்படித்தது எப்போது என்பதே எனக்கு நினைவில்லை, அவ்வளவு சிறு வயது முதலே வாசிக்கப் பழகிவிட்டேன். நண்பர்கள் பலரும் நான் விரைவில் கல்வியறிவு பெறுவது உறுதி என்று கூறியிருந்தனர். கோவிலகத்துக்கு இவை வலியுறவு தந்தன. என் சிறிய தந்தை பெஞ்சமினும் எனக்கு அவ்வகையில் உதவவும் அவர் முன்வந்தார். அவர் கண்டுபிடித்த சுருக்கெழுத்து முறையை மட்டும் நான் கற்றுக்கொண்டுவிட்டால், அதில் தம்மால் எழுதப்பட்ட சமயச்சொற்பொழிவுகள் அனைத்தையும் எனக்குத் தருவதாக அவர் வாக்களித்தார்.

ஓர் ஆண்டுக்குள் நான் என் வகுப்பின் நடு இடத்திலிருந்து தலைப்புக்கு உயர்ந்துவிட்டேன். அது மட்டுமன்று அதே ஆண்டின் இறுதிக்கட்டத்திலேயே அடுத்த வகுப்புக்கு மாற்றப்பட்டேன். இங்ஙனம் முதலாண்டு முடிவிலேயே நான் அவ்வகுப்புடன் மூன்றாம் வகுப்புக்குச் செல்லும் தகுதி பெற்றேன். ஆயினும் ஓர் ஆண்டு முழுவதும் முடிவதற்குள் நான் அப்பள்ளியின் படிப்பை விட நேர்ந்தது. என்னைக் கல்லூரிக்கு அனுப்புவது என்ற தந்தையின் கருத்தில் மாறுதல் ஏற்பட்டுவிட்டது. கல்லூரிப்படிப்பு மிகவும் செலவு பிடிக்கக் கூடியது என்றும், பெரிய குடும்பத்தை வைத்துக்கொண்டு அதைத் தன்னால் தாங்கமுடியாது என்றும், அத்துடன் கல்லூரிப் படிப்புப் படித்த பலர் மிகக் குறைந்த வருமானமே பெறுகின்றனர் என்றும் அவர் தம் நண்பர்களிடம் கூறியதை நான் கேட்டேன். அவர் கருத்து மாறுபாட்டுக்கு இவையே காரணம் என்றும் அறிந்தேன்.

உயர்தரப் பள்ளியிலிருந்து என்னை அகற்றி, என் தந்தை என்னை எண்ணும் எழுத்தும் மட்டும் கற்றுக் கொடுக்கும்

மற்றொரு பள்ளிக்கு அனுப்பினார். அப்பள்ளியை நடத்தியவர் திரு. **ஜார்ஜ் பிரௌனெல்**[37] அவர் அந்நாளில் மிகவும் பேர் போனவர். பிள்ளைகளை அமைதியுடன் தட்டிக்கொடுத்து முன்னேற்றுவித்த காரணத்தால், அவர் தொழில் துறையிலும் பெரு வெற்றி காண்டார். அவரிடமிருந்து நான் விரைவிலேயே மிக நன்றாக எழுத வாசிக்கப் பழகினேன். ஆனால், கணக்கில் நான் தேறவில்லை; அதில் மிகுதி முன்னேற்றம் அடையவுமில்லை.

7. துள்ளும் பள்ளிப் பருவத்திலே கடுந்தொழில்

என் பத்தாவது வயதில் என் தந்தை என்னைத் திரும்பவும் வீட்டுக்கு அழைத்துத் தன் தொழிலில் தன்னுடனிருந்து உதவும்படி வைத்துக்கொண்டார். அவர் இப்போது குடும்பத்தொழிலாகிய சாய வேலையில் ஈடுபட்டிருக்கவில்லை. நியூஇங்கிலாந்தில் அவ்வேலைக்கு மிகுதி தேவை இல்லாமலிருந்தது. ஆகவே, அவர் மெழுகுத்திரி, சவுக்காரம் ஆகியவை செய்யும் தொழிலில் ஈடுபட்டார். நானும் அவ் வேலையிலேயே அவருக்குத் துணையாளானேன். திரிகளை வெட்டுதல், உருக்கிய மெழுகை வார்த்தல், வார்ப்படத்தில் பொருத்தல், கடையைக் கவனித்தல், சிறிய குற்றேவல்கள் செய்தல் ஆகியவை என் கடமைகள் ஆயின.

எனக்கு இந்தத் தொழில் ஒரு சிறிதும் பிடிக்கவில்லை. என் ஆர்வத்தைக் கவர்ந்த துறை கடல் துறையே. ஆனால், என் தந்தை அதன் மீது கடுந்தடை விதித்தார். ஆயினும் நான் கடலின் அருகே இருந்ததால், அடிக்கடி கடலுடன் ஊடாடி வந்தேன். இதனால் மிகச் சிறிய வயதிலேயே நான் நன்றாக நீந்தக் கற்றுக்கொண்டேன். படகுகளை இயக்குவதும் எனக்கு எளிய பாடம் ஆயிற்று. படகிலோ ஓடத்திலோ இடம்பெற்ற காலத்திலும் என் இடம் எளிதில் முதலிடம் ஆயிற்று. ஏனெனில் இடர்ப்பாடு நேரும் சமயங்களில் இம்முதனிலையை எனக்குத் தருவது இன்றியமையாததாயிற்று. நாளடைவில் நானே தலைமை நிலையை ஆர்வத்துடன் ஏற்று, மற்றச் சிறுவர்களை அடிக்கடி இடருக்கு உள்ளாக்குவதிலும், இடரிலிருந்து காப்பதிலும் விதிர்விதிப்புடையவனானேன்.

இவ்வகையில் ஒரு நிகழ்ச்சியை நான் இங்கே குறிக்காமலிருக்க முடியவில்லை. ஏனென்றால், பொதுக்காரியங்களில் துணிந்து

குதிக்கும் திறன் எவ்வளவு சிறுபருவத்திலேயே என்னிடம் ஏற்பட்டுவிட்டது என்பதை இது காட்டுகிறது. இப்பருவத்தில் அவ்வகையில் இருந்த ஒரே குறை அத் திறமை நேர்மைத் திறத்துடன் கையாளப் படவில்லை என்பதே!

ஒரு மாவாலையை அடுத்துள்ள குளத்தின் ஒரு பகுதி சதுப்பு நிலமாய் இருந்தது. நீர் நிரம்பிய வேளைகளில் நாங்கள் அதன் ஒரு கோடியில் நின்று மீன் பிடிக்கத் தூண்டிலிடுவதுண்டு. பலர் பலதடவை அவ்விடத்தில் நின்று துவைத்ததால், இடம் ஒரே சேறாளமாயிருந்தது. அவ்விடத்தில் ஒருவர் நிற்கத் தக்க உறுதியான அணைகரை எழுப்பவேண்டுமென்று நான் திட்டம் வகுத்தேன். அதை எவ்வாறு அமைப்பதென்றும் தோழருக்கு விளக்கினேன். அருகே புதிய வீடு ஒன்று கட்டுவதற்காகக் கற்கள் குவிக்கப்பட்டிருந்தன. எங்கள் திட்டத்துக்கு அவை போதுமானவையாயிருந்தன!

ஒருநாள் மாலைநேரத்தை நாங்கள் தேர்ந்தெடுத்தோம். தொழிலாளர் அனைவரும் வீடு சென்றுவிட்டார்கள். நான் என் தோழர்களை விரைந்து அவ்விடத்தில் கூட்டினேன். அவர்கள் அனைவரும் கட்டெறும்புகள்போல் சுறுசுறுப்பாக வேலை செய்தனர். ஒவ்வொரு கல்லையும் இரண்டு மூன்று பேராகத் தூக்கவேண்டியிருந்தது. ஆயினும் இரவுக்குள் எல்லாக் கற்களும் கொண்டுவரப்பட்டு எங்கள் அணைகரை முடிந்துவிட்டது.

மறுநாள் காலையில் வேலையாட்கள் வந்து கற்களைக் காணாமல் திகைத்தனர். விரைவில் அவர்கள் அணைகரையில் அவற்றை தேடிக் கண்டுபிடித்து, அவற்றை பிரித்தெடுத்துச் சென்றனர்.

கற்களை அப்புறப்படுத்தியவர்கள் யார் என்று உசாவப்பட்டது. எங்களைக் கண்டுகொண்டார்கள்! எங்கள் மீது குற்றஞ் சாட்டப்பட்டது. எங்களில் பலர் எங்கள் தாய் தந்தையராலேயே திருத்தப்பட்டோம். என் பெற்றோரிடம் நான் மட்டும், 'நான் செய்தது தவறல்ல, ஏனென்றால், நான் செய்த வேலை எவ்வளவோ பயனுடையது!' என்று வாதிட்டேன். ஆனால், ஒழுங்குமுறை தவறிய இடத்தில், பயன் இருப்பதால் மதிப்புக் கிடையாது என்பதை என் தண்டனை எனக்கு வலியுறுத்திக் காட்டிற்று.

8. தந்தை ஜோசையா பிராங்க்லின்

என் தந்தையின் நடையுடை தோற்றம், அவர் குணநலன்கள் ஆகியவை பற்றி நீ அறிய விரும்பக்கூடும், அவர் நடுத்தர உயரமுடையவர். ஆனால், அவர் நல்ல கட்டான உடலுடையவர். உறுப்புக்கள் வலிமையுடையவையாகவும் வாய்ப்பாக அமைந்தவையாகவும் இருந்தன. அவர் கூரிய அறிவுத்திறமையுடையவர். அவரால் நல்ல ஓவியம் வரையமுடியும். இசையிலும் போதிய அறிவு இருந்தது. அவர் குரலும் இனிமை வாய்ந்தது. பகல் வேலை முடிந்தபின், அவர் யாழ் மீட்டித் திருமறையின் புகழ்ப்பாடல் பண்களை வாசித்து, அதனுடன் தம் குரலை இணைத்துப் பாடும்போது, அதை யாரும் கேட்க விரும்பாமலிருக்கமாட்டார்கள்.

கருவித்துறையிலும் அவருக்குப் பயிற்சித்திறம் மிகுதி. அவ்வப்போது தொழிலாளர் கருவிகளைக் கையாளுவதில் அவர் கையெளிமை உடையவராயிருந்தார். ஆனால், அவர் தனிச்சிறப்புக்குரிய திறமை அவர் உலகியல் அறிவும், உறுதிவாய்ந்த மதித்திட்பமுமேயேகும். இதை அவர் தனிப்பட்ட வாழ்க்கையிலும் பொதுவாழ்விலும் திறம்படக் காட்டினார்.

பொதுவாழ்வில் ஈடுபட அவருக்கு நேரம் மிகக் குறைவு. ஏனென்றால் அவர் குடும்பம் மிகப் பெரியதாயிருந்ததனால், அதைப் பாதுக்காக்கவும், அதன் கல்விப் பயிற்சிக்கு வழி வகுக்கவும், அவர் தம் தொழிலில் இடையறாத கவனத்துடன் ஈடுபடவேண்டியிருந்தது. ஆயினும் இந்நிலையில்கூட, அவர் நகரப் பொதுவாழ்விலும், அவர் சார்ந்த சமயம் பொதுவாழ்விலும் எழுந்த பல சிக்கல்களைக் குறித்து அவ்வத்துறையில் தலைமை தாங்கிய பெருமக்கள் பலர் அவரிடம் வந்து அவர் கருத்துக்களைக் கேட்டறிந்ததை நான் நன்கு அறிவேன். அவர் கருத்துக்களுக்கும், அறிவுரைகளுக்கும் அவர்கள் கொடுத்த மதிப்புப் பெரிதாகவே இருந்தது.

பல தனிப்பட்ட மனிதரின் வாழ்க்கையில் கூடச் சிக்கல்கள் எழுந்தபோது அவர்கள் என் தந்தையின் உதவி கோரியதுண்டு. அவர்கள் வழக்குகளில் அவரே அடிக்கடி நடுவராகத் தேர்ந்தெடுக்கப்பட்டார்.

எங்கள் குடும்ப மேடைக்கும் என் தந்தை அடிக்கடி நல்ல அறிவுடைய நண்பரையோ அயலாரையோ அழைத்து

உரையாடுவதுண்டு. அதில் அவர் எப்போதும் மிகவும் ஆர்வம் காட்டினார். உரையாடலில் அவர் அடிக்கடி ஏதாவது அறிவுத்திறமுடைய அல்லது பயனுடைய செய்தியை இடையே புகுத்தி, அதன்மீது உரையாடல் நிகழ விடுவதுண்டு. இவற்றின் மூலம் குடும்பத்திலுள்ள சிறுவர் சிறுமியர் உள்ளப்பண்பு திருத்தமடையும் என்பது அவர் கருத்து. இது உண்மையே என்பதில் ஐயமில்லை. ஏனென்றால் இதன்மூலம் நல்லது எது, நேர்மை எது, உலகியல் வாழ்க்கையில் நற்பயனுடையது எது என்பவற்றில் எங்கள் கருத்துச் சென்றது.

உணவு மேடையில் என்ன பரிமாறப்பட்டது, எது நன்கு சமைக்கப்பட்டது, எது என்ன சுவையுடையது, எந்த உணவு உயர்ந்தது, எது தாழ்ந்தது என்பனபோன்ற செய்திகளில் இதே காரணத்தால் எங்கள் குடும்பத்தில் மிகுதி அக்கரை செலுத்தப்பட்டதில்லை. இதன் பயனாக நான் என் வாழ்நாள் முழுவதிலுமே உணவு வகை பற்றிய அக்கரையோ, கவனமோ இல்லாதவனாக வளர்ந்தேன். இன்றுகூட உணவு கழித்து ஒருமணி நேரத்துக்குப்பின் என்ன சாப்பிட்டாய் என்று யாராவது என்னிடம் கேட்டால், என்னால் ஒன்றும் கூறமுடியாது.

பயண காலங்களில் இந்த வழக்கம் எனக்கு எவ்வளவோ பயனுடையதாயிருந்தது. என் தோழர்களுக்கு உணவு வகை பற்றியும், அவற்றின் சுவை பற்றியும் என்னைக் காட்டிலும் நல்ல பயிற்சி இருந்தது. இதனால், தம் சுவைத்திறத்தின் நயத்துக்கேற்ற உணவு இல்லாமல் அவர்கள் மிகுந்த அவதியுற்றனர்.

9. தாயின் பண்பு

என் தாயும் நல்ல உடல்கட்டுடையவரே. அவர் குழந்தைகள் அத்தனைபேரும் தம் தாய்ப்பாலையன்றிச் செவிலித்தாயர் தரும் உணவையோ, பிறவகை உண்டிகளையோ குழந்தைப் பருவத்தில் அறிந்தவரல்லர். தந்தை 89-வது வயதிலும் தாய் 85-ஆவது வயதிலுமே பிரிவுற்றனர். பிரிவு காலத்தில் பட்ட நோய்த் துன்பத்தையன்றி வேறு எந்த நோய்த் துன்பத்திற்கும் அவர்கள் இருவருள் எவரும் எக்காலத்திலும் ஆளானதில்லை என்பதையும் நான் மறக்கமுடியவில்லை.

அவர்கள் இருவரின் கல்லறைகளும் பாஸ்டனில் பக்கத்துக்குப் பக்கமாகவே இருக்கின்றன. சில ஆண்டுகளுக்கு முன் நான்

அவற்றின்மீது ஒரு சலவைக்கல் நாட்டி இந்த வாசகங்களை அதில் தீட்டியுள்ளேன்:

ஜோசையா பிராங்க்லினும் அவர் மனைவியார் அபையாவும் இங்கே அடக்கம் செய்யப்பட்டு ஓய்வு கொண்டுள்ளனர். ஐம்பத்தைந்து ஆண்டுகள் இணையறா அன்புவாழ்வுடன் அவர்கள் ஒருங்கே வாழ்ந்தனர். பெருஞ் செல்வ உரிமையோ, ஆதாய மிகுதி தரும் பணியோ இல்லாமலே இடைவிடாக் கருணையாலும், விடாமுயற்சியாலும் கடவுளருளால் ஒரு பெருங்குடும்பத்தை அவர்கள் நலமுடன் பாதுகாத்து, பதின்மூன்று பிள்ளைகளையும் ஏழு பேரப்பிள்ளைகளையும் தகுதியுடையவராக்கினர். இதனால் காணீர், இதனை வாசிக்கநேரும் அன்பரே! உம்தொழில் முயற்சியில் முழு நம்பிக்கைக்கொண்டு கடவுள் திருவருளில் மாறாப் பற்றுறுதியுடையவர் ஆவீராக. எம் தந்தையாகிய அவர் தெய்வப்பற்றும் அறிவுநலமும் உடையவர். எம் தாயாகிய அவர் வரம்பறிந்த நற்குண நங்கை. அவர்கள் கடைசி இள மைந்தர் அவர்கள் நினைவின் மாறாப்பிள்ளைமைக் கடமையால் இச்சிலையை நாட்டியுள்ளனர்.

ஜோசையா பிராங்க்லின்: பிறந்தது 1655, பிரிவு 1744; வயது 89.
அபையா பிராங்க்லின்: பிறந்தது 1667. பிரிவு 1752; வயது 86.

10. தொழில் தேட்டம்

எழுதுவதில் வரவர என் போக்கு, எடுத்துக்கொண்ட செய்தியை விட்டு, புறம்பே வளைந்து வளைந்து செல்வதை நான் காண்கிறேன். ஆம். முதுமையின் தடம் என்மீது ஊர்ந்து வருகிறது. முன்பெல்லாம் இதைவிட முறையுடன் நான் எழுதி வந்ததை உணர்கிறேன். ஆயினும் தன் குடும்ப உணவுமேசைக்கு உணவு சமைப்பவர் பொதுப்பந்திக்கு ஏற்பாடு செய்பவர்போல முழு நிறைவை இலக்காகக் கொள்ளமுடியாதல்லவா? ஆயினும், இது ஓரளவு கவனக்குறைவின் பயன்தான் என்று கூறுவேன்.

எடுத்துக்கொண்ட பொருளை நான் மீண்டும் விட்ட இடத்திலிருந்து தொடங்குகிறேன்.

என் தந்தையாரின் தொழிலில் நான் இரண்டாண்டுகள், அஃதாவது என் பன்னிரண்டாவது வயதுவரை ஈடுபட்டிருந்தேன். அதே சமயம் அவ்வேலைக்கென்றே பயிற்றுவிக்கப்பட்டிருந்த என் தமையனார் ஜான் என் தந்தையிடமிருந்து பிரிந்து திருமணம் செய்துகொண்டு **ரோட்தீவில்**[38] தனிப்படத்

தொடங்கினார். எனவே, அவருக்காகக் குறிக்கப்பட்ட தந்தை தொழிலையே நான் என் வாழ்க்கைத் தொழிலாகக் கொண்டு மெழுகுத்திரித் தொழிலாளராகவே இருந்துவிடக்கூடும் என்ற நிலை இப்போது ஏற்பட்டது. ஆயினும் இத்தொழிலில் எனக்கு இருந்த வெறுப்பு இன்னும் அகலாமலே இருந்தது. அதைவிட என் மனதுக்குகந்த வேறு தொழிலைத் தாமாகப் பார்த்துத் தராவிட்டால், நான் அவரைவிட்டு என் விருப்பத் தொழிலையே நாடி ஓடிப்போய்விடக்கூடும் என்று என் தந்தையார் அஞ்சினார். இதற்குமுன் ஜோசையா என்ற மற்றொரு மகன் இவ்வாறு போய், அவருக்கு மிகவும் மனமுறிவு உண்டுபண்ணியிருந்தார்.

இவ்வெண்ணத்துடன், என் உள்ளார்ந்த விருப்பத்தை அறிவதற்காக, அவர் என்னை இட்டுக்கொண்டு தச்சர், கொத்தர், கொல்லர், கன்னார் முதலிய பல தொழிலாளர்களின் பட்டறைகளுக்குச் சென்றுவந்தார். இவற்றுள் எதில் எனக்கு இயல்பாக ஆர்வம் தோன்றுகிறதோ, அதிலே என்னைப் பழக்கிவிட அவர் எண்ணினார்.

பலவகைத் தொழிலாளர்கள் தம் தம் கருவிகளைக் கையாளும் வகைகளைக் காண்பதில் எப்போதுமே எனக்கு விருப்பம் உண்டு. அதில் எனக்கு ஏற்படும் மகிழ்ச்சியும் பெரிது. இது எனக்கு வாழ்க்கையில் எவ்வளவோ பயனுடையதாக இருந்தது. நான் கற்றுக்கொண்ட பலதிறத் தொழில்களும் என் வீட்டிலேயே வேலையாட்கள் கிடைக்காத நேரத்தில் எனக்கு மிகவும் உதவியாயிருந்தன. மேலும் எனக்குத் தேர்வாராய்ச்சிகளில்[39] விருப்பம் நேர்ந்தபோது, அவற்றுக்கான கருவிகளைப் பொறும்வரை நான் காத்திருக்கவேண்டி வரவில்லை. தேர்வாராய்ச்சியிலுள்ள ஆர்வம் தளர்வதற்கு முன்பே, அவற்றுக்கான கருவிகளையும் நானே ஆக்கிக்கொள்ள முடிந்தது.

என் தந்தை இறுதியாக இரும்புத் தொழிலையே எனக்குரிய தொழிலாகத் தேர்ந்தெடுத்தார். இச்சமயம் என் பெரிய தந்தையாகிய பெஞ்சமினின் புதல்வர் சாமுவேல் லண்டனில் அத்தொழிலுக்கான பயிற்சி பெற்று, பாஸ்டன் நகரில் தொழில்

நடத்திவந்தார். சில காலம் அவருடனிருந்து தொழில் கற்கும்படி நான் அங்கே அனுப்பப்பட்டேன். ஆனால், பயிற்சிக்காக அவர் என்னிடமிருந்து சம்பளம் எதிர்பார்த்ததாகத் தந்தையாருக்குத் தெரியவரவே, அவர் வெறுப்படைந்து என்னைத் திரும்பவும் தம்மிடமே அழைத்துக்கொண்டார்.

11. ஏடு நாட்டம்

குழந்தைப் பருவத்திலிருந்தே எனக்கு வாசிப்பதில் மிகவும் விருப்பம். என் கையில் அவ்வப்போது கிடைத்த ஒவ்வொரு சிறிய காசும் புத்தகங்கள் வகையிலேயே செலவிடப்பட்டது. ‘திருவழிபோக்கனின் முற்போக்கு’[40] என்ற நூலில் எனக்கு ஏற்பட்ட ஆர்வம் மிகுதி. நான் முதலில் திரட்டிய நூல்தொகுதி அந்நூலின் சிறு சிறு பகுதிகளான பல ஏடுகளே. சில நாட்களுக்குப் பின் நான் ராபர்ட் பர்ட்டனின் வரலாற்றுத் தொகுதி வாங்குவதற்காக அவற்றை விற்றேன். அவை யாவும் சில்லறை விற்பனைக் கடைக்காரரின் சிறு புத்தகங்கள். அவை மலிவாகவும் இருந்தன. அவை மொத்தம் 40 அல்லது 50 காசுகளுக்கு[41] மேற்படவில்லை.

என் தந்தையில் சிறு நூல்நிலையத்தில் சமய ஆராய்ச்சித்துறை நூல்கள் மட்டுமே இருந்தன. ஆயினும் அவற்றுள் மிகப் பெரும்பாலானவற்றை நான் வாசித்திருக்கிறேன். அறிவார்வம் இவ்வளவு மிகுதியாயிருந்த அந்தப் பருவத்தில், அவற்றைவிடப் பொருத்தமான புத்தகங்கள் என் கைக் கெட்டாமலிருந்தது பற்றி நான் மிகவும் வருந்துகிறேன். ஏனெனில் நான் சமயத்துறைப் பணியாளராகப் போவதில்லை என்று முடிவான பின்பும், என் அறிவார்வத்துக்கு வேறு தீவனம் கிடைக்கவில்லை.

தந்தை புத்தகக் குவையில் எப்படியோ புளூட்டார்க்கின் வாழ்க்கை வரலாறுகள்[42] இருந்தது. அதை வாசிக்கப் பயன்படுத்திய நேரம் என் வாழ்வின் மிக வளமான நேரம் என்று நான் இப்போதும் கருதுகிறேன். மேலும், ‘செயல் திட்டம் பற்றிய கட்டுரைகள்’ என்ற பெயர் பூண்ட டீஃவோவின் ஓர் ஏடு, ‘நலஞ்செயல் பற்றிய கட்டுரைகள்’ என்ற முனைவர் (டாக்டர்) மேத்தரின் நூல் ஆகியவையும் இருந்தன. பிந்தியது என் சிந்தனைக்கு ஓர் உருவம் தந்து, அதன்மூலம் என் எதிர்கால வாழ்வின் முக்கிய உயிர்நிலைக் கூறாய்விட்டது.

12. தமையனார் அச்சகம்

என் தந்தை என்னை ஒரு அச்சகத் தொழிலாளனாக்குவதென்று முடிவு செய்தார். அவர் புதல்வருள் ஏற்கெனவே ஜேம்ஸ் இத்துறையில் இருந்தாலும், புத்தகங்கள் மீதுள்ள என் இயற்கைச் சார்பு அவரை இம்முடிவுக்குக் கொண்டுவந்தது. 1717-இல் என் தமையன் ஜேம்ஸ் இங்கிலாந்திலிருந்து வந்துசேர்ந்தார். பாஸ்டன் நகரில் ஒரு புதிய நிலையம் நிறுவப்பட்டது. என் தந்தையின் தொழிலைவிட அவர் தொழிலில் எனக்கு ஆர்வம் மிகுதி. ஆனால், கடல் வாழ்விலுள்ள நயப்பு இன்னும் இருந்தே வந்தது. இந்த உள்ளார்ந்த பற்றினால் என்ன கேடு வந்துவிடப்போகிறதோ என்று அஞ்சிய என் தந்தை, என்னை என் தமையனுடனாவது எப்படியும் பிணைத்துவிட வேண்டும் என்பதில் மிகவும் பரிவுடையரானார். சிலநாள் நான் பிடி முரண்டு பிடித்தாலும், இறுதியில் இணங்கினேன். ஆகவே, என்னுடைய 12-ஆவது ஆண்டிலேயே இதற்கான ஒப்பந்தப் பத்திரங்கள் கையொப்பமிடப்பட்டன.

ஒப்பந்தப்படி நான் என் 21-ஆவது வயது வரைப் பயிற்சியாளனாகவே[43] வேலை பார்க்கவேண்டும். கடைசியாண்டில் மட்டுமே தொழில்துணைவனாகச்[44] சிறிதளவு கூலி பெறலாம்.

மிகச் சில நாட்களுக்குள் நான் தொழிலில் பெருந்திறமை யுடையவனானேன். என் தமையனுக்கு நான் மிகவும் பயனுடைய தொழிலாளியாக உதவினேன். இப்போது முன்னிலும் நல்ல புத்தகங்கள் என் பார்வைக்கு வந்தன. புத்தக விற்பனைக்காரர்களின் பயிற்சித் தொழிலாளர்களுடன் எனக்கு அறிமுகம் ஏற்பட்டதனால், நான் அவ்வப்போது ஒவ்வொரு புத்தகமாக இரவல் பெற முடிந்தது. அவற்றை நான் அழுக்காக்காமல் விரைவிலேயே கவனமாகத் திருப்பிக் கொடுத்துவந்தேன். பல சமயங்களில் புத்தகத்தை மாலையில் பெற்றுக் காலையில் கொடுக்கவேண்டியிருந்தது. ஏனென்றால் கடைக்காரர் அறிவிப்பில்லாமலே புத்தகத்தை எடுத்துப் பயன்படுத்தவேண்டியிருந்தது. ஆகவே, நான் இரவில் பெரும்பகுதியையும் வாசிப்பதில் ஈடுபடுத்தினேன்.

சில நாட்களில் கூரிய அனுபவ அறிவுடைய மாத்யூ ஆடம்ஸ்[45] என்பவர் கவனம் என்மீது திரும்ப நேர்ந்தது. அவர் அடிக்கடி

எங்கள் அச்சகத்துக்கு வருவார். அவரிடம் ஒரு நல்ல புத்தகத் தொகுதி இருந்தது. என் வாசிப்பார்வத்தைக் கண்டு மகிழ்ந்து, அவர் என்னைத் தன் புத்தகத் தொகுதியைப் பார்வையிடும்படி அழைத்தார். அத்துடன் அடிக்கடி நான் விரும்பிய புத்தகங்களை எடுத்துக்கொண்டுபோய் வாசித்துவிட்டுத் திரும்பக் கொடுக்கும்படியும் அவர் இணக்கமளித்தார்.

13. கவிதைகள்

எனக்கு இப்போது திடுமென்று கவிதையில் ஈடுபாடு ஏற்பட்டது. சில சில சிறு பாடல்களும் எழுதத் தொடங்கினேன். இதனால் பயன் ஏற்படலாம் என்று நினைத்த என் தமையனார் இதில் எனக்கு ஊக்கம் தந்து அவ்வப்போது நாட்டுப்பாடல்கள்[46] இயற்றும்படி தூண்டினார். இவற்றுள் ஒன்று கலங்கரை விளக்கத்தின் கருத்துயர்கதை[47] என்ற பெயருடையது. அது மீகாமன் வொர்த்திலேக்கும்[48] அவர் இரண்டு புதல்வியர்களும் கடலில் மூழ்கிய துயரக் கதையை விரித்துரைத்தது. மற்றொன்று கடலோடிகளின் பாட்டு. அது கருந்தாடி என்றழைக்கப்பட்ட கடற்கொள்ளைக் காரன் டீச்[49] பிடிபட்டது பற்றியது. அவை மிக மோசமான பாடல்களே. கூலி எழுத்தாளர்களின் போலி நாட்டுப்பாடல் நடை[50]யிலேயே அவை அமைந்திருந்தன. அவற்றை அச்சிட்ட பின், நகரத்தில் நானே கொண்டு விற்கும்படி என் தமையனார் என்னை அனுப்பினார்.

மூலநூல் நன்றாக விற்றது. ஏனென்றால், அதன் நிகழ்ச்சி நடந்து நாளாகாததால், நிகழ்ச்சியின் சந்தடியில் பாடலும் விற்றது. இது என் தற்பெருமைக்கு நீர் வார்த்தது போலாயிற்று. ஆனால், என் தந்தையார் என்னைத் தக்கபடி இடித்துரைத்தார். என் பாடல்களை அவர் நையாண்டி செய்ததுடன், பாடல் எழுதுபவர்கள் எப்போதும் இரவலர்களாகத்தான் இருக்கவேண்டியவர்கள் என்றும் அறிவுறுத்தினார். இவ்வறிவுரையால் கவிஞனாகாமல் பெரும்பாலும் மோசமான கவிஞன் என்ற பெயரிலிருந்து தப்பினேன். ஆயினும், உரைநடை பற்றிய மட்டில், அது என் வாழ்வில் எனக்கு மிகவும் பயனுடையதாகவே இருந்தது. என் வாழ்க்கை உயர்வுக்கே அது மிகவும் முக்கிய காரணமாயிருந்தது என்று கூடக் கூறலாம். எனவே, அன்றைய நிலையில் இருந்துகொண்டு, இன்று அத்துறையில் இருக்கும் மட்டமான திறமையை எவ்வாறு நான் பெற்று வளர்த்தேன் என்பதை உனக்குத் தெரிவிக்க விரும்புகிறேன்.

14. சொற்போர்ப் பழக்கம்

நகரில் என்னைப் போலவே புத்தக ஆர்வலரான இன்னொரு சிறுவர் இருந்தார். அவர் பெயர் ஜான்காலின்ஸ் என்பது. அவருடன் நான் மிகவும் நெருக்கமாகப் பழகினேன். நாங்கள் அடிக்கடி வாதாடுவோம். வாதிடுவதிலும் ஒருவரை ஒருவர் வாதத்தில் வென்று வீழ்த்துவதிலும் எங்களுக்கு மிகவும் விருப்பம். இத்தகைய வாத எதிர்வாதப் பழக்கம் வளர்வது நல்லதல்ல. ஏனென்றால் அது மிகக் கெட்ட வழக்கமாகிவிடும். மக்கள் கூடியிருக்கும் இடத்தில் எதையும் எதிர்த்துரைக்கும் வழக்கம் அதன் பயிற்சிக்கு அவசியமாகிறது. ஆனால், அதே வழக்கம் மக்கள் வெறுப்பை விலைக்கு வாங்குகிறது. இதனால் உரையாடலின் இன்பம் கெடுவதுடன், நட்பை வளர்க்கவேண்டுமிடத்தில் அதனிடமாகப் பலர் வெறுப்பையும், சில சமயம், பலர் பகைமையையும் வளர்க்கும்படி நேருகிறது.

என் தந்தையின் சமய வாத நூல்களைப் படித்ததனால், இந்த வாத எதிர்வாத வழக்கம் என்னைப் பற்றிக்கொண்டிருக்கவேண்டும். என் பிற்கால அனுபவத்திலிருந்து நான் தெரிந்து கொண்டது யாதெனில், சட்ட வல்லுநர், பல்கலைக்கழக அறிஞர் ஆகியவர்களையும், எடின்பரோ[51] நகரில் அவர்கள் கூட்டுறவிடையே வளர்க்கிறவர்களையும் தவிர, நற்பண்புடைய எவரும் இந்த வாதப் படுகுழியில் சறுக்கி விழுவதில்லை என்பதே.

பெண்கள் கல்வி கற்பது சரியா, அதில் அவர்கள் திறமையுடையவர்களா என்ற கடா பற்றி எப்படியோ எனக்கும் காலின்ஸுக்கும் இடையே வாதம் எழுந்தது. பெண்கள் கல்வி கற்பது கூடாதென்றும், அதில் அவர்கள் திறமையும் குறைவே என்றும் கருதினார். என் கருத்து மறு திசையிலிருந்தது. வாதத்துக்காக நான் அதை இன்னும் முனைப்பாக மறு திசையிலேயே செலுத்தி வாதாடி வற்புறுத்தினேன்.

எங்களிருவரில் காலின்ஸே பேச்சுத் திறமையும் நல்ல சொல்வன்மையும் உடையவர். அவர் சொல்வன்மையின் வேகத்தில் அவர் பக்கம் போதிய வாத வலு இல்லாதிருந்தபோது கூட என்மீது வெற்றி காணமுடிந்தது என்று எண்ணினேன். ஆயினும், பேச்சுமுடிவில் நாங்கள் பொதுவில் எந்த முடிவுக்கும் வந்துவிடவில்லை. சில நாட்கள் நாங்கள் திரும்பவும் எளிதில்

சந்திக்கவும் முடியவில்லை. ஆகவே, நான் ஆய்ந்தமைந்து என் வாதங்களை எழுத்து வடிவாக்கினேன். அதன் நற்படிவம்[52] ஒன்று எடுத்து அவருக்கு அனுப்பினேன். இதற்கு அவர் மறுமொழி வரைய, அதற்கு நான் மீண்டும் எதிர்வாதம் உருவாக்க, ஆக இப்படி நீடித்த வாதம் நடைபெற்றது. ஒவ்வொரு பக்கத்திலிருந்தும் மூன்று நான்கு கடிதங்கள் எழுதப்பட்டதன் பின், என் தந்தையார் கடிதங்களைக் கண்ணுற்று அவற்றை வாசித்தார்.

வாதத்தின் நன்மை தீமை பற்றி எதுவும் கூறாமலே, இத் தறுவாயைப் பயன்படுத்திக்கொண்டு என் எழுத்து நடையில் அவர் என் கவனத்தைத் திருப்பினார். நான் ஓர் அச்சகத்தில் இருந்த காரணத்தினால், எழுத்துக்களின் பிழை காலின்ஸின் எழுத்தை விட என்னுடையதே நீக்க வகையிலும், நிறுத்தப் புள்ளிகளின் ஒழுங்கு வகையிலும் சிறப்புடையதாயிருந்தது. ஆயினும் சொல் நயத்திலும், நடைத் தெளிவிலும் ஒழுங்கிலும் அவருக்கு நான் எவ்வளவோ குறைபட்டவனாயிருந்தேன். இவ்விரண்டு உண்மைகளையும் பல எடுத்துக்காட்டுகள் மூலமாக என் தந்தை எனக்கு நன்கு விளக்கிக் கூறினார்.

தந்தை கூறியவை யாவும் உண்மை என்பதை நான் எளிதில் கண்டுகொண்டேன். எழுத்து நடையில் நான் இதுமுதல் மிகுதி கவனம் செலுத்தத் தொடங்கினேன். அத்துறையில் திருத்தமும் மேம்பாடும் பெற நான் உறுதிகொண்டேன்.

இச் சமயம் ஸ்பெக்டேட்டர்[53] ஏடுகளில்[54] ஒன்றின் அரும்படி[55] என் கைக்குக் கிட்டிற்று. அது ஸ்பெக்டேட்டரின் மூன்றாவது ஏடு. அப் பத்திரிகையின் ஏடுகள் எதனையும் நான் அதுவரை பார்த்ததில்லை. அதை வாங்கி நான் மீண்டும் மீண்டும் வாசித்தேன். அது எனக்கு எல்லையில்லா மகிழ்ச்சி தந்தது. அதன் நடையருமையை நான் நன்கு நுகர்ந்ததாகவே எண்ணுகிறேன். முடியுமானால், அதையே பார்த்துப் பின்பற்ற விரும்பினேன். இந்நோக்கத்துடன் நான் சில கட்டுரைகளைத் தேர்ந்தெடுத்தேன். அவற்றின் வாசகங்கள் ஒவ்வொன்றிலும் கூறப்பட்ட கருத்துக்களைத் தக்க குறிப்புச் சொற்களால் குறித்துக் கொண்டேன். சில நாட்கள் கழித்துக் கட்டுரைகளைப் பாராமலே, குறிப்புச் சொற்களின் உதவியால், நினைவுக்கெட்டிய மட்டிலும், கட்டுரை முடுவதையும் கட்டுரையின் மூலமொழியிலேயே

விரித்தெழுத முயன்றேன். கட்டுரைச் சொற்கள் நினைவுக்கு வராத இடத்தில் தக்க வேறு சொற்களைத் தேடித் தொடுத்தேன். இங்ஙனம் உருவாக்கிய 'எனது ஸ்பெக்டேட்ட'ருடன் அதன் மூலத்தை ஒப்பிட்டுப் பார்த்து, என் பிழைபாடுகளில் சிலவற்றையேனும் கண்டு அவற்றைத் திருத்த முற்பட்டேன்.

15. மொழி பற்றிய ஒரு புது உண்மை

இப்போது நான் ஓர் உண்மையைக் கண்டேன். என் மூளையில் இடம்பெற்ற சொல்தொகுதி மிகச் சிறியதாகவே இருந்தது. அத்துடன் அச்சிறு தொகுதியிலுள்ள சொற்களைக் கூட வேண்டிய வேண்டிய இடத்திலும் நேரத்திலும் உடனடியாக நினைவுக்குக் கொண்டு வரவோ, வழங்கவோ என்னால் முடியவில்லை. நான் முதன் முதலில் பாட்டு எழுதத் தொடங்கிபடியே தொடர்ந்து எழுதி வந்திருந்தால், இவ்விரண்டு வகையிலும் நான் கட்டாயமாகத் தேர்ச்சியடைந்திருக்கக் கூடும் என்று கண்டேன். ஏனெனில் பாட்டு எழுதுவதில் சந்தத்துக்கு ஏற்றபடி பலவகை அசைசீர்கள் ஆகிய அளவுடனும் எதுகைக்கு ஏற்றபடி பலவகை எழுத்து முறையுடனும் ஒரே பொருளுடைய பல சொற்கள் தேவைப்பட்டிருக்கும். எனவே, பல்வகைச் சொற் பெருக்கத்தை நாடி ஓயாது முயற்சி செய்யவேண்டிய அவசியம் உண்டாகியிருக்கும். ஓயாது இவற்றை நினைக்கும் வழக்கத்தால் அவை உள்ளத்தில் பதிய இடமுண்டு. எனவே, சொற்களைக் கையாளும் ஆற்றல் என்னிடம் பெருக்கமடைந்திருக்கக்கூடும்.

இவ்வுண்மையைக் கண்டதே நான் இன்னொரு வகைப் பயிற்சி தொடங்கினேன். நான் சில கதைகளைத் தேர்ந்தெடுத்து அவற்றைப் பாடலாக மாற்றினேன். மூல உரை நடையை நான் முற்றிலும் மறந்த பின், பாடலை வைத்துக்கொண்டு, மீண்டும் அவற்றை உரைநடையாக்கினேன். சில சமயம் நான் உரைநடைக் குறிப்புகளை மேல்கீழ் ஆகவும், முன் பின்னாகவும் கலைத்துவிட்டு, அவற்றைக் கூடிய மட்டும் நல்லொழுங்குபடக் கோக்க முயன்றேன். இங்ஙனம் கோத்தபின் குறிப்புகளை முழுவாசகங்களாக்கி, உரைநடையை மீண்டும் உருவாக்கினேன். எண்ணக்கோவை உண்டுபண்ணுவதற்காக நான் எடுத்துக்கொண்ட முயற்சிகள் இவையே.

என்னுடைய நடையை மூலநடையுடன் ஒப்பிட்டுப் பார்ப்பதனால் நான் பல புதிய பிழைகளைக் கண்டு அவற்றைத்

திருத்தினேன். ஆனால், சில இடங்களில் என் மொழி நடையிலோ, எழுத்து முறையிலோ, மூலத்தைத் தாண்டிச் சில சிறப்புக்கள் வந்து வாய்த்தது போல என் தற்பெருமைக்குத் தென்பட்டது. வருங்காலத்தில் நானும் ஒரு மட்டமான ஆங்கில எழுத்தாளனாகக்கூடும் என்ற நம்பிக்கையை உண்டுபண்ணி, இது என்னை ஊக்கிற்று. அந்நிலையை அடையவேண்டும் என்ற உயர் அவா ஏற்கெனவே என்னிடம் இருந்தது.

வாசிப்பதற்கும், மேற்கூறிய பயிற்சி முறைகளை நடத்துவதற்கும் எனக்குக் கிட்டிய நல் ஓய்வு நேரம் இரவே. அத்துடன் காலையில் வேலை தொடங்குவதற்கு முன்னும், மாலையில் அது முடிந்தன் பின்னும் சிறிது நேரம் கிடைத்தது. இவற்றுடன் ஞாயிற்றுக்கிழமை ஒரு நல்ல வாய்ப்பாயிற்று. என் தந்தையாருடன் நான் இருக்கும்போது, அவர் என்னை வலியுறுத்தி ஞாயிற்றுக்கிழமைகளில் பொது வழிபாட்டில் கலந்துகொள்ளும்படி செய்திருந்தார். அதை எப்போதும் நான் ஒரு கடமையாகவே கருதினேன். ஆனாலும் வழிபாட்டுக்குப் போனால், என் பயிற்சிகளுக்குப் போதிய நேரம் பெறமுடியாது. ஆகவே, நான் அந்த நேரத்தில் எவ்வளவு முடியுமோ அவ்வளவும் வழிபாட்டுக்குப் போகாமல் தட்டிக்கழித்தேன்.

16. சைவ உணவு: அதன் இடைஞ்சல்களும் வாய்ப்பு வளங்களும்

எனக்கு வயது 16 ஆகியிருக்கும்போது சைவ உணவுக் கொள்கையை[56] வலியுறுத்திய ட்ரயான்[57] என்பவர் நூல் என் கையில் கிடைத்தது. அது முதல் நான் சைவ உணவை மேற்கொள்ளத் தொடங்கினேன். இச் சமயம் என் தமையனாருக்குத் திருமணம் ஆகவில்லை. அவரும் மற்றப் பயிற்சித் தொழிலாளரும் இன்னொரு குடும்பத்தினருடன் உணவுகொள்ள ஏற்பாடு செய்திருந்தார்கள். முதலில் நான் ஊனுணவை உட்கொள்ள மறுத்ததனால் சிறு இடைஞ்சல்கள் ஏற்பட்டன. என்னுடைய புது வழக்கத்தைக் கடிந்து பலர் பேசினர். நான் விரைவில் ட்ரயானின் நூலை நன்றாகத் துருவிப் படித்தேன். சோறு, உருளைக்கிழங்குப் பொடிமாசு, சுருக்காகச் செய்யக்கூடிய கறிவகைகள் முதலிய சமையல் முறைகளையும் அவர் நூலில் தந்திருந்தார். இவற்றை நான் நன்றாகப் படித்து வைத்துக்கொண்டேன். அதன்பின், "என் உணவுக்காக ஏற்பாடு

செய்திருந்த வீட்டாருக்கு உணவுக் கட்டணமாகக் கொடுக்கும் தொகையில் பாதியை என்னிடமே தந்துவிட்டால், அதைக் கொண்டு நான் என் உணவு முறையைத் தனியாகப் பார்த்துக் கொள்கிறேன்,"[58] என்று என் தமையனாரிடம் கூறினேன்.

தமையனார் இந்த ஏற்பாட்டை உடனே ஒத்துக்கொண்டார். ஆனால், இந்த ஏற்பாட்டினால் அவர் கொடுத்த பாதிப் பணத்தில் கூட எனக்குப் பாதி மீந்தது. புத்தகங்கள் வாங்க எனக்கு இது முன்னிலும் மிகுதி தொகை அளித்தது. அத்துடன் இவ்வேற்பாட்டில் எனக்கு இன்னொரு நலமும் உண்டாயிற்று. உணவு உட்கொள்வதற்காக என் தமையனாரும் மற்றவர்களும் அச்சகத்தை விட்டுப் போனபின், அவர்கள் திரும்பி வரும்வரையில் தனிமையும் ஓய்வு நேரமும் எனக்கு மிகுதியாகக் கிடைத்தன. என் உணவு மிக எளிய உணவுதான்; ஒரு மாச்சில்லு,"[59] அப்பத்தின் ஒரு கீற்று, ஒரு கை உலர்ந்த முந்திரிப்பழம், சிற்றுண்டிக்காரரிடமிருந்து பெற்ற ஒரு கொழுக்கட்டை. அவ்வளவே! இவை முடிந்தபின், மீந்த நேரமுழுவதும் படிக்க முடிந்தது. உணவு குடியின் எளிமை படிப்பதற்கு நல்ல மூளைத் தெளிவையும் உண்டு பண்ணியதனால், என் படிப்பில் முன்னேற்ற வேகம் இரட்டிப்பாயிற்று.

17. தற்கல்வி முறை

பள்ளியில் நான் இரண்டு தடவை கணக்கில் தோற்றிருந்தேன். எண் அறிவு இல்லாத என் நிலைபற்றி எனக்கு அடிக்கடி வெட்கம் ஏற்படுவதுண்டு. ஆகவே, நான் காக்கர்[60] இயற்றிய கணக்கு நூலை வாங்கி, பிறர் உதவியில்லாமல் அது முழுவதையும் நானே எளிதாகப் படித்துக் கணக்குப் போட்டுக்கொண்டேன். அத்துடன் ஸெல்லர்[61] ஷெர்மி[62] ஆகியோர் இயற்றிய கப்பல்துறை பற்றிய நூல்களையும் படித்தேன். அவற்றில் தரப்பட்டிருந்த சிறிதளவு இடக்கணக்கியலும் எனக்கு நன்கு பாடமாயிற்று. ஆயினும் இத்துறையில் நான் மிகு தொலை செல்லவில்லை.

இதே சமயத்தில் லாக் என்பவர் இயற்றிய 'மனித அறிவு' என்ற நூலையும்[63] து-போர்ட்-ராயல் இயற்றிய 'சிந்தனைக்கலை' என்ற நூலையும்[64] நான் நன்கு படித்துணர்ந்தேன்.

என்னுடைய மொழிநடையைச் சீர்திருத்துவதில் நான் முனைந்திருந்த சமயத்தில் ஓர் ஆங்கில இலக்கண நூல் என் கையில்

அகப்பட்டது. அது கிரீன்வுட்[65] இயற்றியதென்று நினைக்கிறேன். அந்நூலின் இறுதியில் சொல்திறம்[66] தருக்கக்கலை[67] ஆகிய இரு சுருக்க விளக்கப்பகுதிகள் இருந்தன.

பின் கூறப்பட்ட பகுதி சாக்ரட்டிஸின் ஆய்வுமுறை[68] சார்ந்த வாதத்தின் மாதிரி ஒன்றுடன் முடிவுற்றது. இதைத் தொடர்ந்து நான் செனோஃபான் இயற்றிய "சாக்ரட்டிஸின் அருஞ் செயல்கள்"[69] என்ற நூலை வாங்கினேன். அதில் இதே முறையின் மிகப்பல எடுத்துக்காட்டுக்கள் இருந்தன. அம்முறை என்னைக் கவர்ந்தது. நான் அதை மேற்கொண்டேன். இவற்றின் பயனாக மறுத்துப்பேசும் எனது பழைய வழக்கமும் வாதப்பிடிவாதமும் என்னைவிட்டு அகன்றன. சாக்ரட்டிஸிடம் கண்டபடி, பணிவுடன் உண்மை நாடி நிற்பவன் நிலையையும், இதுதான் மெய் என்ற உறுதி பெறாது ஐயுறுபவன் தோற்றத்தையும் நான் கைக்கொள்ளலானேன்.

ஷாஃவ்ட்ஸ்பரி,[70] காலின்ஸ்[71] ஆகிய பகுத்தறிவு நூலாசிரியர்கள் எழுதியவற்றைப் படித்ததனால், நான் கிறித்தவ சமயக்கோட்பாடுகளில் ஐயுறவுடையவனாய் இருந்தேன். இந்நிலையில் சாக்ரட்டீஸின் முறை என் உரையாடல்களிலிருந்து என்னைக் காத்தது. அதே சமயம் என் கருத்துக்கு மாறுபட்டவர்களை அந்த முறை மிகவும் இடைஞ் சல் படுத்திற்று. எனவே, இந்த முறைப்படி வாதிடுவதில் எனக்கு அகமகிழ்வு ஏற்பட்டது. நான் அதை இடைவிடாமல் பயின்று தேர்ந்தேன். இதில் எனக்குக் கிடைத்த கலைப்பண்புத் திறத்தால் என்னைவிட மிகவும் மேம்பட்ட அறிவுடையவர்களையும் நான் மெல்ல வாதத்தில் இழுத்து இயக்கி, பல முனைத்த கருத்துக்களை ஒத்துக்கொள்ளும்படி செய்தேன்.

எனது இச்செயல் சரியானதல்ல. ஏனென்றால், அது நான் எதிர்பாராத பலன்களைத் தந்தது. என் வாதமுறை காரணமாக எதிர்க்கருத்துக்களுக்கு விட்டுக்கொடுத்தவர்கள் அவற்றை வெளியிட்டதன் பயனாய் எத்தனையோ தொல்லைகளில் மாட்டிக்கொண்டார்கள். மாட்டிக்கொண்ட அளவு எளிதில் அவற்றிலிருந்து அவர்கள் தங்களை விடுவித்துக் கொள்ளமுடியவில்லை. எனவே, என் வெற்றிகள் என் தகுதிக்குரியவையாகவும் இல்லை. என் கோட்பாடுகளுக்கு உரிய வெற்றிகளையும் அளிக்கவில்லை.

சில ஆண்டுகளதான நான என வாதமுறையைப் பயன்படுத்தி வந்தேன். படிப்படியாக நான் வாதத்தைவிட்டு, அம்முறையின் பண்பை மட்டும் மேற்கொண்டேன். அஃதாவது என் கருத்துக்களை எப்போதும் தன்முனைப்பில்லாமல் பணிவாகத் தெரிவிக்கும் பழக்கத்தைக் கைக்கொண்டேன். கருத்து மாறுபாடு நிலவிற்று என்று எனக்குத் தெரிந்த இடங்களிலெல்லாம் நான் என் கருத்தைத் தெரிவிக்கும்போது ‘இதில் ஐயத்துக்கு இடமில்லை’, ‘இது உறுதி, என்பனபோன்ற தொடர்களைப் பயன்படுத்தாமல் எச்சரிக்கையாயிருந்து வந்தேன். என் முடிவுகள் ஒருதலையானவை என்ற எண்ணத்துக்கு நான் இடமளிக்கவில்லை. இத்தொடர்களினிடமாக,நான் கூறுவதெல்லாம் ‘இது இன்னபடி என்று எனக்குத் தோன்றுகிறது’ அல்லது ‘இது என் கருத்து’ அல்லது ‘இது இவ்வாறு இருக்கலாம்,’ ‘இது இவ்வாறிருக்கலாம் என்றுதான் எண்ணுகிறேன்,’ ‘இது தவறல்ல என்றுதான் கருதுகிறேன்’ என்று நான் நயமாக என் கருத்தை வெளியிட்டேன்.

என் கருத்துக்களுக்கு ஆதரவு தேடி அவற்றைச் செயற்படுத்த வேண்டிய இடங்களிலெல்லாம், மேற்கூறிய பணிவுரைப் பழக்கம் எனக்கு மிகவும் பயனுடையதாயிருந்தது. நான் பல காலங்களில் அவ்வப்போது தொடங்கிய திட்டங்களிலெல்லாம் எனது நயமிக்க பேச்சுமுறையே மக்கள் உள்ளத்தில் இலக்கணம் வாய்ந்த ஒத்துழைப்பை உண்டு பண்ணிற்று.

உரையாடலின் நோக்கம் பிறருக்கு நம் கருத்தை **அறி**விப்பதோ பிறர் கருத்தை நாம் **அறி**வதோ, அல்லது பிறரை மகிழ்விப்பதோ பிறரை நம் கருத்துக்கு இணக்குவிப்பதோ ஆகவே இருக்கமுடியும். இவற்றுள் எந்த நோக்கமும் முனைப்பு வாய்ந்த துணிந்த செருக்கு மொழிகளால் நிறைவேறுவதில்லை. அவை நன்மையைத் தடுப்பது மட்டுமல்ல, வெறுப்பை உண்டுபண்ணி எதிர்ப்பையும் வலிந்து உருவாக்கும். உரையாடல் திறமை வாய்த்திருப்பதனால் ஏற்படும் அத்தனை பயன்களையும் இது அழித்து நம் முயற்சிகளுக்குத் தோல்வி அளித்துவிடும்.

19. வாத எதிர்வாதம் செய்பவருக்கு ஓர் அனுபவ எச்சரிக்கை!

அறிவார்ந்த நல்லெண்ணமுடைய மக்களெல்லாம் வாதமுறை பற்றிய இந்த அனுபவ எச்சரிக்கையைக் கவனிக்கக் கடவர்.

நீ பிறரை அறிவுறுத்த எண்ணி, தன் முனைப்பான துணிந்த தொனியுடன் பேசினால், அது பிறர் உள்ளத்தில் முரண்பட்ட கருத்தைத் தூண்டிவிடுவது உறுதி. அதன்பின் அவர்கள் நீ சொல்வதைக் களங்கமற்ற திறந்த உள்ளத்துடன் கேட்கமாட்டார்கள். நேர்மாறாக, நீ அறிவுடைய பிறரிடமிருந்து அறிவுரையோ உன்னைத் திருத்தத்தக்க கருத்துரையோ நாடினால், அப்போதும் உனக்கு வெற்றி கிட்டாது. உன் முனைப்பான துணிவுரைகள் கேட்டு, அவையே அசைக்கமுடியாத உன் முடிவுகள் என்ற எண்ணம் பிறருக்கு ஏற்பட்டுவிடும். பெரும்பாலும் உலகியல் அறிவும் பண்பும் உடைய நன்மக்கள் வாத எதிர்வாதத்தை விரும்புவதில்லை. ஆதலால் உன் பிழைபட்ட கருத்தை மாற்றுவதற்கு அவர்கள் முயற்சி செய்ய விரும்பமாட்டார்கள். அது வீண்செயல் என்று கருதி அவர்கள் விலகிச் செல்வர்.

"உரையாடலில் உன் நோக்கம் பிறரை மகிழ்விப்பதாயிருந்தால், தன்முனைப்பு உனக்கு ஒருபோதும் பயன் தராது என்று கூறத் தேவையில்லை. உன் விருப்பத்துக்குரிய நண்பர்கள் பிறர் இணக்கம் பெறுவதால் உனக்கு ஏற்படக்கூடிய மகிழ்ச்சிகூட இல்லாமற் போய்விடும். கவிஞர் போப் நடுநிலை கோடாத பண்புடன் கூறுகிறபடி,

"அறிந்துரைத்தாய் அல்லாய்போல்
அறிவுறுத்தும் திறம் வேண்டும்;
மறந்துரைத்தாய் எனும் வண்ணம்
பரிந்துரைக்கும் நயம் வேண்டும்"[72]

அத்துடன் அவரே,

"துணிந்துணர்ந்த பொருளினையும்
துணிந்திலாய்போல் உரைக்க!"[73]

என்று அறிவுரை தருகின்றார். ஏன் இவ்வாறு செய்யவேண்டும் என்று நீ கேட்கக்கூடும். அவர் மொழியிலேயே இதற்கு விடை காணக்கூடும்."

"பணியாதார் உரைக்கில்லை,
பண்புடைய நற்காப்பு;
பணியாமையே, தெரியின்,
படர்ந்த அறிவில்லாமை"[74]

இங்கே பணியாதார் உரைக்கு நற்காப்பு (அதன் சார்பில் சொல்லக்கூடிய ஆதரவுரை) இல்லையென்று கூறப்படுவது உண்மையே. ஆயினும் இதை வாசிப்பவர்கள் யாராவது இரண்டாம் அடியில் கூறப்பட்ட, "படர்ந்த அறிவில்லாமல் அதற்குரிய நற்காப்பாகிவிடாதா?" என்று கூறக்கூடும். ஆகவே இந்த இரண்டு அடிகள் கீழ்வருமாறு அமைந்திருந்தால் இன்னும் நன்றாய் இருக்கக்கூடும் என்று நான் எண்ணுகிறேன்.

"பணியாதார் உரைக்குண்டோர்
பண்புடைய நற்காப்பு:
பணியாமையே, தெரியின்
படர்ந்த அறிவில்லாமை!"[75]

இத் திருத்தத்தை நான் என்னிலும் அறிவுடையர் பார்த்து ஏற்கவோ, மறுக்கவோ செய்யும்படி விட்டுவிடுகிறேன்.

20. தமையனாரின் பத்திரிகை முயற்சி

1720-அல்லது 1721-இல், என் தமையனார் ஒரு பத்திரிகை அச்சிட்டு வெளியிடத் தொடங்கினார். அதன் பெயர் 'நியூ இங்கிலாண்டு குரான்ட்' (நியூ இங்கிலாந்தின் செய்தித் தூதன்)[76] என்பது. அது அமெரிக்காவிலேயே இரண்டாவது பத்திரிகை. அதற்குமுன் இருந்த ஒரே பத்திரிகை பாஸ்டன் செய்திக் கடிதம்[77] என்பது. இப்புதிய முயற்சியில் இறங்கவேண்டாமென்று அவருடைய நண்பர்களில் சிலர் அறிவுரை கூறி அவரைத் தடுத்தார்கள். அமெரிக்காவுக்கு ஒரு பத்திரிகையே போதுமானதென்றும், மற்றொரு பத்திரிகை தேவைப்படாததனால், அது வெற்றியடையாதென்றும் அவர்கள் வாதாடினார்கள்.

இதை நான் எழுதும் சமயம் (1771-இல்) அமெரிக்காவில் நடக்கும் பத்திரிகைகள் ஒன்றிரண்டல்ல, இருப்பத்தைந்துக்குக் குறையாதவை என்பது இவ்வகையில் கூர்ந்து கவனிக்கத் தக்கது!

என் தமையனார் இந்த அறிவுரைக்குச் செவிசாய்கவில்லை. முயற்சியைத் தொடர்ந்து நடத்தினார். அச்சுக் கோத்துப் பத்திரிகைத் தாள்களை அச்சடித்த பின் அவற்றைத் தெருக்களில் கொண்டுசென்று வாடிக்கைக்காரர்களுக்கு கொடுக்கவும் நானே அமர்த்தப்பட்டேன்.

என் தமையனாரின் நண்பர்களிடையே நுண்ணறிவுடைய பலர் இருந்தனர். அவர்கள் பொழுதுபோக்காகவே பத்திரிகைக்குச் சில சிறுசிறு துணுக்குகள் கொடுத்தனுப்பி வந்தார்கள். இவற்றால் பத்திரிகையின் மதிப்பு உயர்ந்து அதன் தேவையும் பெருகிறது. இவ் அருந்தகையாளர்களில் பலர் அலுவலகத்தில் வந்து எங்களைக் கண்டு உரையாடுவதுண்டு. அவர்கள் உரையாடல்களை நான் அடிக்கடி கேட்பேன். தங்கள் தங்கள் துணுக்குகள் எவ்வளவு ஆர்வத்துடன் வரவேற்கப்பட்டன என்பதுபற்றி அவர்கள் பேசுவார்கள். இதைக் கேட்டபின், அவர்களுள் ஒருவனாக நானும் என் கைத்திறமையைத் தேர்ந்து பார்த்தாலென்ன என்று எனக்குத் தோற்றிற்று.

ஆனால், நான் இன்னும் வயது வராத ஒரு சிறுவன். என்னுடைய எழுத்தென்று தெரிந்தால் அதைத் தம் பத்திரிகையில் அச்சிட்டு வெளியிட என் தமையனார் இணக்கமளிக்கமாட்டார் என்றே நான் கருதினேன். ஆகவே, நான் என் பெயர் போடாமலும், என் கையெழுத்தை மாற்றியும் எழுதினேன். இரவில் அச்சகத்தின் கதவடியிலுள்ள இடைவெளி மூலமாக என் எழுத்துப்படிகளை உள்ளே போட்டுவந்தேன். காலையில் அவை கண்டு எடுக்கப்பட்டன. என் தமையனார் அவற்றைத் தம் எழுத்தாள நண்பர்களிடம் காட்டினார். அவர்கள் அவற்றை வாசித்து, ஆசிரியன் நான் என்று தெரியாத நிலையில், என் முன்னாலேயே அவற்றைப்பற்றிய கருத்துரைகளைக் கூறினர். அவை அவர்களின் இணக்கம் பெற்றன என்றறிய நான் எல்லையில்லா மகிழ்ச்சியடைந்தேன். அது மட்டுமன்று. அதன் ஆசிரியர் யாராயிருக்கக்கூடும் என்ற ஆராய்ச்சியில் இறங்கி, அவர்கள் பல பேர்களை ஊகமாகக் கூறினர். அவர்களில் ஒருவராவது கல்விக்கும் அறிவுக்கும் பேர்போனவர் அல்லாதவர் இல்லை!

என் எழுத்துக்களை ஆராய்ந்து மதிப்புரை வழங்க அம்மதிவாணர்களை நான் பெற்றது எனது நற்பேறு என்று

மட்டும்தான் இப்போது நான் கருதுகிறேன். ஏனென்றால், அவர்கள் மதியுரைகளால் மகிழ்ந்து நான் அவற்றை மதித்த அளவு இன்று நான் அவற்றை மதிக்கவில்லை.

21. பூசலின் விதை

எப்படியும் மதிப்புரைகள் என்னை அன்று மேன்மேலும் ஊக்கின. நான் மேன்மேலும் இதுபோலவே மறைவிலிருந்து பல உருப்படிகளை அனுப்பினேன். அவையனைத்தும் முன்போலவே இணக்கம்பெற்றன. தொடக்கத்தில் எனக்கிருந்த நல்லடக்கப் பண்பு ஒரு சிறிதாவது எஞ்சியிருந்தவரை இந்த முறை நீடித்தது. ஆனால், ஒரு நாள் நான் என் மறையடக்கத்தை வெளியிட்டுவிட்டேன். இது உண்மையில் என் தமையனாரின் நண்பர்களிடம் என் மதிப்பை உயர்த்தத் தவறவில்லை. ஆனால், அவர்கள் பட்டாங்கமாக என்னை மதித்துப் பாராட்டியது என் தமையனாருக்குப் பிடிக்கவில்லை. அத்துடன் என் தமையனாருக்கும் எனக்கும் இடையேயுள்ள தொடர்பிணக்கம் கெடத் தொடங்கியது இது முதலே என்று நினைக்கிறேன். எங்களிடையே பழைய நட்பிணக்கம் பின்னாட்களில் முறிவுற்றதற்கு இதுவே தொடக்கக் காரணம் என்றும் இப்போது கருதுகிறேன்.

அவர் நியாயம் இது: தமையனாயிருந்தாலும் அவர் என் தொழில் முதலாளி. தம்பியானாலும் நான் அவர் கீழ் உள்ள பயிற்சித் தொழிலாளி. எனவே, அவர் கீழுள்ள மற்றப் பயிற்சித் தொழிலாளர்கள் எப்படி வேலை செய்யவேண்டுமென்று அவர் எதிர்பார்த்தாரோ, அந்தப்படியே நானும் வேலை செய்ய வேண்டுமென்று அவர் கருதினார்.

என் நியாயம் இது: அவர் என்னிடம் வாங்கிய சில வேலைகளை, நான் தம்பியென்ற முறையில், அவர் வாங்கியிருக்கக்கூடாது. ஏனென்றால், அவை என் மதிப்புயர்வுக்கு தகாதவை. மேலும் தமையன் என்ற முறையில் அவர் எனக்கு எவ்வளவோ சலுகைகள் காட்டியிருக்கவேண்டும்.

எங்களிடையே வாதங்கள், பூசல்கள் எழுந்தன. அவை என் தந்தையார் முன் அடிக்கடி கொண்டுசெல்லப்பட்டன. நேர்மை என் பக்கம் இருந்ததோ அல்லது என் வாதத் திறமை வென்றதோ, எனக்குத் தெரியாது! ஆனால், எப்படியோ

தந்தையாரின் தீர்ப்பு என் பக்கமாகவே இருந்தது. ஆனால், என் தமையனாரிடம் கடுஞ்சினம் குடிகொண்டிருந்தது. அவர் என்னை அடிக்கடி அடிப்பதுண்டு. இது அவர் மீதுள்ள என் வெறுப்பை மிகுதிப்படுத்திற்று. எனது பயிற்சித் தொழிற்காலம் இப்போது எனக்கு மிகவும் கசப்பாயிற்று. அதை விரைவில் குறுக்கி ஒரு முடிவுக்குக் கொண்டுவர நான் துடித்தேன். அதற்குரிய ஒரு வாய்ப்பும் நான் எதிர்பாராத வகையில் எனக்குக் கிட்டிற்று.[78]

22. ஆட்சியாளர் சீற்றம்

எங்கள் பத்திரிகையில் ஏதோ அரசியல் செய்தி சார்ந்த ஒரு பகுதி அரசியற் பேரவைக்குச்[79] சீற்றம் உண்டுபண்ணிற்று. அது என்ன செய்தி குறித்தது என்பது இப்போது என் நினைவுக்கு வரவில்லை. என் தமையனார் மீது வழக்குத் தொடரப்பட்டு, விசாரணையின் மூலம் அவர் மீது குற்றத் தீர்ப்பளிக்கப்பட்டது. அவர் ஒரு மாதம் சிறைத்தண்டனை அடைந்தார். பத்திரிகையில் எழுதிய ஆசிரியர் பெயரை அவர் வெளியிட்டுக் கூற மறுத்ததனாலேயே அவர்மேல் பேரவைத் தலைவரின்[80] பற்றாணை[81] பிறப்பிக்கப்பட்டதென்று கருதுகிறேன். இவ்வழக்கு விசாரணையில் நானும் உட்படுத்தப்பட்டேன். மன்றத்தார் என்னிடம் கேள்விகள் கேட்டனர். என் விடைகள் அவர்களுக்குப் போதிய மனநிறைவு அளிக்கவில்லையாயினும், பயிற்சித் தொழிலாளன் என்ற முறையில் என்னை அவர்கள் ஒரு எச்சரிக்கையுடன் விட்டுவிட்டார்கள். பயிற்சித் தொழிலாளர் தத்தம் முதலாளிகளின் மறை அடக்கங்களைக் காக்கும் கடப்பாடுடையவர் என்பதை அவர்கள் ஒப்புக்கொண்டிருந்ததே இதற்குக் காரணமாய் இருந்திருக்கலாம்.

என் தமையனாரின் சிறைத் தண்டனை என்னைப் பேரளவு துன்பப்படுத்திற்று. ஆகவே, முன் எங்களிடையே எவ்வளவு வேற்றுமைகள் இருந்தபோதிலும், அவற்றையெல்லாம் நான் மறந்துவிட்டு, அவர் சிறைவாழ்வுக் காலத்தில் அவரிடமாக நின்று பத்திரிகையை விறுவிறுப்புடன் நடத்தினேன். ஆட்சியாளருக்கும் இவ்வகையில் நான் சிற்சில காரசாரமான கண்டன உரைகள் அளித்தேன். இவை என் தமையனார் நல்லெண்ணத்தைப் பெற்றன. ஆனால், மற்றவர்கள் அவ்வாறு எண்ணவில்லை. இளமையும் திறமையும் உடைய, சிறப்பாக

வசையுரையிலும் கண்டனத்திலும் திறம் உடைய ஒருவர் வளர்ச்சி அவர்களுக்கு அச்சத்தையே அளித்தது. ஆகவே, என் தமையனார் சிறை விடுதலைப்பத்திரத்துடன் மன்றத்தினரால் மிகவும் விசித்திரமான ஒரு உத்தரவும் இணைக்கப்பட்டது. "நியூ இங்கிலாண்ட் குரான்ட் என்ற தம் பத்திரிகையை இனி வெளியிடக்கூடாதென்று ஜேம்ஸ் பிராங்க்லினுக்கு அறிவிக்கப்படுகிறது," என்பதே அவ்வாணை.

23. உள் மறைவான ஓர் ஏற்பாடு

இந்த நெருக்கடியில் என்ன செய்வது என்பதுபற்றி எங்கள் அச்சகத்தில் என் தமையனாரின் நண்பர்களுடைய ஆய்வுரைக் கூட்டம் ஒன்று நடைபெற்றது. பத்திரிகையின் பெயரை மாற்றுவதன் மூலம் உத்தரவைத் தட்டிக்கழிக்கலாம் என்று சிலர் கூறினர். இதில் இக்கட்டுகள் மிகுதி என்று என் தமையனார் கருதினார். ஆகவே, அதை இனிமேல் பெஞ்சமின் பிராங்க்லின் என்ற என் பெயருடன் அச்சிடுவது நல்லது என்று முடிவு செய்யப்பட்டது. தம் பயிற்சித் தொழிலாளரைக் கொண்டு என் தமையனாரே இன்னும் பத்திரிகையை நடத்துகிறார் என்று பேரவை கண்டிக்காதபடி, புது நடவடிக்கை ஒன்றும் எடுக்கப்பட்டது. என்னுடைய பழைய பயிற்சி ஒப்பந்தப் பத்திரம் என்னிடமே கொடுக்கப்பட்டது. அதில் எனக்கு முழு விடுதலை தரப்பட்டுவிட்டதாகப் பின்புறம் எழுதப்பட்டிருந்தது. அச்சக வகையாக யாராவது கேட்டால், இதை நான் காட்டி அது என் தனி உரிமையே என்று உறுதிப்படுத்தலாம். ஆனால், இப்பத்திரத்தை எழுதிக்கொடுத்த அதே சமயம் என் தமையனார் இன்னொரு பத்திரமும் எழுதி வாங்கினார். அது என் பயிற்சித் தொழிலாளர் நிலையை முதற் பத்திர முடிவுக் காலம்வரை புதுப்பித்தது. இப்பத்திரத்தை மறையடக்கமாக வைத்துக்கொள்வதென்று முடிவு செய்யப்பட்டது. இவ்விரட்டை ஏற்பாடு மூலம் சட்டப்படி என் தமையனார் தனக்குப் பாதுகாப்புத் தேடியதுடன், என் மீதுள்ள தம் மேலுரிமையையும் பாதுகாத்துக்கொண்டார்.

ஏற்பாடு முற்றிலும் நல்ல ஏற்பாடன்று. ஆயினும் அது உடனே நிறைவேற்றப்பட்டது. பத்திரிகை தொடர்ந்து பல மாதங்கள் என் பெயருடனேயே நடந்ததுவந்தது.

24. என் முதல் தவறு

கடைசியாக எனக்கும் என் தமையனாருக்கும் இடையே மீண்டும் புதிய வேற்றுமை ஏற்பட்டது. அதன் பயனாக நான் எனக்குக் கிட்டிய புதிய சுதந்திரத்தை வலியுறுத்தத் தொடங்கினேன். புதிய இரகசிய ஒப்பந்தத்தை இதற்கெதிராக என் தமையனார் வெளியிடத் துணியமாட்டார் என்னும் உறுதியிலேயே நான் இச்செயலில் இறங்கினேன். இங்ஙனம் என்னிடம் வைத்த நம்பிக்கையை நான் மீறியது நேர்மையற்ற தன்மையேயாகும். என் வாழ்க்கையின் தொடக்கத் தவறுகளுள் ஒன்றாக இதை இன்று கருதுகிறேன். ஆனால், அன்று இதன் நேர்மையற்ற தன்மையை நான் எண்ணிப் பார்க்கவில்லை. அவர் என்னை அடித்த அடிகளின் சீற்றமே என்னைச் செயலில் ஊக்கின. அவ்வடிகள் அவர் சீற்றத்தின் விளைவே என்பதையும், பொதுவாகத் தீய எண்ணமோ குணமோ அற்ற அவரை அவ்வளவு சீற்றங்கொள்ளுவிக்கும்படி நான் எவ்வளவோ தூண்டுதலுரைகளும் கடுஞ்சொற்களும் கூறியிருக்கவேண்டும் என்பதையும் கவனிக்கும் குணம் அன்று எனக்குக் கிடையாது.

நான் அவரை விட்டு விலகுவது உறுதி என்று அவர் அறிந்ததும், எனக்கு நகரத்தில் வேறு எங்கும் வேலை கிடைக்காமல் செய்யும் முயற்சியில் அவர் முனைந்து ஈடுபட்டார். நகரிலுள்ள ஒவ்வொரு அச்சகத்துக்கும் அவரே நேரில் சென்று, தலைவர்களிடம் என்னைப்பற்றிப் பேசினார். நான் நகரெங்கும் தேடியும், அவர் எதிர்பார்த்தபடியே, எனக்கு எங்கும் வேலை கிடைக்கவில்லை. இந்த நகர் தாண்டி அச்சுத் தொழிலகம் இருந்த அடுத்த இடம் **நியூயார்க்**[82] தான். ஆகவே, நான் அங்கே போக எண்ணினேன். தவிர எப்படியும் பாஸ்டன் நகரில் நீடித்து நான் இருக்க முடியாதென்பதையும் அறிந்தேன். ஏனெனில் இங்கே நான் ஆளும் கட்சியின் வெறுப்பைத் தேடிக்கொண்டேன். என் தமையனார் வகையில் பேரவை நடந்துகொண்ட அடங்கொண்ட முறைகளைப் பார்த்த பிறகு, நான் அங்கே நீண்டநாள் இருந்தால், எனக்கும் அதே இடையூறுகள் நேரக்கூடும் என்று அறிந்தேன். சமயத்துறையில் நான் நாவடக்கமில்லாமல் வாதாடியதனால், பல வைதிக நன்மக்கள் என்னை ஒரு நாத்திகன் என்றும், ஆகாவழிக்காரனென்றும் அடிக்கடி சுட்டிக்காட்டி வந்தனர். பாஸ்டனை விட்டுப்போவது என்ற

என் முடிவை இக்காரணங்கள் வலியுறுத்தின. ஆயினும் நான் வெளிப்படையாகக் கூறிக்கொண்டு வெளியேறமுடியவில்லை. என் தந்தையாரும் இப்போது என் தமையனார் பக்கம் இருந்ததால், வெளியே போகிறது என்ற பேச்சை எடுத்தவுடன், என்னைத் தடுத்து நிறுத்த யாவரும் முயற்சி செய்துவிடுவர்.

25. ஒரே வழி; வெளியேற்றம்!

எனக்கிருந்த ஒரேவழி மறைவாக வெளியே செல்வதுதான். என் நண்பர் காலின்ஸ் இவ்வகையில் எனக்கு உதவ முன்வந்தார். நியூயார்க்குக்குச் செல்லும் ஒரு கப்பல் மீகாமனிடம் சென்று அவர் எனக்கு ஒரு வழிச் சீட்டுக்கு ஏற்பாடு செய்தார். சீட்டுக்குரியவர் அவருடைய ஓர் இள நண்பர் என்றும், பணவகையான ஒரு இடரில் சிக்கியதனால் அவர் நேரில் சீட்டு வாங்கச் செல்லமுடியவில்லை என்றும் மீகாமனிடம் காலின்ஸ் கூறி, அவரை இணக்குவித்திருந்தார். பயணச் செலவுக்காக நான் என் புத்தகங்களில் சிலவற்றை விற்றேன். இச் சிறு தொகையுடன் கப்பலேறினேன். காற்றுச் சாதகமாயிருந்ததனால், மூன்று நாட்களுக்குள் நான் நியூயார்க் போய்ச்சேர்ந்தேன்.

எனக்கு இப்போ வயது 17 தான் இருக்கும். இந்தச் சிறுவயதிலேயே நான் தனியே என் ஊரைவிட்டு 300 மைல் கடந்து முன் பின் தெரியாத இடத்துக்கு வந்துவிட்டேன். அங்கே அறிந்தவர்கள் கிடையாது. அறிந்தவர்களுக்கான பரிந்துரைக் கடிதங்களும் எதுவும் என்னிடம் இல்லை. செலவுக்குச் சட்டைப்பையில் இருந்த காசுகளும் மிகச் சில.

கடல்துறை வாழ்வு பற்றிய என் ஆர்வம் இதற்குள் என்னைவிட்டு அகன்றிருக்கவேண்டும். ஏனென்றால், இச்சமயம் அவ்விருப்பத்தை எளிதில் நிறைவேற்றிக்கொண்டிருக்கலாம். ஆனால், இப்போது நான் ஒரு தொழிலுக்கு உரியனாய்விட்டேன். அதில் என் திறமையில் எனக்கு நம்பிக்கை இருந்தது.

திறமுடைய தொழிலாளி என்ற முறையில் நான் அவ்விடத்திலுள்ள அச்சகத்தார் ஒருவரிடம் சென்று என் சேவையை ஏற்றுக்கொள்ளும்படி அவரை வேண்டினேன். அவர் வில்லியம் பிராட்போர்டு[83] என்ற அனுபவமிக்க தொழில் முதல்வர். அவர் பென்சில் வேனியாவில்[84] முதல் முதல் அச்சகத் தொழிலாளராயிருந்தவர். அங்கிருந்து ஜார்ஜ் கீத்[85]

என்பாருடன் ஏற்பட்ட சச்சரவால் அவர் நியூயார்க் வந்து தொழில் செய்தார்.

அவரிடம் தொழில் குறைவாகவும், அதைச் செய்வதற்கான கைகள் மிகுதியாகவும் இருந்ததால் அவர் எனக்கு வேலை தர முடியவில்லை. ஆயினும் அவர் எனக்கு ஓர் ஆறுதல் உரை தந்தார். "குழந்தாய்! பிலாடெல்பியாவில்[86] என்ற புதல்வனிடமிருந்த முக்கிய கையாளான அக்குவிலாரோஸ்[87] மறைவுற்றதனால், வேலைக்குரிய ஓர் இடம் இருக்கிறது. நீ அங்கே போனால், அவரிடம் வேலை பெறலாம்," என்று அவர் சொன்னார்.

26. படகுப்பயணம்

பிலாடெல்பியா இன்னும் நூறு கல் தொலைவில் இருந்தது. ஆயினும் என் பெட்டி படுக்கைகளைக் கடல் வழியாகக் கப்பலில் வரும்படி அனுப்பிவிட்டு, நான் அம்பாய்[88] செல்லும் படகில் ஏறினேன்.

படகு விரிகுடாவைக் கடக்கும்போது ஒரு சூறாவளிப் புயல் எழுந்தது. நைந்திருந்த படகின் பாய் துண்டுதுண்டாகக் கிழிந்தது. எதிர்பார்த்தபடி 'கில்'[89] பக்கம் கரையேற முடியாமல் நெடுந்தீவை[90] நோக்கி நாங்கள் அடித்துச்செல்லப்பட்டோம்.

குடிவெறியில் ஆழ்ந்திருந்த ஒரு டச்சுக்காரன்[91] எங்களுடன் பயணம் செய்துகொண்டிருந்தான். அவன் இச் சமயம் படகிலிருந்து கடலுக்குள் விழுந்துவிட்டான். அவன் தண்ணீருக்குள் அமிழுமுன் நான் கடலுக்குள் எட்டிக் குனிந்து பார்த்து அவன் உச்சிமயிரைப் பிடித்திழுத்தேன். விரைவில் எல்லோருமாக அவனைப் படகில் கொண்டுவந்தோம். நீரில் அமிழ்ந்து தோய்ந்ததனால், அவன் வெறி தெளிந்தது. அவன் நன்றாகத் தூங்கத் தொடங்கினான். ஆனால் தூங்கச்செல்லுமுன், அவன் தண்ணீருக்குள் மூழ்கும்போது அவன் பையிலே இருந்த ஒரு புத்தகத்தை எடுத்து என்னிடம் கொடுத்து, அதை நன்கு காயவைக்கும்படி வேண்டினான்.

27. திருநூலுக்கு அடுத்த ஒரு நூல்

நான் அந்தப் புத்தகத்தைத் திறந்து பார்த்தேன். அது முன்பே என் பெருவிருப்புக்குரியதாயிருந்த பன்யன் எழுதிய யாத்திரிகன்

முற்போக்கு[92] என்ற நூலின் டச்சு மொழிபெயர்ப்பாயிருந்தது. அது உயர்ந்த தாளில் நேர்த்தியாக அச்சிடப்பட்டிருந்தது. செப்பமுறக் கட்டம் செய்து வெட்டப்பட்டிருந்தது. நூலின் தாய்மொழியில், (அதாவது ஆங்கிலத்தில்) அதற்கு நான் என்றுமே இத்தகைய உயர்கட்டடம் அமைந்து பார்த்ததில்லை. கிறித்தவத் திருநூல் (விவிலியம்) ஒன்றுக்கு அடுத்தபடியாக எல்லா ஐரோப்பிய மொழிகளிலும் மொழிபெயர்க்கப்பட்டு, எல்லா நாட்டுமக்களாலும் வாசிக்கப்பட்ட நூல் இது என்பதை நான் இதன் பின்னரே உணர்ந்தேன்.

நான் அறிந்தவரை கதையுடன் உரையாடலைக் கலந்து உலகிலேயே முதன்முதல் எழுதியவரும், இக்கலவை மூலம் வாசகரைக் கவர்ந்தவரும் சமயத்துறை ஆர்வ எழுத்தாளரான இந்த ஜானேயாகும். இம்முறை மூலம் வாசகர்கள் கதைகளில் உருக்கமான கட்டங்களில் ஈடுபட்டுக் கதையினுள்ளே புகுந்து, கதையுறுப்பினருடன் தோழமைகொண்டு, அவர்கள் உரையாடலை நேரடியாகக் கேட்கிறார்கள். 'க்ரூசோ' 'மால் ஃவ்லாண்டர்ஸ்', 'சமயத்துறைக்கா தன்மை வேட்டம்' 'குடும்ப ஆசான்' முதலிய பல நூல்களில் டீஃவொ[93] இம்முறையை மிகவும் வெற்றிகரமாகப் பின்பற்றியுள்ளார். பமீலா முதலிய தம் புனைகதைகளில் ரிச்சர்ட்சனும்[94] இதே வெற்றி கண்டுள்ளார்.

28. புயல்

நாங்கள் தீவின் பக்கம் வந்தபோது, அந்த இடத்தில் எந்தப் படகும் இறங்கமுடியாதென்று கண்டோம். ஏனெனில் அங்கே கரை கற்பாறையாயிருந்தது. அலைகளோ மலைமலையாய் எழுந்தன. நாங்கள் நங்கூரம் இறக்கிய வண்ணம் கரையைச் சுற்றிச் சென்றோம். கரையிலிருந்த சில மக்கள் நீர்வரையின் எல்லைவரை வந்தார்கள். நாங்கள் அவர்களைப் பார்த்துக் கூவினோம். அவர்கள் எங்களைப் பார்த்துக் கூவினார்கள். ஆனால், நாங்கள் ஒருவரை ஒருவர் பார்க்கமுடிந்ததே தவிரக் கேட்கமுடியவில்லை; காற்றும் அலையும் சேர்ந்து எழுப்பிய முழக்கம் மற்றெல்லா ஓசைகளையும் அமிழ்த்திற்று. ஒருவர் என்ன கூவினார் என்று மற்றவர்களுக்குத் தெரியமுடியவில்லை. கரையில் தட்டைப் படகுகள் இருந்தன. அவற்றைக் கடலுக்குள் கொண்டுவரவேண்டும் என்று நாங்கள் கூவினோம். ஆனால்,

தன் வரலாறு 67

அவர்கள் அதைக் கேட்கவில்லையோ, அல்லது அது முடியாத காரியம் என்று நினைத்தார்களோ தெரியவில்லை. அவ்வாறு செய்யாமல் அவர்கள் நடையைக் கட்டிவிட்டார்கள்.

இரவாகத் தொடங்கிற்று. காற்று ஓயும்வரை அங்கேயே தங்குவதைத் தவிர எங்களுக்கு வேறு வழியில்லை. ஆனால், அதற்கிடையில் எங்களால் முடிந்தவரை தூங்குவதற்கு நாங்கள் முயற்சி செய்தோம். படகடியிலிருந்த சிறிதிடத்தில் நாங்கள் அனைவரும் செம்மி நெருக்கிப் படுத்துக்கொண்டோம். டச்சுக்காரன் உடைகளில் ஈரம் இன்னும் உலரவில்லை. படகின் கசிவும் கொந்தளிக்கும் அலைகளின் சிதறிய துளிகளும் எங்களை டச்சுக்காரனைப் போலவே முற்றிலும் நனைத்துவிட்டன.

29. காய்ச்சலுக்கு மருந்து

இரவு முழுதும் தூக்கமோ ஓய்வோ எங்களுக்கு ஒரு சிறிதும் கிடையாது. ஆனால், காலையில் புயல் ஓரளவு அமைந்திருந்தது. ஆகவே, நாங்கள் மாலை நேரத்துக்குள் ஒருவாறு அம்பாய் சென்று சேர்ந்தோம். ஆனால், சேருமுன் நாங்கள் உணவோ தண்ணீரோ இல்லாமல், 30 மணி நேரம் உப்பு நீரிலேயே கிடந்து தத்தளிக்க வேண்டியவர்களானோம்.

மாலையில் நான் படுக்கைக்குச் செல்லும்போது என் உடல் ஒரே காய்ச்சலாய் எரிந்தது. காய்ச்சல் கண்டால் நிறையத் தண்ணீர் குடிப்பது நல்லது என்று நான் எங்கேயோ படித்திருந்த நினைவு வந்தது. இம்முறையை நான் பின்பற்றினேன். உடலெல்லாம் வியர்த்தது. வியக்கத்தக்க முறையில் காய்ச்சல் என்னைவிட்டு அகன்றது.

30. ஐம்பது கல் கால்நடை

பிலாடெல்பியா செல்ல இன்னும் நெடுந்தொலை இருந்தது. பர்லிங்டனிலிருந்து[95] அவ்விடத்துக்குப் படகுகள் செல்லும் என்று கேள்விப்பட்டேன். ஆனால், பர்லிங்டன் இன்னும் ஐம்பது கல் தொலைவில் இருந்தது. அத்தனை தொலைவும் நடந்துசெல்வதென்று நான் தீர்மானித்தேன்.

அன்று பகல் முழுவதும் கடுமழை பெய்தது. என் உடலும் உடையும் முழுவதும் முட்ட நனைந்துபோயின. ஆகவே, நான் வழியில் ஒரு எளிய விடுதியில் இராப்பொழுது தங்கினேன்.

இதற்குள்ளாக எனக்கு ஊரிலிருந்து ஏன் வெளியே புறப்பட்டு வந்தோம் என்றாகிவிட்டது. என் தோற்றமும் மிகமிக மோசமாகவே இருந்திருக்கவேண்டும். அந்த விடுதியில் என்னிடம் கேட்கப்பட்ட கேள்விகளிலிருந்தே இது தெரியவந்தது. நான் எங்கிருந்தோ ஓடிவந்துவிட்ட வேலைக்காரனென்றும், எந்தக் கணத்திலும் நான் பிடிபட்டுவிடக்கூடுமென்றும் அவர்கள் ஐயுற்றதாக எனக்குத் தோன்றிற்று!

நான் மறுநாள் காலை எழுந்து நடந்தேன். பர்லிங்டனுக்கு எட்டு அல்லது பத்துக் கல் தொலைவுக்குள்ளாக ஒரு விடுதியில் நான் தங்கினேன். அதன் முதல்வர் டாக்டர் ப்ரௌன்[96] என்பவர். நான் சிற்றுண்டி அருந்துகையில் அவர் என்னுடன் சிறிது பேசிய அளவிலேயே நான் ஓரளவு நூலறிவுடையவன் என்று கண்டுகொண்டார். இதன் மூலம் அவர் என்னுடன் அளவளாவி நட்பாடத் தொடங்கினார். அவருடைய பழக்கம் எனக்கு அவருள்ளளவும் நீடித்திருந்தது.

31. நெஞ்சுப்பசையற்ற செயல்

டாக்டர் பிரௌன் ஓர் ஊர்சுற்றி அல்லது ஒரு 'நாடு சுற்றி' மருத்துவராகவே இருந்தார். ஏனென்றால், அவர் உரையாடலில் இடம்பெறாத ஆங்கில நகரமோ ஐரோப்பிய நாடோ இல்லை என்னலாம். அவர் கல்வியறிவுடையவர். உலகியல் திறமும் அவருக்கு மிகுதி. ஆயினும், அவர் பெரிதும் சமயப்பற்றுக் குன்றியவர். சில ஆண்டுகளுக்கப்பால் அவர் நெஞ்சுப் பசையற்ற ஒரு செயலில் இறங்கினார். விர்ஜிலின் பார கவிதையைக் காட்டன் என்பவர் நையாண்டிக் காவியமாக்கியதுபோல, அவர் திருநூல் (விவிலிய நூல்) முழுவதையும் கேலிக்கூத்துப் பாடலாக எழுதி நையாண்டி செய்தார். இது அச்சிட்டு வெளியிடப்பட்டிருந்தால், நெஞ்சுரங் குறைந்த ஒரு சிலரையாவது அது சமய நெறியிலிருந்து பிறழ்வித்திருக்கக்கூடும். ஆனால், நல்ல காலமாக, அது என்றும் வெளியிடப்படவேயில்லை.

நான் ஓரிரவு டாக்டர் பிரௌனின் விடுதியில் தங்கி, மறுநாள் காலை பர்லிங்டனை அடைந்தேன். ஆனால், நான் அங்கே போய்ச் சேருவதற்குச் சற்று முன்புதான் படகுகள் புறப்பட்டுச் சென்றன என்றறிய ஏமாற்றமடைந்தேன். படகுகள் செவ்வாய், சனி ஆகிய இரண்டு நாட்களில் மட்டுமே புறப்படுவது வழக்கம்.

அன்று சனியாதலால், அடுத்த செவ்வாய்வரை எந்தப் படகும் புறப்படாது. ஆகவே, நான் மீண்டும் நகர்ப்புறத்துக்கே திரும்பி வந்தேன்.

32. கிழவியின் அன்பு

கடற்கரையில் ஒரு கிழவி இஞ்சியப்பம் விற்றுக்கொண்டிருந்தாள். அவளிடம் நான் அப்பம் வாங்கி உண்டேன். இந்தப் பழக்கத்தில் நான் மீண்டும் அவளிடமே சென்றேன். நடந்த செய்தி கூறி, "என்ன செய்வது?" என்று கேட்டேன். திரும்பவும் படகு புறப்படும் வரையில் தன் வீட்டிலேயே தங்கியிருக்கும்படி அவள் என்னை அழைத்தாள். அலைந்து அலைந்து கால் அலுத்த நிலையில் நான் அந்த அழைப்பை ஏற்றுக்கொண்டேன். நான் ஓர் அச்சுத் தொழிலாளன் என்று கேள்விப்பட்டவுடன், அவள் அந்நகரிலேயே தங்கி அத்தொழில் நடத்தினால் என்ன என்று கேட்டாள். பாவம் அத்தொழிலுக்கு என்ன முதல் வேண்டும் என்று அவள் கனவுகூடக் கண்டிருக்கமுடியாது.

கிழவி மிகவும் அன்பார்வமுடையவள். அவள் கொடுத்த உணவுக்கு மாறாக, அவளுக்கு அளிக்க என்னிடம் ஒரு புட்டி தேறல் மட்டும்தான் இருந்தது. ஆனால், அவள் கைம்மாறு எதனையும் கருதாமல் எனக்கு உண்டி முதலிய யாவும் அளித்தாள். அங்கேயே செவ்வாய் வரை தங்குவது என்ற முடிவுடனே நான் மாலையில் ஆற்றோரம் நடந்துகொண்டிருந்தேன். அச் சமயம் என்னருகே ஒரு படகு வந்தது. அதில் ஆட்கள் நிறைய இருந்தனர். அந்தப் படகு பிலாடெல்பியாவுக்கே போவதாகவும் அறிந்தேன். உடனடியாக நான் வேறு எதையும் நினையாமல் அந்தப் படகில் ஏறிக்கொண்டேன்.

33. பிலாடெல்பியா நகரம்

காற்று ஒரு சிறிதும் இல்லை. ஆகவே, நாங்கள் எல்லாரும் சேர்ந்து தண்டு உகைத்தோம். நள்ளிரவாயிற்று. பின்னும் நகரத்தின் தடத்தைக் காணவில்லை. இருட்டில் அதைக் கடந்து வந்துவிட்டதாகப் பலரும் எண்ணினார்கள். ஆனால், எங்கிருக்கிறோம் என்பது பற்றி எவரும் எதுவும் கூறமுடியவில்லை. எப்படியும் கரை சென்று பார்ப்பது என்று எண்ணிக் கடற்கால் ஒன்றினுள்ளாகப் படகைச் செலுத்தினோம்.

நாங்கள் இறங்கிய இடத்தில் ஒரு பாழடைந்த வேலி இருந்தது. ஆகவே, தழலருகிலேயே விடியும்வரை நாங்கள் தங்கினோம்.

நாங்கள் தங்கிய இடம் கூப்பரின் கடற்கால்[97] என்று எங்களுடன் இருந்த சிலர் பகலொளியில் எளிதில் கண்டு கூறினார்கள். காலின் கரையிலிருந்து சற்று அப்பால் சென்றதே இது ஐயுறவுக்கிடமின்றித் தெளிவாயிற்று. இவ்விடம் பிலாடெல்பியாவுக்குச் சிறிது தொலைவிலேயே இருந்ததால், காலை எட்டு அல்லது ஒன்பது மணிக்குள் நாங்கள் அந்நகரை அடைந்துவிட்டோம்.

அன்று ஞாயிற்றுக்கிழமை. காலையில் நாங்கள் சந்தைத் தெருப்பக்கமிருந்த துறையில் இறங்கினோம்.

34. வந்த நாள் நிலையும் இந்த நாள் நிலையும்

என் பயணத்தைப்பற்றிய செய்திகளை நான் மிக விளக்கமாகவே விரித்துரைத்துள்ளேன். நகரில் என் முதல் அனுபவங்களையும் இதுபோலவே, நான் விளக்கமாகக் குறிக்க எண்ணுகிறேன். ஏனென்றால், நான் இதே நகரில் எவ்வளவு எளிய மோசமான நிலையில் புகுந்து, இந்நாளில் அதில் எந்த அளவு உயர்நிலை அடைந்திருக்கிறேன் என்பதை நீ கவனித்து, இரு நிலைகளையும் ஒப்பிட்டுக் காணவேண்டும் என்பது என் விருப்பம்.

இப்போது நான் என் தொழில் உடையுடன்தான் இருந்தேன். ஏனென்றால், என் நல் உடைகள் யாவும் கடலைச் சுற்றிக்கொண்டு இன்னும் வந்து சேரவில்லை. பயணத்தால் இந்தத் தொழில் உடையும் அழுக்கடைந்திருந்தது. என் சட்டைப்பைகளிலோ காலுறைகளும் உட்சட்டைகளும் திணித்து வைக்கப்பெற்றிருந்தன. இவற்றுடன் நான் அலைந்து திரிய வேண்டியதாயிருந்தது. ஏனென்றால், அந்நகரில் எனக்கு யாரையும் தெரியாது. எங்கே சென்று தங்குவது என்றும் எனக்குப் புரியவில்லை. பயணத்தாலும், ஓயாது தண்டு உகைத்தாலும், தூக்கமில்லாமையினாலும் என் உடல் முற்றிலும் சோர்ந்துவிட்டது. பசி காதை அடைத்தது.

என்னிடமிருந்த செல்வமோ, மொத்தத்தில் ஒரு டச்சு வெள்ளியும், செம்புத் துட்டாக இன்னொரு வெள்ளியுமேயாகும். இதிலும் சில்லறை முழுவதையும் நான் படகுக்காரருக்குச்

சத்தமாகக் கொடுக்கவேண்டியதாயிற்று. பெருந்தன்மைமிக்க அப்படகுக்காரர் நான் தண்டு உகைத்ததை எண்ணி முதலில் சத்தம் வேண்டாம் என்றார்கள். ஆனால், என் தன்மதிப்பு அதை வலியுறுத்தி அவர்களிடம் தரச் செய்தது.

மனிதனிடம் பெருஞ்செல்வம் இருக்கும்போது கூட அவன் அவ்வளவு பெருந்தன்மையாயிருப்பதில்லை. கையில் ஒரு சில காசுகள் இருக்கும்போதுதான் அவன் மிக மிகத் தாராள மனப்பான்மையுடையவனாயிருக்கிறான். ஒரு வேளை தன்னிடம் மிகுதி இல்லை என்பதை மறைக்கவே அவன் இம்முறையில் முயற்சி செய்கிறான் போலும்!

35. மூன்று துட்டுக்கு மூன்று பாரிய அப்பச் சுருள்கள்!

நான் தெருவில் இருபுறமும் பார்த்துக்கொண்டே போய்க் கொண்டிருந்தேன். சந்தைக்கருகே செல்லும்போது எதிரே அப்பச்சிப்பம் ஒன்றுடன் ஒரு பையன் தென்பட்டான். பல தடவை நான் அப்ப உணவையே உண்டு இருக்கிறேன். ஆகவே, அது எங்கே கிடைக்கும் என்று அவனைக் கேட்டுத் தெரிந்துகொண்டு, அவன் கூறியபடி இரண்டாம் தெருவில் உள்ள அப்பக்கடை சென்றேன். பாஸ்டனில் இருப்பது போன்ற மாச்சில்லுகள்[98] பிலாடெல்பியாவில் செய்யப்படுவதேயில்லை என்றறிந்தேன். ஆகவே, "மூன்று துட்டுக்கு ஏதாவது அப்பம்[99] இருக்கிறதா?" என்று கேட்டேன். அதுவும் இல்லை என்றறிந்ததே, எனக்கு என்ன பொருள் என்ன விலைக்குக் கேட்பது என்று தெரியாமல் நான் திகைத்தேன். இந்நிலையில், இறுதியாக, பொருளின் பெயரையோ, விலையின் தரத்தையோ சிறிதும் கருதிப் பாராமல் ஏதாவது மூன்று துட்டு விலைக்குக் கொடுங்கள் என்றேன். கடைக்காரர் மூன்று பாரிய அப்பச்சுருள்களை என்னிடம் தந்தார்.

அப்பச் சுருள்களின் பாரிய அளவையும் எண்ணிக்கையையும் கொண்டு நான் வியப்படைந்தேன். அவ்வளவு பெரிய பொருள்களுக்கு என் சட்டைப்பைகளிலும் இடம் போதாததாயிருந்தது. ஆகவே, ஒவ்வொரு கைக்கடியிலும் ஒரு பாரிய சுருளை வைத்துக்கொண்டு, மூன்றாவது சுருளைத் தின்று கொண்டே நான் நடந்தேன். இத்தகைய தோற்றத்துடனேயே நான் சந்தைத்தெருவிலிருந்து நான்காம் தெரு வரையும் நடந்தேன்.

36. வருங்கால மனைவியின் முன்!

என் வருங்கால மனைவியின் தந்தையாகிய திரு.ரீடீன் இல்லம் நான் செல்லும் வழியில்தான் இருந்தது. அந்தோ, என் வருங்கால மனைவி அன்று வாசலருகில்தான் நின்றிருந்தாள். நான் இருந்த கோலத்தில் அவள் என்னைக் கண்ட காட்சி அலங்கோலக் காட்சியாகவே இருந்திருக்கவேண்டும். ஆனால், நல்ல காலம், அது யாரோ துணையற்ற ஏழை என்றுதான் அவள் நினைத்திருக்கக்கூடும். அந்த உருவில் வந்தது தன் வருங்காலக் கணவனே என்பதை அவள் கனவிலும் அன்று கருதியிருக்கமாட்டாள்!

இவ்வாறு அப்பச்சுருளைத் தின்றவண்ணமே நான் செஸ்ட்நட் தெருவும்[100] வால்நட் தெருவின்[101] பகுதியும் கடந்து, மீண்டும் படகு முதலில் வந்திறங்கிய சந்தைத் தெருத்துறைக்கு வந்துசேர்ந்தேன். நான் இதில் இறங்கி ஆற்றுநீரை அள்ளிப் பருகினேன். ஓர் அப்பச் சுருளும் நீரும் இவ்வாறு என் உடலை நிரப்பின. மீந்த இரண்டுக்கும் ஒரு நல்ல பயன் ஏற்பட்டது. படகில் என்னுடன் வந்த ஒரு மாது தம் இரண்டு குழந்தைகளுடன் மேல் நடக்கமாட்டாமல் சோர்ந்து அங்கேயே தங்கியிருந்தாள். நான் அம் மாதுக்கும் அவள் குழந்தைகளுக்கும் அப்பச்சுருள்கள் இரண்டையும் கொடுத்துவிட்டேன்.

37. நகரில் முதன்முதல் உறங்கிய இடம் : குவேக்கர் வழிபாட்டுக் கூடம்!

பசியும் வேட்கையும் ஒருவாறு தீர்ந்ததனால் நான் சற்று ஊக்கத்துடன் நடந்தேன். ஆனால், தெருவில் இப்போது முன்னைவிட நல்லாடையுடுத்த திருவாளர்கள் நடந்து சென்றனர். அவர்கள் அனைவரும் ஒரே திசையில் செல்வதாகவும் தெரிந்தது. நான் அவர்களுடன் சென்றேன். போய்ச் சேர்ந்த இடம் குவேக்கர்களின்[102] ஒரு கழகக் கூட்டமாயிருந்தது. எல்லோருடனும் சென்று, நான் எல்லாருடனும் அமர்ந்தேன். சிறிது நேரம் நான் நாற்புறமும் சுற்றிச்சுற்றிப் பார்த்தேன். நான் எதிர்பார்த்த எத்தகைய காட்சியோ பேச்சோ இல்லை. சிறிது நேரம் இவ்வாறு காத்திருப்பதற்குள் என் கண்கள் இறுகின. அலைச்சல், கடு உழைப்பு, ஓய்வில்லாமை ஆகியவற்றின் பயனாக என்னை அறியாது நான் அயர்ந்து தூங்கிவிட்டேன்.

கூட்டம் கூடிக் கலையும்வரை கூட நான் எழுந்திருக்கவில்லை. ஆனால், கூட்டத்திலுள்ள ஒருவர் என்மீது இரக்கங்கொண்டு என்னைத் தட்டி எழுப்பினார்.

பிலாடெல்பியா நகரில் நான் முதன்முதல் படுத்துறங்கிய இடம் இந்தக் குவேக்கர் வழிபாட்டுக் கூடமே.

நான் மீண்டும் ஆற்றின் பக்கமாக நடந்துசென்றேன். எதிரில் வந்த ஒவ்வொரு முகமாக நான் பார்த்துக்கொண்டே போனேன். ஒரு குவேக்கர் கழகத்து இளைஞரைக் கண்டபோது அவர் முகம் என்னைச் சற்று ஊக்கிற்று. நான் அவருக்கு வணக்கம் தெரிவித்து, "நகருக்குப் புதியவனான எனக்கு எங்காவது தங்க இடம் கிடைக்குமா?" என்று கேட்டேன். அப்போது நாங்கள் 'மூன்று கடலோடிகள்' சின்னமிட்ட விடுதியண்டை நின்றிருந்தோம். இளைஞர் அதனைச் சுட்டிக் காட்டி, "வெளியார்களுக்கு இங்கேகூட இடம் கிடைக்கும். ஆனால், இது நல்ல பேர்கொண்ட விடுதியல்ல. நீர் என்னுடன் சிறிது நடந்தால், இதைவிடச் சிறந்த ஓர் இடம் காட்டுகிறேன்" என்றார்.

38. உள்பொருள் கொண்ட கேள்விகள்

நான் அவருடன் சென்றேன். அவர் என்னை வாட்டர் தெருவிலுள்ள[103] குரூக்கட பில்லெட்[104]டில் கொண்டு சேர்த்தார். இங்கே எனக்கு உணவு வட்டிக்கப்பட்டது. உண்ணும்போதே என்னிடம் எத்தனையோ உட்பொருள் கொண்ட கேள்விகள் கேட்கப்பட்டன. ஏனென்றால், என் இளமையையும் தோற்றத்தையும் கண்டு, நான் தப்பியோடி வந்தவனாகவே இருக்கவேண்டும் என்று யாவரும் நினைத்தனர்.

உண்டதற்குப்பின் என் உறக்க உயர்ச்சி மீண்டும் திரும்பிற்று. எனக்கு ஒரு படுக்கை காட்டப்பட்டது. நான் ஆடைகூட மாற்றாமல் உடுத்திய ஆடையுடன் மாலை ஆறுமணி வரையில் படுத்து உறங்கினேன். ஆறு மணிக்கு இரா உணவுக்கு என்னை அழைத்தபோது, நான் சென்று உண்டேன். உண்டபின், திரும்பவும் வந்து மறுநாள் காலை வரை தூங்கினேன். அதன்பின் நான் கூடியவரை ஆடை திருத்திக்கொண்டு ஆண்ட்ரூ பிராட்போர்டின்[105] அச்சகத்துக்குச் சென்றேன்.

39. ஆண்ட்ரூ பிராட்போர்டு : கெய்மர்

நியூயார்க்கில் நான் ஆண்ட்ரூ பிராட்போர்ட்டின் தந்தையைக்கண்டு பேசியது குறித்து மேலே சொல்லியிருக்கிறேன். ஆனால், இங்கே பிலாடெல்பியாவில் ஆண்டட்ரூ பிராட்போர்டின் அச்சகத்திலேயே நான் அவரைக் கண்டேன். அவர் குதிரை ஏறிவந்ததால், எனக்கு முன்பே இங்கே வந்து சேர்ந்திருந்தார். அவர் தம் புதல்வரிடம் என்னை அறிமுகப்படுத்தி வைத்தார். புதல்வரும் என்னை அன்பாக வரவேற்று உணவளித்தார். ஆனால், அணிமையிலேயே தமக்கு ஒரு ஆள் கிடைத்துவிட்டபடியால், இப்போது அச்சகத்தில் ஆள் தேவைப்படவில்லை என்று கூறிவிட்டார். ஆயினும் அந்த நேரத்திலேயே கெய்மர் என்ற ஒருவர் அணிமையில் ஒரு அச்சகம் வைத்திருப்பதால், நான் அவரிடம் சென்றால் ஒருவேளை வேலை கிடைக்குமென்றும், அப்படி அவரிடம் வேலை கிடைக்காவிட்டால்கூட, தன் இல்லத்திலேயே தாராளமாகத் தாங்கிக்கொண்டு, வேறு முழுவேலை கிடைக்கும்வரை அவ்வப்போது தம்மிடம் இருந்தே குறைநேர வேலைகளை பார்க்கலாமென்றும் அவர் கூறினார்.

புதிய அச்சகத்தாரிடம் செல்லும்போது தாமும் கூட வருவதாக முதியவரான ஆண்ட்ரூ பிராட்போர்டின் தந்தை கூறினார். இருவருமாகப்போய் அவரைக் கண்டோம். மூத்த பிராட்போர்ட் என்னை அவரிடம் அறிமுகப்படுத்தும் முறையில் பேசினார். "தோழரே, உம்முடைய தொழிலிலேயே பழகிய ஓர் இளைஞனை உங்களிடம் கூட்டிவந்திருக்கிறேன். ஒருவேளை அவர் சேவை உங்களுக்குத் தேவையாயிருக்கலாம்," என்றார் அவர். புதிய அச்சக முதல்வர் கெய்மர் என்னிடம் சில கேள்விகள் கேட்டார். பின் என் கையில் அச்சுக் கோத்து அடுக்கும் தகடொன்றைக் கொடுத்து அதைக் கையாளச் செய்தார். இறுதியில் அவர் என்னை எப்படியும் எடுத்துக் கொள்வதாக உறுதி கூறினார். ஆனால், அதே சமயம் உடனடியாக எனக்கு எத்தகைய வேலையும் பார்த்துத் தரமுடியாது என்றும் சொன்னார்.

40. வித்தகக் கிழவர், வெள்ளை மன இளைஞர்

கெய்மர் இதற்குமுன் மூத்த பிராட்போர்டைப் பார்த்ததேயில்லை. ஆகவே, பிராட்போர்டுக்கு அவரைத்

தெரிந்தாலும், அவருக்கு பிராட்போர்டைத் தெரியவில்லை. அவர் பிராட்போர்டைத் தன்னிடம் நல்லெண்ணமுடைய நகர மக்களில் ஒருவர் என்றே நினைத்துக்கொண்டார். ஆகவே, அவர் பிராட்போர்டைத் தனியாக அழைத்துச் சென்று, அவரிடம் தன் தொழில்நிலைமை பற்றியும் அது குறித்து தன் வருங்காலத் திட்டங்களைப் பற்றியும், தங்குதடையின்றிப் பேசினார். பிராட்போர்டும் காற்று வீசும் போக்கை அறிந்து, தான் அவர் தொழிலுலகிலேயே அவருடன் போட்டியிடுபவர் என்பதை வெளிப்படுத்தாமல் பேசிக்கொண்டு வந்தார்.

பேச்சுக்கிடையே நகரின் அச்சுத்தொழில் முழுவதையும் விரைவில் தம் கைக்குள்ளேயே கொண்டுவந்துவிடப்போவதாகக் கெய்மர் கூறினார். பிராட்போர்டு நயமான கேள்விகள் கேட்டும், சிறு ஐய வினாக்களை எழுப்பியும் அவர் உள்ளக்கிடக்கை முழுவதையும் விளக்கமாக வெளிப்படுத்தினார். அவரது மாபெருந் திட்டத்தில் எந்த எந்தப் பெரிய இடத்து மனிதர்கள் உதவி செய்யக்கூடும், என்ன என்ன படிமுறைகள் மூலம் அவர் திட்டம் உருவாகும் என்பன போன்றவற்றைக் கெய்மர் விரிவாக அளந்தார்.

பக்கத்திலிருந்து நான் எல்லாம் கேட்டுக்கொண்டிருந்தேன். அவர்களில் ஒருவர் உலகியல் அறிவில் வித்தகரான அனுபவ முதிர்ந்த கிழவர். மற்றவரோ மொத்தத்தில் அனுபவம் போதாத ஓர் இளம்பிள்ளை.

இறுதியில் பிராட்போர்டு என்னைக் கெய்மரிடமே விட்டுச் சென்றார். பிராட்போர்டு யார் என்று நான் கூறியபோது, கெய்மர் அடைந்த வியப்புக்கும் ஏமாற்றத்துக்கும் அளவில்லை.

41. திறமையற்ற முதலாளி

கெய்மரின் அச்சுத் தொழிலகம் அன்று நின்றதிறம் வாய்ந்த தொழிலகமாயில்லை. அதன் அச்சுப்பொறி ஆட்டங்கொடுத்த ஒன்று. அச்சுக்கள் வகையிலும் தேய்ந்து போன ஆங்கில எழுத்துப்பெட்டி ஒன்றே இருந்தது. அந்த ஒன்றும் வேறு எவராலும் பயன்படுத்தபடாமல் கெய்மர் ஒருவரிடமே சிக்கிக்கொண்டிருந்தது. ஏனெனில் அவர் தாமே அரைகுறையாகப் பாடல்கள் இயற்றிவந்தார். அவற்றைத் தாமே அச்சுக்கோத்துக்கொண்டுமிருந்தார்.

மாண்டுபோனதாக நாம் மேலே குறிப்பிட்ட அக்குவிலா ரோஸ் நற்குணமும் அறிவும் திறமும் வாய்ந்த ஓர் இளைஞராயிருந்தார். நகர மக்களால் நன்கு மதிக்கப்பட்டு அவர் பேரவையில் எழுத்தாளராகவும், ஒரு நல்ல கவிஞராகவும் இருந்தார். கெய்மர் இப்போது அவர்மீது ஒரு இரங்கற்பா எழுதிவந்தார். பாடல் எழுதிவந்தார் என்று சொல்வதைவிடப் பாடல் அச்சுகோத்துவந்தார் என்பதே பொருத்தமானது. ஏனென்றால் அவர் அதைக் கையால் எழுதாமல், உள்ளத்தில் உருவாக்கியவுடன் அச்சுக்கோர்க்கும் பழக்கம் உடையவராயிருந்தார். பாடலின் எழுத்துப்படி இல்லாததாலும், எழுத்துப்பெட்டி[106] ஒன்றே அத்தொழிலகத்தில் இருந்தாலும், அவர் பாடல் முழுவதும் கோத்து முடியும்வரை வேறு யாரும் அச்சகத்தில் எந்தத் தொழிலும் செய்யவோ அல்லது அவர் தொழிலில் அவருடன் பங்குகொள்ளவோ, உதவவோ முடியாது போயிற்று.

நான் முதன்முதலில் கெய்மரின் அச்சகத்தில் ஒழுங்குமுறை உண்டுபண்ண முயன்றேன். ஏனெனில் அச்சகம் அவர் கையில் இருந்ததே தவிர, அவர் அதைக் கையாண்டதேயில்லை. அதைப்பற்றி அவருக்கு எதுவுமே தெரியாது. வேலை நடக்கத் தக்கதாக அதை நான் ஒழுங்குசெய்தேன். பின், இரங்கற்பா முடிந்தவுடனே வந்து அதை அச்சிடுவதாக வாக்களித்துவிட்டு, நான் திரும்பவும் பிராட்போர்டின் தொழிலகத்துக்கே சென்றேன். அங்கே எனக்கு அவர் சில குறைநேரத் தொழில்கள் வைத்திருந்தார். அதைச் செய்துகொண்டு நான் அவ்விடத்திலேயே தங்கி உணவு உட்கொண்டு வந்தேன்.

சில நாட்களில் இரங்கற்பாவை அச்சிடுவதற்காகக் கெய்மர் என்னை மீண்டும் வரவழைத்தார். ஆனால், இப்போது அவர் புதிதாக இரண்டு எழுத்துத் தொகுதிகள்[107] வாங்கியிருந்தார். அத்துடன் மறு அச்சிடுவதற்கான ஒரு துண்டு விளம்பரமும் வந்திருந்தது. இரண்டு வேலைகளையும் நான் செய்து முடித்தேன்.

பிலாடெல்பியாவில் நான் கண்ட அச்சுத்தொழில் முதல்வர்கள் இருவருமே தம் தொழிலுக்கு முற்றிலும் தகுதியுடையவர்களல்ல என்பதை நான் உணர்ந்தேன். பிராட்போர்டு இத்தொழிலுக்கான முன்பயிற்சியுடையவரல்ல. அத்துடன் அவர் முற்றிலும் எழுத்தறிவற்றவர். கெய்மரோ ஓரளவு கல்வியறிவுடையவராயினும், அச்சுக் கோப்பது தவிர வேறு எவ்வகையிலும் அச்சகத் தொழில் பழக்கமில்லாதவர்.

பிரஞ்சுப் புரட்சிக்கால ஆர்வலர்களில் கெய்மர் ஒருவர் பிரஞ்சுப் புரட்சிக்காரர்களின் உணர்ச்சிவேகங்கள் அனைத்தையும் வாய்ப்பு நேரும்போது, அவர் தம் நடிப்பிலேயே காட்டுவார். தனிப்பட்ட முறையில் அவர் தமக்கென்று ஒரு சமயக்கோட்பாட்டை ஏற்றுக்கொண்டதில்லை. சூழ்நிலைக்கேற்ப ஒவ்வோரிடத்திலும் ஒரு கோட்பாடாக எல்லாக் கோட்பாடுகளையும் மேற்கொண்டிருந்தார். உலகியலறிவோ அவருக்கு மிகவும் குறைவு. அத்துடன் பொறுப்பற்ற குறும்புப்பண்பு அவரிடம் உள்ளீடாக இருந்தது என்பதை நான் பின்னால் அறிந்துகொண்டேன்.

42. ரீடின் இல்லம்

நான் அவரிடம் வேலை செய்துகொண்டே பிராட்போர்டுடன் தங்குவது கெய்மருக்குப் பிடிக்கவில்லை. அவரிடம் வீடு இல்லாமலில்லை. ஆனால், வீட்டுக்கு வேண்டிய தட்டுமுட்டுப் பொருள்கள் அதில் இல்லை. ஆகவே, அவர் எனக்கு வீட்டு வசதி செய்து தரமுடியவில்லை. இந்நிலையில்தான் அவர் ரீடின் இல்லத்தில் எனக்குத் தங்கியிருக்க வசதி செய்துதர நேர்ந்தது.

என் வருங்கால மனைவியின் தந்தையான ரீடைப் பற்றி நான் முன்பே குறிப்பிட்டிருக்கிறேன். நான் இப்போது அவர் வீட்டிலேயே குடிபுகுந்தேன். என்னுடைய பெட்டி படுக்கைகளும் உடைகளும் இதற்குள் கப்பல் வழியாக வந்திறங்கிவிட்டன. ஆகவே, நான் இப்போது செல்வி ரீடின் கண்களில் நல்ல நடையுடை தோற்றத்துடன் மதிப்பாக விளங்கினேன். அப்பச்சுருளைத் தின்றுகொண்டு சென்ற இளைஞனாக இப்போது நான் காட்சியளிக்கவில்லை.

இதற்குள் எனக்குப் புத்தக ஆர்வமுள்ள நகரத்தின் பல இளைஞர்களின் பழக்கமும், அறிமுகமும் ஏற்பட்டன. அடிக்கடி மாலை நேரங்களை நான் அவர்களுடன் இன்பமாகக் கழிக்கத் தொடங்கினேன். என் உழைப்பாலும் சிக்கனத்தாலும் என் கையில் பணமும் சிறிது சிறிதாகச் சேர்ந்தது. என் வாழ்வில் அமைதி நிலவிற்று. இந்நிலையில் நான் பாஸ்டனை முற்றிலும் மறந்துவிட ஒருப்பட்டேன். பாஸ்டனில் என் நண்பர் காலின்ஸ் நீங்கலாக எவருக்கும் நான் என் இருப்பிடத்தைத் தெரிவிக்கவில்லை. என் வேண்டுகோளின்படி அவர் என் கடிதப்போக்குவரத்தை யாருக்கும் தெரியாமல் மறைவாக வைத்துக்கொள்ள இசைந்தார்.

43. ராபர்ட் ஹால்ம்ஸ்

நான் எதிர்பார்த்ததைவிட மிக விரைவிலேயே நான் திரும்பவும் பாஸ்டனுக்குச் செல்வதற்கான ஒரு தற்செயல் நிகழ்ச்சி வந்து சேர்ந்தது எனக்கு ராபர்ட் ஹால்ம்ஸ்[108] என்ற ஒரு மைத்துனர் இருந்தார். அவர் பாஸ்டனுக்கும் டிலாவேருக்கும்[109] இடையே ஓடிக்கொண்டிருந்த ஒரு வாணிகக் கப்பலின் தலைவராயிருந்தார் அவர் பிலாடெல்பியாவிலிருந்து நாற்பது கல் தொலைவிலுள்ள நியூகாசில் நகருக்கு[110] வந்த சமயம் என்னைப் பற்றிக் கேள்விப்பட்டு எனக்கு ஒரு கடிதம் எழுதினார். அதில், பாஸ்டனிலுள்ள என் நண்பர் நான் திடீரென்று அவ்விடம் விட்டுச் சென்றதறிந்து மிகவும் கவலைப்பட்டனர் என்று தெரிவித்தார். அவர்கள் அனைவரும் என்னிடம் நல்லெண்ணம் உடையவர்களாயிருக்கின்றனர் என்றும், நான் திரும்பி வருவதானால், வந்தவுடன் வேண்டிய உதவிகள் செய்யக் காத்துக்கொண்டிருக்கின்றனர் என்றும், நான் திரும்பி வருவதானால், வந்தவுடன் வேண்டிய உதவிகள் செயயக் காத்துக்கொண்டிருக்கின்றனர் என்றும் அவர் எனக்கு உறுதியளித்தார். அவ்வாறு செய்யும்படி அவர் தாமும் என்னை மிகவும் வற்புறுத்தி வேண்டினார்.

இக்கடிதத்துக்கு நான் மறுமொழி வரைந்தேன். அவர் நல்லறிவுரைக்காக நான் அவருக்கு வணக்கம் செலுத்தினேன். பாஸ்டனைவிட்டு நான் வந்ததற்கான காரணங்களையும், சூழ்நிலைகளையும் விவரித்து எழுதினேன். அவர் எண்ணியபடி திடீரென்று வந்ததில் நான் எத்தகைய ஆராயாத காரியமும் செய்யவில்லை என்பதை அவர் தெளிவாகக் காணும்வண்ணம் என் கடிதம் அமைந்திருந்தது.

44. மாகாணத் தலைவர் கீத் நட்பு

மாகாண ஆட்சித்தலைவரான சர் வில்லியம் கீத்[111] அச்சமயம் நியூகாசிக்கு வந்திருந்தார். என் கடிதம் மீகாமன் ஹால்ம்ஸின் கைக்குப் போய்ச்சேர்ந்த சமயம் அவரும் ஹால்ம்ஸுடன் இருந்தார். ஹால்ம்ஸ் என் கடிதத்தை அவரிடம் காட்டி என்னைப் பற்றிப் பேசினார். ஆட்சித்தலைவர் கடிதத்தைப் பார்த்தபின் என் வயது என்ன என்று கேட்டாராம். அதை

அறிந்ததும், அவர் என்னைப்பற்றி மிகவும் வியப்புத் தெரிவித்தார். இவ் இளைஞர் வருங்கால வளர்ச்சிக்குரிய பல நல்ல குறிகள் உடையவர். ஆகவே, இவருக்கு ஊக்கமளித்து உதவுவது அவசியம் என்று அவர் தம் கருத்தைத் தெரிவித்தாராம்! அத்துடன், ''பிலாடெல்பியாவிலுள்ள அச்சுத்தொழில் முதல்வர்கள் மோசமானவர்கள். எனவே, அவர் அங்கே தொழில் தொடங்கினால், விரைந்த வெற்றி காண்பது உறுதி." என்றும் அவர் குறிப்பிட்டார். அவரைப் பொறுத்த அளவில், அவர் தாமே அரசியற் பொதுவாழ்வுக் களத்திலிருந்து வேலை தரவும், மற்றபடி தம்மாலியன்ற எல்லா உதவியும் செய்யவும் முனைவதாக உறுதி கூறினார்.

ஆட்சித்தலைவர் கூறிய செய்திகள் எனக்கு அப்போது தெரியவில்லை. ஆனால், பின்னாட்களில் என் மைத்துனர் இவற்றை என்னிடம் தெரிவித்தார்.

45. ஆட்சியாளர் முதல் பேட்டி

ஒருநாள் நானும் கெய்மரும் அச்சகத்தின் பலகணியருகே இருந்து ஒன்றாக எங்கள் வேலையைக் கவனித்துக் கொண்டிருந்தோம். அச் சமயம் ஆட்சித் தலைவரும், மிக நேர்த்தியான ஆடையணிந்த மற்றொரு திருவாளரும் எங்கள் அச்சகத்தை நோக்கித் தெருவைக் கடந்து நேரே வருவதைக் கண்டோம். வாசற் கதவண்டையிலேயே அவர்கள் குரலும் கேட்டது.

ஆட்சியாளருடன் வந்தவர் நியூகாசிலைச் சார்ந்த கர்னல் பிரஞ்சு[112] என்பவர்.

அவர்கள் தம்மைத் தான் பார்க்க வருகிறார்களென்று கருதிக் கெய்மர் அவர்களை நோக்கி விரைந்தார். ஆனால், ஆட்சியாளர் என்னைப் பற்றியே உசாவினார். அத்துடன் என் அனுபவத்தில் முன் கண்டிராத முறையில் அவர் என்னிடம் அன்பாதரவும், இணக்க நயமும் காட்டி என்னைப் புகழ்ந்து பாராட்டினார். என்னுடன் பழக விரும்புவதாகவும் அவர் தெரிவித்தார். அந் நகருக்கு வந்தவுடனே நான் அவரிடம் சென்று என்னை ஏன் அறிமுகப்படுத்தவில்லை என்று அவர் கடிந்துகொண்டார். அது மட்டுமன்று; கர்னல் பிரஞ்சுடன், அருந்தகம் சென்று உயரிய மதுராத்தேறலை[113] உட்கொள்ள

விரும்பியதால், என்னையும் அங்கே உடனழைத்துப் போக விரும்பினார். எனக்குத் தரப்பட்ட இந்த அரு மதிப்பையும் பாராட்டையும் கண்டு கெய்மர் 'நஞ்சுண்ட பன்றி விழிப்பது போல'[114] விழித்தார்.

நான் ஆட்சியாளருடனும் கர்னல் பிரஞ்சுடனும் போகத் தயங்கவில்லை. மூன்றாம் தெருவிலுள்ள அருந்தகத்துக்குச் சென்று மடீரா அருந்தினோம். அச் சமயம் அவர் நான் தனித்தொழில் நடத்தவேண்டும் என்ற புதுத்திட்டம் பற்றி என்னிடம் பேசினார். அது வெற்றியடையும் என்பதில் தமக்கு நம்பிக்கையுண்டு என்றும், அத்துடன் தாமும் கர்னல் பிரஞ்சும் தம் செல்வாக்கையும் நலனையும் எனக்கு அளித்து, தத்தம் அரசியல்களின் சார்பில் பொதுத்துறை வேலைகளையும் எனக்கு வாங்கித் தருவதாக உறுதி கூறினார். என் தந்தை இதில் எனக்கு உதவி செய்ய இணங்கிவரமாட்டார் என்று நான் தயக்கம் தெரிவித்தேன். ஆனால் சர் வில்லியம்[115] தாமே என் தந்தையாருக்கு நேரில் கடிதம் எழுதி இணக்கம் பெற்றுத் தருவதாகக் கூறினார். திட்டத்தினால் விளையும் நலன்களை எடுத்துத் தாம் விளக்கினால் என் தந்தை மனமாற்றமடைவார் என்பதில் தமக்கு ஐயமில்லை என்றும் அவர் கருதினார்.

இவ்வுரையாடலின் பயனாக, நான் அடுத்த கப்பலிலேயே பாஸ்டனுக்குத் திரும்பிச் செல்வதென்றும், என் தந்தைக்கு ஆட்சியாளர் எழுதும் கடிதத்தை நானே கொண்டு செல்வதென்றும் அப்போதே முடிவு செய்யப்பட்டது. ஆனால், திட்டம் முடிவுறும்வரையில் இச்செய்தியை மறைவடக்கமாக வைத்துக்கொள்வதென்று தீர்மானித்தோம். இதன்படி நான் வழக்கம்போலவே கெய்மரிடம் வேலைசெய்து வந்தேன். ஆனால், ஆட்சியாளர் மட்டும் அடிக்கடி என்னை வரவழைத்து என்னுடனிருந்து உணவு உட்கொள்ளலானார். அவர் மிகவும் சரிசமமாகவும் பழக்கமான நண்பர் போலவும் என்னிடம் அளவளாவினார். எனக்குத் தரப்பட்ட இம்மதிப்பு மிகப்பெரியதென்றுதான் நான் கருதினேன்.

46. மீண்டும் பாஸ்டன் வருகை

1724 ஏப்ரல் மாதத்தில் பாஸ்டனுக்குப் போகும் ஒரு கப்பல் கிடைத்தது. என் நண்பர்களைக் காண விரும்புவதாகக்

கூறிக்கொண்டு நான் கெய்மரிடம் விடைபெற்றேன். ஆட்சியாளர் என் தந்தைக்கு ஒரு சிறந்த பரிந்துரைக் கடிதம் தந்தனுப்பினார். அதில் அவர் என்னை வானளாவப் புகழ்ந்து பாராட்டியிருந்தார். பிலாடெல்பியாவில் தொழில் தொடங்கும் திட்டத்தின் மூலம் நான் பெருஞ்செல்வம் திரட்டுவது உறுதி என்றும் அவர் வலியுறுத்திக் கூறியிருந்தார்.

கப்பல் விரிகுடா கடந்து செல்லும்போது ஆழம் குறைந்த திட்டில் நிலத்தில் மோதி அடியில் துளை கண்டது. அதனால் கப்பல் அமிழாதிருக்க நாங்கள் ஓயாது நீரிறைத்துக்கொண்டிருக்க வேண்டியதாயிற்று. இதனால் கடலில் எங்கள் நேரமுழுதும் தொல்லை நிறைந்ததாயிற்று. மற்றவருடன் சேர்ந்து நானும் என் பங்குக்குக் கடு உழைப்புச் செய்து நீரிறைத்தேன். இந்த இடர்களால் அலைக்கழிக்கப்பட்டாலும் மொத்தத்தில் இருவார காலத்துக்குள் வேறு சேதமில்லாமல் பாஸ்டன் வந்து சேர்ந்தோம்.

நான் பாஸ்டனை விட்டு வெளியேறி இப்போது ஏழு மாதங்கள் ஆகியிருந்தன. நண்பர்கள் எவரும் இந்த நீண்ட கால முழுவதும் என்னைப்பற்றி எதுவுமே கேள்விப்படவில்லை ஏனென்றால், என் மைத்துனர் ஹால்ம்ஸ் இன்னும் பாஸ்டனுக்கு வரவில்லை. என்னைப் பற்றி யாருக்கும் எழுதவுமில்லை. ஆகவே என் திடுநுழைவு என் குடும்பத்தினருகே ஒரு சிறிய அதிர்ச்சியாயிருந்தது. இருந்தபோதிலும் எல்லாருக்கும் என்னைக் காண மகிழ்ச்சியே! எல்லாரும் என்னை வரவேற்றார்கள்! ஆனால், என் தமையனார் மட்டும் இதற்கு விதிவிலக்காயிருந்தார்.

நான் அவரைக் காண அச்சகம் சென்றிருந்தேன். அவரிடம் வேலை பார்க்கும் காலத்தில் நான் என்றும் இப்போது அணிந்திருந்த அளவு நல்லாடை அணிந்திருந்ததில்லை. கால் முதல் முடிவரை நான் உயர்திருவாளருக்குரிய அங்கி அணிந்திருந்தேன். கைக்கடிகாரம் ஒரு பையில் தொங்கிற்று. மற்றப் பைகளிலும் நிறையப் பணம் இருந்தது. வெள்ளிகளும் ஐந்து பொன்னளவு நிறைந்திருந்தது. இவை தமையனார் கண்களைக் கடித்தன. அவர் என்னிடம் மனந்திறந்து பேசவில்லை என்னை ஏற இறங்கப் பார்த்துவிட்டு, ஒன்றும் பேசாமலே தம் வேலையைப் பார்க்கச் சென்றுவிட்டார்.

47. அன்புள்ளம், ஆனால் இளமை முறுக்கின் அறியாப்பிழை

நாள்வேலையாட்கள் புத்தார்வத்துடன் என்னைக் காணவந்தனர். நான் எங்கே போயிருந்தேன், அது என்ன மாதிரி நாடு, அது எனக்குப் பிடித்தமாயிருந்ததா என்றெல்லாம் அறிய அவர்கள் ஆவலுள்ளவர்களாயிருந்தார்கள்.

நான் புதிய நாட்டைப் பற்றிப் பலபடப் புகழ்ந்தேன். அதில் என் வாழ்க்கையைப் பொன்வண்ணமாகத் தீட்டிக் காட்டினேன். திரும்பவும் அங்கேயே செல்லவேண்டும் என்ற என் விருப்பத்தைத் தெரிவித்தேன். ஒருவர் 'அங்கே என்ன மாதிரி நாணயம் வழக்கிலிருக்கிறது?' என்று கேட்டார். நான் ஒரு கை வெள்ளி நாணயங்களை அள்ளி அவர்கள் முன் பரப்பினேன். பாஸ்டனில் பெரும்பாலும் தாள் நாணயமே வழங்கிவந்ததால், இது அவர்களுக்கு எதிர்பாராத அருங்காட்சியாயிருந்தது. இந்தத் தறுவாயைப் பயன்படுத்தி நான் அவர்கள் காண என் கைக்கடிகாரத்தை அவர்களிடம் கொடுத்தேன். கடைசியாக, நான் செய்த செயல் என் தமையனார் மனத்தை இன்னும் கெடுத்தது. அவர் இன்னும் பல்லைக் கடித்துக்கொண்டு சுடுமூஞ்சியுடன்தான் இருந்தார். நான் அவர்களுக்கு எட்டு வெள்ளிக்காசுகளை எடுத்துத் தந்து சிற்றுண்டியும் சிறுகுடியும் அருந்தும்படி கூறினேன். அதன்பின் பெருமிதத்துடன் அச்சகத்தினின்றும் விடைபெற்றுக்கொண்டு சென்றேன்.

அச்சக நிகழ்ச்சிகள் என் தமையனாரை மிகவும் புண்படுத்திவிட்டன. இதற்குச் சில நாட்களுக்குப் பின் என் தாயார் அவரையும் என்னையும் சமரசப்படுத்திவைக்க மிகவும் பாடுபட்டார். வருங்காலத்தில் நாங்கள் இருவரும் ஒத்துணர்ந்து உடன்பிறப்புப் பாசத்துடன் வாழவேண்டும் என்று தாம் விரும்புவதாக அவர் என் தமையனாரிடம் கூறினார். அப்பொழுது தமையனார் நான் அவரை மிகவும் அவமதித்துவிட்டதாகவும், மன்னிக்கவோ, மறக்கவோ முடியாத அளவு அவர் கீழுள்ள தொழிலாளர்கள் முன்னிலையிலேயே அவர் மதிப்பைக் குறைக்க எண்ணியதாகவும் கடுமையாக மறுமொழி கூறிவிட்டார். தமையனார் வகையில் நான் பிழை செய்தது உண்மையேயாயினும், அவரை நான் அவமதித்தேன் என்று கூறியது சரியன்று. இதை அவர் பின்னர்தான் உணர்ந்தார்.

48. தந்தையின் உலகியல் அறிவுத்திறம்

ஆட்சியாளர் தந்த கடிதத்தை வாசித்தபோது என் தந்தையார் மிகவும் வியப்படைந்தவராகக் காணப்பட்டார். ஆனால், சில நாட்கள் அவர் என்னிடம் ஒன்றும் கூறவில்லை. மீகாமன் ஹால்ம்ஸ் திரும்பிவந்த சமயம் தந்தையார் அவரிடம் கடிதத்தைக் காட்டி, 'கீத்'[116] என்ன மாதிரியான ஆள், அவரை உங்களுக்குத் தெரியுமா என்று உசாவினார். அத்துடன், வயதுவந்த மனித உரிமைபெற இன்னும் மூன்று ஆண்டுகள் உள்ள ஓர் இளைஞனைக்கொண்டு தொழில் தொடங்க அவர் எண்ணுவதைப் பார்க்க, அவர் போதிய உலகியலறிவு இல்லாதவராகவே இருக்கவேண்டுமென்று தாம் கருதுவதாகவும் தெரிவித்தார்.

திட்டத்துக்கு ஆதரவாக ஹால்ம்ஸ் எவ்வளவோ கூறிப்பார்த்தார். ஆனால், தந்தையார் அது முற்றிலும் பொருத்தமற்றது என்று கூறினார். இறுதியில் அவர் அதற்குச் சிறிதும் வழு வைக்காமல் முழு மறுப்பே அளித்துவிட்டார். சர் வில்லியமுக்கு அவர் இதுவரையில் கடிதம் எழுதுகையில் மட்டும், வணக்க இணக்க முறையிலேயே எழுதினார். என் வகையில் அவர் காட்டிய ஆதரவுக்குத் தாம் நன்றியுடையவராயிருப்பதாகவும், அதே சமயம் எனக்கு இந்த வகையில் உதவக்கூடாமலிருப்பதற்காக மன்னிக்கவேண்டுமென்றும் அவர் அதில் குறித்திருந்தார். இவ்வளவு முக்கியமான தொழிலுக்கு எவ்வளவோ முன்பயிற்சி தேவை என்றும், தம் கருத்துப்படி மிகவும் சிறுவனான என்னிடம் அதன் பொறுப்பை ஒப்படைப்பது சரியல்லவென்றும் அவர் வாதிட்டிருந்தார்.

என் நண்பரும் தோழருமான காலின்ஸ்[117] இப்போது அஞ்சல்நிலையத்தில் எழுத்தாளராக வேலை பார்த்துவந்தார். எனது புதிய வாழ்வகத்தைப் பற்றி நான் தீட்டிக்காட்டிய நல்லோவியம் அவரை மகிழ்வித்தது. ஆகவே, தாமும் அங்கே வருவதென்று அவர் தீர்மானித்தார். நான் என் தந்தையாருடைய இறுதித் தீர்மானத்தை எதிர்பார்த்திருந்ததனால், அவர் எனக்கு முன்பே புறப்பட்டு, கரை வழியாக ரோட் தீவுக்குச் சென்றார். நான் சென்று அவருடன் சேரும்வரை நியூயார்க்கில் தங்கியிருப்பதாகக் கூறி அவர் தம் புத்தகங்களை என்னுடையவற்றுடன் அங்கே அனுப்பும்படி விட்டுவிட்டுச்

சென்றார். அப்புத்தகக் கட்டு, கணக்கியல், இயல்நூல் பற்றிய அவர் அரிய நூற்சேகரங்களேயாகும்.

49. பெற்றோர் அன்பனுப்பு

சர் வில்லியத்தின் திட்டத்தை என் தந்தையார் ஒப்புக்கொள்ளாவிட்டாலும், நான் சென்ற புதிய இடத்தில் இவ்வளவு உயரிய இடங்களிலிருந்து நல்ல பெயர் வாங்கியது பற்றி அவர் மிகவும் மகிழ்ச்சியடைந்தார். அத்துடன் என் சிக்கன வாழ்வினாலும், உழைப்பினாலும் குறுகிய காலத்துக்குள் என் பொருள் நிலையை இந்த அளவு உயர்த்திக்கொண்டது பற்றியும் அவர் அகமகிழ்வு கொண்டார். என் தமையனாருக்கும் எனக்கும் இடையே மீண்டும் நல்லுறவு ஏற்படுத்துவது என்பது அவராலும் முடியாத காரியமாய் இருந்தது. ஆகவே, நான் மீண்டும் பிலாடல்பியாவுக்கே போவதற்கு அவர் இணக்கம் அளித்தார்.

வசையெழுத்திலும், கண்டனத்திலும் எனக்கு ஈடுபாடு மிகுதி என்று அவர் கருதியதானால், அதில் இறங்கவேண்டாமென்றும், எல்லாரிடமும் இணக்க வணக்கமாக நடந்து எல்லார் மதிப்பையும் பெறவேண்டுமென்றும் அவர் அறிவுரை கூறினார். கடைசியாக, இடைவிடா முயற்சியினாலும், தளராத சிக்கனத்தாலும் நிறைவயதாகிய இருபத்தொன்றை நான் எட்டுவதற்குள்ளாகவே தனித்தொழில் நிறுவுவதற்குரிய செல்வம் திரட்டிவிடக் கூடுமென்றும், அப்படித் திரட்டி ஏறத்தாழ வேண்டிய தொகையை ஈட்டியபின், ஏதேனும் சிறுதொகை துண்டு விழுமானால், அப்போது அதைத் தாம் கொடுத்து உதவுவதாகவும் வாக்களித்தார்.

என்னை ஊக்கும் வகையில் தந்தை அளித்த உதவி இவ்வளவே. அத்துடன், இத் தடவை நான் நியூயார்க்குக்குச் செல்லும் கப்பலேறப் புறப்பட்டபோது, என் தந்தையும் தாயும் எனக்கு இன்முகத்துடன் வாழ்த்துரை வழங்கினர். இருவர் அன்பின் அறிகுறியாகச் சிறு பரிசுகளும் தரப்பட்டன.

50. பெருந்தொல்லை தந்த சிறு செய்தி

கப்பல் வழியிருந்த ரோட்தீவில் நியூபோர்ட்டில்[118] இறங்கிற்று. என் தமையனார் ஜான்[119] திருமணம் செய்துகொண்டு அங்கேயே தங்கியிருந்தார். நான் அவரைப் பார்க்கச் சென்றேன். அவர்

என்னிடம் எப்போதுமே நேசமுடையவராயிருந்தார். ஆகவே, அவர் என்னை அன்பாதரவுடன் வரவேற்றார். அவருக்கு வெர்னான்[120] என்று ஒரு நண்பர் இருந்தார். அவருக்குப் பென்சில்வேனியாவிலுள்ள ஒருவர் 35 பொன்[121] அளவுள்ள ஒரு தொகை கொடுக்கவேண்டியிருந்தது. இதை வெர்னான் சார்பில் பெற்று அதைத் தன் அடுத்த தகவல் வரும்வரை என்னிடமே வைத்திருக்கும்படி அவர் என்னை வேண்டிக்கொண்டார். அதற்கான உத்தரவுப் பத்திரமும் அவர் என் பெயருக்குக் கொடுத்தார்.

எனக்குப் பின்னாட்களில் இடைவிடாப் பெருந்தொல்லை தந்த ஒரு சிறு செய்திகளில் இது ஒன்று.

51. இளமைக்குரிய ஓர் எச்சரிக்கை

நியூபோர்ட்டில் நாங்கள் நியூயார்க்குச் செல்லும் வேறு பல பிரயாணிகளை ஏற்றிக்கொண்டோம். அவர்களிடையே நடுவயது கடந்த குவேக்கர் குழுவைச் சேர்ந்த ஒரு மாதும், இரண்டு இளம்பெண்களும் இருந்தனர். குவேக்கர் குழுவைச் சேர்ந்த மாது விழுமிய தோற்றமும் உலகியலறிவும் உடையவராயிருந்தார். சிறு பெண்கள் ஒருவருக்கொருவர் தோழமை பூண்டிருந்தனர். அவர்களுக்கு அவ்வப்போது சிறு ஆதரவுகள் தந்ததன்மூலம், நான் குவேக்கர்மாதின் நன்மதிப்பையும், நல்லெண்ணத்தையும் பெற்றேன். அதே சமயம் இளம்பெண்களுக்கும் என்னுடன் வரவர மிகுதியான பழக்கம் ஏற்பட்டது. அவர்களும் அதை ஊக்கியே வந்தனர்.

குவேக்கர் மாது என்னைத் தனியாக அழைத்து, இது வகையில் எச்சரிக்கை தந்தார் :

"இள நண்பரீர், உம் வகையில் நான் கவலை கொள்கிறேன். நீர் உலகத்தைப்பற்றியோ, இளமைப் பருவத்தில் இளைஞரைச் சிக்க வைக்கக் காத்திருக்கும் சூழ்ச்சி வலைகளைப்பற்றியோ ஒன்றுமறியாதவர். தக்க அறிவுரை கூறும் நண்பரும் உமக்கில்லை. ஆகவே, நான் கூறுவதற்குச் சற்றுச் செவிசாயுங்கள். இந்தப் பெண்கள் நல்ல பெண்களல்ல. அவர்கள் செயல் நடை உடை போக்கிலேயே இதை நான் தெளிவாகக் காண்கிறேன். நீங்கள் எச்சரிக்கையாக இராவிட்டால், அவர்கள் உங்களை ஏதாவது இடரில் அகப்பட வைப்பவர்கள். ஆகவே, தங்கள் நன்மையை

எண்ணி நான் கூறுகிறேன். அவர்களுடன் இனிமேல் மிகுதி அறிமுகப்பழக்கம் வைத்துக்கொள்ளவேண்டாம்," என்று அவர் கூறினார்.

அவர் அறிவுரை தொடக்கத்தில் என் உணர்வில் புகவில்லை. ஏனென்றால், அப்பெண்களை அவ்வளவு மோசமாக நான் கருதவில்லை. ஆனால், மாது எனக்குப் பல குறிப்புக்கள் தந்தார். நான் கண்டும் கேட்டும் கவனமில்லாது விட்டுவிட்ட பல சிறு செய்திகளை அவர் என் ஆராய்வுணர்வுக்குக் கொண்டுவந்து காட்டினார். இறுதியில் அவர் கூறியது முற்றிலும் சரியே என்று நான் கண்டேன். அவர் அன்பு கனிந்த அறிவுரைக்கு நான் நன்றி தெரிவித்து, அதன்படி நடப்பதாக உறுதி கூறினேன்.

நாங்கள் நியூயார்க்குக்கு வந்து சேர்ந்தபோது, அப் பெண்கள் என்னிடம் வந்து தாங்கள் தங்கும் இட விவரத்தை என்னிடம் சொல்லி, அங்கே வந்து தங்களைக் காணும்படி அழைத்தார்கள். ஆனால், நான் அவர்களை அணுகிப் பேசாது மெல்ல நழுவிவிட்டேன். நான் அப்படிச் செய்ததே நல்லதாகப் போயிற்று. ஏனெனில், மறுநாள் மீகாமன் அறையிலிருந்த வெள்ளிக்கரண்டியும் வேறு சில பொருள்களும் காணாமற்போயின. காவலர் தேட்டுரிமைத்தாளுடன்[122] வந்து தேடியபோது, அவை அவர்கள் அறையில் காணப்பட்டன. உரிய இடத்திலேயே அவர்களுக்குத் தக்க தண்டனையும் தரப்பட்டது.

நான் இந்த இடரிலிருந்து தப்பிப் பிழைத்தாலும், அது என் வாழ்க்கையில் ஒரு பெரிய படிப்பினையாயிருந்தது.

52. காலின்ஸின் பெருமையும், அதைக் கெடுத்த சிறுமையும்

நியூயார்க்கில் நான் என் நண்பர் காலின்ஸைச் சந்தித்தேன். அவர் எனக்கு முன்பே அங்கே வந்து சேர்ந்திருந்தார்.

நாங்கள் இருவரும் குழந்தைப் பருவத்திலிருந்தே நன்கு பழகியிருந்தோம். இருவரும் ஒன்றாகவே பல புத்தகங்களைப் படித்திருந்தோம். ஆனால், வாசிப்பதற்கும், கல்வியறிவை வளர்ப்பதற்கும் என்னைவிட அவருக்கு நேரமும் வாய்ப்பும் மிகுதி. அத்துடன் கணக்கியல் துறையில் அவருக்கு என்னைக் காட்டிலும் மேம்பட்ட சுவைத்திறம் இருந்ததனால், அதில் அவர் என்னைப் பெரிதும் விஞ்சியவராயிருந்தார்.

தன் வரலாறு

நான் பாஸ்டனில் வாழ்ந்த நாட்களில் என் ஓய்வு நேரங்களையெல்லாம் நான் அவருடன் உரையாடுவதிலேயே கழித்து வந்தேன். அக்காலங்களில் அவரும் நல்ல உழைப்பாளியாகவும் குடி முதலிய பழக்கங்களுக்கு அப்பாற்பட்டவராகவும் இருந்தார். அவர் கல்வி காரணமாகச் சமயத்தலைவர் பலர் நன்மதிப்பைப் பெற்றிருந்தார். நல்ல வருங்கால வாழ்வு உடையவர் என்றே அவரை யாவரும் கருதினர்.

ஆனால், நான் பாஸ்டனைவிட்டு வந்த பின்னர் அவர் கடுந்தேறலின்[123] மாயப்பிடியில் சிக்கினார். அவர் வாய் மொழியாலும், பிறர் உரைகளாலும், நியூயார்க்குக்கு வந்ததுமுதல் அவர் ஒவ்வொரு நாளும் விடாமல் குடிமயக்க முற்றிருந்தார் என்றும், மிக மோசமாக நடந்துகொண்டார் என்றும் அறிந்தேன். போதாக்குறைக்குச் சூதாட்டத்திலும் அவர் இறங்கியிருந்தார். இருவகையிலும் அவர் கைப் பொருளனைத்தையும் இழந்துவிட்டதனால், அவர் தங்கியிருந்த இடத்தின் குடிக்கூலியையும் நானே கொடுக்கவேண்டியதாயிற்று. அதுமட்டுமன்றி, பிலாடெல்பியா போவதற்கான செலவும், போனபின் ஏற்பட்ட செலவும் எல்லாம் என்மீதே வந்து பொறுத்தது. இது எனக்குப் பெரிய இக்கட்டாய்ப்போயிற்று.

அப்போது நியூயார்க்கில் ஆட்சித்தலைவராயிருந்தவர் பர்னட்[124] என்பவர். அவர் மாவட்ட சமயத் தலைவர் பர்னட்டின்[125] புதல்வர். கப்பல் பிரயாணிகளிடையே ஓர் இளைஞனிடம் பல புத்தகங்கள் இருப்பதாகக் கப்பலின் மீகாமன் மூலம் அவர் கேள்விப்பட்டார். அவர் உடனே என்னைத் தம்மிடம் அழைத்து வரும்படி கட்டளையிட்டார். நான் அவரைப் பார்க்கச் சென்றேன். நான் காலின்ஸையும்கூட அழைத்துச் சென்றிருக்கக்கூடும். ஆனால், அந்நேரத்தில் அவர் நல்ல உணர்வுநிலையில் இல்லை. ஆட்சித்தலைவர் என்னிடம் அன்பாதரவு தெரிவித்துத் தம் நூல்நிலைய ஏடுகளை எல்லாம் எனக்குக் காட்டினார். அந்த நூல்நிலையம் மிகப் பெரிதாகவே இருந்தது. புத்தகங்களைப்பற்றியும் புத்தக ஆசிரியர்களைப்பற்றியும் நாங்கள் நீண்டநேரம் உரையாடினோம். என்னிடம் அக்கறை கொண்ட இரண்டாவது ஆட்சித்தலைவர் இவரே. ஏழையாகவும், இளைஞனாகவும் இருந்த என்போன்ற ஒருவனுக்கு இவை மிகவும் அகமகிழ்வுக்குரியவையே என்பது கூறாமலே அமையும்.

53. காலின்ஸ் போக்கும் தொல்லையும்

நாங்கள் பிலாடெல்பியாவுக்குப் புறப்பட்டோம். வழியில் வெர்னானுக்கு வரவேண்டிய பணம் என் கைக்கு வந்து சேர்ந்தது. அது இல்லாமல் நாங்கள் உண்மையில் பயணத்தை முடித்திருக்க முடியாது. ஏனெனில், என் பயணத்துக்கு உதவவேண்டிய பொருள் ஏற்கெனவே காலின்ஸுக்காகச் செலவாய்விட்டது. பயணம் முடிந்தபின், காலின்ஸ் பிலாடெல்பியாவில் ஏதேனும் ஒரு பொருளகக் கணக்கு மனையில்[126] வேலைபார்க்க முயன்றார். ஆனால், அவரிடம் நல்ல ஆதரவுக் கடிதங்கள் இருந்தும், அவர் மனுக்கள் பயனற்றவையாயின.

அவர் குடிப்பழக்கத்தைப் பணி முதல்வர்கள் அவர் மூச்சிலிருந்தே ஊகித்ததனாலோ, அல்லது அவர் நடந்து விதத்தினாலோ, அவரை யாரும் ஏற்றெடுத்துப் பார்க்கவில்லை. இக்காரணத்தால் அவர் என்னுடன் என் செலவிலேயே தங்கி உணவு கொள்ளும்படியாயிற்று. அத்துடன் என்னிடம் வெர்னானின் பணம் இருந்ததை அவர் அறிந்திருந்த காரணத்தால், வேலை கிடைத்தவுடன் திருப்பித் தருகிறேன் என்ற உறுதியுடனே அடிக்கடி கடன் வாங்கிச் செலவிட்டு வந்தார். அதன் மிகப் பெரும்பகுதி செலவான பின் எனக்குப் புதிய கவலை ஏற்பட்டது. அதை அனுப்பிவிடும்படி திடீரென்று வெர்னானிடமிருந்து தகவல் வந்தால் என்ன செய்வது என்ற எண்ணம் என்னை அரித்துத் தின்னத் தொடங்கிற்று.

54. காலின்ஸுக்கு பிராங்க்லின் கற்பித்த பாடம்

காலின்ஸுன் குடிப்பழக்கம் தொடர்ந்து வளர்ச்சியடைந்தது. அது பற்றி எங்களிடையே சச்சரவுகளும் நிகழ்ந்தன. ஏனெனில், குடித்த சமயத்தில் அவர் மிகவும் முரட்டுத்தனமுடையவராயிருந்தார்.

ஒரு தடவை வேறு சில இளைஞருடன் நாங்கள் டிலாவேரில்[127] ஒரு படகேறிச் சென்றோம். அப்போது முறைவைத்து நாங்கள் அனைவரும் தண்டு உகைத்தோம். எங்களுடனொத்து அவர் தண்டு உகைக்க மறுத்தார். "பிறர் உகைத்துத்தான் நான் செல்வேன்," என்றார் அவர். "உம்மை வைத்து நாங்கள் உகைக்கமாட்டோம்," என்றேன் நான். "நீங்கள் உகைத்துத் தீரவேண்டும். இல்லாவிட்டால் எல்லாருமாகத் தண்ணீரிலேயே

இரவைக் கழிப்போம். இவற்றுள் உங்களுக்கு எது பிடித்தமோ, அது செய்க," என்றார் அவர். "இதில் என்ன இருக்கிறது. நாமே உகைத்துக் காரியம் முடிப்போம்," என்றார்கள் மற்றவர்கள். ஆனால், இதற்குள்ளாக அவர் நடத்தையால் தொடர்ந்து மனக்கசப்படைந்துவந்த காரணத்தால், நான் அவ்வாறு செய்ய மறுத்தேன்.

"நான் நீயே உகைக்கும்படி செய்கிறேன்; இல்லாவிட்டால், உன்னைத் தண்ணீரில் தள்ளிவிடுகிறேன் பார்,'' என்று கூறிக்கொண்டு, அடிக்கக் கைகளை ஓங்கிய வண்ணம் அவர் என்னை நோக்கி வந்தார். அருகில் வந்ததும் அவர் என்னை அடித்தார். நான் அவர் விலாவில் கைகளை நெக்கி, வேகமாக அவரை நீரில் தலைகுப்புறத் தள்ளினேன். அவர் நன்றாக நீந்தத் தெரிந்தவராதலால், அவர் உயிர்பற்றி நான் சிறிதும் கவலைகொள்ளவில்லை. ஆயினும், அவர் நீந்திப் படகை எட்டிப் பிடிக்கு முன், நாங்கள் சிறிது தண்டோச்சிப் படகை சிறிது அப்பால் கொண்டு சென்றோம். அவர் படகை அணுகுந்தோறும் இவ்வாறு செய்து வரவே, அவர் தன் கோபத்துக்குத்தானே ஆளாய்ச் செத்துத் செத்துப் பிழைத்தார். இறுதியில் அவர் கைகள் சோர்வடைவதறிந்து, நாங்கள் அவரைத் தூக்கிப் படகிலிட்டுக் கொண்டுவந்தோம். மாலைநேரக் குளிரில் அவர் நனைந்து சொட்டும் ஆடையுடன் வீடு வந்து சேர்ந்தார்.

இந்நிகழ்ச்சியின் பின் எங்களிடையே நட்பு முறையில் ஒருநாள்கூட எதுவும் பேசப்பட்டதில்லை!

55. காலின்ஸின் கால்கட்டு அகலல்

இச்சமயம் பர்படோஸிலுள்ள[128] ஒரு பெருமகனின் புதல்வர்களுக்கு ஒரு வீட்டாசிரியரைத் தேடிக்கொண்டிருந்த 'மேலை இந்திய'[129] மீகாமன் ஒருவன் காலின்ஸைச் சந்தித்து, அவரை அப்பணிக்கு ஏற்று இட்டுக்கொண்டுபோக இணங்கினார். இம்முறையில் அவர் என்னைவிட்டு அகன்றார். போகும்போது, தமக்குக் கிடைக்கும் முதல் பணத்துடனே என் கடனைத் தீர்த்துவிடுவதாக வீம்புரைத்துச் சென்றார். ஆனால், இன்றுவரை அவரிடமிருந்து எந்தத் தகவலும் கிடையாது.

வெர்னானின் பணத்தை இவ்வாறு செலவு செய்துவிட்டது என் வாழ்க்கையின் மாபெருந் தவறுகளுள் முதலாவது தவறுதல்

ஆகும். முதன்மை வாய்ந்த எந்தத் தொழிலையும் வைத்து நடத்தும் அனுபவ வயது எனக்கு வரவில்லை என்று என் தந்தை என்னைப்பற்றிக் கொண்ட முடிவு அவ்வளவு தவறானதன்று என்பதை இது எடுத்துக்காட்டுகிறது.

56. ஸர் வில்லியத்தின் மலைபோன்ற ஆதரவுரைகள்

ஸர் வில்லியம் கீத் தந்தையின் இவ்வறிவமைதியைத் தந்தையாரின் கடிதத்தைப் பார்த்தவுடன் ஏற்கவில்லை. அவர் பெருமிதப் புன்முறுவல் கொண்டார். "பணம் என்றால் மிகவும் அஞ்சி அஞ்சி நடுங்கும் பேர்வழி உங்கள் தந்தை," என்றுதான் அவர் கூறினார். "ஆளுக்கு ஆள் உலகில் எவ்வளவோ வேறுபாடுகள் உண்டு. செயலறிவு எப்போதும் வயது வந்தவர்களிடமே இருக்க வேண்டுமென்றில்லை. இளைஞரிடம் அது ஒருபோதும் இராது என்றும் கூறமுடியாது," என்று அவர் தம் கருத்தறிவித்தார்.

"உங்கள் தந்தை உங்களைத் தொழிலில் அமர்விக்க மறுக்கிறார். அதனால் நானே அதைச் செய்கிறேன். அது வகையில் இங்கிலாந்திலிருந்து என்ன என்ன பொருள்கள் வேண்டுமென்ற பட்டியலை என்னிடம் உருவாக்கிக் கொடுங்கள். அவற்றை நான் வரவழைத்துக் கொடுக்கமுடியும்போது கொடுக்கலாம். எப்படியும் இவ்விடத்தில் ஒரு நல்ல அச்சுத்தொழில் முதல்வரை நாடி நிலையமர்த்த நான் உறுதி கொண்டுவிட்டேன். ஆகவே, நீங்கள் வெற்றி பெறுவது உறுதி," என்று அவர் கூறினார்.

ஆட்சியாளர் பேசிய ஆதரவுரைகளிலும் கனிந்த தொனியிலும் என் நம்பிக்கை வளர்ந்தது. அவர் சொல்லும் சொற்கள் யாவும் அவர் உள்ளத்தின் ஆழத்திலிருந்து வந்தவை என்றே நான் நினைத்தேன். அன்று அதில் எனக்கு எள்ளளவும் ஐயம் ஏற்பட்டதில்லை. ஆயினும் நான் தொழில் தொடங்க இருக்கும் செய்தியை இதுவரையும் நான் பிலாடெல்பியாவில் மறைவாகவே வைக்க எண்ணினேன். உண்மையில் ஆட்சியாளர் ஆதரவை நான் நம்புவது என் நண்பர்களில் சிலருக்காவது தெரிந்திருந்தால், ஒரு நன்மை கட்டாயம் விளைந்திருக்கும். அவரிடம் நம்பிக்கை வைப்பது தகாது என்று என்னைவிட அவரிடம் நன்கு பழகிய யாராவது எச்சரிக்கையுரை தந்திருப்பார்கள். ஏனெனில், தம் வாய்மொழிப்படி நடக்கும் எண்ணம் சிறிதும் இல்லாமலே தாராளமாக வாக்களிப்பது அவர் பண்பு என்பதை நான் பின்னாட்களில் கேள்வியுற்றேன்.

எனினும் அன்றைய நிலையில், நான் கேளாமலே வந்து எனக்கு உதவுவதாகக் கூறிய ஒருவரின் தாராள மொழிகளை நான் எப்படிப் பொய்யுரைகள் என்று கருதவோ, ஐயுறவோ கூட முடியும்? உண்மையில் உலகத்திலேயே மிக நல்ல நெஞ்சம் படைத்த மனிதருள் அவர் ஒருவர் என்றுதான் அன்று நான் எண்ணினேன்!

ஒரு சிறிய அச்சகத்துக்கான கருவிப் பட்டியல் ஒன்றை நான் அவரிடம் தந்தேன். என் கணக்குப்படி அதன் மதிப்பு ஒரு நூறு பொன் அளவாயிற்று. அவர் பட்டியலைக் கண்டு மகிழ்ச்சி தெரிவித்தார். அத்துடன் நானே நேரில் இங்கிலாந்து சென்று அங்கே அசசுக்களையும் மற்றக் கருவிகளையும் நல்லவையாகப் பார்த்து வாங்கினால் இன்னும் மிகப் பயனுடையதாயிருக்கும் என்றும் கருதினார். "மேலும் நீங்கள் அங்குப் போவதனால் இன்னும் பல நன்மைகள் ஏற்பட வழியுண்டு. அங்கே பலருடன் நீங்கள் அறிமுகம் கொள்ள நேரும். குறிப்பாக, பணிமனைக் கருவி வணிகர், புத்தக வணிகர் ஆகியவருடன் அறிமுகம் பெறுவதும் அவர்களுடன் எழுத்துப் போக்குவரவு ஏற்படுத்திக் கொள்வது மிகவும் நலம் பயப்பதாகும்," என்று அவர் வாதிட்டார்.

நான் அவர் கூறியவற்றை ஒத்துக்கொண்டேன். அச்சமயம் பிலாடெல்பியாவுக்கும் இங்கிலாந்துக்கும் இடையே ஒரே ஒரு கப்பல்தான் ஓடிக்கொண்டிருந்தது. அது ஆனிஸ்[130] என்ற பெயருடையது. அதுவும் ஆண்டுக்கு ஒரு தடவைதான் பயணம் செய்தது. அதிலேயே புறப்படும்படி ஆட்சியாளர் அறிவுரை கூறினார்.

ஆனிஸ் புறப்பட இன்னும் பல மாதங்கள் இருந்தன. ஆகவே, நான் எப்போதும்போலத் தொடர்ந்து கெய்மரிடம் வேலைபார்த்து வந்தேன்.

57. அகப்போராட்டம்: தத்துவம் ஒருபுறம், விருப்பம் ஒருபுறம்

காலின்ஸ் என்னிடமிருந்து பெற்றுச் செலவழித்துவிட்ட பணத்தைப்பற்றிய கவலையால் இச் சமயம் என் உள்ளம் அடிக்கடி படபடத்துக் கொண்டது. ஏனென்றால், எந்தக் கணமும் வெர்னான் அந்தப் பணத்தை அனுப்பும்படி கேட்கக்கூடும் என்று அஞ்சினேன். ஆனால், நான் அஞ்சிய இந்நிகழ்ச்சி இன்னும் சில ஆண்டுகள் வரை நடைபெறவில்லை.

பாஸ்டனிலிருந்து நான் முதன்முதல் செய்த பயணத்தைப்பற்றிய ஒரு செய்தியை உரிய இடத்தில் கூற நான் மறந்துவிட்டேன். பிளாக் தீவில்[131] காற்றோட்டம் நின்று முழு ஓய்வு ஏற்பட்டதால் கப்பல் ஒதுங்கி நிற்கவேண்டியதாயிற்று. என் தோழர்களனைவரும் இப்போது கடல்மீன்[132] பிடிப்பதில் முனைந்தார்கள். மீன்களும் பேரளவில் வந்து குவிந்தன.

ஊனுணவை விலக்குவதிலுள்ள என் உறுதியை இதுவரை நான் விடாப்பிடியாகவே கொண்டிருந்தேன். இவ்வகையில் என் ஆசானான டிரயானை[133]ப் போலவே நானும் ஒவ்வொரு மீனை உண்பதிலும் ஓர் நேர்மையற்ற முதல் தரக் கொலைப்பழி இருந்ததென்று கருதினேன். ஏனெனில் அக்கொலையின் பழியை ஓரளவு தணிக்கத்தக்கதாக, அந்த மீன்கள் நமக்கு இதற்கு முன்னும் எத்தகைய தீமையையும் செய்வதில்லை; இனிச் செய்யும் என்ற சாக்குப் போக்குக்கும் இடம் இருக்கமுடியாது.

வாத அளவில் மேற்கூறிய உண்மை நேர்மை வாய்ந்ததாகத்தான் இருந்தது. ஆனால், நான் புதிய உணவுத் திட்டத்தை மேற்கொள்வதற்கு முன்பெல்லாம் மீனுணவில் மிகவும் விருப்பமுடையவனாக இருந்தேன். ஆகவே, வாணலியிலிருந்து சுடச் சுடக் கமழும் மணத்துடன் என்முன் மீனுணவு வைக்கப்பட்டபோது, என் சுவையுணர்வு ஆழ்ந்து கிளறப்பட்டது. தத்துவம் ஒருபுறமும் விருப்பம் ஒருபுறமும் என் உள்ளத்தில் போரிட்டன. இருபுறமும் சரிசமமாகவே நெடுநேரம் போட்டியிட்டன. ஆனால், மீன்கள் முதலில் அரியப்பட்டபோது, பெரியமீன்களின் வயிற்றினுள் சிறிய மீன் இருந்தது நினைவுக்கு வந்தது. இது சரிசமப் போட்டிக்கு ஒரு முடிவு உண்டுபண்ணிற்று. "மீனாரே, மீனாரே! உம் தோழரை நீரே தின்னலாமானால், உம்மை நான் தின்பதில் என்ன கேடு இருக்கமுடியும்?" என்று என் விருப்பம் வினா எழுப்பிற்று.

நான் அம்மீனுணவை வயிறார அன்று உண்டேன்!

இது முதல் நான் அடிக்கடி எல்லாரையும் போலப் பொது உணவை உண்ணத் தொடங்கினேன். அவ்வப்போது இடையிடையேதான் சைவ உணவை உட்கொண்டு வந்தேன்.

உலகியல் முறையில் அறிவுடைய மக்களாய்[134] இருப்பது மிகவும் எளிது; அத்துடன் நல்ல வாய்ப்புடையது என்று இப்போது நான் கண்டேன். ஏனென்றால், அதன்படி ஒருவன்

மனங்கொண்ட முடிவுக்கெல்லாம் அறிவுக்கொத்த ஒரு காரணம் தேடிக்கொள்ளமுடிகிறது!

58. புதிய மதம் நிறுவத் திட்டம்

நான் தனித்தொழில் நிறுவப் பாடுபட்டது கெய்மருக்குத் தெரியாததனால், நானும் அவரும் நல்லிணக்கமாகவே வாழ்ந்துவந்தோம். அவர் இன்னும் முன்போல வாதிடுவதில் பேரார்வமுடையவராகவே இருந்தார். எங்களிடையே வாதங்களும் பல நிகழ்ந்தன. நான் அடிக்கடி என் சாக்ரட்டீஸ் வாதமுறையில் அவரைச் சிக்கவைப்பதுண்டு. வெளிப்பார்வைக்கு மேற்கொண்ட வாதத்துடன் எவ்விதத் தொடர்புமில்லாத செய்திகளில் தொடங்கி, அவர் வாயிலிருந்தே அவர் கருத்துக்கு மாறான உண்மைகளை வருவித்து, அவற்றின் முரண்பாடுகளில் அவரை நான் உழலவைத்து வந்தேன். இதனால் அவர் மட்டு மீறி மறுமொழி கூற அஞ்சத் தொடங்கினார். எந்தப் பொதுமுறைக் கேள்விக்கும் நேரடியான விடை கூற அவர் தயங்கினார். “இதிலிருந்து நீங்கள் என்ன வருவிக்க விரும்புகிறீர்கள்? அதைச் சொல்லுங்கள்.’ என்று கேட்டுவிட்டே அவர் சிறு கேள்விகளுக்கும் விடையளிப்பார். இது அவர் நிலைமையைக் கேலிக்குள்ளாக்கிற்று. ஆயினும், இவற்றால் எந்த வாதத்தையும் எதிர்வாதமிட்டுத் தகர்க்கும் என் திறமைபற்றி அவர் மிக உயர்ந்த மதிப்புக் கொள்ளலானார்.

என் எதிர்காலத் திறமை கண்ட அவர் அதை அடிப்படையாகக் கொண்டு ஒரு பாரிய புதிய திட்டத்துக்கு அடிகோலலானார். அதுதான் ஒரு புதிய சமயக்கட்சி உண்டுபண்ண வேண்டும் என்பது. அதன் கொள்கைகளை அவர் வகுத்துப் பரப்புதல் செய்யவேண்டும். எதிரிகள் வாதங்களைத் தகர்த்து நான் அதை வலுப்படுத்தவேண்டும். இதுவே அவர் திட்டம். ஆனால், அவர் தம் கொள்கைகளை விளக்கியபோது, அதன் பல பொருந்தாப் புதிர்களை நான் வாளா ஒத்துக்கொள்ள விரும்பவில்லை. என் சார்பிலும் சில கருத்துக்களைப் புதிதாகப் புகுத்திச் சேர்த்துக்கொண்டாலல்லாமல், அவர் திட்டத்தை ஒத்துக்கொள்ளமுடியாது என்றேன்.

கெய்மர் தம் தாடியைக் கத்தரிக்காமல் முழு அளவில் வளர்த்து வந்தார். திருநூலில் மோசசின் கட்டளைகளிடையே எங்கேயோ

ஒரு வாசகத்தை அவர் கண்டுபிடித்தார். "உன் தாடியின் ஓரங்களை நீ சிதையாதிருக்கக் கடவாய்," என்பதே அது. மற்றும் அவர் ஏழாவது நாளையே, அஃதாவது சனிக்கிழமையையே ஓய்வுத் திருக்கிழமையாகக்[135] கொண்டார். இந்த இரண்டு செய்திகளும் அவர் உயர்நிலைக் கோட்பாடுகளாய் இருந்தன. இரண்டிலுமே எனக்கு வெறுப்பு மிகுதியாயிருந்தது. ஆனால், நான் இதை நேரடியாக மறுக்கவில்லை. "ஊன் உணவு மறுப்பை அவர் ஏற்றுக்கொண்டாலல்லாமல் மற்றக் கொள்கைகளை என்னால் ஏற்றுக்கொள்ள முடியாது," என்று நான் கூறினேன்.

"என் உடல்நிலை சைவஉணவைத் தாங்குமோ என்று நான் ஐயுறுகிறேன்," என்று அவர் மறுமொழி பகர்ந்தார். "உடல்நிலை கட்டாயம் தாங்கும். அதுமட்டுமல்ல; அதனால் உடல் நலம் மேம்பாடடையும்," என்றேன் நான். உண்மையில் அவர் பெருந்தீனிக்காரர். அவரை என் தத்துவத்தின் மூலமாக அரைப்பட்டினியிட்டுப் பார்ப்பது எனது நகைச்சுவைக்கும், கேலியுணர்ச்சிக்கும் நல்ல விருந்தாயிருக்கும் என்று நான் கருதினேன்.

59. திட்டம் மூன்று மாதத்தில் கவிழ்ந்தது

அவருடன் நான் சேருவதானால், என் தத்துவத்தை ஏற்க முயலுவதாக அவர் ஒத்துக்கொண்டார். நான் அவருடன் சேர்ந்தேன். எங்கள் திட்டம் மூன்று மாதம் நன்கு ஓடிற்று. எங்களுக்கு உணவு சமைத்து வேளாவேளை கொண்டுவர அண்டையிலுள்ள ஒரு மாது ஏற்பாடு செய்யப்பட்டிருந்தார். அவரிடம் நான் தனித்தனியாக 40 உணவுப் பட்டிகளைத் தந்திருந்தேன். திட்டப்படி அவற்றை அவர் மாறிமாறிச் சமைத்துப் பரிமாறவேண்டும். இவற்றுள் விலங்கோ, மீனோ, கோழி பறவைகளோ இடம்பெறவேயில்லை.

புதுமைவாய்ந்த இந்த ஏற்பாடு இந்தச் சமயத்தில் எனக்கு மிகவும் வாய்ப்பாகவே அமைந்தது. சைவ உணவு மிகவும் மலிவாயிருந்ததே இதற்குக் காரணம். அது வாரத்துக்குப் பதினெட்டுத் துட்டுக்கு[136] மேலாகவில்லை.

அந்நாள் முதல் இந்நாள் வரை எத்தனையோ தடவை நான் பொது உணவிலிருந்து திடுமென மாறிப் பலநாள் நோன்பு[137] இருந்திருக்கிறேன். அதுபோல நோன்பு உணவிலிருந்து

திடுமெனப் பொதுவுணவு முறைக்கு மாறியிருக்கிறேன். இவற்றில் எனக்கு எத்தகைய வாய்ப்புக் கேடும் இருந்ததில்லை. ஆகவே, மாறுதல்களைப் படிப்படியாகச் செய்வதே நல்லது என்ற அறிவுரையில் மிகுதி வலு இருப்பதாக எனக்குத் தோன்றவில்லை.

இவ்வேறுபாடுகள் என் வகையில் இன்பமாகக் கழிந்தன. ஆனால், கெய்மர் படாத பாடுபட்டார். திட்டத்தில் அவர் மிகவும் சோர்வு கண்டார். எகிப்தியர் தசைக் கலங்களுக்காக[138] அவர் ஏக்கங்கொண்டு, ஒரு நாள் பன்றி இறைச்சியை வாட்டி அளிக்கும்படி கட்டளையிட்டார். இவ்வுணவைத் தம்முடனிருந்து உண்ண அவர் என்னையும் இரண்டு பெண் நண்பர்களையும் அழைத்திருந்தார். ஆனால், அவருக்கிருந்த அலப்பில், மேசைமீது உணவைக் கண்டதும் நாங்கள் வரும்வரைக் காத்திருக்க முடியவில்லை. நாங்கள் வருமுன் அவர் எங்களுக்கு எதுவும் மீதி வைத்திருக்காமல் அவ்வளவையும் தின்றுவிட்டார் என்று கண்டோம்.

60. முதிராக் காதல்

இச் சமயம் நான் செல்வி ரீடின் காதலில் சிறிது ஈடுபட்டிருந்தேன். அவரிடம் எனக்கு மதிப்பும் அன்பும் உண்டு. அவருக்கும் என்மீது அதே உணர்ச்சிகள் இருந்தன என்று நான் கருத இடமிருந்தது. ஆனால், நாங்கள் இருவரும் மிக இளவயதினராக இருந்தோம். இருவருக்கும் பதினெட்டு கடந்து நெடுநாளாகவில்லை. அத்துடன் நான் நீண்ட பயணத்தில் இறங்கியிருந்ததனால், எங்கள் காதல் நெடுந்தொலை செல்வதைச் செல்வி ரீடீன் அன்னையார் விரும்பவில்லை. திருமண முடிக்க வேண்டியிருந்தால், நான் திரும்பிவந்து தொழில் நிறுவியபின் முடிப்பதே நலமாயிருக்குமென்று அவர் எண்ணினார். ஒரு வேளை என் ஆவல் கோட்டைகள் நான் எதிர்பார்த்த அளவு உறுதியானவை அல்ல என்றும் அவர் உள்ளூர எண்ணியிருக்கக் கூடும்.

61. இலக்கிய நண்பர்கள்

இச் சமயம் எனக்குச் சில முக்கியமான நெருங்கிய நண்பர்கள் இருந்தார்கள். அவர்கள் சார்லஸ் ஆஸ்போர்ன், ஜோஸப் வாட்ஸன், ஜேம்ஸ் ரால்ப்[139] ஆகியவர்கள். அவர்கள் அனைவரும்

புத்தகங்களை விரும்பி வாசிக்கும் பழக்கமுடையவர்கள். முதல் இருவரும் சார்லஸ் பிராக்டன்[140] என்ற நகரத்தின் சிறந்த பத்திர எழுத்தாளர் நிலையத்தில்[141] கைப்படியாளராக இருந்தனர். மற்றவர் ஒரு வணிகரிடம் கைப்படியாளராக இருந்தார். வாட்சன் சமயப்பற்றுடையவர். நல்லறிவும் நாணயமும் வாய்ந்தவர். மற்ற இருவரும் சமயத்துறையில் பற்றுத் தளர்ந்தவர்கள். அவர்களிடையே ரால்ப், காலின்ஸைப்போல, என்னாலேயே சமயப்பற்று மிகவும் தளரப்பெற்றவர். என் செயலால் இருவருமே எனக்குத் தொல்லையாக அமைந்தனர்.

ஆஸ்போர்ன் நல்லுணர்வுடையவர்; வாய்மையும் சொல் நேர்மையும் உடையவர். நண்பர்களிடமும் அவர் அன்பார்வமுடையவராகவும், உண்மையுடையவராகவும் இருந்தார். ஆனால், இலக்கியத்துறை சார்ந்த செய்திகளில், பிறர் மீது குற்றங்குறை கண்டு, கண்டிப்பதில் சிறிது ஆர்வமுடையவர். ரால்ப் சூழ்ச்சித் திறமையுடையவர். வணக்க இணக்கமான நடையும் சொல் ஆற்றலும் மிக்கவர். அவரைவிட அழகுபடப் பேருரையாடுபவரை நான் கண்டதேயில்லை எனலாம். இவ்விருவரும் கவிதையில் மிகவும் பற்றார்வம் கொண்டவர்கள். அவ்வப்போது சிறு சிறு பாட்டுக்கள் புனைவதிலும் அவர்கள் கைகள் ஈடுபட்டன.

எத்தனையோ தடவை நாங்கள் நால்வரும் ஷ்கில்கில்[142] காட்டின் அருகாமையில் உலவி மகிழ்ந்திருக்கிறோம். அடிக்கடி நாங்கள் அங்கே ஒருவருக்கொருவர் புத்தகங்களை வாசித்தும், வாசித்தவற்றைப்பற்றி வாதிட்டும் இனிதாகப் பொழுதுபோக்கி வந்தோம்.

ரால்ப் கவிதை வாசிப்பதில் முனைப்பும், ஆர்வமும் உடையவராயிருந்தார். அத்துறையிலேயே பேரும் புகழும் பெற்று, அதன் மூலம் பெருஞ்செல்வமும் ஈட்டிவிட முடியும் என்ற உறுதியான நம்பிக்கை அவருக்கு இருந்தது. அவர் பாட்டுக்களில் உள்ள தவறுகளைக்கூடப் பெருங்கவிஞர்கள் தம் முதல் கவிதையில் வழக்கமாகக் கொள்ளும் தவறுகள் போன்றவை என்று அவர் வாதிட்டார். ஆஸ்போர்ன் இவ்வகையில் அவரை அடிக்கடி கடிந்துகொண்டார். ரால்புக்குக் கவிதையில் இயற்கைத் திறம் கிடையாது என்று அவர் அடிக்கடி இடித்துரைத்தார்.

தாம் பயிற்சி பெற்றுத் தேறிய அதே தொழிலைத் தவிர எவரும் வேறு எதிலும் தலையிடக்கூடாதென்றும், ரால்ப் ஈடுபட்டிருந்த

துறையில் அவருக்கு மிகுதி முதலீடு இல்லாவிட்டாலும், காலந்தவறாமை, விடாமுயற்சி ஆகிய அவர் பண்புகளால் தொழில் முதல்வர் உள்ளத்தை அவர் கவர முடியுமென்றும், நாளடைவில் அத்துறையிலேயே பணம் ஈட்டி ஒரு சிறு தொழில் முதல்வராக முடியுமென்றும் அவர் எடுத்துக்கூறினார். கவிதை சிறிது நேரம்போக்குக்கு உதவவல்லது என்றும், ஓரளவு மொழிநடையை மேம்படுத்துவதற்கும் அதைப் பயன்படுத்தலாம் என்றும், இவை கடந்து அது பயன்படாதென்றும் நானும் கருத்துரைத்தேன்.

62. பாட்டியற்றும் திட்டம்

நான் இவ்வாறு கூறியவுடனே, அடுத்தபடி சந்திப்பதற்குள்ளாக, நாங்கள் ஒவ்வொருவரும் ஒவ்வொரு பாட்டு இயற்றவேண்டுமென்று ஒரு புத்துரை கூறப்பட்டது. ஒவ்வொருவர் பாட்டைப் பற்றியும் அடுத்தவர்கள் கூறும் கருத்துரைகளும் கண்டனங்களும், காணும் பிழைகளும் எங்கள் மொழிநடையைத் திருத்த உதவும் என்று நாங்கள் ஒத்துக்கொண்டதே இதற்குக்காரணம். இதில் எங்கள் நோக்கம் மொழியையும் சொல் திருத்தத்தையும் மட்டுமே குறிப்பதாயிருந்ததனால், புதுக்கருத்துத் தேடும் அவசியமே இல்லாமல் செய்தோம். ஒரு தெய்வ உரு உலகுக்கு இறங்கி வருவதை வருணிக்கும் விவிலிய நூலின் புகழ்ப்பாடற் பகுதி ஒன்றையே எடுத்து, அதைக் கவிதை வடிவாக்குவதென்று முடிவுசெய்தோம்.

நாங்கள் திரும்பவும் சந்திக்கும் சமயம் அணுகிற்று. ரால்ப் முதலில் என்னைத் தனியே அழைத்தார். அவர் தம் வேலையை முடிந்துவிட்டதாகக் கூறிவிட்டு, என் வேலையைப் பற்றிக் கேட்டார். எனக்கு மிகுதிவேலை இருந்ததனாலும், அத்திசையில் விருப்பம் மிகுதி இல்லாததாலும் நான் ஒன்றும் எழுதமுடியவில்லை என்று சாக்குக் கூறினேன். அவர் தம் பாடலை எனக்குக் காட்டினார். என் கருத்துரையையும் கேட்டார். அது மிகவும் சிறப்பு வாய்ந்ததென்றே நான் கருதினேன். ஆகவே, அதை நான் பாராட்டினேன்.

என் பாராட்டுக்கு ரால்ப் நன்றி தெரிவித்தார். ஆயினும், "அன்பரே, ஆஸ்போர்ன் என் வகையில் மிகவும் பொறாமையும், பொருமலும் கொண்டிருக்கிறார். என்னிடம் எந்த நலன்களையும் காண்பதோ, பாராட்டுவதோ கிடையாது. அத்துடன் ஆயிரம்

குறைகள் கண்டுபிடிக்கிறார். உங்கள் வகையில் அவருக்கு இத்தகைய பொறாமை இல்லை. ஆகவே, நீங்கள் எனக்கு ஒரு உதவி செய்யவேண்டும். இந்தப் பாட்டை நீங்கள் வைத்துக்கொண்டு, உங்கள் பாட்டு என்று கொண்டுவாருங்கள். நான் எனக்கு நேரம் இல்லாததால் ஒன்றும் எழுதவில்லை என்று கூறிவிடுகிறேன். இம்முறையில் பாடலைப்பற்றி அவர் என்ன கருதுகிறார் பார்க்கலாம்" என்றார்.

நான் ஒத்துக்கொண்டேன். அது பிறர் கைத்திறம் என்பதை, அவர் ஐயுறாமலிருக்கும்படி, நானே அதை என் கையெழுத்தில் திரும்ப எடுத்தெழுதினேன்.

63. கருத்துரை ஒரு கேலிக்கூத்தாயிற்று!

நாங்கள் சந்தித்தோம். முதலில் வாட்ஸனின் கைப்படி வாசிக்கப்பட்டது. அதில் பல வனப்புகள் இருந்தன. ஆனால், பல குறைகளும் காணப்பட்டன. பின் ஆஸ்போர்னினுடையது வாசிக்கப்பட்டது. அது முன்னதிலும் சற்று மேம்பட்டதாயிருந்தது. ரால்ப் அது வகையில் நேர்மையுணர்ச்சி காட்டினார். சில வழுக்களைக் குறிப்பிட்டாராயினும், வனப்புகளை வாயாராப் புகழ்ந்தார்.

நான் முதலில் பின்வாங்கினேன். தயங்கி, "என்னை மன்னிக்கவேண்டும்," என்றேன். பிழைகளைத் திருத்த நேரமில்லாமல் போயிற்று என்று மழுப்பினேன். ஆனால், இவை எவையும் ஏற்கப்படவில்லை. "எழுதியதைக் காட்டித் தானாகவேண்டும்," என்றனர் எல்லாரும். கடைசியில் அது வாசிக்கப்பட்டது. திரும்பத் திரும்ப வாசிக்கப்பட்டது. வாட்ஸனும் ஆஸ்போர்னும் தாங்களாகவே போட்டியிலிருந்து விலக்கிக்கொண்டனர். இருவரும் ஒருங்கே அதை வாயாரப் புகழ்ந்தனர். ரால்ப் சில பிழைகள் காண்பதாக மட்டும் கூறினார். சில திருத்தங்கள் செய்யப்பட்டால் நலம் என்றும் கருத்துரைத்தார். ஆனால், மூலபாடத்தில் ஒரு சிறு மாறுதல் செய்யவும் நான் இணங்கவில்லை. "உங்கள் கவிதையில் நீங்கள் எப்படியோ, அப்படித்தான் கருத்துரையிலும் இருக்கிறீர்கள்," என்று ஒரு பெரும் போடு போட்டேன். அத்துடன் அவர் வாதத்தை நிறுத்திக்கொண்டார்.

கவிதை என்னுடையதென்றே எல்லாரும் கருதினர். வீடு செல்லும்போது ஆஸ்போர்ன் இன்னும் உளந்திறந்து

பாராட்டினாராம்! என் முன்னே மிகுதியாகப் பாராட்டினால், அது முகப் புகழ்ச்சியாய்ப் போய்விடும் என்பதற்காகவே, அவர் தம் பாராட்டுதலை மட்டுப்படுத்திக்கொண்டாராம்! அத்துடன், "பிராங்க்லின் இவ்வளவு அருமையான பாட்டை ஆக்குபவர் என்று யார்தான் எண்ணியிருக்கக்கூடும்? எவ்வளவு சிறந்த வருணனைத்திறம், சொல்லாற்றல், உணர்ச்சிக்கனல் அதில் அமைந்திருக்கிறது? முதல்நூலின் வாசகங்களைவிட அவர் வாசகங்கள் மேம்பட்டிருக்கின்றன என்று கூறலாம். பொதுவாக அவர் நம்முடன் உரையாடும்போது, அவருக்குப் போதிய சொல்வளம் இல்லாதது போலத்தான் தோன்றுகிறது. அடிக்கடி தயங்குகிறார், திணறுகிறார். ஆனால், எழுதும் சமயம், எங்கிருந்தோ இந்தச் சொல்லருவி வந்து பாய்கிறதே?" என்றாராம்.

நாங்கள் மறுதடவை கூடுவதற்குள், ரால்ப் நாங்கள் இருவரும் செய்த சூழ்ச்சியை அம்பலப்படுத்தினார். ஆஸ்போர்ன்நிலை கேலிக்கிடமாகப் போயிற்று!

64. இலக்கியக்குழுவின் கலைவு

தாம் ஒரு கவிஞராகவேண்டும் என்ற ரால்பின் முடிவை இந்நிகழ்ச்சி வலியுறுத்திவிட்டது. அம்முடிவிலிருந்து அவரை மாற்ற நான் எவ்வளவோ முயன்றேன். ஆனால், பாடல்களை எழுதிக் குவிக்கும் பழக்கத்தை அவர் நெடுநாள் விடவில்லை. ஆயினும் அவர் நோயைப் போப்[143] குணப்படுத்திவிட்டார். அத்துடன் அவர் கவிதை முயற்சியும் முற்றிலும் வீண் போகவில்லை அவர் ஒரு சிறந்த உரைநடை எழுத்தாளராக மிளிரத் தொடங்கினார். இது பற்றி மேலே கூற இருக்கிறேன். ஆனால், மற்ற இருவரைப் பற்றியும் மேலே கூற வாய்ப்பு ஏற்படாது என்ற காரணத்தால், அவர்களைப் பற்றிய செய்திகளை இங்கே குறிப்பிட்டுவிடுகிறேன்.

எங்கள் கூட்டுக் குழுவில் மிகச் சிறந்தவராகிய வாட்ஸன் சில ஆண்டுகளுக்குள்ளாகவே, எங்களனைவரையும் ஆரா வருத்தத்தில் ஆழ்த்திவிட்டு, இவ்வுலக வாழ்வை நீத்தார். என் தோள்கள் மீது சாய்ந்தவண்ணமே அவர் இறுதிமூச்சு வாங்கினார்.

ஆஸ்போர்ன் மேலை இந்தியத் தீவுகளுக்குச் சென்று, புகழ்பெற்ற வழக்குரைஞர் ஆனார். அத்துறையில் அவர் பெரும்பொருளும் ஈட்டினார். ஆனால், அவர் வாழ்வு இளமையிலேயே முடிவுற்றது.

65. நிறைவேறா மாய ஒப்பந்தம்!

வாழ்வு மாள்வு பற்றிய ஒரு புதுமையான ஒப்பந்தத்தை நாங்கள் இதற்கு முன்பே செய்திருந்தோம். எங்கள் இருவரில் யார் முதலில் மாள நேர்ந்தாலும், ஆவி வடிவிலேயே மற்றவரை வந்து பார்வையிடவேண்டும் என்றும், மாள்வுக்குப் பின்னுள்ள அந்த மறைநிலையில் தாம் கண்ட கண்கூடான செய்திகளை இவ்வுலகத்தில் வாழும் தம் நண்பருக்கு அறிவித்துச் செல்லவேண்டுமென்றும் நாங்கள் ஒத்துக்கொண்டிருந்தோம். ஆயினும், அவர் உயிருடன் இருக்கும்போது செய்த இந்த வாக்குறுதியை இறந்த பின் நிறைவேற்றவேயில்லை!

66. மீண்டும் ஆட்சியாளர் பசப்பு

ஆட்சியாளர் என் கூட்டுறவை மிகுதி விரும்பிய காரணத்தால், என்னை அடிக்கடி தம் இல்லத்துக்கு அழைத்து உரையாடி வந்தார். என் தொழில்திட்டம் ஒரு முடிந்த முடிவாகவே உரையாடலில் குறிப்பிடப்பட்டது. அச்சகம், அச்சு உருவகங்கள், தாள் ஆகியவற்றைக் கடனாகப் பெறுவதற்குரிய பரிவுரைக் கடிதங்கள் தருவதாக அவர் உறுதிகூறினார். அத்துடன் தம் நண்பர்களில் மிகப்பலருக்கு நட்பாடல் முறையிலேயே பரிவுக்கடிதங்கள் தருவதாக முகமலர்ச்சியுடன் சொன்னார்.

பல தடவை இந்தக் கடிதங்களைப் பெறுவதற்காகச் சென்றேன். அவற்றுக்காகக் குறிக்கப்பட்ட தவணைகள் தவறாமல் சென்றேன். ஆனாலும் ஒவ்வொரு தடவையும் இன்னொரு தவணையே குறிக்கப்பட்டது. புறப்பட இருந்த கப்பல்கூடப் பல தடவை தேதி தவறிற்று. ஆனல, அது திட்டமாகப் புறப்படும் தேதியும் வந்தது. நான் கடிதங்களைப் பெற விரைந்து சென்றேன்.

ஆட்சியாளரின் செயலாளரான[144] டாக்டர் பார்ட்[145] தான் என்னைச் சந்தித்தார். "ஆட்சியாளர் மிகவும் வேலை நெருக்கடியாய் இருக்கிறார். ஆயினும் கப்பலுக்கு முந்தியே அவர் நியூகாசில் வந்துவிடுவார். அங்கே கடிதங்கள் உங்கள் கையில் ஒப்படைக்கப்படும்," என்றார்.

67. ரால்ப் உடன்போக்குத் திட்டம்

ரால்புக்குத் திருமணம் ஆகியிருந்தது. ஒரு குழந்தையும் இருந்தது. ஆயினும் இந்தப் பயணத்தில் என்னுடன் வர அவர்

தீர்மானித்தார். கடிதப் போக்குவரவுக்கான ஆட்பழக்கம் ஏற்படுத்திக்கொள்ளுவதற்கும், ஆதாயப்பங்கு பெற்று விற்பதற்கான சரக்குகள் வாங்குவதற்குமே அவர் வந்ததாக நான் கருதினேன். ஆனால், உண்மையில் அவர் தம் மனைவி வீட்டாருடன் பெரிதும் மாறுபாடு கொண்டிருந்தார். ஆகவே, மனைவியை அவர்கள் பொறுப்பில் கைவிட்டு விட்டு, என்றும் மீளாமல் இருந்துவிடுவது என்ற எண்ணத்துடனேயே அவர் புறப்பட்டார். இது எனக்குப் பின்னர்த்தான் தெரிந்தது.

என் நண்பர்களிடம் நான் விடைபெற்றுக்கொண்டேன். செல்வி ரீடுடன் நான் எத்தனையோ இனிய வாக்குறுதிகள் பரிமாறிக் கொண்டேன். இறுதியாக நான் பிலாடெல்பியாவில் கப்பலேறினேன்.

68. எல்லையற்ற நாட் கடத்தல்

கப்பல் நியூகாசிலில் நங்கூரமிட்டது. நான் அங்கே உள்ள ஆட்சியாளரின் விடுதிக்குச் சென்றேன். ஆனால், இப்போதும் செயலாளரே என்னை வந்து சந்தித்தார். "ஆட்சியாளர் மிகமிக முக்கியமான வேலையில் ஈடுபட்டிருப்பதனால், அவர் உங்களைப் பார்க்கமுடியாது. ஆனால், கப்பலிலேயே கடிதங்கள் உங்களுக்கு வந்து சேரும். நீங்கள் பாதுகாப்பாகக் கப்பற்பயணம் செய்து, வெற்றியுடன் திரும்புவீர்கள் என்று நம்புகிறேன்," என்று அவர் தேனினும் கனிவாகப் பேசினார்.

நான் சிறிது மனத்தடுமாற்றத்துடன் திரும்பினேன். ஆனால், இப்போது கூட நான் நம்பிக்கையை இழக்கவில்லை.

அதே கப்பலில் பிலாடெல்பியாவிலுள்ள பேர்போன வழக்கறிஞரான ஆண்ட்ரூஹாமில்ட்டன்[146] தம் புதல்வருடன் இடம்பெற்றிருந்தார். குவேக்கர் குழுவைச் சார்ந்த டென்ஹாம்,[147] மேரிலண்டிலுள்ள[148] ஓர் இரும்புத் தொழிற்சாலையின் முதல்வர்களான அனியன், ரஸ்ஸல்[149] முதலியவர்களுடன் அவர்கள் கப்பலின் பெரிய அறையிலுள்ள இடமுழுவதையும் கைப்பற்றியிருந்தார்கள். ஆகவே, ரால்பும் நானும் மீகாமன் அருகிலேயே இருக்கைகள் எடுக்கவேண்டியதாயிற்று. கப்பலில் எவருக்கும் நாங்கள் இன்னார் என்று தெரியாதாகையால், நாங்கள் யாரோ பொதுமனிதர் என்ற முறையிலேயே கருதப்படவேண்டியவர்களானோம்.

ஹாமில்டன் சில நாட்களுக்குப் பின் ஆட்சியாளர் ஜேம்ஸ் ஆக உயர்வுபெற்ற பெருமகன் ஆவர். நியூகாசிலுக்கு வந்தபின் அவர் திடுமென பிலாடெல்பியாவுக்கே திரும்பிச் செல்லவேண்டி வந்தது. ஏனெனில், பிடிபட்ட ஒரு கப்பலின் சார்பாக வழக்கு மன்றத்தில் வாதாடுவதற்கு அவருக்கு ஒரு பெருத்த ஊதியம் வழங்கப்பட்டது. அதே சமயம் கப்பல் புறப்படுமுன் அங்கே வந்த கர்னல் பிரஞ்சு என்னைக் கண்டு நன்மதிப்புக் காட்டியதனால், என் மதிப்புப்படி உயர்ந்தது. மூத்த ஆண்ட்ரூ போனதனால், ஒழிவான இடத்துக்கு வரும்படி என்னையும் என் நண்பர் ரால்பையும் பெரிய கல்லறையிலிருந்த நன் மக்கள் அழைத்தனர். நாங்களும் பெட்டி படுக்கைகளுடன் அவ்விடத்துக்கு மாறினோம்.

கர்னல் பிரஞ்சு கப்பலுக்கு வந்தது ஆட்சியாளரின் கடிதங்களைக் கொண்டுவந்து சேர்ப்பதற்காகவே என்று தெரியவந்தது. நான் உடனே மீகாமனிடம் சென்று, என் கைக்கு வரவேண்டிய கடிதங்கள் இருக்கின்றனவா என்று கேட்டேன். அவர் "எல்லாக் கடிதங்களும் ஒரே பையிலிட்டுக் கட்டப்பட்டுவிட்டதால், அவற்றைத் தனியே பிரித்தெடுக்கமுடியவில்லை. ஆனால், இங்கிலாந்து போய்ச் சேருவதற்குள் அவற்றைப் பிரித்தெடுக்கும் வாய்ப்புக் கட்டாயம் ஏற்படும்," என்றார். நானும் அப்போதைக்கு மன நிறைவடைந்தேன்.

கப்பல் தன் பயணத்தைத் தொடங்கியது. கப்பலறையி லுள்ளவர்கள் யாவரும் ஒருவருடனொருவர் அளவளாவும் நல் இயல்புடையவராகவே இருந்தனர். ஆகவே, எங்கள் நேரம் மிக இனிதாகக் கழிந்தது. மேலும் ஹாமில்டன் போய்விட்டாலும், அவர் விட்டுச் சென்ற சேமப் பொருள்கள் எங்களுக்கு ஏராளமாய் உதவின. அவர் தனிமனிதர் தேவைக்காகக் கொண்டுவந்த பொருள்கள், பல மனிதர் தேவைகளுக்கு மேற்பட்டவையாயிருந்தன.

கப்பற்பயண நேரத்திலே டென்ஹாமுக்கும், எனக்கும் ஏற்பட்ட நட்புறவு அவர் வாழ்நாள் முழுவதும் நீடித்திருந்தது.

பயணம் இவ்வகையில் இனிது தொடங்கினாலும் முற்றிலும் இனிதாக இடம்பெறவில்லை. வானிலை அடிக்கடி முழுதும் மோசமாயிருந்ததே இதற்குக் காரணம் ஆகும்.

நாங்கள் ஆங்கிலக்கால்வாய்[150] அருகே வந்தபோது மீகாமன் எனக்குத் தந்த வாக்குறுதிப்படி ஆட்சியாளர் கடிதப்பையில் என் வசம் தரப்படவேண்டிய கடிதங்கள் இருக்கின்றனவா என்று

தேர்ந்தாராயந்தார். எந்தக் கடிதத்திலும் அதற்கடையாளமான என் பெயர் முதல் எழுத்துக்கள் இல்லை. கையெழுத்தின் மாதிரியிலிருந்து எனக்குக்குரியவையாயிருக்கக்கூடியவை என்று நான் ஆறு ஏழு கடிதங்களை எடுத்தேன். இவை எனக்கு வாக்களித்த கடிதங்களாயிருக்கலாம் என்று எண்ணினேன். ஏனெனில், அவற்றுள் ஒன்று மன்னரின் அச்சு முதல்வரான பாஸ்கட்டுக்கும், மற்றொன்று பணிமனைக் கருவிகளின் விற்பனையாளர் ஒருவருக்கும் எழுதப்பெற்றிருந்தன.

69. மலைப்பும் ஏமாற்றமும்

நாங்கள் 1724 டிசம்பர் 24-ஆம் நாளன்று லண்டன் வந்து சேர்ந்தோம். முதல்முதல் நான் சந்தித்தது பணிமனைக் கருவியின் விற்பனையாளரையே. நான் அவர் கடிதத்தை அவரிடம் கொடுத்து, ஆட்சியாளர் கீத்தினிடமிருந்து பெற்ற கடிதம் என்று விவரம் கூறினேன். "அப்படி ஒரு ஆள் இருப்பதாகவே எனக்குத் தெரியாது," என்று கூறினார் அவர். ஆனால், கடிதத்தை உடைத்துப் பார்த்ததும், "ஓ, இது ரிடில்ஸ்டன்[151] இடமிருந்து வந்தாயிற்றே," என்றார். எனினும், அடுத்தகணமே அவர், "இந்த ரிடில்ஸ்டன் ஒரு படுபோக்கிரி என்பதை அணிமையில்தான் கண்டேன். அவருடன் எனக்கு எந்தத் தொடர்பும் வேண்டாம். அவரிடமிருந்து எனக்குக் கடிதங்களும் தேவையில்லை," என்றார். கடிதத்தை அவர் என் கையிலே தந்துவிட்டு, முகந் திருப்பிக்கொண்டு வேறு யாரோ வாடிக்கைக்காரரைப் பார்க்கச் சென்றுவிட்டார்.

இக்கடிதங்கள் ஆட்சியாளரிடமிருந்து வந்தவையல்ல என்று கண்டதே நான் மலைப்படைந்தேன். நடந்தவை யாவற்றையும் நினைத்துப்பார்த்து, அவர் உள்ளார்ந்த வாய்மையில் எனக்கு ஐயுறவு ஏற்பட்டது. என் நண்பர் டென்ஹாமைக்கண்டு இதைப்பற்றி நான் குறிப்பிட்டேன். அத்துடன் செய்திகளனைத்தையும் விடாது விளக்கமாகத் தெரிவித்தேன். அவர் கீத்தின் பண்பியல்பு இன்னது என்பதை எனக்கு அறிவுறுத்தினார். கீத் எனக்கு எத்தகைய கடிதமும் கொடுத்தனுப்பியிருக்கமுடியாது என்றும் அவர் கருதினார். ஏனென்றால், அவரை அறிந்த எவரும் அவரிடம் ஒரு சிறிதளவு நம்பிக்கையும் வைத்திருக்கமாட்டார்கள். எனக்கு நம்பிக்கை மீது கடன் தரும்படி ஆட்சியாளர் பரிவுரைக் கடிதங்கள் தருவதாகச்

சொன்னதைக்கேட்டுத் திரு.டென்ஹாம் விலாப்புடைக்கச் சிரித்தார். அவரையே ஒருவரும் நம்பாதபோது, என்னை நம்பும்படி அவர் என்ன பரிந்துரை அளிக்கமுடியும் என்று கேட்டார்.

இனி இங்கிலாந்தின் என்ன செய்வது என்ற புதிய கவலை எனக்கு எழுந்தது. இதுவரையில் திரு.டென்ஹாம் எனக்கு அறிவுரை தந்தார். ஏதேனும் வேலைபார்த்து அதில் அமர்வதே தற்போதைக்கு நல்லது என்று அவர் கருதினார். "இங்குள்ள அச்சக முதல்வர்களிடமிருந்தால் உங்களுக்கு முன்னேற்றம் ஏற்படும். திரும்ப அமெரிக்கா சென்று தொழில் தொடங்கும்போது, அது உங்களுக்குப் பெருநலம் அளிக்கும்" என்றார்.

70. ஆட்சியாளர் முழு வண்டவாளம்

வழக்குரைஞர் ரிடில்ஸ்டன் ஒரு கெட்ட மனிதர் என்பதைப் பணிமனைக் கலங்களின் விற்பனையாளரைப் போலவே நாங்கள் இருவரும் நன்கு அறிந்திருந்தோம். செல்வி ரீடின் தந்தையைத் தமக்குப் பிணையாயிருக்கும்படி தூண்டியதன்மூலம், அவர் அந்நன்மகனாரின் செல்வத்துக்குக் கிட்டத்தட்ட அழிவு தேடியிருந்தார். இப்போது இந்தக் கடிதமூலம் இன்னொரு செய்தியும் வெளிப்பட்டது. ஹாமில்ட்டன் தற்செயலாகவே நடுவழியில் திரும்பியிருந்தார். அவர் இங்கிலாந்துக்கு வருவதாகவே கருதப்பட்டதனால், அவருக்கு எதிராக ஒரு மறைசதி உருவாகியிருந்தது என்பது அதனால் தெரியவந்தது. இச்சதியில் ரிடில்ஸ்டன் மட்டுமன்றி, கீத்தும் பங்குகொண்டிருந்தனர். டென்ஹாம் ஹாமில்ட்டனின் நண்பராதலால் அதைப்பற்றிய தகவல் அறியவிரும்பினார். ஆகவே, சில நாட்களில் அவர் இங்கிலாந்துக்கு வந்தபோது, நான் அவரிடம் சென்றேன். ரிடில்ஸ்டனிடமும் கீத்திடமும் எனக்கு இருந்த மனத்தாங்கல் ஒருபுறம், அவர் மீதுள்ள நல்லெண்ணம் ஒருபுறம் என்னை இயக்கிற்று. நான் கடிதத்தை அவரிடம் கொடுத்தேன். இந்தத் தகவல் அவருக்கு மிகவும் உயிர்நிலை முக்கியத்துவம் உடையதாயிருந்தது. ஆகவே, அவர் என்னிடம் உளமார்ந்த நன்றி தெரிவித்தார். அந்நாள் முதல் அவரே என் உற்ற நண்பராயினார். இந்நட்பு என் வாழ்க்கையில் எனக்கு என்றும் மிகவும் நற்பயனுடையதாயிருந்தது.

71. தீமையின் மறுபுறம்

ஆட்சியாளர் ஒருவர் இத்தகைய ஈனத்தனமான சூழ்ச்சியில் இறங்கி, உலகப்போக்கை முற்றிலும் உணராத ஓர் இளைஞனை வஞ்சிப்பது என்பதைப்பற்றி என்னதான் சொல்வது! ஆனால், அவருக்கு இத்தகைய செயல்கள் வாடிக்கையாய்ப் போய்விட்டன. அவர் எல்லாருக்கும் நல்லவராயிருக்க விரும்பினார். கொடுப்பதற்கு எதுவுமில்லாததனால், கொடுப்பதாக ஆசைகாட்டிக் காரியம் ஆற்றிவந்தார். மற்ற வகைகளில் அவர் கூரறிவும் நல்லுணர்வும் உடையவரே. அவர் நல்ல எழுத்தாளர். மக்களுக்கு நல்லாட்சியாளராகவும் இருந்தார். ஆயினும் அவரைத் தேர்ந்தெடுத்த மக்களுக்கு பெருநில உரிமையாளருக்கு - அவர் உகந்தவர் என்று கூறமுடியாது. அவர்கள் அறிவுரைகளை அவர் எப்போதும் புறக்கணித்தே வந்தார். நம் நாட்டின்[152] மிகச் சிறந்த சட்டங்கள் இவ் ஆட்சியாளராலேயே திட்டம் செய்யப்பட்டனவாகவோ, அவர் ஆட்சியில் நிறைவேற்றப்பட்டனவாகவோதான் பெரும்பாலும் அமைகின்றன என்பதையும் இவ்விடத்தில் நான் கூறவேண்டும்.

72. மீண்டும் நட்பின் பாரம்

ரால்பும் நானும் இணைபிரியாத் தோழர்களானோம். இருவரும் வாரத்துக்கு மூன்றரை (ஆங்கில) வெள்ளி வாடகையில் லிட்டில் பிரிட்டனில்[153] அறைகள் எடுத்தோம். எங்கள் அன்றைய தகுதிக்கு இதற்குமேல் வாடகை கொடுக்க இடம் கிடையாது. ரால்புக்கு அங்கே சில உறவினர்கள் தென்பட்டனர். ஆனால், அ வர்கள் மிகவும் ஏழைகள். அவருக்கு எத்தகைய உதவியும் அளிக்கக்கூடாதவர்கள். தாம் லண்டனில் நிலையாகத் தங்குவதற்கே வந்ததாகவும், திரும்பி அமெரிக்கா செல்லும் எண்ணமே தமக்குக் கிடையாதென்றும் அவர் என்னிடட இப்போதுதான் சொன்னார். அவர் வரும்போது பணம் எதுவும் கொண்டுவரவில்லை. அவர் பெருமுயற்சியால் சேர்த்துக் கொண்டுவந்த பணம் முழுவதும் கப்பற் பயணத்திலேயே செலவாகிவிட்டதனால், அவரிடம் இப்போது பணம் ஏதும் இல்லை. என்னிடம் 15 பிஸ்டோல்கள்[154] இருந்தன. ஆகவே, அவர் வேலைதேடு முயற்சி செய்துகொண்டே, உணவு முதலிய செலவுகளுக்கு என்னிடம் கடன் வாங்கிக்கொண்டிருந்தனர்.

தாம் ஒரு நடிகராவதற்குரிய தகுதியுடையவர் என்று அவர் நினைத்தார். ஆதலால் முதலில் அவர் நாடக மேடைக்கே முயற்சிகள் செய்தார். ஆனால், அவர் வில்க்ஸிடம்[155] சென்று மனுச்செய்தபோது, அவர் வெளிப்படையாக அவர் தகுதியின்மையை எடுத்துக்காட்டினார். "இந்த வேலையில் அவாக்கொள்ளாதேயுங்கள். இதில் வெற்றியடையப்போவதில்லை," என்று அவர் கூறிவிட்டார். பின் அவர் பேட்டர்நோஸ்டர் சாலையில்[156] இருக்கும் ராபர்ட்ஸ் என்ற வெளியீட்டாளரை அணுகினார். ஸ்பெக்டேட்டரைப்[157] போல ஒரு பத்திரிகை நடத்தித் தருவதாக அவரிடம் கூறி அதற்கான தன் கோரிக்கைகளை அறிவித்தார். ராபர்ட்ஸ் அவற்றை ஏற்றுக்கொள்ளவில்லை. அதன்பின் அவர் டெம்பிளிலுள்ள[158] வழக்குரைஞர், பணிமனைப்பொருள் வாணிகர் ஆகியவர்களிடம் படிபகர்ப்பாளராக[159] இடம் நாடினார். ஆனால், அங்கேயும் வேலைக்கான இடம் எதுவும் இல்லை.

எனக்கு உடனடியாகத்தானே பாமர்ஸில்[160] இடம் கிடைத்தது. அது பார்த்தலோமியூ குளோஸி[161]லுள்ள பேர் போன ஓர் அச்சகம். இதில் நான் ஓர் ஆண்டு வேலை பார்த்தேன். நான் போதிய அளவு சுறுசுறுப்புடன்தான் வேலை செய்தேன். ஆனால், நான் ஈட்டிய பணம் முழுவதையும் ரால்ப் நாடகங்கள் முதலிய பொழுதுபோக்குகளில் வீண்செலவு செய்து அழித்துவிட்டார். என் கையிலிருந்த பணம் முழுவதையும் செலவழித்தபின், இருவருமே கைக்கும் வாய்க்குமாக முட்டுப்பட்டுக் கழித்தோம்.

73. என் வாழ்க்கையின் இரண்டாவது பெரும்பிழை!

தமக்கு ஒரு மனைவியும் குழந்தையும் இருக்கிறார்கள் என்பதை அவர் முற்றிலும் மறந்து வாழ்ந்தார். நானும் செல்வி ரீடுடன் மண உறுதி செய்துகொண்டதைப் படிப்படியாக மனத்திலிருந்து நழுவவிட்டுவிட்டேன். செல்வி ரீடுக்கு நான் ஒரே ஒரு கடிதம் மட்டுமே எழுதினேன். அந்தக் கடிதமும் நான் திரும்பிச்செல்ல நாளாகும் என்பதைத் தெரிவிக்கும் கடிதமாகவே அமைந்தது.

என் வாழ்க்கையின் இரண்டாவது பெரும்பிழை இதுவே. நான் மீண்டும் ஒரு தடவை வாழ்வதானால், இதைத் திருத்த மிகவும் விரும்புவேன்.

என் இக்கால இங்கிலாந்து வாழ்வைப்பற்றிய பேருண்மை யாதெனில், திரும்ப அமெரிக்கா செல்வதற்கான பணம் என்றும் கையில் தங்காத வகையில் எங்கள் செலவுகள் இருந்தன என்பதே.

பாமர்ஸில் நான் வொல்லாஸ்டனின் "இயற்கைச் சமயம்"[162] என்ற நூலின் இரண்டாம்பதிப்பை அச்சுக்கோக்கும் வேலையில் ஈடுபட்டிருந்தேன். அவர் வாதங்களில் சில வழு உடையவையாக எனக்குத் தோன்றின. நான் 'விடுதலை, இன்ப துன்பம் ஆகியவைபற்றிய ஆராய்ச்சிக் கட்டுரை'[163] என்ற அகநிலை ஆய்வுநூல்[164] எழுதினேன். நான் அதை ரால்ப் பெயருக்குப் படைப்புரை செய்தேன். ஒரு சில படிகளும் அச்சிட்டு வெளியிட்டேன். திரு. பாமர்[165] இதன் கருத்துக்கள் மிகவும் மோசமானவை என்று கூறி அவற்றைப்பற்றி அடிக்கடி எதிர் வாதமிடுவார். ஆயினும் இந்நூல் மூலம் அவர் என்னை ஒரு கூரறிவுடைய இளைஞன் என்பதை உணர்ந்து என்னை முன்னிலும் உயர்வாக மதித்தார். இந்தச் சிறுநூலை வெளியிட்டது என் வாழ்வின் தவறுதல்களுள் மற்றொன்று ஆகும்.

74. ஆங்கிலநாட்டு நண்பர்கள்

நான் லிட்டில் பிரிட்டனில் தங்கியிருந்தபொழுது, என் அறைவாசலுக்கு அருகிலிருந்த வில்காக்ஸ்[166] என்ற புத்தக வணிகருடன் நான் பழக்கமானேன். அவரிடம் விற்பனைக்கான பழைய புத்தகங்கள் நிரம்ப இருந்தன. அந்நாட்களில் 'உலா வரும் நூலகங்கள்'[167] கிடையாது. ஆயினும் அவர் எனக்கு ஒரு மலிவான ஏற்பாட்டின்பேரில் எந்தப் புத்தகத்தையும் எடுத்து வாசித்துத் திருப்பிக்கொடுக்க இசைவளித்தார். அந்த ஏற்பாட்டின் விவரத்தை நான் இப்போது மறந்துவிட்டேன். எப்படியும் இது எனக்கு மிக அருமையான ஏற்பாடவே தோன்றிற்று. அதை நான் முழு அளவும் பயன்படுத்திக்கொண்டேன்.

நான் வெளியிட்ட சிறுநூல் லயன்ஸ்[168] என்ற ஓர் அறுவை மருத்துவர்[169] பார்வைக்கு இலக்காயிற்று. அவரும் 'மனித ஆய்வு முடிவின் வழாநிலை"[170] என்ற ஒரு நூல் எழுதியிருந்தார். எனது நூல் எங்கள் இருவருக்கும் இடையே நட்புப்பழக்கம் உண்டாக்கிற்று. அவர் என்னிடம் மிகுந்த மதிப்புக்காட்டி என்னை அடிக்கடி அழைத்து என் நூலில் கண்ட பொருள்பற்றி

உரையாடி வந்தார். அத்துடன் அவர் அடிக்கடி சீப்சைடிலுள்ள[171] ஒரு சந்தில், மங்கிய சாயப்பூச்சுடைய ஹார்ன்ஸ்[172] என்ற அருந்தகத்துக்கு[173] இட்டுச்செல்வார். இங்கே வர் 'தேனீக் கதை'[174] இயற்றிய டாக்டர் மாண்டெவிலுக்கு[175] என்னை அறிமுகப்படுத்தி வைத்தார். இந்த டாக்டர் மாண்டெவில் அங்கே ஒரு கழகம் நிறுவி நடத்திவந்தார். அக்கழகத்தின் உயிராகவே அவர் இருந்தார். ஏனெனில், அவர் மிகவும் இனிய தோழமைப் பண்புடையவர்.

லயன்ஸ் இன்னொரு நண்பரைப் பாட்சனின் கடுந்தேறல் அருந்தகத்தில்[176] அறிமுகம் செய்து வைத்தார். அவர் டாக்டர் பெம்பர்ட்டன்[177] என்பவர். அவர் என்றாவது ஒரு நாள் சர் ஐசாக் நியூட்டனைக்[178] காணும் வாய்ப்பை உண்டுபண்ணித் தருவதாக எனக்கு ஆவல் காட்டிவந்தார். நானும் அதை ஆர்வத்துடன் எதிர்பார்த்திருந்தேன். ஆனால், அந்த வாய்ப்பு என்றுமே கிடைக்கவில்லை.

75. ரால்ப் சுமத்திய புதிய பொறுப்புக்கள்

நான் அமெரிக்காவிலிருந்து சில அரும்பொருள்கள்[179] கொண்டு வந்திருந்தேன். அவற்றுள் முக்கியமானது கல்நாராலான[180] ஒரு பை. அதைத் தீயிலிட்டு அழுக்கறுக்கலாம். சர் ஹான்ஸ் ஸ்லோன்[181] என்ற திருமகனார் இதுபற்றிக் கேள்வியுற்று என்னைப் பார்வையிடவந்தார். அவர் புளூம்ஸ் பரி ஸ்குவயரிலுள்ள[182] தம் மாளிகைக்கு என்னை அழைத்துத் தம்மிடமுள்ள அரும்பொருள்கள் பலவற்றையும் காட்டினார். இறுதியில் அவர் தம் அரும்பொருள்களுடன் அரும்பொருளாக என் சரக்கையும் அளிக்கும்படி வேண்டினார். அதற்கு அவர் தந்த விலையும் ஒரு முதல் தர வட்டத் தொகையாகவே இருந்தது.

நாங்கள் இருந்த வீட்டில் ஓர் இளமாது தங்கியிருந்தார். அவருக்குக் கிளாய்ஸ்டர்ஸில்[183] ஓர் ஒண் பொருட்கடை[184] இருந்தது. அவர் உயர்குடிப் பயிர்ப்புடையவர். கூரறிவும், இன்முகமும், கிளர்ச்சி தரும் உரையாடல் திறமும் வாய்ந்தவர்.

ரால்ப் மாலை நேரங்களில் அவர் கேட்க நாடகங்கள் வாசிப்பது வழக்கம். இதனால் அவர்கள் நட்பு வளர்ந்தது. நாளடைவில் அவர் வேறு அறைக்கு மாறிச் சென்றார். ரால்பும் அவருடனே இடமாறினார். அவர்கள் இருவரும் ஒருமித்தே

வாழ்ந்தார்கள். ஆனால், ரால்புக்கு வேலையில்லை. அவரையும் அவர் குழந்தையையும் ரால்பையும் பேண, மாதின் வருவாயும் போதியதாயில்லை. இந்நிலையில் ரால்ப் லண்டனைவிட்டுச் சென்று ஏதாவது நாட்டுப் புறப் பள்ளிக்கூடத்தில் வேலை பார்ப்பது என்று தீர்மானித்தார்.

ரால்ப் கையெழுத்து நன்றாயிருந்தது. கணக்கிலும் கணக்கியலிலும் அவருக்கு நல்ல திறமை உண்டு. ஆக்வே, நாட்டுப்புறப் பள்ளிக்குரிய தகுதிகள் அவரிடம் இருந்தன. ஆயினும், இத்தொழில் தம் தரத்துக்குத் தாழ்ந்தது என்றும், செல்வநிலை உயர்ந்தப்பின் அந்தத் தொழிலில் தாம் ஈடுபட்டிருந்த செய்தி பிறருக்குத் தெரியப்படாதென்றும் அவர் கருதினார். ஆகவே, அவர் தம் பெயரை மாற்றி வைத்துக்கொண்டார். இவ்வகையில் அவர் என் பெயரையே சூட்டிக்கொண்டு, எனக்குப் புதுவகை மதிப்புத் தந்ததாகத் தெரிந்தது. ஏனெனில் அவர் பார்க்ஷயர் சென்று எழுதிய முதற்கடிதத்தில் பிராங்க்லின், பள்ளி ஆசிரியர் என்ற பெயரில் தமக்கு எழுதும்படி குறிப்பிட்டார். அங்கே ஒரு சிற்றூரில் அவர் ஆளுக்கு வாரம் ஆறு துட்டு[185] ஊதியமாகப் பெற்றுப் பத்துப் பன்னிரண்டு சிறுவருக்கு எழுத வாசிக்கக் கற்றுக் கொடுத்துவந்தார். அவர் கடித மூலம் இத்தகவல்களைத் தெரிவித்ததுடன், திருமதி-[186] கவனித்துக் கொள்ளும்படியும், அடிக்கடி விவரங்களுக்கு எழுதும்படியும் அவர் வேண்டியிருந்தார்.

அவர் எனக்கு அடிக்கடி கடிதம் எழுதினார். அத்துடன் அவர் அச்சமயம் இயற்றிக்கொண்டிருந்த ஒரு பெருங்காவியத்தின் பகுதிகளையும் அனுப்பி, என் கருத்துரைகளும் திருத்தங்களும் கோரி வந்தார். அவர் கூறியபடியே நான் செய்தேன். ஆனால், அடிக்கடி அவ்வப்போது அம்முயற்சி வேண்டாமென்றும் அறிவுரை கூறிவந்தேன். மேலும், இச்சமயத்தில் 'யங்'[187] இயற்றிய வசைப்பாக்களில்[188] ஒன்று வெளியிடப்பட்டிருந்தது. வாழ்க்கை மேம்பாட்டை விரும்பிக் கலைநங்கை[189]யை நாடுவது எவ்வளவு அறிவீனம் என்று அது மிக வன்மையாகத் தீட்டிக் காட்டிற்று. அவருக்கு அறிவுறுத்தாத இவ்வசைப்பாடலின் ஒரு பெரும்பகுதியை நான் பகர்த்தெழுதி அனுப்பினேன். ஆனால், இவை எப்பயனும் தரவில்லை. ஒவ்வோர் அஞ்சலிலும் காவியத்தின் பகுதிகள் வந்துகொண்டேதான் இருந்தன.

76. இளமையின் மற்றொரு தவறு

திருமதி - ரால்ப் காரணமாகத் தம் தொழிலையும் தம் நண்பரையும் இழந்து, இச்சமயம் மிகவும் இடர்ப்பட்டிருந்தார். அவர் அடிக்கடி என்னை வரவழைத்து, தம் இடர்களிலிருந்து தம்மைக் காக்கும்படி வேண்டுவார். நானும் என்னால் முடிந்த அளவும் கடனுதவி செய்தேன். அவர் தோழமையில் எனக்கும் ஆர்வம் உண்டாயிற்று. அக்காலத்தில் எத்தகைய சமயக் கட்டுப்பாடுணர்ச்சியும் எனக்கு இல்லாதிருந்தது. இவற்றுடன் அவருக்கு என் தொடர்பு இன்றியமையா முக்கியத்துவம் உடையதாயிருந்ததையும் எண்ணி, நான் அவரிடம் சிறிது வலிந்து உரிமையுடன் தொடர்பு இன்றியமையா முக்கியத்துவம் உடையதாயிருந்ததையும் எண்ணி, நான் அவரிடம் சிறிது வலிந்து உரிமையுடன் தொடர்புகொள்ள முனைந்தேன். இது வாழ்க்கையின் மற்றொரு பெருந்தவறேயாகும். அவர் என் முயற்சியைக் கடுஞ்சினங்கொண்டு எதிர்த்தார். இது நேர்மையேயாகும். அத்துடன் தம் துணைவராகிய ரால்புக்கும் இதுபற்றி எழுதினார். இது எங்களிடையே நட்பு முறிவை உண்டுபண்ணிற்று.

அடுத்த தடவை அவர் லண்டனுக்கு வந்தபோது, நான் செய்த நன்மைகள் அனைத்துக்கும் உரிய தம் கடமையுணர்ச்சி இச்செயல் மூலம் தீர்ந்துவிட்டது என்று என்னிடம் கூறிவிட்டுச் சென்றார்.

நான் அவருக்குக் கொடுத்த கடன், முன் பணம் ஆகிட' எதுவும் இனித் திரும்ப வராது என்று நான் இப்போது தெளிவாகக் கண்டேன். ஆனால், இது எனக்கு ஒரு சிறிதும் கவலை தருவதாக இல்லை. உண்மையில் அவர் நட்பை இழந்தது மூலம் நான் இழந்தது எதுவுமில்லை. மாறாக, ஒரு சுமை குறைந்ததாக மட்டுமே கருதினேன். உழைப்பதிலும், பணம் சேர்ப்பதிலும் எனக்கு இதன்பின் முன்னை விட மிகுதி அக்கரை உண்டாயிற்று.

நான் பாமரைவிட்டு விலகி, அதைவிடப் பெரிய அச்சகமான வாட்ஸில்[190] சேர்ந்தேன். அது லிங்கன்ஸ் இன் பீல்ட்ஸில்[191] இருந்தது. இது முதல் லண்டனில் இருந்த கால முழுதும் நான் இதிலேயே வேலைபார்த்தேன்.

77. நீர்க்குடி அமெரிக்கன்

அமெரிக்காவில் அச்சுக்கோக்கும் வேலையுடன் அச்சுப் பொறி இயக்கும் வேலையும் சேர்ந்திருந்தது. இதனால் எனக்கு நல்ல உடற்பயிற்சி ஏற்பட்டிருந்தது. அந்தப்பழக்கத்தின் தேவையை நான் இப்போது உணர்ந்தேன். புதிய அச்சகத்தில் சேர்ந்தபோதே நான் பொறி இயக்குநராக வேலை பெற்றேன். அங்கே கிட்டத்தட்ட ஐம்பது தொழிலாளிகள் இருந்தனர். ஆனால், அத்தனை பேரும் பெருங் குடிப்பழக்கத்துக்கு இரையாகியிருந்தனர். இவர்களிடையே நான் தண்ணீர் தவிர எதுவும் பருகாதவனாய் இருந்தேன். இதனால் நான் ஏணிப்படிகளில் இரண்டு கைகளிலும் இரண்டு பெரிய அச்சுக்கோப்புக்களைத் தூக்கிக் கொண்டு ஏறி இறங்க முடிந்தது. மற்றவர்கள் இரண்டு கையிலும் ஒரு கோப்புத்தான் கொண்டு செல்லமுடிந்தது. அவர்கள் என்னை நீர்க்குடி - அமெரிக்கன் என்று நையாண்டி செய்துவந்தனர். ஆனால் கடு மாத்தேறல்[192] உண்ட தங்களை விட, இந்த நீர்க்குடி அமெரிக்கன் வலிமை உடையவன் என்று கண்டு அவர்கள் வியப்படைந்தார்கள்!

தொழிலாளர்களுக்குக் கடுந்தேறல் கொண்டுவந்து கொடுப்பதற்கென்று அருந்தகச் சிறுவனொருவன் எங்கள் பணிமனையிலேயே சுற்றிக்கொண்டிருந்தான். அச்சுப் பொறியருகேயுள்ள என் தோழர் ஒவ்வொரு நாளும் காலையுணவின்முன் ஒரு கிண்ணி,[193] காலையுணவுடன் ஒரு கிண்ணி, காலை உச்சி உணவுகளுக்கிடையே ஒரு கிண்ணி, உச்சி உணவில் ஒரு கிண்ணி, மாலை ஆறு மணிக்கு ஒரு கிண்ணி வேலை முடிவில் ஒரு கிண்ணி என நாள்தோறும் ஆறுதடவை கடுந்தேறல் பருகினார். இது மிகவும் வெறுக்கத்தக்க பழக்கம் என்றுதான் நான் கருதினேன். ஆனால், தொழில் செய்வதற்கேற்ற கட்டிளமை வலுப்பெறவேண்டுமானால், கடுந்தேறல் இன்றியமையாதது என்று அவர் கருதினார்.

நான் அவரிடம் இதைக் கண்டித்து வாதம் செய்தேன். கடுந்தேறலும் மாச்சத்து கலந்த தண்ணீர்தான். அதில் மாச்சத்து அல்லது கூலமணிகள் எந்த அளவு கரைந்து கலந்திருக்குமோ, அந்த அளவு ஊட்டலுத்தான் அதில் இருக்கமுடியும். ஆனால், ஒரு வெள்ளி தேறலில் இருக்கும் மாச்சத்தை விட, ஒரு துட்டு அப்பத்தில் இது மிகுதி என்று கூறத் தேவையில்லை. ஆகவே,

பருகும் ஒரு பெருங்கலம் கடுந்தேறலில் இருப்பதைவிட, ஒரு தட்டு அப்பம் ஒரு கிண்ணி தண்ணீரில் மிகுதி ஊட்டமும் வலுவும் இருக்கின்றன என்று நான் அறிவுறுத்தினேன்.

என் சொற்கள் அவர் காதில் ஏறவில்லை. அவர் குடிப்பழக்கதை நிறுத்தவேயில்லை. ஒவ்வொரு சனிக்கிழமையும் கூலி பெறும்போது அதிலிருந்து இந்தச் செலவுக்காக அவர் நான்கு அல்லது ஐந்து வெள்ளிகள் கொடுக்கவேண்டியதாயிருந்தது. எனக்கு இந்தச் செலவு இல்லை.

அப்பாவிகளான இந்தக் குடிச்சாமியின் அடிமைகள் எப்போதும் கடன்சேற்றில் மூக்குமுட்ட முழுகியே கிடந்தனர்.

78. அச்சகப் பேய்

சில வாரங்களுக்குப்பின் வாட்ஸ்[194] என்னை அச்சுக் கோப்பறைப் பக்கம் அழைத்தார். நான் பொறிக்கூடத்திலிருந்து அங்கே சென்றேன். அச் சமயம் அச்சுக் கோப்பவர்கள் குடிநீருக்காக நல்லெண்ணப் பரிசாக ஐந்து வெள்ளிகள் தங்களுக்கு தரப்படவேண்டுமென்று என்னிடம் கோரியிருந்தனர். இது தண்டவரி பிரிப்பது போன்றது என்று நான் நினைத்தேன். ஏனென்றால் ஏற்கெனவே இத்தகைய செலவினங்களை உட்படுத்தி ஊதியம் கூட்டப்பட்டிருந்தது. முதல்வரும் இதுவே கருதினார். கொடுக்கவேண்டியதில்லை என்று என்னிடம் கூறினார். இரண்டு மூன்று வாரங்கள் நான் என் முடிவில் உறுதியாய் இருந்தேன். இதன் பயனாக நான் தொழிலாளார் சமூகத்தில் ஒதுக்கி வைக்கப்பட்டவனானேன். அத்துடன் எத்தனையோ மறை குறும்புச் செயல்களுக்கும் நான் ஆளானேன். நான் என் அறையை விட்டுச் சிறிது விலகினால், என் பொறியினடியில் இருந்த அச்சுப் பட்டியல் எழுத்துக்கள் கலைக்கப்பட்டிருக்கும். பக்கங்கள் மாற்றப்பட்டிருக்கும். அல்லது சட்டங்கள் உடைக்கப்பட்டுக் கிடக்கும். இது யார் செய்வதென்று கேட்டால், அது அச்சகப் பேய் செய்ததென்று மறுமொழியும், தொழிலாளர் கூட்டில் சேராதவர்களை மட்டுமே அது தொல்லைப்படுத்தும் என்ற விளக்கமும் வரும்!

முதல்வர் ஆதரவு இருந்தாற்கூட, உடனுழைக்கும் தோழர்களுடன் பகைத்து ஒருவன் வாழமுடியாது என்பதை நான் கண்டேன். ஆகவே, நான் தொழிலாளர்கள் கோரிக்கைகளுக்கு இசைந்து அவர்கள் கேட்ட மிகை பணம் கொடுத்தேன்.

எனக்கு இப்போது தொழிலாளர்களிடையில் நல்லுறவு ஏற்பட்டது. என் செல்வாக்கும் வளர்ந்தது. நான் தொழிலாளர் கூட்டுறவுச் சட்டங்களில் சில நல்ல மாறுதல்களைச் செய்தேன். பெருத்த எதிர்ப்புகளைச் சமாளித்தே நான் அவற்றை நிறைவேற்றினேன். அத்துடன் என்முன் மாதிரியைப் பின்பற்றி, தொழிலாளர்களில் மிகப் பெரும்பான்மையானவர்கள் காலையில் அப்பம் பாற்கட்டியுடன் கடுந்தேறல்[195] கொள்ளும் அருவருப்பான வழக்கத்தை நிறுத்தினர். அதனிடமாக, ஒரு கிண்ணி கடுந்தேறலின் விலைக்கே - ஒன்றரைத் துட்டுக்கே - அண்டையிலுள்ள ஓர் இல்லத்திலிருந்து அப்பத்துண்டும் மிளகுத் தூளும் வெண்ணெயும் கலந்து மணமிக்க சூடான கஞ்சி பெறமுடியும் என்று அவர்கள் கண்டார்கள். இது மலிவானதும், முன்னைவிட வயிற்றுக்குப் போதியதாகவும் இருந்தது மட்டுமன்று; வேலை செய்யும் நேரத்தில் அது மூளைக்கு முன்னிலும் மிகுதி தெளிவும் தந்தது.

நாள் முழுதும் கடுந்தேறல் பருகிவந்தவர் சிலர் இன்னும் இருந்தனர். அவர்கள் ஒழுங்காக அருந்தகத்தில் கடன் கொடுக்காததால் அங்கே தம் வாடிக்கையின் கடன் பற்றை இழந்தார்கள். அத்தகையவர்கள் கடுந்தேறலுக்கான பணத்துக்காக என் நல்லெண்ணத்தைப் பெற முயன்றார்கள். 'தேறல் இல்லாமல் ஒளி இழந்துவிட்டோம்' என்பதே அத்தகையவர்கள் தங்கள் நிலைபற்றிக் கூறிக்கொள்ளும் வாசகமாகும். நான் அவர்களுக்குக் கொடுத்த தொகையை ஈடுசெய்ய ஒவ்வொரு சனிக்கிழமையும் கூலியளிப்புமேடையில் கண்ணாயிருந்து வந்தேன். ஒவ்வொரு வாரமும் இவ்வகையில் நான் முப்பது வெள்ளிவரை முன்பணமாகக் கொடுத்துப் பிரிக்கவேண்டியிருந்தது.

79. 'வெள்ளிக் கத்திரி'

நகையார்ந்த வசைத்திறம் உடையவன் என்ற பொருளில் 'வெள்ளிக் கத்திரி' என்று எண்ணைப் பலர் குறிப்பிடுவதுண்டு. இந்தப் பெயரும் மேற்குறிப்பிட்ட என் திருப்பணியும் சேர்ந்து தொழிலாளரிடையே என் மதிப்பை உயர்த்தின. அதே சமயம் நான் என்றும் வலிந்து ஓய்வு கொள்ளாமல் அச்சகத்தில் ஒழுங்காக வேலையில் ஈடுபட்டிருந்தது முதல்வரிடம் எனக்கு நன்மதிப்பை உண்டுபண்ணிற்று. அத்துடன் அச்சுக்கோப்பதில்

எனக்கிருந்த தீவிர விரைவு காரணமாக, விரைபணிகள் என்னிடமே ஒப்படைக்கப்பட்டன. இவை பொதுப்பணியைவிட உயர்ஊதியம் உடையவை.

இங்ஙனம் பல வகையிலும் என் தொழில்முறை நாட்கள் வெற்றிகரமாக ஓடின.

80. லிட்டில் பிரிட்டன் இல்லம்

லிட்டில் பிரிட்டனிலுள்ள என் அறை மிகவும் தொலைவாயிருந்ததனால், நான் கோமகன் தெருவில்[196] உரோமியக்[197] கோவிலுக்கு எதிரில் இன்னொரு இடம் பார்த்துக் குடியேறினேன். அது ஒரு இத்தாலியப்பண்டகசாலையில் இரண்டு தட்டுப் பின்புறம் ஒதுங்கியிருந்தது. கட்டடத்தின் உரிமையாளர் கைம்பெண்டான ஒரு மாது. அவருக்கு ஒரு புதல்வி இருந்தார். அவர்களுடன் ஒரு பணிப்பெண்ணும், பண்டகசாலையில் தங்காமல் வெளியே தங்க நேர்ந்த ஒரு பயிற்சித் தொழிலாளரும் இருந்தனர். நான் முன் இருந்த வீட்டுக்கு ஆளனுப்பி என் குணங் குறைகள்பற்றி அவர் உசாவினார். அதன்பின் தங்கிடத்தில் நான் கொடுத்த அதே மூன்றரை வெள்ளி குடிக்கூலியே என்னிடம் பெற அவர் இணங்கினார். "வீட்டில் ஒரு ஆடவர் தங்குவதனால் எனக்குக் கிடைக்கும் பாதுகாப்பை எண்ணி இந்தத் தொகை போதியது என்று எண்ணுகிறேன்," என்று அவர் கூறினார்.

அவர் இளமை கடந்த மாது. ஒரு சமயத் தலைவர் புதல்வியாதலால், இயல்பாகப் புரோட்டடஸ்டண்டாகவே அவர் பிறந்து வளர்ந்தார். ஆயினும், அவர் தம் கணவரைப் பின்பற்றிக் கத்தோலிக்கச் சமயத்துக்கு மாறினார். இறந்துபோன கணவரை அவர் எவ்வளவோ மதித்துப் போற்றி வந்தார். அவர் மிக உயர்ந்த நாகரிகமுடைய மக்களிடையே வாழ்ந்தவர். அவர்களைக் குறித்து இரண்டாம் சார்ல்ஸ்[198] காலத்திலிருந்து பல பழங்கதைத் துணுக்குகள், அருநிகழ்ச்சிகள் கூறுவார். திமிர்வாதத்தினால் அவர் முழங்கால்கள் பாதிக்கப்பட்டு அவர் நடக்க முடியாதவராயிருந்தார். வீட்டை விட்டு வெளியே போகமுடியாத காரணத்தால், வீட்டிலேயே நல்தோழமை அவருக்கு மிகுதி தேவையாயிருந்தது. அதே சமயம் அவர் தோழமை எனக்கு மிகவும் நற்பொழுதுபோக்காக இருந்தது. எனவே, அவர் விரும்பியபோதெல்லாம் நான் அட்டியில்லாமல் என் மாலைப்போதை அவருடன் கழித்துவந்தேன்.

விருந்தின்போது எங்கள் உணவு ஒரு அப்பத்துண்டு, வெண்ணெய், ஒரு பாதி மீன்[199], ஒரு கிண்ணி தேறல் போன்ற சிறு அளவே. ஆனால், விருந்தின் உயிர்நிலைக் கூறு உணவன்று, அம்மாதரார் உரையாடலே ஆகும். எப்போதும் தகாநேரத்தில் வராது நன்னேரங்களில் வரும் என் வழக்கமும், குடும்பத்துக்கு எந்தச் சிறு தொந்தரவும் ஏற்படாமல் பார்த்துக்கொள்ளும் என் இயல்பும் கண்டு, அவர் என் பிரிவுக்கு வருந்தும் உடன்பிறப்புத் தோழமை கொள்ளலானார்.

ஒருதடவை என் வழக்கமான சிக்கன விருப்புடன் நான் என் தொழிலகத்துக்கு இன்னும் சற்று அருகாமையில் வாரம் இரண்டு வெள்ளிக் குடிக்கூலியில் ஓர் இடத்துக்கு மாற எண்ணியபோது, அவர், "உங்கள் வாடகையிலிருந்தே இரண்டு வெள்ளிகள் குறைத்துவிட்டேன்; இனி நீங்கள் இட மாறுவது குறித்து எண்ணவே வேண்டாம்," என்றார். நானும் அது முதல் லண்டனில் நான் இருக்கும் காலம் வரை ஒன்றரை வெள்ளி வாடகையில் அவ்விடத்திலேயே இருந்தேன்.

81. அறத்துறவு பூண்ட அருண்மாது

அவர் வீட்டின் மச்சறையில் மணமாகாத, ஆனால் எழுபது வயது சென்ற ஒரு மாது இருந்தார். அம் மாது பற்றிய விவரங்களை அவர் என்னிடம் தெரிவித்தார். அவர் மிக ஒதுங்கிய வாழ்வு வாழ்ந்த ஓர் உரோம கத்தோலிக்க மாது. இளமையில் அவர் வெளிநாட்டுக்கு அனுப்பப்பட்டுக் கன்னித் துறவியாகும் நோக்கத்துடன் ஒரு கன்னித் துறவியர் மாடத்தில் தங்கியிருந்தார். ஆனால், அந்நாடு அவர் உடல்நலத்துக்கு ஒத்துக்கொள்ளாததால், இங்கிலாந்துக்கே திரும்பிவர வேண்டியதாயிற்று. இங்கிலாந்தில் கன்னித் துறவியர் மடம் கிடையாது. ஆயினும், இந்தச் சூழ்நிலையிலும் கிட்டத்தட்ட மடத்துத் துறவியர் வாழ்வை ஒத்த முறையில் வாழ அவர் உறுதிகொண்டார். தம் வாழ்க்கைக்கு வேண்டி ஆண்டுக்குப் பன்னிரண்டு பொன் வருமானம் மட்டும் வைத்துக்கொண்டு மீந்த தம் செல்வம் அத்தனையையும் அவர் அறவழியில் செலவு செய்தார். செலவுக்காக வைத்த பொருளில் கூட அவர் பெரும்பகுதியைக் கண்கண்ட சிறு துயர்கள் நீக்கும் அரும்பணியிலேயே செலவிட்டார். நீராகாரமான கஞ்சியுணவன்றி வேறு எதுவும் அவர் உண்பதில்லை. அதைக் காய்ச்சுவது ஒன்றற்கன்றி வேறு எவ்வழியிலும் அவர் நெருப்பைப் பயன்படுத்துவதும் கிடையாது.

மச்சறையில் அவர் பல ஆண்டுகள் வாழ்ந்துவந்தார். வீட்டின் மற்றப் பகுதிகளில் வாழ்ந்த கத்தோலிக்கர்கள் அவர் அவ்விடத்தில் வாழ்வது தமக்கு ஒரு திருநலம் என்று எண்ணியதனால், குடிக்கூலியில்லாமலே அவரை அவ்விடத்தில் தொடர்ந்து வாழ்ந்து வரும்படி ஏற்பாடு செய்திருந்தனர்.

ஒவ்வொரு நாளும் பழி மன்னிப்பாளரான ஒரு சமயகுரு அவரிடம் வந்து பார்த்துச் செல்வார். "துறவி வாழ்க்கை வாழ்ந்துவரும் தங்கள் வாழ்வில் நாள்தோறும் பழி மன்னிப்பாளரை அழைத்துப் பழி மன்னிப்புபெற என்ன இருக்கமுடியும்?" என்று வீட்டு மாது ஒரு தடவை அவரைக் கேட்டாராம். "அதுவா, செருக்குடைய செயல்களைச் செய்ய எனக்கு இடமில்லாவிட்டாலும், செருக்குடைய எண்ணங்கள் இல்லாமல் இருக்கவா முடிகிறது?" என்று அவர் மறுமொழி பகர்ந்ததாக அறிந்தான்.

ஒரு தடவை அவரைப் பார்க்கும் பேறு எனக்குக் கிட்டிற்று. அவர் கிளர்ச்சியுடனும் நல்ல வணக்க இணக்கத்துடனும் இன்னுரையாடினார். அறை மிகவும் தூய்மையுடையதாய் இருந்தது. ஆனால், தட்டு முட்டுப் பொருளாக எதுவும் இல்லை. ஒரு கலமும் சிறு சிலுவையும் புத்தகமும் ஒரு மேசையில் இருந்தன. பக்கத்தில் ஒரு கோக்காலியும் இருந்தது. அவ்வளவே! நான் உட்காருவதற்கு அவர் அந்தக் கோக்காலியையே இழுத்துப்போட்டார். புகைகூண்டருகே தூயதிரு வெரோணிகாவின்[200] படம் தொங்கிற்று. அவர் கையிலிருந்த கைக்குட்டையில் குருதி தோய்ந்த இயேசுவின் திருமுகம்[201] காணப்பட்டது. அதைப் பற்றி மிகுந்த பற்றார்வத்துடன் அவர் எனக்கு விளக்கம் கூறினார். அவர் முகம் விளறியிருந்தது. ஆனால், அவர் நோயுற்றதே கிடையாது.

மிகக்குறைந்த வருவாயிலும் ஒருவர் உயிரையும் உடல்நலத்தையும் ஒருங்கே பேணுதல் முடியாததன்று. இதற்கு ஒரு சான்றாகவே நான் இச்செய்தியை எடுத்துக் கூறியுள்ளேன்.

82. நீத்தாசிரியப் பணி

வாட்ஸ் அச்சகத்தில் வைகேட்[202] என்ற அறிவுத்திறம் வாய்ந்த ஓர் இளைஞருடன் நான் பழக்கம் கொண்டேன். அவர் உறவினர் பலர் பெருஞ்செல்வராயிருந்ததனால், மற்ற

அச்சுத் தொழிலாளர்களை விட அவர் மிகுதி கல்விப் பயிற்சி வாய்ந்தவராயிருந்தார். அவருக்கு இலத்தீனில் மட்டான புலமை உண்டு. பிரஞ்சுமொழியை அவர் பேசுவார். வாசிப்பதிலும் அவருக்கு ஆர்வம் மிகுதி. அவருக்கும் அவர் நண்பர் ஒருவருக்கும் நான் நீந்தக் கற்றுக்கொடுத்தேன். இரண்டு நாள் அவர்களை ஆற்றுக்கு இட்டுச்சென்று பயிற்றுவித்தபின், அவர்கள் நல்ல நீத்துக்காரராயினர்.

நாட்டுப்புறத்திலுள்ள வேறு இரண்டு திருமக்களுக்கு அவர்கள் என்னை அறிமுகப்படுத்தினார்கள். அம்மக்கள் செல்ஸியிலுள்ள[203] கல்லூரியையும் டான் சால்ட்டரோவின்[204] அரும்பொருள் குவியலையும் காணச் சென்றனர். திரும்பி வரும் வழியில் அவர்கள் என் நீத்துத் திறமையைக் காண விரும்பினர். ஏனெனில் வைகேட் அவ்வகையில் அவர்கள் ஆர்வத்தைத் தூண்டியிருந்தார். நான் உடனே புறஆடை உரிந்துவிட்டு நீரில் குதித்து நீந்தினேன். நீர்ப்பரப்பிலும் ஆழத்திலும் இருந்து பல்வகைக் கரணங்கள் செய்து காட்டினேன். அவை அவர்களுக்குப் புதுமையாயிருந்தன. அவர்கள் வியப்புக்கும் இறும்பூதுக்கும் அக்காட்சி உரியதாயிற்று.

குழந்தைப் பருவம்முதலே இந்தப் பயிற்சியில் எனக்கு ஈடுபாடு மிகுதி. இவ்வகையில் நான் 'தீவ் நாட்'டின்[205] இயக்கங்கள்,[206] நிலைகள்[207] எல்லாவற்றையும் பயின்று தேர்ந்ததுடன், நானாகச் சிலவற்றையும் பெற்றேன். எளிமை, நெகிழ்வு, நயம் ஆகியவற்றுடன் பயனையும் நோக்கியே நான் என் புதுநிலை இயக்கங்களை வகுத்தமைத்தேன். செல்ஸியில் இருந்து வரும்பொழுது நான் இவற்றையெல்லாம் செய்துகாட்டினேன். அவற்றை எல்லாரும் பாராட்டியது எனக்குப் பெருமகிழ்ச்சி தந்தது. இதே துறையில் முதன்மைத் தேர்ச்சி பெற விரும்பிய வைகேட் அக்காரணத்தால் என்னிடம் முன்னிலும் அணுக்க நட்புடையவர் ஆனார். ஏற்கெனவே ஒன்றுபட்ட வாசிப்பார்வத்தினால் ஏற்பட்ட தோழமை இதனால் இன்னும் வலுவடைந்தது.

ஐரோப்பாவெங்கும் நாங்கள் இருவரும் ஒன்றாகப் பயணம் செய்யவேண்டுமென்று வைகேட் திட்டமிட்டார். வழியில் செலவுக்கு எங்கள் தொழிலே பயன்படும் என்றும் கருதினார். நான் முதலில் இதற்கு இணங்கினேன். ஆனால், என் அரிய நண்பர் டென்ஹாமிடம் நான் வழக்கப்படி ஓய்வு நேரங்களில் உரையாடிக்கொண்டிருக்கும்போது, இதை அவரிடம் கூறினேன்.

அவர் இதை ஒப்பவில்லை. தாம் பென்சில்வேனியா போக இருப்பதால், நானும் திரும்பி அங்கே செல்லலாம் என்று அவர் அறிவுறுத்தினார்.

83. நண்பர் டென்ஹாமின் பண்புடை வாழ்வு

இந்த நன்மகனாரின் அருங்குணங்கள் பற்றி நான் இங்கே சிறிது கூறவேண்டும். அவர் முதலில் பிரிஸ்டலில்[208] தொழிலில் ஈடுபட்டிருந்தார். ஆனால், அவர் கடன்பட்டுப் பல கடனாளிகளிடம் கடனடைக்க முடியாதவரானார். ஏலமாட்டா நிலையில் அவர்களுடன் நல்லெண்ண இணக்கம் செய்துகொண்டு அவர் அமெரிக்கா சென்றார். அங்கே வணிகராயிருந்து விடாமுயற்சியுடன் தொழில் செய்ததனால், ஒரு சில ஆண்டுகளில் போதிய பொருள் திரட்டினார். நான் இங்கிலாந்துக்கு வரும்போது அவர் என்னுடன் திரும்பிவந்தார். அதன்பின் அவர் தம் பழைய கடனாளிகள் எல்லாரையும் விருந்தாளிகளாக அழைத்தார். அவர்கள் விருந்தை எதிர்பார்த்து வந்தனரே தவிர, வேறு எதையும் எதிர்பார்க்கவில்லை. இந்நிலையில் அவர் முன்னால் நல்லிணக்க ஒப்பந்தம் செய்துகொண்ட பெருந்தன்மைக்கு அவர்கள் அனைவருக்கும் நன்றி தெரிவித்தார். பின் ஒவ்வொருவரிடமும் அவரவர்க்குக் கொடுக்கப்படவேண்டிய மீதித்தொகை முழுவதற்கும் உரிய பொருளாக முறி தாங்கிய ஒரு தட்டை அளித்தார்!

84. பென்சில்வேனியா செல்வதற்கான ஏற்பாடுகள்

தாம் இப்போது பிலாடெல்பியாவுக்குத் திரும்பிச் செல்வதாகவும், அங்கே ஒரு கடை திறப்பதற்காகப் பல சரக்குகளை ஏற்றிச்செல்ல இருப்பதாகவும் இந்நன்மகனார் என்னிடம் தெரிவித்தார். என்னைத் தம் எழுத்தாளராகவும், கடிதம் பகர்த்தெழுதும் படியாளராகவும், கணக்கராகவும் இட்டுச் செல்வதாக அவர் தெரிவித்ததுடன், கணக்கெழுத என்னைப் பயிற்றுவிப்பதாகவும் கூறினார். அது மட்டுமன்று வாணிக முறைகளை நான் ஓரளவு பயின்றதன் பின், என் பணிநிலையை உயர்த்தி மேலை இந்தியத் தீவுகளுக்கு மாவும், மாப்பண்டமும் அனுப்பும் ஆதாயமிக்க தொழிலில் ஈடுபடுத்துவதாகவும், அதைத் திறமையுடன் செய்தால், எனக்குத் தனித்தொழில் அமர்வித்துத் தருவதாகவும் அவர் தெரிவித்தார்.

இச்சொற்கள் என்னை மகிழ்வில் ஆழ்த்தின. ஏனென்றால் லண்டன் வாழ்வில் எனக்கு உவர்ப்பு ஏற்பட்டுவிட்டது. பென்சில்வேனியாவில் நான் மகிழ்வுடன் வாழ்ந்த நாட்கள் என் நினைவுக்கு வந்தன. அந்நாட்டைத் திரும்பவும் பார்க்கவேண்டும் என்ற அவா உண்டாயிற்று. ஆகவே (பென்சில்வேனியா நாணயமாக) அவர் வாக்களித்த 50 பொன் ஆண்டூதியத்தை ஏற்றேன். இத்தொகை நான் அச்சமயம் பெற்ற ஊதியத்தைவிடக் குறைவாகவே இருந்தபோதிலும், அது வருங்கால வாய்ப்பு மேம்பாடுடையதென்று கருதினேன்.

நான் இப்போது அச்சுத் தொழிலுக்கு விடைகொடுத்தேன் - என்றென்றைக்குமாக என்றே அச்சமயம் நான் எண்ணினேன். புதிய வேலையில் ஈடுபட்டு நான் நாள்தோறும் டென்ஹாமுடன் வணிகரை அணுகிப் பல வகைப்பட்ட சரக்குகளை வாங்கியும் அவற்றைக் கட்டிச் சிப்பம் செய்தும், வேலை செய்தும் வேலையாட்களைச் செய்வித்தும் வந்தேன். எல்லாச் சரக்குகளும் கப்பலேறிய பின்பு எனக்குச் சில நாட்கள் ஓய்வு கிடைத்தது.

85. வின்ட்ஹாம் கோமகனார் நட்பாதரவு

இச் சமயம் எனக்கு இதுவரை பெயர் தவிர எதுவும் தெரியாத சர் வில்லியம் வின்ட்ஹாம் என்ற பெரிய மனிதரிடமிருந்து ஓர் அழைப்பு வந்தது. நான் சென்று அவரைக் கண்டேன். நான் செல்ஸியிலிருந்து பிளாக்பிரயர்ஸ் வரை[209] நீந்தியதையும், ஒரு சில மணி நேரத்துக்குள் வைகேட்டுக்கும் மற்றொருவருக்கும் நீந்தக் கற்றுக்கொடுத்ததையும் அவர் எப்படியோ கேள்விப்பட்டிருந்தார். அவருக்கு இரண்டு புதல்வர்கள் இருந்தார்கள். அவர்கள் வெளிநாட்டில் பயணம் செய்ய ஒருங்கியிருந்தனர். நான் அவ்விருவருக்கும் போகுமுன் நீந்தக் கற்றுக்கொடுப்பதனால், ஊதியமாக மிக நல்ல தொகை அளிப்பதாக அவர் கூறினார்.

அவர்கள் இன்னும் நகருக்கு வந்து சேரவில்லை. நகரில் நான் எத்தனை நாள் தங்கியிருப்பேன் என்றும் கூறமுடியவில்லை. இந்நிலையில் நான் நீத்துப் பயிற்சியை ஏற்கமுடியாதிருந்தது. ஆனால், அமெரிக்கா போகாமல் இங்கிலாந்தில் இருந்தால்கூட, ஒரு நீத்துப் பயிற்சிசாலை ஏற்படுத்தி அதன் மூலம் பொருள்திரட்டி வாழ்ந்திருக்கலாம் என்று நான் கருதினேன். இந்த நிகழ்ச்சியை நான் இந்த இடத்தில் கூறுவதன் காரணம்

இதுவே. இக்கோரிக்கை சற்று முந்தி எனக்கு வந்திருக்குமானால், நான் அப்போது பெரும்பாலும் அமெரிக்காவுக்குத் திரும்பி வந்திருக்கமாட்டேன்.

பல ஆண்டுகளுக்குப் பின் இதே சர் வில்லியம் வின்ட் ஹாம் எகர்மாண்ட் கோமானானார். அவருடைய இதே புதல்வர்களுடன் நானும் நீயும் முக்கியமான ஒரு தொடர்பு கொண்டோம். அதைப்பற்றி அதற்குரிய இடத்தில் கூறுவேன்.

86. கடற்பயணம் : நாட்குறிப்பு : வாழ்க்கைத்திட்டம்

இங்ஙனம் மொத்தத்தில் நான் லண்டனில் 18 மாதங்கள் கழித்தேன். அதன் பெரும் பகுதியும் என் தொழிலின் கடுமுயற்சிகளிலேயே கழிந்தது. நாடகங்கள் சிலவற்றைப் பார்ப்பது, புத்தகங்களில் ஈடுவது ஆகிய இரண்டு காரியங்களைத் தவிர வேறு எந்த வகையிலும் நான் என் வகைச் செலவாக எதுவும் செய்ததில்லை. ஆயினும் என் நண்பர் ரால்ப் காரணமாக நான் ஏழ்மையிலேயே இருக்கவேண்டியதாயிற்று. அவர் எனக்குத் தரவேண்டிய தொகை 27 பொன். அதை நான் என்றும் திரும்பப் பெறமுடியாது. என் ஊதியத்தின் சிற்றெல்லையில் இது பெருந்தொகையேயாகும். ஆனால், இத்தீங்கை அடைந்ததன் பின்னும், அவர்மீது எனக்கு வெறுப்பு இல்லை; விருப்பமே மிகுதியாயிருந்தது. ஏனெனில், நட்புக்குரிய பல நல்ல பண்புகள் அவரிடம் இருந்தன.

லண்டன் வாழ்வால் என் பொருள்நிலை சிறிதும் மேம்படவில்லை. ஆயினும் எனக்கு அறிவுத்திறம் வாய்ந்த பலரின் அறிமுகப்பழக்கம் கிடைத்தது. அவர்கள் உரையாடல் எனக்குப் பெருநலம் தந்தது. நான் வாசித்த புத்தகங்களும் பல.

நாங்கள் 1726 ஜூலை 23-இல் கிரேவ்ஸ் எண்டிலிருந்து[210] புறப்பட்டோம். இந்தப் பயணத்திலுள்ள நிகழ்ச்சிகளை நீ என் 'குறிப்பேட்'டில்[211] பார்க்கலாம். அதில் அவை விளக்க விரிவாகக் கூறப்பட்டுள்ளன. ஆனால், அந்நாட் குறிப்பின் மிக முக்கியமான பகுதி அதில் காணப்படும் என்னுடைய வாழ்க்கைத் திட்டமேயாகும். இது நான் கப்பலில் இருக்கும்போது என் எதிர்கால வாழ்க்கைக்காக என்னால் வகுக்கப்பட்டது. இதை வகுக்கும்போது நான் மிகவும் இளைஞனாக இருந்தேன்.

இது அதன் அருமையை இன்னும் உயர்த்தத்தக்கது. அதே சமயம் அவ்வளவு இளமையில் வகுத்த அந்தத் திட்டத்தை நான் என் முழுநிறை முதுமை வரைக்கும் தவறாமல் பின்பற்றி வந்திருக்கிறேன் என்பதும் ஊன்றிக் கவனிக்கத்தக்கது.

87. மீண்டும் பிலேடெல்பியா

நாங்கள் அக்டோபர் 11-ஆம் நாள் பிலாடெல்பியாவில் வந்திறங்கினோம். அங்கே நான் கண்ட மாறுதல்கள் பல. கீத் இப்போது ஆட்சியாளராய் இல்ல. அவர் இடத்தில் மேஜர் கார்டன்[212] பணியமர்வு பெற்றிருந்தார். கீத் இப்போது ஒரு பொதுநிலை மனிதனாரவே இருந்தார். அம்முறையிலேயே அவர் தெருவில் நடந்து செல்லும்போது கண்டேன். என்னைக் காண அவர் மிகவும் வெட்கமுற்று ஒன்றும் சொல்லாமல் வேகமாகக் கடந்து சென்றுவிட்டார்.

ஆட்சியாளர் என்னைக் காண வெட்கமுற்றதை விடச் செல்வி ரீடைக் காண நான் வெட்கமுற்றிருக்கவேண்டும். ஆனால், என் கடிதத்துக்குப் பின் நெடுநாள் என் வருகையை எதிர்பார்த்து ஏமாற்றமடைந்திருந்த நிலையில், அவர் நண்பர்கள் ரோஜர்ஸ் என்ற ஒரு பாண்டத் தொழிலாளரை மணம் புரியும்படி அவரைத் தூண்டியிருந்தனர். இத் திருமணம் நான் இல்லாத சமயத்தில் நிறைவேறிற்று. ஆயினும் அச்செல்வருடன் அவர் நீடித்து இன்பமாக வாழமுடியவில்லை. மிக விரைவில் ரோஜர்ஸை அவர் விட்டுப்பிரிய நேர்ந்தது. ரோஜர்ஸுடன் கூடி வாழவோ, அவர் பெயரை ஏற்கவோ கூட அவர் மறுத்துவிட்டார். ஏனெனில், ரோஜர்ஸுக்கு முன்பே ஒரு மனைவி இருந்ததாகக் கூறப்பட்டது.

ரோஜர்ஸ் ஒரு நல்ல தொழிலாளி. செல்வி ரீடின் நண்பர்கள் அவரிடம் பற்றுக்கொள்வதற்கான காரணம் இதுவே, ஆனால், மற்றெல்லா வகைகளிலும் அவர் கவைக்குதவாதவர். அங்கே கடன் சேற்றில் சிக்கி, 1727-லோ 1728-லோ மேலை இந்தியத் தீவுகளுக்குச் சென்று அங்கேயே இறந்தார்.

கெய்மர் இப்போது முன்னைவிட ஒரு நல்ல மனையில் இருந்தார். பணிமனைப்பொருள்களின் விற்பனைக் களமொன்று அவரிடம் இருந்தது. அத்துடன் அவர் தொழிலகமும் முன்னேற்றம் அடைந்திருந்தது. புதிய அச்சுக்கள் ஏராளமாகவும் இருந்தன.

வேலை செய்யும் கைகளும் திறமையற்றவையானாலும் பலவாயிருந்தன. வேலை மிகவும் முறுக்காக நடப்பதாகத் தோன்றிற்று.

88. நோய்: ஆதரவான நண்பர் மறைவு: மீண்டும் தனிநிலை

டென்ஹாம் வாட்டர் தெருவில்[213] நாங்கள் கொண்டுவந்த சரக்குகளை வைத்துக்கொண்டு ஒரு கடை திறந்தார். நான் தொழிலைச் சுறுசுறுப்புடன் கவனித்தேன். கணக்குகளையும் சரிவரப் பயின்றேன். சில நாட்களுக்குள் நான் விற்பனைத் தொழிலில் திறமையுடையவனானேன்.

நாங்கள் இருவரும் ஒன்றாகத் தங்கி, ஒன்றாக உணவு கொண்டோம். அவர் ஒரு தந்தை போலிருந்து எனக்கு அறிவுரை தந்தார். என்னிடம் அவருக்கு உண்மையான மதிப்பும் இருந்தது. நானும் அவரை மிகவும் மதித்தும் நேசித்தும் வந்தேன். இந்நிலையில் எங்கள் நீடித்த நட்புறவுக்குத் தடை எதுவும் இராது என்று எவரும் கூறியிருப்பர். ஆனால், 1726 அல்லது 1727-இல் எனது 21-ஆவது வயதில் நானும் அவரும் ஒரே சமயத்தில் படுக்கையில் கிடக்க நேர்ந்தது. என்னைப் பீடித்த நோய் நுரையீரல் வீக்கம்.[204] அது என்னைக் கிட்டத்தட்டக் கொண்டுபோக இருந்தது. நான் கடுந்துன்பத்துக்காளானதால், என் மனத்திலுள்ள கடமையுறுதிகூட ஆற்றலிழந்தது. ஏனெனில், நோய் நீக்கமடைந்து வரும்போது நான் மகிழ்வதற்கு மாறாக வருந்தலானேன். நான் செய்யமுடியாமலிருந்த எல்லாக் கடுவேலையையும் நான் திரும்பவும் செய்யவேண்டுமே என்ற வருத்தம் என்னை ஆட்கொண்டது. டென்ஹாமுக்கு இதே சமயம் கண்ட நோய் இன்னதென்பது எனக்கு இப்போது நினைவுக்கு வரவில்லை. அது அவரை நெடுநாள் வாட்டி, இறுதியில் அவரைத் தனக்கு இரையாக்கிக்கொண்டது.

அவர் தம் இறுதி வாய்மொழி விருப்பப் பத்திரத்தால் தம் நல்லெண்ணத்துக்கு அறிகுறியாகச் சிறிது செல்வம் விட்டுப்போனார். ஆயினும் அவருக்குப் பின் நான் மீண்டும் பரந்த உலகில் துணையின்றி விடப்பட்டேன். ஏனென்றால், நடைமுறை ஆணையாளர்[215] அவர் கடையை மேற்கொண்டனர். என் பணியும் அதனுடன் முடிவடைந்தது.

89. பழையபடி கெய்மர் அச்சக வேலை

என் மைத்துனர் ஹாம்ஸ் இப்போது பிலாடெல்பியாவில் இருந்தார். என் பழைய தொழிலுக்கே திரும்ப வரும்படி அவர் எனக்கு அறிவுரை கூறினார். கெய்மரும் இதே சமயம் ஓர் உயர்ந்த ஆண்டுதிய மூலம் என் ஆவலைத் தூண்டினார். அவர் அச்சகத்தின் செயலாட்சியை நான் மேற்கொண்டால், அவர் பணிமனை விற்பனையைத் தாம் தடையற நன்கு கவனிக்க முடியுமென்று அவர் கூறினார். ஆனால், லண்டனில் இருந்த காலத்தில் கெய்மரின் மனைவியாரிடமிருந்தும், நண்பர்களிடமிருந்தும் அவரைப்பற்றிய பல மோசமான தகவல்களைப்பற்றிக் கேள்விப்பட்டிருந்தேன். எனவே, அவருடன் மீண்டும் தொடர்புகொள்ள நான் விரும்பவில்லை. ஆயினும் 'வாணிக எழுத்தாள'னாகப் பல இடங்களிலும் பணி தேடியும் கிடைக்காததனால், இறுதியில் அவர் ஏற்பாட்டை ஒத்துக்கொண்டேன்.

கெய்மரின் தொழில்மனையில் நான் இப்போது கண்ட ஆட்களை விவரமாகக் கூற விரும்புகிறேன். முதலாவதாக, ஹியூமெரிடித்[216] என்பவர். அவர் ஒரு வெல்ஷ் மரபு சார்ந்த பென்சில்வேனியக் குடிவாணர்[217]. அவருக்கு வயது 30. அவர் நாட்டுப்புற வேலைகளிலேயே பழகியவர். மிகவும் நாணயமுடையவர். நல்லுணர்வும் போதிய காட்சியறிவும் உடையவர். வாசிக்கும் பழக்கமும் அவரிடம் மட்டாக உண்டு. ஆனால், அவர் சிறிது குடிப்பழக்கத்துக்கு ஆளாயிருந்தார். அடுத்த ஆள் ஸ்டீபென் பாட்ஸ்[218] என்பவர். அவர் குடியுரிமை வயது வந்தவர். முந்தியவரைப் போலவே நாட்டுப்புற வேலைக்கே பயிற்சியுடையவர். வழக்கமீறிய இயற்கை ஆற்றல்களும், சொல்திற நகைத்திறங்களும் வாய்ந்தவர். ஆனால், அவர் சற்றுச் சோம்பல் குணம் உடையவர்.

இருவரையும் கெய்மர் மிகக் குறைந்த வாரக்கூலியில் அமர்த்தியிருந்தார். வேலையில் முன்னேற்றமும் தகுதியும் அடைவதை எதிர்நோக்கி, மூன்று மாதங்களுக்கொருமுறை, இதில் ஒவ்வொரு வெள்ளி கூட்டித் தருவதாகவும் அவர் வாக்களித்திருந்தார். அவர் தம் தொழிலுக்கு அவர்களைத் தம் எதிர்கால வாக்குறுதிகளாலேயே இழுத்திருக்கவேண்டும்.

மெரிடித் அச்சகத்தில் வேலை செய்யவும், பாட்ஸ் புத்தகக் கட்டட வேலை செய்யவும் அமர்த்தப்பட்டிருந்தனர். பணி

அமர்வு ஒப்பந்தப்படி இருவருக்கும் அவரவர் வேலைத்துறைகளில் கெய்மரே பயிற்சியளிக்கவேண்டும். ஆனால், உண்மையில் அவருக்கு அச்சக வேலையும் தெரியாது; புத்தகக் கட்டட வேலையும் தெரியாது.

மேற்கூறிய இருவரல்லாமல் ஜான்-[219] என்ற ஒரு நாட்டுப்புற அயர்லாந்துக்காரரும் இருந்தார். அவர் எந்தத் தொழிலுக்கும் பயிற்சி பெறாதவர். ஆனால், இந்நிலையிலும் ஒரு கப்பல்மீகாமனிடமிருந்து கெய்மர், அவர் வேலையுரிமையை நான்காண்டுகளுக்கு வாங்கியிருந்தார். அவரும் ஓர் அச்சக வேலைக்காரராகவே வேலை செய்தார். நான்காவது ஆள் ஜார்ஜ் வெப்[220] என்ற ஆக்ஸ்போர்டுப் பல்கலைக்கழகப் பயிற்சியாளர். அவரை ஓர் அச்சுக் கோப்பாளராக்கும் எண்ணத்துடன் அவர் வேலையுரிமையையும் கெய்மர் நான்காண்டுகளுக்கு வாங்கியிருந்தார். அவரைப்பற்றி விரைவில் மிகுதி கூற இருக்கிறேன். கடைசியாக அச்சகத்தில் குறிப்பிடவேண்டியவர் டேவிட் ஹாரி[221] என்பவர். அவர் ஒரு நாட்டுப்புறச் சிறுவர். கெய்மரால் அவரும் பயிற்சியாளராக ஏற்றுக்கொள்ளப்பட்டவர்.

மலிவாக வேலையில் பிணைக்கப்பட்ட இந்தப் பயிற்சி பெறாத கைகளைத் திறமையுடைய கைகளாக என் மூலம் உருவாக்கும் எண்ணந்தான் கெய்மரை எனக்கு அவ்வளவு உயரிய ஊதியம் தரத் தூண்டிற்று என்பதை நான் விரைவில் உணர்ந்துகொண்டேன். அவர்கள் அனைவரும் அவரிடம் ஒப்பந்தம் செய்துகொண்டவர்கள் ஆதலால், நான் அவர்களைப் பயிற்றுவித்த கணமே அவர் என்னையில்லாமல் காரியம் நடத்தும் ஆற்றலுடையவர் ஆவார் என்பதும் எனக்குத் தெரியும். ஆயினும் இவை எதுவும் என் உழைப்பார்வத்தையும், உடன் தொழிலாளார் பாசத்தையும் தடைப்படுத்தவில்லை. நான் கிளர்ச்சியுடனே அச்சகத்தில் அதுவரை இருந்துவந்த குளறுபடியை அகற்றி அதில் ஒழுங்கு கொண்டுவரப் பாடுபட்டேன். படிப்படியாக அவர்கள் தங்கள் வேலையை முன்னிலும் திருத்தமாகச் செய்யும்படியும், அவர் அவர்களை அவ்வாறு செய்விக்கும்படியும் வகை செய்தேன்.

90. ஜார்ஜ் வெப் : நாடக மாயையில் சிக்கிய மாணவர்

ஆக்ஸ்போர்டுப் பல்கலைக்கழகப் பயிற்சிபெற்ற ஒருவரை விலைக்கு வாங்கப்பட்ட ஓர் ஊழியராகக் காண்பது என்பது

ஒரு பெருவியப்புக்குரிய செய்திதான். ஆனால், அவர் அதை என்னிடம் நேரடியாகவே விளக்கியிருந்தார். அவருக்கு அப்போது வயது 18. அவர் கிளஸ்டரில்[222] பிறந்து அங்கேயே ஓர் உயர்தரப்பள்ளியில்[223] பயின்றார். பள்ளியில் நாடகக் காட்சிகள் நடைபெற்றபோது, அவர் நடிப்பில் மேம்பட்டு விளங்கினார். அங்குள்ள சொல்லாடற் கழகத்தில்[224] அவர் உறுப்பினராயிருந்தார். அவர் எழுதிய உரைநடைக் கட்டுரைகளும், செய்யுள் துணுக்குகளும் கிளஸ்டர் செய்தித்தாள்களில் வெளியாயிருந்தன.

பள்ளியிலிருந்து அவர் ஆக்ஸ்போர்டுக்குச் சென்றார். அங்கே ஓர் ஆண்டு தங்கியிருந்தார். ஆனால், அங்கே அவர் மனம் நிறைவுபெறவில்லை. அவர் உள்ளத்தில் ஓங்கியிருந்த அவா லண்டனைக் காணவேண்டும் என்பதும், அங்கே ஒரு நடிகர் ஆகவேண்டும் என்பதுமே. ஆகவே, தம் காலாண்டுச் செலவுக்கான 15 பெரும் பொன்களைப்[225] பெற்றவுடனே, அதைக் கொண்டு கடன்களைத் தீர்ப்பதற்கு மாறாக, அவர் நகரிலிருந்து தப்பி மறைந்தார். தம் பல்கலைக்கழக அங்கியைப் புதருக்குள் ஒளித்து வைத்துவிட்டுக் கால்நடையாகவே அவர் லண்டனுக்குச் சென்றார்.

நல்லுரை கூறும் நண்பர் எவரும் இல்லாமலே, அவர் மிக மோசமான தோழமையில் சிக்கித் தம் கையிலிருந்த பொன்கள் அத்தனையையும் செலவு செய்தார். நடிகரிடையே பின்னும் இடம் பெறுவதற்கான வாய்ப்பைச் சிறிதும் காணாத நிலையில், பொல்லா வறுமைக்கு அவர் ஆளாய், ஆடைகளைப் பணயம் வைத்து உணவு தேடத் தொடங்கினார். இந்த அவலநிலையில், பசித்துயருடன், செய்வது இன்னது என்று தெரியாமல், அவர் தெருவில் திரிந்துகொண்டிருக்கும்போது, யாரோ ஓர் ஆள்பிடிகாரனின் துண்டு விளம்பரம் அவர் கையில் வந்து சேர்ந்தது. அமெரிக்காவில் வேலை செய்வதாக ஒத்துக்கொண்டால், அப்படி ஒத்துக்கொள்பவர்களுக்கு உடனடியான ஆதரவும், ஆக்க உதவியும் தரப்படும் என்று அதில் குறிப்பிட்டிருந்தது.

வெப் ஆவலுடன் நேரே சென்று அமெரிக்க வேலையாட்கள் ஒப்பந்தத்தில் கையெழுத்திட்டார். உடனடியாக அவர் கப்பலேற்றப்பட்டு அமெர்க்கா வந்ததால், அவர் தம் நிலைபற்றித் தம் நண்பர்களுக்கு ஒரு வரிகூட எழுதமுடியாது போயிற்று.

அச்சுவேலையில் முனைந்துள்ள பெஞ்சமின் பிராங்க்லின்

அவர் கிளர்ச்சியுடையவர். நகைத்திறத்துடன் உரையாடுபவர். நற்குணவாளர். தோழமைக்கு இனியவர். ஆயினும் சோம்பல், பொறுப்புணராமை ஆகிய கேடுகளுக்கு அவர் ஆளானவர். முன்னறிவு என்பது அவரிடம் எள்ளளவும் கிடையாது.

91. அச்சகச் சீர்திருத்தங்கள், புதுக்கருவிகலங்கள்

அச்சகத் தொழிலாளர் ஐவருள்ளும் ஜான் விரைவில் தப்பி ஓடிவிட்டார். மற்ற யாவருடனும் நான் நன்கு நட்புடையவனானேன். கெய்மர் அவர்களுக்கு எதுவும் கற்பிக்க இயலாதவர் என்பதை அவர்கள் அறிந்திருந்தனர். அதே சமயம் நாள் தவறாது ஒவ்வொரு நாளும் என்னிடமிருந்து அவர்கள் நற்பயன் பெற்றதையும் அவர்கள் கண்டுகொண்டனர். இது என்னிடம் அவர்களுக்கு உள்ள மதிப்பை இன்னும் இரட்டிப்பாக்கிற்று.

சனிக்கிழமை கெய்மரின் திருநிறை நாளானதால், நாங்கள் அன்று வேலை செய்வதில்லை. எனவே, இப்போது எனக்கு வாசிப்பதற்கு வாரத்தில் இரண்டு நாட்கள் கிடைத்தன. நகரில் நல்லறிவார்ந்த மக்களின் பழக்கம் நாளுக்கு நாள் வளர்ந்தது. கெய்மர் என்னை வெளிப்பார்வைக்கு நல்ல மதிப்புடன், வணக்க இணக்க நேர்மைகளுடன் நடத்திவந்தார். எனக்கு இப்போது எந்த மனத்துயரும் கிடையாது; ஒரே ஒரு பழைய துயர்தான் இருந்தது. அதுதான் வெர்னானுக்கு நான் கொடுக்கவேண்டிய கடன். இதுவரை பொருளியல் துறையில் நான் திறமையற்றவனாகவே இருந்ததால், இந்தக் கடன் கொடுபடாமலும் கொடுக்கப்பட முடியாமலுமே இருந்தது.

எங்கள் அச்சகத்துக்கு அடிக்கடி அச்சுருக்கள் தேவையாயிருந்தன. அச்சுரு வார்ப்பவர் எவரும் அமெரிக்காவில் இல்லை. லண்டனில் இருக்கும்போது நான் ஜேம்ஸில்[226] அச்சுக்கள் வார்ப்பதைப் பார்த்திருந்தேன். ஆனால், அதன் வகைமுறையில் கவனம் செலுத்தியிருக்கவில்லை ஆயினும், நான் ஒருவகையாக ஒரு வார்ப்படக் கருவி[227] அமைத்தேன். வடிவச்சுக்கு[228] அச்சுருக்களையே பயன்படுத்தி, கரு உலோகத்துக்கு[229] ஈயத்தைப் பயன்படுத்தினேன். இவ்வகையில் எல்லாக் குற்றங்குறைகளும் ஈடு செய்யப்பட்டன.

அவ்வப்போது நான் அச்சகத்தின் செதுக்கு வேலைகளிலும் ஈடுபட்டேன். மை செய்தேன். பண்ட அறைப்பணியாளராக[230] வேலை செய்தேன். இவ்வகையாக நான் முற்றிலும் ஒரு பல தொழில்காரனானேன்.

92. கெய்மருடன் ஏற்பட்ட முறிவு

நான் எவ்வளவு பயனுடையவனாயிருந்தாலும், மற்றவர்கள் திறமையுடையவராகுந்தோறும், என் பணியின் முதன்மை ஒவ்வொருநாளும் குறைந்துகொண்டே வந்தது கண்டேன். என் இரண்டாம் காலாண்டு ஊதியம் தரும் சமயத்திலேயே, அது சற்று மிகுதியாகப் போயிற்று என்றும், அதை நானாக ஏதேனும் குறைத்துக்கொண்டால்தான் நல்லது என்றும் கெய்மர் தெரிவித்துவிட்டார். இந்த அளவு இணக்க நயம்கூட வரவரக் குறைந்து கொண்டே வந்தது. அவர் அடிமையிடம் ஆண்டான் கொள்ளும் தொனியை மேற்கொண்டு, அடிக்கடி குற்றம் காண்பதும் பூசலிடுவதுமாய், முறிவுக்கு வழிதேடி வந்தார். ஆயினும், அவர் நெருக்கடியான சூழ்நிலைதான் இத்தகைய நடத்தைக்கு காரணமாயிருக்கவேண்டும் என்ற எண்ணத்துடன் நான் மிகப் பொறுமையுடனேயே எல்லாவற்றையும் ஏற்றுவந்தேன்.

இறுதியில் ஒரு சிறு செய்தி எங்கள் தொடர்பு திடுமென அறுபடக் காரணமாய் அமைந்தது. முற்றத்தில் ஒரு பெரிய கூக்குரல் கேட்டு நான் செய்தி என்ன என்று காண்பதற்காகப் பலகணி வழியாகத் தலையை வெளியே இட்டுப் பார்த்தேன். அச்சமயம் தெருவிலிருந்த கெய்மர் என்னை எட்டிப் பார்த்தார். மிக உரத்த கோபமான குரலில் உன் வேலையை ஒழுங்காகப் பார் என்று அதட்டினார். சொற்களைவிடத் தொனியும், தொனியைவிட அவற்றுடன் கலந்த அவர் உள்ளத்தின் கூரிய வன்கண்மையும் என்னை உறுத்தின. அண்டையயலார் பலர் இதைப் பார்த்துக்கொண்டிருந்தது என் உறுத்தலை மிகைப்படுத்திற்று.

இத்துடனும் அவர் நிற்கவில்லை. உள்ளே வந்த பின்பும் கோபதாபத்தையும் பூசலையும் சுடு மொழிகளையும் அடுக்கிக்கொண்டே சென்றார். இருபுறமும் சொற்கள் பெருகின. இறுதியில் அவர் எனக்கு எங்கள் ஒப்பந்தத்தில் கண்டபடி

விலகுவதற்கான ஒரு காலாண்டு முன்னறிவிப்புச் செய்தார். அப்போதும் "இவ்வளவு நீண்டகால முன்னறிவிப்புக்கூடத் தேவைப்படக்கூடாது என்பது என் விருப்பம்," என்று உறுமினார். நான் உடனே, "அந்த விருப்பம்கூட உமக்குத் தேவையில்லை. நான் இந்தக் கணமே போய்விடுகிறேன்." என்று கூறிக்கொண்டு வெளியேறினேன். என் தலையணியை எடுத்துக்கொண்டு போகும்போது நான் மெரிடித்தை அழைத்து, "நான் விட்டுப்போகும் சில பொருள்களைப் பாதுகாப்பாகப் பார்த்து என் அறைக்குக் கொண்டுவந்து சேர்," என்று கூறிச்சென்றேன்.

93. மெரிடித்தின் திட்டங்கள்

நான் கூறியபடி மாலையில் மெரிடித் என்னிடம் வந்தார். அவருடன் நான் என் செய்திகள்பற்றிப் பேசினேன். அவருக்கு என்னிடம் மதிப்பு மிகுதி. அவர் அச்சகத்திலிருக்கும்போது, நான் வெளியேறுவதை அவர் சிறிதும் விரும்பவில்லை. திரும்பவும் என் நகருக்கே செல்ல நான் நினைத்தேன். இதை அவர் தடுத்துரைத்தார். கெய்மரின் தொழில் முறிவது உறுதி; அதை நான் பயன்படுத்திக்கொள்ளலாம் என்று அவர் கூறினார். ஏனென்றால், அவரிடம் இருக்கும் பொருள்கள் அத்தனைக்கும் சரியீடான கடன் அவருக்கு இருந்தது. ஆகவே, கடன்காரர் மனமுளைந்து வந்தனர். அத்துடன் உடனடிப் பணத்துக்காக அவர் அடிக்கடி ஆதாயத்தைக் குறைத்துப் பொருள்களை விற்றுவந்தார். கணக்குகளும் அவரால் சரிவர எழுதப்படவில்லை. இந்நிலைமைகளை நானும் ஒத்துக்கொண்டேன். ஆனால், "என்னிடம் பணம் இல்லாதபோது, இவற்றால் யாது பயன்?" என்று நான் வினவினேன்.

அப்போது அவர் இரண்டாவதாக ஒரு திட்டம் கூறினார். அவர் தகப்பனார் என்னைப்பற்றி மிக உயரிய மதிப்புக் கொண்டிருந்தார். தந்தையும் அவருமாக அடிக்கடி பேசிவந்த உரையாடல்களால், என்னுடன் பங்காளியாகத் தொழில் தொடங்கும் விருப்பம் தந்தைக்கு இருந்ததென்று அவருக்குத் தெரியவந்தது. மேலும் கெய்மரிடம் அவர் இருந்து தீரவேண்டிய காலஎல்லை இளவேனிற் பருவத்துக்குள் முடிந்துவிடும். அதற்குள் எங்களுக்கென அச்சகம் அமைந்து லண்டனிலிருந்து அச்சுருக்களும் வந்துவிடும் என்றார் அவர்.

மேலும், "நான் நல்ல தொழில் திறமையுடையவன் அல்ல என்பதை நான் நன்கு அறிவேன். ஆகவே, உங்களுக்கு விருப்பமானால் நீங்கள் உங்கள் பங்குக்கு உங்கள் தொழில் திறமையை வழங்குங்கள். அதற்கீடாக நான் பணமுதலீடு செய்கிறேன். ஆதாயத்தை இருவரும் சரிசமமாகப் பங்கிட்டுக் கொள்ளலாம்," என்று அவர் என் குறிப்பறிந்து என்னை ஊக்கினார்.

அவன் கோரிக்கை எனக்குப் பிடித்தமாகவே இருந்தது. நான் ஒத்துக்கொண்டேன். அவர் தந்தை நகருக்கு வந்ததும், அவரும் அதை ஏற்றார். அவர் எளிதாக ஏற்பதற்கு இன்னொரு காரணமும் இருந்தது. அவர் புதல்வர் மீது ஏற்கெனவே எனக்கு மிகுந்த செல்வாக்கு இருந்தது. அதனால் அவரிடம் மிகவும் அழுத்தமாக வேரூன்றியிருந்த குடிப்பழக்கம் ஒரு சிறிது குறைந்திருந்தது. என் தொடர்பு நெருக்கமடைவதன்மூலம் ஒரு வேளை அந்தத் தீய பழக்கத்தை அறவே கைவிட்டு விடவும் கூடும் என்று அவர் நம்பினார்.

94. இடைக்கால முயற்சி : கெய்மர் சமரசம்

நான் அவர் தகப்பனாரிடம் ஒரு பட்டியலைக் கொடுத்தேன். அவர் அதை ஒரு வணிகனிடம் கொண்டு சென்றார். சரக்குகளை வருவிக்கும்படி உத்தரவுக் கடிதங்கள் அனுப்பப்பெற்றன. சரக்குகள் வந்து சேரும்வரை இந்தச் செய்தி மறைவாக வைக்கப்பட்டது. அதற்கிடையில் நான் பிலாடெல்பியாவிலிருந்த மற்ற ஒரே ஓர் அச்சகத்தைத் தேடி அதில் வேலை கிடைக்குமானால் செய்வது என்று முடிவுசெய்யப்பட்டது. ஆனால், அங்கே வேலைக்கான இடம் இல்லை. ஆகவே, நான் சும்மா சோம்பியிருக்க வேண்டி வந்தது.

இச்சமயம் நியூஜெர்ஸில்[231] அரசியலாருக்குத் தாள் பணம் அச்சிடும் தேவை இருந்தது. இந்த வேலை தனக்குத் தரப்பட இடமுண்டு என்று கெய்மர் கருதினார். ஆனால், அதை அச்சிடுவதற்குத் தனிப்பட்ட வெட்டுருக்களும், வேறுவகை அச்சுமாதிரிகளும் தேவைப்படுவது உறுதி. இவற்றை நான் ஒருவன் மட்டுமே உருவாக்கிக் கொடுக்க முடியும். கெய்மரிடமிருந்து விலகிய நிலையில், பிராட்போர்டு என்னை

வேலைக்கு எடுத்துக்கொண்டால், அந்த வலிமையின் பேரில் இந்த ஆதாயமிக்க வேலையையும் பிராட்போர்டே அடித்துக் கொண்டுபோய் விடுவார் என்று கெய்மர் அஞ்சினார். ஆகவே, அவர் என்னிடம் இணக்க வணக்கத்துடன் ஓர் ஆளனுப்பினார். "திடீர்க் கோபத்தினால் வெளிவந்த சில சொற்களுக்காக, பழைய நண்பர்களாகிய நாம் பிரிந்திருப்பது கூடாது. ஆகவே, தாங்கள் திரும்பவும் அச்சகத்துக்கு வந்த வேலை செய்யும்படி கோருகிறேன்," என்று அவர் அழைப்பு விடுத்தார்.

நான் திரும்பவும் கெய்மர் அச்சகம் செல்வதால் மெரிடித் என்னிடம் முன்போல் பயிற்சிபெற்று முன்னேற்றமடைய முடியும். இதை எண்ணிக் கெய்மர் வேண்டுகோளுக்கு இணங்கும்படி முன்னைவிட நட்புநயத்துடன் வேலை செய்தேன். கெய்மர் எதிர்பார்த்தபடியே நியூஜெர்ஸியின் தாள்பண வேலை கிடைத்தது. நான் அவ்வேலைக்காகச் செப்புத்தகட்டு அச்சுப்பொறி[232] செய்தேன். இந்நாட்டில் அம்மாதிரியான முதல் அச்சுப்பொறி அதுவே அளவு தாள்களுக்கு[233] இசைவாகத் தடுக்குகளும்[234] மெருகுருக்களும்[235] செதுக்கினேன். கெய்மரும் நானும் ஒன்றாகவே பர்லிங்டன்[236] சென்று எல்லாவற்றையும் உரியவர் மன நிறைவு பெறும் வண்ணம் செய்துமுடித்தோம். அதற்காகக் கிடைத்த பணம் கெய்மரைக் கடன் தொல்லைகள் பலநாள் அணுகவிடாமல் காக்கப் போதியதாயிருந்தது.

95. பர்லிங்டனில் மூன்று மாதங்கள்

பர்லிங்டனில் அம்மாகாணத்தின் மிக முக்கியமான மக்களுடன் பழகும் வாய்ப்பு எனக்குக் கிடைத்தது. அச்சகத்தில் தாள்பண எண்ணிக்கை சட்டத்தின் எல்லை கடவாதவாறு பார்த்துக்கொள்ளும்படி பேரவை ஒரு குழுமம்[137] அமர்த்தியிருந்தது. அதன் உறுப்பினர் மாறி மாறி முறை வரிசையில் எங்களுடன் இருந்தனர். பொதுவாக ஒவ்வொருவரும் தத்தம் முறைநேரத்தில் தோழமைக்காக ஒன்றிரண்டு நண்பர்களையும் கூட்டிக்கொண்டு வந்திருந்தனர். கெய்மரைவிட என்னிடமே அவர்களிற் பெரும்பாலோர் மிகுதி மதிப்பு வைத்திருந்தனர். கெய்மரின் உள்ளத்தைவிட என் உள்ளமே மிகுதி வாசிப்பினால் பண்பட்டிருந்தது என்பதே இதற்குக் காரணமாயிருக்கவேண்டும். அவர்கள் என்னைத் தங்கள் தங்கள் இல்லங்களுக்கு அழைத்தனர். தங்கள் நண்பர்களுக்கு

அறிமுகப்படுத்தினர். என்னிடம் மிகவும் வணக்க இணக்கம் காட்டினர். அதே சமயம் கெய்மர் தொழில் முதல்வராயிருந்த போதிலும் அவ்வளவாகப் பாராட்டப்படவில்லை.

உண்மையில் கெய்மர் ஒரு விசித்திர உயிரினம்[138] என்றே கூறவேண்டும். பொது வாழ்க்கைச் செய்திகளில் அவர் அறிவெல்லை குறுகியது. பொதுமக்களிடையே நல்லேற்புப் பெற்ற கருத்துக்களை மொட்டையாக எதிர்க்கும் பண்பு அவரிடம் இருந்தது. வேலைமுறைகளிலோ அவர் அருவருப்பூட்டு அளவு துப்புரவற்றராயிருந்தார். சமயத்துறையில் சில பகுதிகளில் அவருக்கு உணர்ச்சியார்வம் இருந்ததானாலும், மொத்தத்தில் அவர் குறும்புத்திறமே மேலிட்டு நின்றது.

பர்லிங்டனின் நாங்கள் இருந்தது மூன்று மாதங்கள். அதற்குள் எனக்குப் பழக்கமான நண்பர்கள் மிகப் பலர். முறைநடுவர் ஆலன்,[239] மாகாண அரசியல் துறைச் செயலாளர் சாமுவெல் பஸ்டில்,[240] ஐசாக் பீயர்சன்,[241] ஜோசஃவ் கூப்பர்,[242] பேரவை உறுப்பினரான ஸ்மித் குடும்பத்தினர் பலர்,[243] நில அளவை மேலாளர் ஐசாக் டெக்கோ[244] ஆகியவர்கள் அவர்களுட் சிலர். இவர்களுள் நில அளவை மேலாளர் அறிவார்ந்த, சூழ்ச்சி நுட்பம் உணர்ந்த ஒரு முதுமகனார் ஆவர். அவர் தம் வாழ்க்கைப் படிப்பினைகளை எனக்கு எடுத்து உரைத்தார்.

தொடக்கத்தில் அவர் செங்கல் அறுப்பவர்களுக்கு வேண்டிய களிமண்ணைத் தள்ளுவண்டிகளில் வைத்துத் தள்ளும் வேலையில் ஈடுபட்டிருந்தார். தக்க வயதுவந்த பின்தான் அவர் எழுதப்படிக்கத் தொடங்கினார். அதன்பின் அவர் நில அளவையாளர்களிடமிருந்து, அவர்கள் அளவைச் சங்கிலியைத் தாங்கிக்கொண்டு உடன் செல்லும் பணியில் ஈடுபட்டிருந்தார். நீடித்த விடாமுயற்சியின் பயனாக இப்போது நல்லநிலை அடைந்துள்ளார்.

என் வருங்கால வாழ்க்கையைப்பற்றி எனக்கு அவர் நன்னம்பிக்கையூட்டினார் கெய்மரைக் குறிப்பிட்டு, "தொழிலில்நீர் இந்த மனிதரை எளிதில் தாண்டிச் செல்வது உறுதி. பிலாடெல்பியாவிலேயே நீர் உம் பொருளியல் வாழ்வின் கம்பத்தை நாட்டுவீர்!" என்று அவர் என்னிடம் கூறினார். இப்படிச் சொல்லும் சமயத்திலேயே நான் தனித்தொழில் தொடங்கத் திட்டமிருந்தது அவருக்குத் தெரியாது என்பது குறிப்பிடத்தக்கது.

இந்த நண்பர்கள் என் வாழ்க்கையில் எனக்கு மிகவும் பயனுடையவர்களாயிருந்தார்கள். அவ்வப்போது நானும் அவர்களுக்குப் பயன்பட்டதுண்டு. அவர்கள் வாழ்நாள் முழுவதும் அவர்கள் என்னிடம் வைத்திருந்த மதிப்பு மாறவில்லை.

96. சமயவாதமும் எதிர்வாதமும் வேறு: சமயப்பற்றும் ஒழுக்கமும் வேறு!

தொழில்துறையில் நான் பொதுவாழ்வில் நுழைவு பெற்றது குறித்துப் பேசுமுன், என் உள்ளத்தின் பண்பும் ஒழுக்க நிலையும் வாழ்க்கைக் கோட்பாடுகளும் எந்நிலையில் இருந்தன என்பதை நான் உனக்குத் தெரிவிக்க விரும்புகிறேன். ஏனென்றால், இவை என் எதிர்கால வாழ்வை எவ்வாறு உருவாக்க உதவின என்பதை நீ காண்பது நலம்.

என் தாய் தந்தையர் இளமையிலேயே எனக்குச் சமயப்பண்பை ஊட்டியிருந்தனர். அவர்களுடைய கடுஞ் சீர்திருத்த முறையிலேயே[245] சமயப்பற்றார்வத்தையும் அவர்கள் என்னிடம் ஊக்கியிருந்தனர். ஆனால்,15 வயதாவதற்குள் நான் வாசித்த ஒவ்வொரு நூலும் ஒவ்வொரு சமயக் கருத்தைத் தாக்கியது காரணமாகப் பலவற்றில் எனக்கு ஐயுறவு ஏற்படத் தொடங்கிற்று. இறுதியில் நான் கிறித்தவசமயத்தின் தெய்வத்தன்மையிலேயே[246] ஐயுறவு கொள்ளலானேன்.

இருமை வாதத்தை[247] எதிர்த்துத் தாக்கிய சில ஏடுகள் என் கையில் பட்டன. "பாயல் பேருரை'களாக[248] ஆற்றப்பட்ட சொற்பொழிவுகளின் பொருண்மையடங்கிய எழுத்து மூலங்களே அவை என்று கூறப்படுகின்றது. அப்புத்தகங்கள் எழுத்தப்பட்ட நோக்கத்திற்கு எதிராக ஒரு பயனை அவை எனக்கு அளித்தன. கண்டிப்பதற்காக முன்சிகையாகக் குறிக்கப்பட்ட இருமைவாதிகளின் கொள்கைகள் அவற்றின் கண்டனங்களைவிட வலிமையுடையவையாக எனக்குத் தோன்றின. நேரடியாகக் கூறினால், அவற்றை வாசித்ததன் பயனாக, நான் ஓர் இருமைவாதி ஆகிவிட்டேன். அது மட்டுமன்று. எனது வாதங்கள் மற்றும் சிலரைக், குறிப்பாக காலின்ஸ், ரால்ப் ஆகியவர்களை நிலைகுலைய வைத்தன. அதன் பயனை நானே பட்டறிந்தேன். இருவரும் ஒரு சிறிதும் தயக்கமில்லாமல்

எனக்குக் கேடு சூழ்ந்தனர். இது மட்டுமோ? என்னிடம் கீத் நடந்துகொண்ட வகையையும், நானே வெர்னானிடமும் செல்வி ரீடிடமும் நடந்துகொண்டமுறைமையையும், அவற்றால் எனக்கேற்பட்ட தொல்லைகளையும் நான் எண்ணிப் பார்க்கும்போது, இக்கோட்பாடுகளும் அவற்றின் விளைவுகளும் நல்லனவாயிருக்க முடியுமா என்று நான் ஐயுறுகிறேன். அவை ஒருவேளை உண்மையாயிருந்தாற்கூட, அவை சமூக வாழ்க்கைக்குக் கேடு பயப்பன என்பது கண்கூடு.

எனது லண்டன் துண்டு வெளியீடு ஒன்று கவிஞர் டிரைடனின்[249] கீழ்க்கண்ட அடிகளைத் தலைவாசகமாகக் கொண்டு இயன்றது.

"உள்ள யாவையும் ஒழுங்குடையன; குறைகாட்சி
கொள்ளும் மாந்தர்மெய்க் கோவையில் ஒரு சிறு கண்ணி
மெள்ளக் காண்குவர்; காண்கிலார் விரிந்த செம் பொதுமைத்
தெள்ளு நீளொளி திகழ்தரு சீரிணை தொடர்பே!"

அத்துடன் எல்லையில்லா நல்லுணர்வு, எல்லையிலாக் கருணை, எல்லையிலா ஆற்றல் ஆகியவை கடவுளின் பண்புகளானால், அவர் படைத்த உலகில் எதுவுமே தீமையாக இருக்கமுடியாது என்றும், நற்பண்பு, தீயபண்பு என்ற வேறுபாடு மனிதனால் வகுத்துக்கொள்ளப்பட்டனவேயல்லாமல் வேறல்லவென்றும், உண்மையில் அத்தகைய வேறுபாடுகள் கிடையாது என்றும் நான் வாதமுறையில் விளக்கியிருந்தேன். இவ்வாதம் திறமைவாய்ந்த வாதமென்று நான் நினைத்தேன் இன்று அவ்வாறு நினைக்கவில்லை. என்னையறியாமல் என் வாதத்தில் தொடக்கத்திலிருந்தே ஏதாவது வழு வந்து புகுந்திருக்கக்கூடுமென்றும், அது வாதத்தின் போக்குமுழுவதையும் பிழைபடுத்தியிருக்கலாமென்றுங்கூட இப்போது கருதுகிறேன் நுண்ணிய கருத்தியல் வாதங்களில்[150] இந்நிலை ஏற்படுவது அரியதன்று.

97. பழைய கட்டளைகளுக்குப் புதுப்பொருள்

மனிதருக்கு மனிதர் **வாய்மை, நேர்மை, நாணயம** ஆகியவற்றை உடையவராயிருப்பது வாழ்க்கையின் நலத்துக்கு இன்றியமையாதது என்பதை வரவர என் உள்ளம் நன்கு உணர்ந்துகொண்டு வந்திருக்கிறது. இவைபற்றிய

உறுதிமொழிகளை எழுத்து மூலமாக வகுத்து, என் வாழ்நாள் முழுவதும் நடைமுறையில் அவற்றைச் செயல்படுத்தவேண்டும் என்று நான் முடிவுசெய்தேன். அவ்வுறுதிமொழிகள் என் குறிப்பேட்டில் இன்றும் நிலையாக இருக்கின்றன. சமயத்தின் தெய்வத் தன்மை பற்றிய கோட்பாட்டில் என் பற்று இன்னும் குறைவாகவே இருந்தது. ஆயினும் சமயநூல் 'செய்யாதே' என்று கட்டளையிட்டது காரணமாக ஒரு செயல் தவறானது என்பதை நான் ஒத்துக்கொள்ளாவிட்டாலும், அச்செயல் தவறானதாயிருந்த காரணத்தினாலேயே அதுபற்றி அந்தக் கட்டளை பிறந்தது என்ற புதுக்கருத்தை மேற்கொண்டேன். அது போலவே ஒரு செயலைச் செய் என்று சமயநூல் கட்டளையிட்டதனால் அது நல்லதென்பதை நான் ஒத்துக்கொள்ள முடியாவிட்டாலும், அது நல்லதாயிருந்த காரணத்தினால்தான் அவ்வாறு கட்டளையிடப்பட்டதென்னும் புதிய கருத்தை நான் மேற்கொண்டேன். மொத்தத்தில் பொருள்களின் சூழ்நிலைகள் எல்லாவற்றையும் கவனித்தே அல்லது தற்செயலான சாதக பாதக நிலைகளையும் விளைவுகளையும் கணித்தே நன்மை தீமைகள் கட்டளைகளாகக் கடவுளால் அல்லது கடவுளருள் பெற்ற தெய்விக தூதரால் வகுக்கப்பட்டன என்ற இப்புதிய கருத்து என்னை இளமையின் இடர்களிலிருந்து காத்தது. அயலாரிடையில் முழுக்க முழுக்கப் புதிய இடர்ப்பாடுகளிலிருந்தும் இது என்னைக் காத்தது. இக்கருத்துத் தோன்றியிராவிட்டால், சமய உணர்வு இல்லாத நிலையில், தந்தையார் கண் பார்வையோ, அவர் அறிவுரைகளோ வந்து எட்டாத நிலையில், அயலாரிடையே புதிய புதிய இடர்ப்பாடுகள், நெருக்கடிகள் ஆகியவற்றினிடையே, எத்தனையோ மனமறிந்த ஒழுக்கக் கேடுகள், நேர்மைக் கேடுகளுக்கு நான் ஆளாகி இருக்கக்கூடும்.

'மனமறிந்த' என்று நான் இங்கே குறிப்பதற்குக் காரணம் உண்டு. மனமறியாத தீங்குகள் எல்லாப் பருவத்திலும் ஏற்படும். மனமறிந்த தீங்குகள் இளமைக்கே உரியவை. இளமையில் தடுக்கும் துணை இல்லாவிட்டால் அவை ஒருவரைத் தாக்கியே தீரும். இளமையின் உணர்ச்சி, அனுபவமின்மை ஆகியவற்றுடன் அவற்றைப் பயன்படுத்தும் தீய தோழமை ஆகியவை அத்தகைய இன்றியமையா நிலையை உண்டுபண்ணிவிடத்தக்கவை.

சமயவுணர்வின் இடமாக நான் பெற்ற துணைச்சமய உணர்வு காரணமாக, வாழ்க்கையின் தொடக்கத்திலிருந்தே எனக்கு

ஓரளவு கேடிலாத பண்பு அல்லது நற்பெயர் இருந்தது. இதை நான் மிகவும் உயர்வாக மதித்தேன். மிகவும் அருமையாகப் பேணினேன்.

98. புதிய அச்சகம்

பர்லிங்டனிலிருந்து கெய்மரும் நானும் பிலாடெல்பியாவுக்குத் திரும்பிய பின், சில நாட்களுக்குள்ளாகவே லண்டனிலிருந்து புது அச்சுக்கள் வந்துவிட்டன. இதுபற்றிக் கெய்மர் கேள்விப்படுமுன்பே நாங்கள் அவரிடம் கணக்குத் தீர்த்துக்கொண்டு, அவர் இணக்கத்துடனே அவர் அச்சகத்தினின்றும் விலகிக்கொண்டோம். சந்தைக்கருகில் குடிக்கூலிக்குரிய ஒரு வீடு ஆளில்லாமலிருந்தது. அதை நாங்கள அமர்த்திக்கொண்டோம். அதே கட்டடத்துக்குப் பின்னாட்களில் எழுபது பொன் வரை வாடகை கொடுக்கப்பட்டதை நான் அறிவேன். ஆனால், நாங்கள் எடுக்கும்போது அதன் குடிக்கூலி 24 பொன்தான். ஆனால், இந்தச் செலவையும் குறைக்கும் முறையில் நாங்கள் கண்ணாடித் தொழிலில் ஈடுபட்டிருந்த தாமஸ் காட்பிரே[251] என்பவரையும் அவர் குடும்பத்தையும் அதில் கீழ்க்குடிக்கூலிக்கு வைத்துக் குடிக்கூலியின் ஒரு பெரும்பகுதியை அவர்களே கொடுக்கும்படி செய்தோம். அதே சமயம் நாங்கள் அவர்களுடனே எங்கள் உணவுக்கும் ஏற்பாடு செய்தோம்.

அச்சகம் திறந்து ஒழுங்குபடுத்தப்பட்ட சமயத்திலேயே ஜார்ஜ் ஹவுஸ்[252] என்ற என் நண்பர் காலத்தினால் செய்த உதவி எனக்குப் பெரும்பயன் தந்தது. அருகில் எங்கே நல்ல அச்சகம் இருக்கிறது என்று உசாவிய ஒருவரை அவர் நேரே என்னிடம் கொண்டுவந்து சேர்த்தார். அவர் மூலம் எங்களுக்குக் கிடைத்த ஐந்து வெள்ளிகள் நாங்கள் ஈட்டிய முதல் பொருள் என்ற முறையில் எங்களுக்கு அருமையாயிருந்தது. அத்துடன் பல்வேறு சிறு செலவுகளில் எங்கள் கைப்பணம் முழுவதும் செலவாய்விட்டதனால், காலத்தில் கைவந்த அந்த வெள்ளிகள் பிற்காலத்தில் பொன்னால் நாங்கள் அடைந்ததைவிட மிகுதி மகிழ்ச்சியை எங்களுக்கு அளித்தன. ஹவுஸிடம் நான் கொண்ட நன்றியுணர்வின் காரணமாக, என்னைப்போல வாழ்க்கை தொடங்கிய இளைஞர்களுக்கு நான் எப்போதும் முன்னிலும் இரட்டிப்பு விருப்புடன் என்றும் தயங்காமல் உதவி வந்திருக்கிறேன்.

99. அழுகைக்காரக் கோணங்கி

'காலங் கெட்டுப் போயிற்று, நாடு கெட்டுப் போயிற்று' என்று மூக்கால் கதறுபவர்கள் எல்லா நாட்டிலுமே இருக்கிறார்கள். பிலாடெல்பியாவிலும் அத்தகைய ஒரு பேர்வழி இருந்தார். அவர் சாமுவெல் மிக்கிள்[253] என்ற ஒரு மதிப்பு வாய்ந்த வயது சென்ற மனிதர். அவர் அறிவார்ந்த பார்வையும் வீறமைந்த பேச்சும் நடையும் உடையவர். எனக்கு அவர் முற்றிலும் அறிமுகமற்றவராயிருந்தும், ஒரு நாள் என் அச்சகத்தின் வாசலில் வந்து நின்றுகொண்டு, 'அப்பனே, அணிமையில் யாரோ புதிதாக ஒரு அச்சகம் திறந்ததாகச் சொல்கிறார்களே, அந்த இளைஞர் நீர்தானா?" என்று கேட்டார். நான், 'ஆம்' என்று ஒத்துக்கொண்டவுடனே, அவர் என் பெயர் கூறி ஒப்பாரி வைக்கத் தொடங்கிவிட்டார்.

"அப்பனே, உனக்காக நான் மனமார வருந்துகிறேன். இது மிகவும் பணச் செலவுடைய முயற்சியாயிற்றே! அந்தச் செலவும், முயற்சிகள் அத்தனையும் விழலுக்கிறைத்த நீராயிற்றே! பிலாடெல்பியா அழிவை நோக்கி நேரே சென்றுகொண்டிருக்கும் இடம்; இங்குள்ள மக்கள் எல்லாருமே கடனில் மூழ்கிவிட்டவர்கள்; அல்லது கிட்டத்தட்ட தம் செல்வத்தின் அளவுக்குக் கடன் வாங்கி, அந்தக் கடனில் மிதப்பவர்கள். புதிய கட்டடங்கள் இந்நகரில் எழலாம்; குடிக்கூலி உயரலாம். ஆனால், இவற்றையெல்லாம் நம்பியவர்கள் மோசம் போவார்கள். அவை போலித் தோற்றங்கள், ஏமாற்றுக்கள் என்பதை நான் உறுதியாக அறிவேன். உண்மையில் இவையே நம்மை அழிக்கப் போதியவை," என்று அவர் புலம்பினார்.

நகரில் இருப்பதாக, அல்லது விரைவில் இருக்கப்போவதாக அவர் விரிவாகத் தீட்டிக் கட்டிய சோகமிக்க செய்திகளைக் கேட்டு நான் முற்றிலும் கிளர்ச்சியிழந்து சோர்வுற்றேன். தொழிலில் இறங்குமுன் மட்டும் நான் அவரைக் காண நேர்ந்திருந்தால் அதில் இறங்கவே துணியமாட்டேன். அவர் பேச்சு என் ஊக்கத்தை அவ்வளவு கெடுப்பதாயிருந்தது.

அழிந்துகொண்டிருப்பதாக அவர் கருதிய இந்நகரிலேயே அவர் தொடர்ந்து வாழ்ந்து, தொடர்ந்து அதனைப் பழித்து வந்தார். எல்லாம் அழியப்போகின்றவை என்று அவர் கருதிய காரணத்தால், அதில் உடனடியாக ஒரு வீடு வாங்க மறுத்து, அவர்

நாட்கடத்திவந்தார். ஆனால், அவர் அழுகுரல் தொடங்கிய காலத்தில் இருந்த விலைபோல ஐந்துமடங்கு விலை கொடுத்து அவர் இறுதியில் வீடு வாங்கவேண்டிவந்தது. அவரது இந்நிலை கண்டு நான் பின்னால் பரிவு கொண்டேன்; அதே சமயம் உள்ளூர நகைப்பும் எழுந்தது.

100. புத்தறிவுக் கழகம் : 'ஜண்டோ'

அதற்கு முந்திய ஆண்டு இறுதியில் கூதிர்ப்பருவத்தின்[254] செய்தி ஒன்றை நான் முன்னமே கூறாமல் விட்டுவிட்டேன். ஆழ்ந்த ஆராய்வறிவுள்ள என் நண்பர்களுடன் சேர்ந்து "ஜண்டோ"[255] என்ற பெயருடன் நான் ஒரு சிறுகழகம் அமைத்தேன். அது நாங்கள் ஒருவரை ஒருவர் திருத்திப் பொதுவாக முன்னேறுவதற்காக ஏற்படுத்தப்பட்டது. அதற்காக நான் வகுத்த ஒழுங்குமுறைகளின்படி, எங்கள் கூட்டத்தில் நாங்கள் வாதிப்பதற்கென்று ஒவ்வொரு உறுப்பினரும் ஒழுக்கத்துறை, அரசியல், இயல்நூல் துறை ஆகிய எப்பகுதியிலாயினும் ஒன்று அல்லது ஒன்றுக்குமேற்பட்ட கேள்விகள் உருவாக்கிக் கொண்டுவரவேண்டும். அத்துடன் ஒவ்வொருவரும் மூன்று மாதங்களுக்கு ஒரு தடவை தாம் விரும்பிய ஏதேனும் ஒரு பொருள்பற்றி ஒரு கட்டுரையைத் தாமாக எழுதி வாசிக்கவேண்டும்.

எங்கள் வாதங்கள் ஒரு தலைவரின் செயலாட்சிக்கு உட்பட்டே நடைபெறும். வாத எதிர்வாத ஆரவாரம் இல்லாமல், வெற்றி ஆர்வமில்லாமல், உண்மையை ஆராய்ந்து காணும் நேரிய நோக்கம் ஒன்றுடனேயே பேச்சுக்கள் நடைபெறவேண்டும். உணர்ச்சி வேகத்தைத் தடுக்கும் எண்ணத்துடனே, வாதந் தொடங்கிச் சிறிது சென்றதும், கட்டுறுதியான வடிவில் எந்தக் கருத்தும் நேரடி எதிர்ப்பும் தெரிவிக்கப்படக்கூடாது என்று தடை செய்யப்பட்டு இருந்தது. தடை மீறியவர்களுக்குத் தண்டவரி விதிக்கப்பட்டது.

101. கழக உறுப்பினர்

கழக உறுப்பினரின் முதல் முதல் சேர்ந்தவர்களுள் ஞோஸப் பிரீண்ட்நெல்[256] ஒருவர். அவர் பத்திர எழுத்தாளர்களிடம் படி பகர்ப்பாளராயிருந்தார். அவர் நடுத்தர வயதுடையவர்.

நற்பண்புடைய நண்பர். அவருக்குக் கவிதையில் மிகுந்த ஆர்வம் உண்டு. கிடைத்த எந்தக் கவிதையையும் அவர் படிக்காமலிருப்பதில்லை. அவ்வப்போது அவர் எழுதும் கவிதையும் மட்டாகப் பாராட்டத் தக்கவையே. இவை தவிர சிறு கைத்திற வேலைப்பாடுகளிலும் உரையாடலிலும் அவர் வல்லவர்.

தாமஸ் காட்பிரே[257] என்ற உறுப்பினர் தாமே உதவியின்றிக் கணக்கியல் கற்று அறிஞரானவர். அவர் துறையில் அவர் அரும்பெருந் திறன் உடையவரே. பின்னாட்களில் அவர் கண்டுபிடித்த கருவியே ஹாட்லியின் கோணமானி[258] என்ற பெயரால் வழங்குகிறது. ஆனால், அவர் துறைக்குப் புறம்பாக அவர் அறிவு மிகக் குறுகியது. தோழமை இனிமையும் அவரிடம் கிடையாது. நான் இதுவரைக் கண்ட கணக்கியலறிஞர் எல்லாரையும் போலவே அவர் தாம் பேசும் எதையும் திட்டவட்டமாக அளந்து கூறுபவர். அத்துடன் இம்மியளவு மாறுபட்ட கருத்தையும் அவர் எதிர்க்காமல் இருக்கமாட்டார் அடிக்கடி மயிரிழை நுட்பங்களுக்காக வாத எதிர்வாதம் செய்வார். அவர் கழகத்தில் நெடுநாள் இல்லை.

நிக்கோலாஸ் ஸ்கல்[259] ஒரு நில அளவையாளர்[260]. பின்னாட்களில் அவர் நிலப்பேரளவையாளர்[261] ஆனார். அவர் புத்தக ஆர்வமுடையவர். சிற்சில சமயம் செய்யுளியற்றுவதும் உண்டு.

வில்லியம் பார்சன்ஸ்[262] பயிற்சி முறையில் ஒரு செருப்புத் தொழிலாளார். படிப்பார்வமுடையவர். சோதிடம் பயிலும் நோக்கத்துடன் அவர் முதலில் கணக்கியலின் பெரும்பகுதி கற்றார். ஆனால், பிற்பட அவர் சோதிடத்தை நையாண்டி செய்ய முற்பட்டார். அவரும் பின்னாட்களில் நிலப் பேரளவையாளர் ஆனார்.

வில்லியம் மாக்ரிட்ஜ்[263] ஒரு தச்சுத் தொழிலாளர். அவர் மிகச் சிறந்த பொறித்துறைக் கைவினையாளர்[264] அவர் மிகவும் கூரிய அறிவும் திடமான செயல்திறமும் உடையவர்.

ஹியூ மெரிடித், ஸ்டீபென்பாட்ஸ், ஜார்ஜ்வெப் ஆகிய மூவரையும் வேறு துறைகளில் குறிப்பிட்டு விளக்கம் தந்திருக்கிறேன்.

ராபர்ட் கிரேஸ்[265] ஒரு சிறிது செல்வ வளமுடைய இளைஞர். அவர் பெருந்தன்மையுடையவர். கிளர்ச்சியும் நகைத்திறமும் உடையவர். சிலேடையாகப் பேசவல்லவர். நண்பர்களுடன் நன்கு அளவளாவுபவர்.

நான் கடைசியாகக் குறிப்பிடுவது ஒரு வணிகரிடம் எழுத்தாளராயிருந்த வில்லியம் கோல்மன்[266] என்பவரையே அவர் வயது என் வயதிருக்கும். நான் கண்ட மனிதர்களிடையே ஒழுக்கமான வாழ்க்கை முறையிலும், அன்பு கனிந்த உள்ளத்திலும், அமைதி வாய்ந்த தெளிவு மிக்க அறிவாண்மையிலும் தலைசிறந்தவர் அவரே. பின்னாட்களில் அவர் புகழ்மிக்க வணிகராகவும் மாகாண முறைமன்ற நடுவராகவும் திகழ்ந்தார். நாற்பது ஆண்டுகளாக, அவர் வாழ்வின் இறுதிவரை எங்கள் இருவரிடையேயிருந்த நட்பு இடையறாது நீடித்திருந்தது. கிட்டத்தட்ட அவர் வாழ்நாள் அளவில் எனது கழகமும் தொடர்ந்திருந்தது.

102. மாகாணக் கழகங்களின் மூலத் தாய்க்கழகம்

இக்கழகமே மெய்விளக்கம், ஒழுக்கத்துறை, அரசியல் ஆகியவற்றில் அம்மாகாணத்திலுள்ள கழகங்கள் எல்லாவற்றுள்ளும் தலைசிறந்த அறிவுக்கூடமாயிருந்தது. இதற்குக் காரணம், ஒவ்வொரு வாதமும் தொடங்குவதற்கு ஒரு வாரத்துக்கு முன்பே அதற்குத் தூண்டுதலாயிருந்த கேள்விகள் கழகத்தில் வாசிக்கப்பட்டதேயாகும். வாதக் கூட்டத்தில் எடுத்துக்கொண்ட பொருள் குறித்துத் திறமையாகப் பேசுவதற்காக நாங்கள் ஒவ்வொருவரும் அதற்குள் அதுபற்றிய பல துறை நூல்களையும் நாடிப் படிக்கவேண்டிய கட்டாயநிலை ஏற்பட்டது. மேலும் இக்கழகத்தில் நாங்கள் நல்ல உரையாடற் பண்புகளையும் பழக்க வழக்கங்களையும் பழக இடம் ஏற்பட்டது. ஒருவருக்கொருவர் தம்மையறியாமல் வெறுப்பூட்டத் தக்க சிறு பண்புகளைக் கூடக் கழக விதிகள் கவனமாகக் குறித்திருந்ததே இதற்குக் காரணம்.

நீண்ட காலம் கழகம் அரிய பெரிய வேலைகள் செய்தது. அதைப்பற்றி நான் மேலே அடிக்கடி குறிப்பிட இருக்கிறேன்.

103. அச்சகத்துக்கு ஆதரவு : கடு உழைப்பு

கழகத்தைப்பற்றிய செய்திகளை இங்கே இப்போது குறிப்பிட்டதற்கு ஒரு தொடர்பு உண்டு. அதன் உறுப்பினர்கள் ஒவ்வொருவரும் என் அச்சகத்துக்குத் தொழில் தேடித் தருவதில் எனக்குப் பேருதவியாயிருந்தனர். சிறப்பாக, பிரீன்ட்நெல் குவேக்கர் குழுவிலிருந்து அவர்கள் வரலாற்றின் 40 தாள்களையும் அச்சிடும் வாய்ப்பைக் கொண்டுவந்து தந்தது பேருதவியாய் இருந்தது. அதன் மீந்த பகுதி கெய்மரிடம் சென்றது.

இந்த வேலையில் நாங்கள் மிகவும் வருந்தி உழைக்கவேண்டியிருந்தது. ஏனென்றால், அதற்குத் தரப்பட்ட அச்சுக்கூலி மிக மிகக் குறைவு. அத்துடன் அது "புரோபாட்ரியா"[267] அளவின் இருமடித்தாளில்[268] 'பைக்கா'[269] எழுத்துக்கள் கொண்டது. 'பிரைமர்'[270] வடிவத்தில் நீண்ட குறிப்புரைகளும் இருந்தன.

நான் அதில் ஒருநாளைக்கு ஒரு தாள் அச்சுக்கோத்து முடித்தேன். மெரிடித் அதை அச்சுப் பொறியில் அச்சடித்து முடித்தார். அத்துடன் ஒவ்வொருநாளும் அடுத்தநாள் வேலைக்காக அச்சுப் பிரித்துப்போடும் வேலையை நான் முடிக்க இரவு பதினோரு மணி ஆகிவிடும். ஏனென்றால், இடையில் என் மற்ற நண்பர்கள் அனுப்பி உதவிய சிறு வேலைகளையும் செய்துவந்தேன். என்னவானாலும் என்ன நேர்ந்தாலும் (குவேக்கர் குழு வரலாற்றில்) ஒரு தாள் முடிக்காமலிருப்பதில்லை என்ற உறுதியில் நான் தவறுவதில்லை. இவ்வேலையின் எதிர்பாராக் கடுமைகளுக்கு எடுத்துக்காட்டாக, ஒரு செய்தியை இங்கே குறிக்கிறேன். ஒரு நாள் என் வேலையெல்லாம் முடித்துவிட்ட எண்ணத்துடன் எழுந்திருக்கும் சமயம் திடுமென ஓர் அச்சுப்பாளம் விழுந்து இரண்டு முழுப்பக்கங்கள் வெறும் அச்சுக்கூளமாகச் சிதறிவிட்டன. அப்போதும் நான் மறுபடியும் உட்கார்ந்து அந்தக் கூள முழுவதையும் பிரித்து அச்சுப் பெட்டிகளில் வகைப்படுத்தித் திரும்பவும் அவற்றைப் பொறுமையாக அச்சுக்கோத்து முடித்தேன்.

104. விடாமுயற்சியின் பயன்

அண்டை அயலார்களெல்லாம் என்னுடைய விடாமுயற்சியைக் கண்டு என் தொழிலை மதித்தனர். என்னிடம்

பற்றுவரவு வைத்துக்கொள்வதிலும் என் மீதுள்ள அவர்கள் நம்பிக்கை வளர்ந்தது. இதுவரையில் எனக்குத் தெரியவந்த ஒரு செய்தி குறிப்பிடத்தக்கது. வணிகர்களின் நள்ளிரவுக் கழகத்தில்[271] எனது புதிய அச்சகத்தைப் பற்றிய பேச்சுவந்தது. பிலாடெல்பியாவில்[272] ஏற்கெனவே கெய்மர், பிராட்போர்டு ஆகிய இருவரின் அச்சகங்கள் இருந்ததனால், புதிய அச்சகம் தோல்வி காண்பது என்பதே பொதுவாக அக்கழகத்தில் நிலவிய கருத்தாயிருந்தது. அச்சமயம் டாக்டர் பெயர்ட் அங்கே இருந்தார். அவர் ஸ்காட்லாந்து[273] நாட்டிலுள்ள செண்ட் ஆஸ்ட்ரூஸ்[274] நகரைச் சார்ந்தவர். பல ஆண்டுகளுக்குப் பின்னால் அவரை அந்நகரிலேயே நீயும் நானும் பார்த்தது உன் நினைவில் இருக்கலாம். அவர் மற்றவர்கள் கருத்தை வன்மையாக மறுத்துரைத்தார். “அந்த பிராங்க்லினின் விடாமுயற்சியைப் போன்ற எதையும் எங்கும் நான் கண்டதில்லை. நான் இந்தக் கழகத்திலிருந்து போகும் நேரத்தில் கூட அவர் வேலை செய்து கொண்டுதான் இருக்கிறார். அதே சமயம் அண்டையயலார் படுக்கையைவிட்டு எழுந்திருக்குமுன்பே அவர் வேலை தொடங்கி விடுகிறார்,” என்று அவர் என்னைப் பற்றித் தம் கருத்துக் கூறினார். இச்சொற்கள் எல்லார் உள்ளத்திலும் பசுமரத்தாணிப்போல் பதிந்தன. அதன் பயனையும் நான் விரைவில் கண்டேன். அந்த வணிகர் கழக உறுப்பினர்களில் ஒருவரிடமிருந்து தமக்கு வேண்டிய பணிமனைப் பொருள்களைத் தருவிப்பதற்கான உத்தரவு எங்களுக்குக் கிடைத்தது. அத்தகைய வேலைகள் வருமென்றோ, அவற்றைச் செய்யவேண்டுமென்றோகூட நாங்கள் அச்சமயம் எண்ணியது கிடையாது.

இச்செய்திகளை நானே கூறுவது தற்புகழ்ச்சியாகத் தோன்றக்கூடும். ஆயினும் நான் தயங்காமலும் தங்குதடை இல்லாமலும் விவரமாக அவற்றைக் கூற முற்பட்டிருக்கிறேன். ஏனென்றால் என் பின்னோர்களில் இதை வாசிப்பவர்கள் விடாமுயற்சியின் பயனை அறிந்துகொள்ளவேண்டுமென்று நான் விரும்புகிறேன். பிறர் உள்ளத்தை என் வகையில் அந்தப் பண்பு எவ்வளவு கவர்ந்தது என்பதை இந்நிகழ்ச்சிகளினால் அவர்கள் எளிதாகக் காணக்கூடும்.

105. ஒருவர் அறிந்தால் மறைவடக்கம்: இருவர் அறிந்தால் பறைசாற்று

ஜார்ஜ் வெப்பின் நண்பர்களில் இப்போது ஒரு செல்வமாது இருந்தார். கெய்மரிடமிருந்து விடுதலை பெறுவதற்கு வேண்டிய பணத்தை அம்மாது அவருக்குக் கொடுத்துதவினார். ஆகவே, என்னிடமே பயிற்சியாளராக வேலை பார்க்கும் எண்ணத்துடன் அவர் என்னை அணுகினார். நான் அச்சமயம் அவரையும் என்னிடம் அமர்த்திக்கொள்ளும் நிலையில் இல்லை. ஆயினும் நான் விரைவில் ஒரு பத்திரிகை நடத்த எண்ணியிருந்தேன். இச்செய்தியை நான் எவருக்குந் தெரிவிக்காமல் மறைவாக வைத்திருந்தேன். அவரிடம் நான் இதைத் தெரிவித்திருக்கப்படாது. ஆயினும் அறியாத்தனமாக, அதை வெளியிட்டு, பத்திரிகை தொடங்கினால் அவருக்கு வேலை ஏற்படலாம் என்று தெரிவித்தேன். இத்துறையில் நான் வெற்றியில் நம்பிக்கை வைத்திருந்ததற்கான காரணத்தையும் அவருக்கு அறிவித்தேன்.

அப்போதிருந்த ஒரே பத்திரிகை பிராட்போர்டினுடையது. அது மிகவும் செல்வாக்குக் குன்றியது. மோசமாக நடத்தப்பட்டு வந்த ஒன்று. வாசகர்களுக்கு அதில் எத்தகைய கவர்ச்சிக்கும் இடமில்லை. ஆனால், இந்த நிலையிலும்கூட அது அவருக்கு ஆதாயம் தருவதாக இருந்தது. ஆகவே, ஒரு நல்ல பத்திரிகைக்கு இன்னும் மிகுதி ஆதரவு இருப்பது உறுதி. இச்செய்தியை நான் வெப்பிடம் கூறி அதை வேறு எவருக்கும் தெரிவிக்கவேண்டாம் என்று எச்சரித்திருந்தேன். ஆனால், என் எச்சரிக்கையை மீறி அவர் அதைக் கெய்மரிடம் கூறினார். அதன்பயனாக, என் முயற்சி தொடங்குவதற்கு முன்னதாகக் கெய்மர் அதே காரியத்தில் முந்திக்கொள்ள முடிந்தது. தாம் ஒரு பத்திரிகை தொடங்க இருப்பதாகவும், அதில் ஜார்ஜ் வெப் ஆசிரியராயிருப்பதாகவும் அவர் விளம்பரம் செய்தார்.

106. 'பரபரப்புக்காரன்' : வசை எழுத்து, வசை ஓவியம்

எனக்கு இது கடுஞ்சினம் ஊட்டிற்று. ஆனாலும் உடனடியாக ஒரு பத்திரிகை வெளியிடும் நிலையில் நான் இல்லை. எனவே, அவர்கள் முயற்சியின் வெற்றியைத் தடுக்கும் எண்ணத்துடன் 'பரபரப்புக்காரன்'[275] என்ற புனைபெயர் வைத்துக்கொண்டு

பிராட்போர்டின் பத்திரிசைக்குக் கவர்ச்சிகரமான துணுக்குகள் எழுதினேன். அத்துடன் நானும் பிராட்போர்டும் சேர்ந்து புதிய பத்திரிகையை நையாண்டி செய்து கேலி ஓவியங்களும் தீட்டினோம். இவை எங்கள்மீது பொதுமக்கள் கவனத்தை மிகுதியாகத் திருப்பின. கெய்மரின் முயற்சி பெரிதும் புறக்கணிக்கப்பட்டது.

கெய்மர் எப்படியும் பத்திரிகையை வெளிக்கொணர்ந்து முக்காலாண்டு நடத்தினார். மிகுதிப்படியாக அவருக்குக் கிடைத்த நிலைவரியாளர்[276] தொண்ணூறு பேர்தான். இறுதியில் அவர் சோர்வுற்று மிகச் சிறிய தொகைக்கு என்னிடமே அதை விட்டுவிட முன்வந்தார். இதற்குள் பத்திரிகை தொடங்குவதற்கான வாய்ப்புவள ஏற்பாடுகளை நான் செய்து முடித்திருந்தேன். ஆகவே, நான் அதைத் தயங்காமல் ஏற்றுக்கொண்டேன். என் கையில் ஒரு சில ஆண்டுகளுக்குள் அது மிகவும் ஆதாயம் தருவதாயிற்று.

107. பத்திரிகை முயற்சியும், முன்னேற்றமும்

அச்சக முயற்சியைப்பற்றிக் குறிப்பிடும்போது நான் 'நான்' என்ற சொல்லையே வழங்கினாலும், அச்சகத்தைப் பங்காளிகளாகவே நாங்கள் இருவரும் இன்னும் நடத்திவந்தோம். ஆனால், செயலாட்சி முழுவதும் என் பொறுப்பிலேயே இருந்தது. மெரிடித் நல்ல அச்சுக்கோப்பாளன் கூட அல்ல. அச்சக வேலையிலோ அவர் இன்னும் மோசம். போதாக்குறைக்கு அவர் குடிமயக்கமில்லாமல் அறிவுத் தெளிவுடன் இருப்பதும் அருமை. அவருடன் நான் தொடர்புகொண்டிருப்பதைப் பற்றிக்கூடப் பல நண்பர்கள் வருந்தினர். ஆயினும் இருக்கின்ற நிலைமையை இருக்கிறபடி வைத்துக்கொண்டே நான் சமாளிக்க வேண்டியதாயிருந்தது.

மாகாணத்தில் இதற்குமுன் நடந்துவந்த பத்திரிகைகளின் மாதிரிக்கும் எங்கள் பத்திரிகையின் மாதிரிக்கும் மிகவும் வேறுபாடு இருந்தது. எங்கள் அச்சுக்கள் மற்றவற்றினும் நல்லவை. வேலைப்பாடும் மற்றவற்றைவிடச் சிறந்ததாயிருந்தது. அச்சமயம் ஆட்சியாளர்[277] பர்னட்டுக்கும் மாசச்சுசட்ஸ் மாகாணப் பேரவைக்கும்[278] இடையே கருத்து வேறுபாடு இருந்தது. அதைப்பற்றிய என் கட்டுரைகள் கிளர்ச்சிகரமாய் இருந்தன. அதில் ஈடுபட்டிருந்த முதன் மக்கள் பலர் கவனத்தை அவை ஈர்த்தன. பத்திரிகையைப் பற்றியும், பத்திரிகையாளரைப் பற்றியும்

பலர் புகழ்ந்து பேசத்தொடங்கினர். ஒருசில வாரங்களில் பேரவை உறுப்பினர்களில் தலைசிறந்த பலர் என் பத்திரிகையின் நிலைவரியாளர் ஆயினர்.

108. எழுத்தாண்மைத் திறனின் முதல் அறுவடை

பேரவை முதல்வர்களைப் பலர் பின்பற்றினர். பத்திரிகை ஆதரவாளர் தொகை விரைந்து பெருகிற்று. இளமையிலேயே 'எழுதுகோல் ஓட்ட'ப் பழகியதனால் எனக்குக் கிடைத்த முதல் அறுவடை இதுவே. ஆனால், அடுத்த அறுவடையும் விரைந்து வந்தது. எழுதுகோல் ஓட்டத் தெரிந்த ஓர் எழுத்தாளன் கையில் ஒரு பத்திரிகை வந்து சேர்ந்திருக்கும் வாய்ப்பைக் கண்ட சமூக முதல்வர்கள், என்னை ஊக்கவும் எனக்கு ஆதரவுதந்து உதவவும் முன்வந்தனர்.

பேரவையின் தீர்மானங்கள், சட்டங்கள் முதலிய பொது அரசின் வேலைகளை இன்னும் பிராட்போர்டே செய்துவந்தார். அம்முறையில் ஆட்சியாளருக்கு அவையோர் அளித்த வரவேற்பை அவர் அச்சிட நேர்ந்தது. ஆனால், அச்சுப் பிழைகள் மலிந்து மோசமாக அச்சடிக்கப்பட்டிருந்தது. அதைத் திருத்தமாகவும், செப்பமாகவும் நாங்கள் மறு அச்சிட்டு வெளியிட்டோம். இவ்விரண்டு வெளியீடுகளிடையேயுமுள்ள வேறுபாட்டை எல்லாரும் கவனித்தனர். பேரவையில் எங்கள் நண்பர்கள் கைகள் வலுவடைந்தன. அடுத்த ஆண்டுக்கு எங்களையே தங்கள் அச்சகத்தாராக அவர்கள் பெருவாரியான மொழிகளால் தேர்ந்தெடுத்தார்கள்.

பேரவையிலுள்ள என் நண்பர்களுள் மேலே குறிப்பிட்ட ஹாமில்ட்டனை நான் மறக்கமுடியாது. அவர் அப்போதுதான் இங்கிலாந்திலிருந்து திரும்பிவந்து அதில் இடம் பெற்றிருந்தார். பிற்காலங்களில் எத்தனையோ செய்திகளில் அவர் எனக்கு ஆதரவாயிருந்ததுபோலவே, இப்போதும் அச்சகவகையில் ஆதரவளித்தார். அவர் வாழ்நாள் இறுதிவரை அவர் ஆதரவு தொடர்ந்து இருந்துவந்தது.[279]

109. வெர்னான் கடன்சுமை ஒருவாறு தீர்ந்தது

இச்சமயம் என் நண்பர் வெர்னானுக்கு நான் கொடுக்க வேண்டியிருந்த கடனைப்பற்றி அவர் என்னை நினைவூட்டினார்.

அவர் அதுவகையில் இப்போதும் மிகுதி வற்புறுத்தவில்லை. நான் அவருக்கு மனந்திறந்து ஒரு கடிதம் எழுதினேன். கடிதத்தையும் அதில்கண்ட செய்திகளையும் ஒத்துக்கொண்டு, இன்னும் சிறிது காலம் பொறுத்துக்கொள்ளும்படி மன்றாடினேன். அவரும் இணங்கினார். சில நாட்களுக்குக்குள் நான் அதை வட்டியும் முதலுமாக மிகுந்த நன்றியறிதலுடன் கொடுத்துத் தீர்த்தேன். என் வாழ்வின் ஒரு பெருந்தவறு இங்ஙனம் ஒருவாறு சரிப்படுத்தப்பட்டது.

110. எதிர்நின்ற இடையூறு: எதிர்பாராத உதவி

இச்சமயம் நான் சிறிதும் எதிர்பாராத ஓர் இடையூறு எனக்கு ஏற்பட்டது. எங்கள் அச்சகத்துக்கான முதலைக் கொடுப்பதாக மெரிடித்தின் தந்தை என்னிடம் உடன்படிக்கையின்படி ஏற்றுக்கொண்டிருந்தார். நானும் அதை எதிர்பார்த்துக் கொண்டிருந்தேன். அவர் முன்பணமாக நூறு பொன் மட்டுமே கொடுத்திருந்தார். அதை விலைக்குத் தந்த வணிகருக்கு இன்னும் நூறு பொன் கொடுக்கவேண்டியதாயிருந்தது. அவர் பொறுத்திருந்து பார்த்துவிட்டுப் பின் பொறுமை இழந்து வழக்குத் தொடுத்தார். நாங்கள் பிணையம் கொடுத்தோம். ஆயினும் காலத்தில் பணம் திரட்ட வழி வகுக்காவிட்டால், வழக்கில் எங்களுக்கு எதிரான தீர்ப்பும், நடவடிக்கையும் ஏற்பட்டுவிடும் என்று கண்டோம். அத்தகைய நிலை ஏற்பட்டால், அச்சகத்தையும் அச்சுருளையும் அரை விலைக்கே விற்றுவிடும்படி நேருமாதலால், எங்கள் தொழிலும் அதன் ஆக்கமும் நிலைகுலைந்து போய்விடும் என்றும் உணர்ந்தோம்.

இந்த இடுக்கண் நிலையில் இரண்டு நண்பர்கள் எனக்கு உதவ முன்வந்தார்கள். அவர்கள் அருளன்பை நான் என்றும் மறந்துவிடவில்லை; என்றென்றும் மறக்கமுடியாது. என் உடலில் உணர்வு இருக்கும்வரை மறக்கவும் மாட்டேன். அவர்கள் நான் கோராமலே எனக்கு மனமுவந்து ஆதரவளிக்க முனைந்தவர்கள். அத்துடன் ஒருவர் செய்வதை மற்றவர் அறியாமல் இருவரும் தனித்தனியாக உதவி செய்யும் கருத்துக் கொண்டிருந்தார்கள். என்னால் முடியுமானால், அச்சக முழுவதையுமே என் பொறுப்பிலேற்றுக்கொள்ளுவதற்குப் போதிய பணம் தருவதாகவும், எப்படியும் மெரிடித்துடன் நான் தொடர்ந்து பங்காளியாய்

இருப்பதை அவர்கள் விரும்பவில்லை என்றும் அவர்கள் எனக்குத் தனித்தனியாகத் தெரிவித்தனர்.

உண்மையில் அவர்கள் கூறியது சரியே. ஏனெனில் மெரிடித் அடிக்கடி தெருக்களில் குடித்துப் புரண்டும், கீழ்த்தரத் தேறல்மனைகளில் சூதாடியும் எங்களுக்கு மிகவும் இழிவு தேடித் தந்தார்.

எனக்கு உதவ முன்வந்த இந்நண்பர்கள் வில்லியம் கோல்மன்[280], ராபர்ட்கிரேஸ்[281] என்பவர்கள் ஆவர். மெரிடித்துடன் நான் செய்துகொண்ட ஒப்பந்தப்படி அவர் பங்குப் பொறுப்பை அவர் நிறைவேற்றக்கூடும் என்ற நம்பிக்கைக்கு இடமிருக்கும் வரையும், அவரைப் பிரித்துவிட நான் ஒருபோதும் முயற்சி செய்யமாட்டேன் என்று நான் அவர்களிடம் தெரிவித்தேன். ஏனென்றால் இதுவரை அவர் குடும்பத்தினர் எனக்கு எவ்வளவோ உதவிகள் செய்திருக்கின்றனர். இன்னும் உதவ முடிந்தால், உதவி செய்வது உறுதி. இவ்விருவகையிலும் நான் அவர்களுக்குக் கடமைப்பட்டிருக்கிறேன். ஆனால், அவர்கள் பங்குப் பொறுப்பை அவர்களால் நிறைவேற்ற முடியாமற்போய், பங்காளித்துவத்தைக் கலைத்துத் தீரவேண்டிய நிலை ஏற்பட்டால், அந்த இரண்டு நண்பர்களின் உதவியை மகிழ்வுடன் வரவேற்கும் கட்டற்ற உரிமை எனக்கு ஏற்படும் என்றும் நான் அவர்களுக்குத் தெரிவித்தேன்.

111. மெரிடித்தின் பொருள்நிலையும் மனநிலையும்

செய்தி இதேச்நிலையில் சிலச்காலம் இருந்துவந்தது. என் பங்காளியின் மனப்பான்மையை முழுதும் அறிய விரும்பி, ஒருநாள் நான் அவரிடம் மனம்விட்டுப் பேசினேன். "அன்பரே, நீங்கள் பங்காளியாக இருப்பது இப்போது உங்கள் தந்தைக்கு ஒருவேளை பிடிக்காமலிருக்கலாமோ என்று எனக்கு ஐயம் ஏற்படுகிறது. இருவருக்குமாக அவர் பணம்போட விரும்பாமல், முழுதும் உமக்காகவே பணம்போட முன்வரலாமோ என்றும் நினைக்கிறேன். செய்தி இதுவானால், என்னிடம் வெளியிட்டுத் தெரிவிக்கும்படி வேண்டுகிறேன். ஏனென்றால், நான் தொழில் முழுவதையும் உம்மிடமே ஒப்படைத்துவிட்டு, வேறு தொழில் பார்த்துக்கொள்ளத் தடையில்லை," என்று கூறினேன்.

அவரும் மனம்விட்டுத் தம் கருத்தைத் தெரிவித்தார். "தாம் கூறுவது சரியல்ல. உண்மையிலேயே என் தந்தை பணம் கொடுக்க முடியாமல்தான் இருக்கிறார். அதே சமயம் அவர் மனம் உடைந்து போயிருக்கிறார். ஆகவே, இதுவகையில் நான் அவரைக்கேட்டு அவருக்கு இன்னும் தொந்தரவு கொடுக்க விரும்பவில்லை. மேலும் நான் இந்தத் தொழிலுக்குத் தகுதியுடைய னல்லன் என்பதையும் நான் தெள்ளத் தெளியக் காண்கிறேன். நான் ஒரு குடியானவனாகவே பயிற்சி பெற்றவன். அந்த நிலையில் நான் முப்பதாவது வயதில் நகருக்கு வந்து, ஒரு புதிய தொழிலில் பயிற்சி பெற்று முன்னேற முனைந்ததே ஒரு பெரிய மடமை என்று கருதுகிறேன்.

"தவிர எனது வேல்ஸ்நாட்டு மக்கள்[282] பலர் வடகரோலினாவில்[283] சென்று குடியேற இருக்கிறார்கள். அங்கே நிலம் மிக மலிவு. அவர்களுடன் சென்று என் பழைய தொழிலில் ஈடுபடலாம் என்றுதான் நான் நினைக்கிறேன். உங்களுக்கு உதவி செய்யப் பல நண்பர்கள் கிடைப்பார்கள். ஆகவே, கூட்டுநிலையத்தின் கடன்களை நீங்களே ஏற்றுக்கொண்டு என் தந்தை அளித்த நூறு பொன்னுடன் என் சிறு கடன்களையும் தீர்த்து, என் வழிச்செலவாகப் புதிய குதிரைச்சேணம் ஒன்றும், முப்பது பொன்னும் தந்தால் போதும். நான் என் பங்கை விட்டுத்தந்து செல்கிறேன்," என்று அவர் கூறினார்.

இக் கோரிக்கைக்கு நான் இணங்கினேன். அதன்படி உடன் தானே ஒப்பந்தம் எழுதிக் கையொப்பமிடப்பட்டது. அவர் கேட்டதை நான் கொடுத்தேன். அவர் சில நாட்களுக்குள் வடகரோலினா சென்றார். அங்கிருந்து அடுத்த ஆண்டு அவர் இரண்டு நீண்ட கடிதங்கள் எழுதினார். அந்நாட்டின் நிலவளம், தட்பவெப்ப நிலை, குடியாண்மை நிலை ஆகியவைபற்றிய அவர் விரிவுரை மிகவும் நேர்த்தியானதாய் இருந்தது. ஏனெனில் இத்துறைகளில் அவர் கைத்திறம் உடையவர். நான் அவற்றை என் பத்திரிகையில் வெளியிட்டேன். பொதுமக்களுக்கு இது மிகவும் கிளர்ச்சியை அளித்தது.

112. கூட்டுக் கலைப்பு : தனித் தொழிலாண்மை

அவர் நீங்கியதும், நான் என் இரு நண்பர்களையும் அணுகினேன். இருவருள் ஒருவரை ஏற்று மற்றவரை ஏற்காதிருக்க

எனக்கு எக்காரணமும் தெரியவில்லை. ஒவ்வொருவரும் தருவதாக வாக்களித்த தொகையில் பாதிபாதி கோரிப் பெற்றேன். அவற்றின் உதவியால் நிலையத்தின் கடன்களைத் தீர்த்துவிட்டுத் தொழிலை முழுதும் என் பெயரால் நடத்தினேன். கூட்டுப் பங்காளிமுறை கலைக்கப்பட்டுவிட்டதென்பதையும் நான் விளம்பரப்படுத்தினேன். இந்நிகழ்ச்சி 1729-லோ, அல்லது சற்று முன் பின்னோ நடந்ததென்று கருதுகிறேன்.

இச் சமயத்தில் மாகாணத்தின் தாள்பண நிலை பற்றிய ஒரு கருத்து வேறுபாடு இருந்துவந்தது. மொத்தத்தில் ஒரு பதினையாயிரம் பொன்களே வெளியிடப்பட்டிருந்தன. அவையும் தேங்கத் தொடங்கியிருந்தன. ஆகவே, இன்னும் மிகுதியான தாள் பணம் வெளியிடவேண்டுமென்று மக்கள் கூக்குரலிட்டு வந்தனர். ஆனால், செல்வமிக்கவர்கள் இதை எதிர்த்தனர். தாள் பணமுறையையே அவர்கள் விரும்பவில்லை. நியூஇங்கிலாந்தில் அதன் மூலம் பணமதிப்புக் குறைந்து கடன் கொடுத்தவர்களுக்கெல்லாம் ஏற்பட்டதுபோன்ற நட்டம் இங்கும் ஏற்படக்கூடும் என்று அவர்கள் அஞ்சினர்.

எங்கள் 'ஜண்டோ'வில் இக் கடா பற்றி நாங்கள் வாதிட்டோம். தாள்பண வெளியீட்டைப் பெருக்கவேண்டும் என்பதே எனது வாதமாயிருந்தது. 1723-இல் அடித்து வெளியிடப்பட்ட தாள்பணம் எவ்வளவோ நன்மை செய்திருந்தது. அது வாணிகம் பெருக்கிற்று. வேலைக்கான வாய்ப்புவளம் பெருக்கிற்று. மாகாணத்திலுள்ள மக்கள் தொகையையைக் கூட அது மிகவும் வளர்த்திருந்தது. முன் ஆளில்லாமல் கிடந்த பல கட்டடங்களிலும் மக்கள் நிரம்பினர் என்பதையும், அவை போதாமல் புதிய கட்டடங்கள் கட்டப்பட்டுவருவதையும் நான் கண்டேன். நான் முதன் முதலில் அப்பச்சுருளை அருந்திக்கொண்டு பிலாடெல்பியாவின் தெருக்களில் அலைந்து திரிந்த காலத்தில் முதல்தெரு, இரண்டாம் தெருவுக்கு இடையிலும், வால்நட் தெருவிலும், அதுபோலவே செஸ்நட் தெருவிலும், பிற தெருக்களிலும், எத்தனையோ வீடுகளில் 'குடிக்கூலிக்கு விடப்படும்' என்ற விளம்பரப் பலகைகள் தொங்கிக்கொண்டிருந்தன. அவற்றைக் கண்டு நகர மக்கள் படிப்படியாக நகரைவிட்டு வெளியேறி வருகின்றனரோ என்று நான் நினைத்திருந்தேன்.

113. தாள்பணத்தின் நலக்கேடுகள்: முதல் துண்டுவெளியீடு

எங்கள் வாத எதிர்வாதத்தால் இந்த ஒரு செய்தி என் உள்ளம் நிறைந்து பொங்கித் ததும்பியிருந்தது. ஆகவே, நான் அதுபற்றி ஆசிரியர் பெயர் இல்லாத துண்டு வெளியீடு எழுதி அச்சிட்டேன். 'தாள்பணத்தின் இயல்பும் அதன் இன்றியமையாமையும்' என்பது அதன் தலைப்பு. பொதுமக்கள் அதை நன்கு வரவேற்றனர். மிகுதி தாள் பணம் வேண்டும் என்ற கூக்குரலை இது வலுப்படுத்தியதனால், பணக்காரர் அதை வெறுத்தனர். ஆயினும், அவர்கள் சார்பில் இதை எதிர்த்து எழுதவல்ல நல்ல எழுத்தாளர் இல்லாமல் போனதால், என் வாதத்துக்கு எதிரான கட்சி படிப்படியாகத் தளர்ந்தது. பேரவையில் நல்ல பெரும்பான்மையுடன் தாள்பணம் பெருக்கும் கோரிக்கை நிறைவேறிற்று. இதில் என் பங்குத் தொண்டு பெரிது என்பதைப் பேரவையிலுள்ள என் நண்பர்கள் உணர்ந்தனர். ஆகவே, என் உழைப்பின் பரிசாக அவர்கள் அத் தாள்பணத்தை அச்சிடும் வேலையை எனக்கே அளித்தனர். அது எனக்குப் பெருத்த ஆதாயமும், பேருதவியும் அளித்தது. எழுத்தாளனாயிருந்ததனால் எனக்குக் கிடைத்த நலங்களில் இஃது இன்னொன்று ஆகும்.

நாளடைவில், காலமும் அனுபவமும் தாள் பணப் பெருக்கத்தின் நலங்களை எவரும் மறுப்பதற்கில்லாத அளவில் தெளிவுபடுத்திவிட்டன. ஆகவே, அதன் அளவு விரைவில் *45* ஆயிரம் பொன் ஆக வளர்ந்தது. *1739*-க்குள் அது எண்பதாயிரம் பொன்னாகவும், அதன்பின் போர்க்காலத்தில் *350* ஆயிரம் ஆகவும் பெருகிற்று. இத்தனை பெருக்கத்துடனும் வாணிகம், கட்டடங்கள், மக்கள் தொகை ஆகியவையும் வளர்ந்துகொண்டேதான் இருந்தன. ஆயினும், ஒரு குறிப்பிட்ட எல்லையை மீறித் தாள்பணம் பெருகினால், அதனால் கேடு ஏற்படலாம் என்றுதான் நான் இப்போது கருதுகிறேன்.

இதை அடுத்துச் சில நாட்களுக்குள் என் நண்பர் ஹாமில்ட்டன் மூலம் எனக்கு நியூகாசில் மாகாணத்தின் தாள்பணம் அச்சிடும் வேலை கிடைத்தது. இதுவும் மிகவும் ஆதாயகரமான மற்றொரு வேலையேயாகும். இவை சிறுசிறு செய்திகளானாலும் என் ஏழ்மை நிலையில் உள்ளவர்களுக்கு அவர்கள் சூழ்நிலையில் இத்தகைய சிறு செய்திகள் மிகப் பெரிதாகத் தோற்றுவது இயல்பு.

என் அன்றைய நிலையில் அவை பெரியவையாக மட்டும் தோற்றவில்லை. என்னை இன்னும் பெருங்காரியங்களுக்கு ஊக்குபவையாகவும் அமைந்தன.

என் நண்பர் எனக்கு நியூகாசில் அரசியலின் பேரவை நடவடிக்கைகள், சட்டங்கள் ஆகியவற்றை அச்சிடும் வேலையையும் வாங்கித் தந்தார். நான் அச்சக வேலையில் ஈடுபட்டிருந்த காலமுழுவதும் இவ்வேலை தொடந்து என்னிடமே தரப்பட்டது.

114. வளர்ச்சி மேல் வளர்ச்சி

நான் இப்போது ஒரு சிறிய பணிமனைப் பொருள் விற்பனைக்கடை நிறுவினேன். அதில் நான் எல்லா வகைப்பட்ட அச்சு வரிச் சட்டங்களும்[284] உருவாக்கி வைத்தேன். இவை இதுவரை இருந்தவற்றைப் போலல்லாமல் ஒரு பிழைகூட இல்லாதபடி திருத்தமாக அச்சிடப்பட்டிருந்தன. ஏனெனில், இவ்வேலையில் என் நண்பர் பிரீண்ட் நெல் எனக்கு உதவி செய்துவந்தார். இவற்றுடன் தாள், காளுரி[285], கையடக்க ஏடுகள்[286] ஆகியவையும் என்னிடம் இருந்தன.

லண்டனில் என்னுடன் ஒயிட்மார்ஷ்[287] என்பவர் பழக்கமாயிருந்தார். அவர் அச்சுக் கோப்பதில் தேர்ச்சியுடையவர். மிகச்சிறந்த தொழிலாளர். அவர் இப்போது என்னிடமே வந்து மிகவும் ஊக்கத்துடனும் அயர்வில்லாமலும் உழைத்துவந்தார். அத்துடன் அக்குவிலாரோஸின் புதல்வரையே நான் பயிற்சித் தொழிலாளராகச் சேர்த்துக்கொண்டேன்.

அச்சகத்துக்காக நான் பெற்றிருந்த கடனுதவியை நான் இப்போது படிப்படியாக அடைக்கத் தொடங்கினேன். அத்துடன் தொழிலாளன் என்ற முறையில் என் பண்பாண்மையையும் மதிப்பையும் நிலைநாட்ட நான் பல வகைமுறைகளைக் கையாண்டேன். மெய்யாகவே சுறுசுறுப்பாகவும் சிக்கனமாகவும் இருப்பதுடன் நான் அமையவில்லை. அதற்கு மாறாக, ஐயப்பாட்டுக்கும் இடந்தராதபடி நான் என் நடையுடை தோற்றங்களையும் காத்துக்கொண்டேன்.

எப்போதும் நான் எளிய ஆடையை உடுத்தேன். சோம்பிப் பொழுதுபோக்குவதற்குரிய எத்தகைய இடங்களிலும் எவரும் என்னைக் கண்டது கிடையாது. மீன் வேட்டை, விலங்குவேட்டை

ஆகியவற்றிலும் நான் ஈடுபடுவதில்லை. பொழுதுபோக்கில் நான் சிறிது மிகுதிப்படியான நேரம் செலவழித்த துறை ஒன்றே ஒன்றுதான் - புத்தகம் வாசிப்பதே அது. ஆனால், இதுவும் வேலையொழிந்த நேரங்களில் மட்டுமே! அது நேரிய நன்முறையாதலால், அதனால் எத்தகைய தூற்றுரையும் ஏற்படவில்லை.

இவ்வளவும் போதாமல் இன்னொரு வகையிலும் எனது தொழிலுக்கு நான் தரும் மதிப்பைக் காட்டினேன். அது எனக்கு அவமதிப்பைத் தருவதல்ல என்று எவரும் உணரும் வண்ணம் நான் அவ்வப்போது கடைகளில் வாங்கிய தாள்கட்டு முதலிய பொருள்களைத் தள்ளு வண்டியில் என்னுடன் கொண்டு சென்றேன்.

இங்ஙனம் ஊக்கமும் ஆக்கமும் உடைய இளைஞன் என்று பெயரெடுத்ததனாலும், வாங்கிய எல்லாவற்றுக்கும் உடனுக்குடன் பொருள் செலுத்தியதனாலும், பிறருக்கு என் மீதிருந்த மதிப்பும், தகுதியும் உயர்ந்தன. பணிமனைப் பொருள்களை வெளிநாடுகளிலிருந்து வரவழைத்த இறக்குமதி வணிகர்கள் அனைவரும், என்னையே வாடிக்கைக்காரனாக்கப் பெரிதும் ஆர்வத்துடன் முன்வந்தனர். வேறு சிலர் எனக்குப் புத்தகங்கள் தந்து ஊக்கலாயினர். என் வாழ்வு பொங்கி மிதக்கலாயிற்று.

115. கெய்மரின் தொழில் தளர்ச்சி

இதே சமயத்தில் கெய்மரின் தொழிலும் தொழில் மதிப்பும் படிப்படியாகத் தேய்ந்துவரத் தொடங்கிற்று. இறுதியில் கடன்காரர்களின் கடன்களை அடைப்பதற்காக அவர் தம் அச்சகத்தையே விற்றுவிட வேண்டிய நிலை ஏற்பட்டது. அவர் பர்படோஸ்[288] தீவுக்குச் சென்று சில ஆண்டுகள் ஏழ்மையுடன் கழித்தார்.

கெய்மரின் அச்சகத்தையும் கருவிகலங்களையும் அவரிடம் பயிற்சித் தொழிலாளராயிருந்த டேவிட்ஹாரி[289] என்பவர் வாங்கி, பிலாடெல்பியாவுக்கே வந்து தொழில் தொடங்கினார். அவர் முன்பு கெய்மரின் அச்சகத்தில் வேலைபார்த்தபோது, என்னிடமே பயிற்சி பெற்றவர். இத்தகைய புதிய தொழில்

போட்டியாளரால் என்ன நேருமோ என்று நான் முதலில் அஞ்சினேன். ஏனெனில் அவருக்குத் தேர்ச்சியும், ஆற்றல் சான்ற நண்பர்களும், போதிய செல்வாக்கும் இருந்தன. இந்நிலையில் நான் அவரை என்னுடன் கூட்டாக வந்து சேரும்படி அழைத்தேன். என் நல்ல காலமாக, இவ்வழைப்பை அவர் மிகுந்த இறுமாப்புடன் புறக்கணித்தொதுக்கி மறுப்பளித்தார்.

டேவிட் ஹாரி உயர்குடியாளர்போலச் செருக்குடன் ஆடையணி புனைந்து பெருஞ்செலவு செய்துவந்தார். அத்துடன் வெளிநாடுகளில் பொழுதுபோக்குக்காக இன்பப் பயணங்களிலும் ஈடுபட்டதால் அவர் கடனுக்கு இரையானார். தொழிலிலும் அவர் பராமுகமாகவே இருந்தார். இவற்றின் பயனாக, அவர் தொழில் நலிவுற்றது. வேறு செய்தொழில் எதுவும் கிடையாமல், அவரும் கெய்மரைப் பின்பற்றி பர்படோசுக்குச் சென்றார். அச்சகத்தையும் அவர் தம்முடன் கொண்டே சென்றார்.

முன்பு கெய்மரிடம் பயிற்சித் தொழிலாளராயிருந்த ஹாரி இப்போது தம் பழைய தொழில்முதல்வரைத் தம் கீழ்த் தொழிலாளராக்கிக் கொண்டார். புதிய முதல்வர் - தொழிலாளரிடையே அடிக்கடி பூசல்கள் எழுந்தன. ஆனால், ஹாரி இங்கும் தொடர்ந்து தொழிலில் இறங்குமுகமாகவே இருந்துவந்தார். இறுதியில் அவர் தம் அச்சுருக்களை எல்லாம் விற்றுவிட்டுத் திரும்பவும் பிலாடெல்பியாவுக்கே வந்து சேர்ந்தார்.

ஹாரியிடமிருந்து அச்சகத்தை வாங்கிய திருவாளரிடமும் கெய்மர் இருந்து தொழிலாற்றினார். சில ஆண்டுகளுக்குள் அவர் காலமானார்.

116. பிராட்போர்டின் போட்டி

இப்போது பிலாடெல்பியாவில் பழைய அச்சுத் தொழில் முதல்வரான பிராட்போர்டைத் தவிர எனக்கு அங்கே போட்டியிட யாரும் இல்லை. பிராட்போர்டும்கூடப் போதிய செல்வம் உடையவராகவும், அமைந்த உயர்தர வாழ்வு விரும்புபவராகவுமே இருந்ததனால், ஒன்றிரண்டு ஆட்களை வைத்துக்கொண்டு அவ்வப்போது வந்த தொழிலைச் செய்வதில்

மட்டுந்தான் கருத்துச் செலுத்தி வந்தார். தொழில் வளர்ச்சியில் அவருக்கு அவ்வளவு அக்கரையும் ஊக்கமும் கிடையாது.

ஒரு வகையில் மட்டும் இன்னும் பிராட்போர்டு கையே மேலோங்கி இருந்தது. அவரே அஞ்சல் நிலையமும் வைத்திருந்தாராதலால், செய்திகளும் தகவல்களும் சேகரிப்பதில் அவருக்கே வாய்ப்பு மிகுதி என்று கருதப்பட்டது. விளம்பரங்களும் அவர் பத்திரிகையில் வந்ததால்தான் மிகுதி வாசகர்களிடையே பரவும் என்றும் பொதுவாக எல்லாரும் எண்ணினார்கள். எனவே, விளம்பரங்கள் வகையில் என் பத்திரிகையைவிட அவர் பத்திரிகைக்கே மிகுதியான இடமும், மிகுதியான ஊதியமும் கிடைத்தன. இவ்வகையில் என் குறைபாடு பெரிதாகவே இருந்தது.

அஞ்சலில் அவரளவு எனக்கும் கடிதம் போய்க் கொண்டும் வந்துகொண்டும் இருந்தாலும், பொதுமக்கள் அவ்வாறு கருதவில்லை. இதற்குக் காரணம் உண்டு. அஞ்சல் குதிரைவல வர்களுக்குப் பிறரறியாமல் கையுறை கொடுத்து மறைவாகத்தான் என் கடிதங்களை நான் அனுப்பவேண்டியிருந்தது. ஏனென்றால், பிராட்போர்டு என்மீது மிகவும் கடுப்புடையவராய், வலவரிடம் என் கடிதங்களை ஏற்கக்கூடாதென்று கண்டித்திருந்தார். அஞ் சல் அவர் வசம் இருந்ததால் இதை எளிதில் செய்யமுடிந்தது. இச்செயல் நேர்மையற்றது என்ற முறையில் அவர்மீது எனக்கு மனக்குறை ஏற்பட்டது. இதனால் அவரை நான் என் உள்ளத்தில் மிக இழிந்தவராகக் கருதினேன். ஆயினும் அவர் உரிமை பின்னாளில் என் கையில் வந்தபோது, நான் அவர் மாதிரியைப் பின்பற்றக் கருதவில்லை[290] அவர் பண்புக்காக அவரை வெறுத்த நான் அப்பண்பைப் பின்பற்றச் சிறிதும் விரும்பவில்லை.

117. காதல் திட்டத்தில் முதியோர் தலையீடு

நான் இதுவரை காட்பிரேயிடமே உணவு எடுத்துக் கொண்டுவந்தேன். அவர் தம் மனைவி மக்களுடன் என் இல்லத்தின் ஒரு பகுதியிலேயே வாழ்ந்துவந்தார். அவர் மிகுதி வேலை செய்யவில்லை; கணக்கியலின் பயிற்சியிலேயே அவர் எப்போதும் பெரிதும் ஈடுபட்டிருந்தார். ஆயினும் அவர் தம் கண்ணாடித் தொழிலையும் பெயரளவுக்கு என் கடையின் ஒரு பகுதியில் நடத்திவந்தார்.

திருமதி காட்பிரே தம் உறவினர் ஒருவரின் புதல்வியுடன் என்னை இணைக்கத் திட்டமிட்டார். எங்கள் இருவரையும் அடிக்கடி ஒன்றுபடுத்திச் சந்திக்கும் வாய்ப்பளிக்கவும் அவர் முயற்சி எடுத்துக்கொண்டார். இவற்றின் பயனாக, நான் உண்மையாகவே காதல்பாதையில் சிறிது தொலை சென்றேன். பெண்ணணங்கும் இதுவகையில் தகுதி குன்றாதவரே. எங்கள் முதியோரும் அடிக்கடி இரா இணவுக்கு அழைப்பு அனுப்பி எங்களை ஊக்கிவந்தனர். அடிக்கடி அவர்கள் எங்களைத் தனிமையில்விட்டு உதவவும் செய்தனர். செய்தியை விளக்கமாகக் கூறிக் காரியம் நிறைவேற்றும் பருவம் வந்தது. திருமதி காட்பிரேயே இரு திறத்தாருக்கும் இடையேயிருந்து எங்கள் சிறிய ஒப்பந்தத்தை நடத்திவைக்க முன்வந்தார்.

என் அச்சகத்துக்காகக் கொடுக்கவேண்டிய கடனில் இப்போது ஒரு நூறு பொன்னுக்குமேல் கொடுக்க வேண்டியதாக இல்லை. இந்தத் தொகை மணப்பெண் சார்பிலேயே கொடுக்கபடவேண்டும் என்று எதிர்பார்ப்பதாக நான் காட்பிரேயிடம் தெரிவித்தேன். அவர் சென்று கலந்து அவ்வளவு தொகை அவர்களிடம் கிடையாது என்று செய்தி கூறினார். அவர்கள் தங்கள் வீட்டைக் கடனீட்டு நிலையத்தில்[291] அடகுவைத்து அத்தொகை கொடுக்கலாமே என்றேன். இதற்கு மறுமொழியாக அவர்கள் கூறியது வேறெதுவுமில்லை - மணவினைத் திட்டத்தையே அவர்கள் ஏற்றுக்கொள்ளவில்லை என்று கூறினர். அச்சக வேலை ஆதாயமுடையதன்று என்றும், அச்சுருக்கள் விரைவில் தேய்ந்துபோய்விட்டால், அது வகையில் இன்னும் செலவாகுமென்றும், அத்தொழிலில் கெய்மரும் ஹாரியும் தோல்விகண்டதுபோல் நானும் பெரும்பாலும் காணக்கூடும் என்றும் அவர்கள் கேள்விப்பட்டனராம்!

மேற்கூறிய காரணங்களையே அடிப்படையாகக் காட்டி, பெண்மணியை நான் பார்க்கவேண்டாம் என்று அவர்கள் தங்கள் வீட்டில் எனக்குத் தடையும் போட்டனர். நங்கைக்கும் அவர் வீடு ஒரு தற்காலிகச் சிறை ஆக்கப்பட்டது.

118. கருத்து மாற்றமா? சூழ்ச்சிப் பொறியா?

அவர்கள் முடிவு உண்மையிலே ஒரு கருத்துமாற்றமா அல்லது என்னை அகப்படுத்த வைப்பதற்கான ஒரு சூழ்ச்சியா என்று

நான் உறுதிப்படுத்த முடியவில்லை. எளிதில் பின்வாங்கிவிட முடியாத அளவு எங்கள் காதலுணர்ச்சி சென்றிருந்தது. அந்நிலையில் நாங்கள் அவர்களை எதிர்பாராமலே மறை திருமணம் செய்துகொள்ளலாம் என்றும், அப்படி நடந்தால் அவர்கள் பெண்ணுக்காக எதுவும் விருப்பப்படி கொடுக்கவோ கொடாது விட்டுவிடவோ செய்ய முடியுமென்றும் அவர்கள் கருதியிருக்கலாம். ஆகவே, அவர்கள் செயல் உண்மையாகக் கருத்து மாற்றமாயிராது, என்னை வசப்படுத்துவதற்கான சூழ்ச்சியாகவே இருக்கவேண்டுமென்று நான் எண்ணினேன்.

இவ்வெண்ணம் அவர்கள் மீது எனக்குச் சீற்றமும் உண்டு பண்ணிற்று. நான் அவர்கள் திசைக்கே செல்லவில்லை. எனவே, அவர்கள் என்னிடம் மீண்டும் நல்லெண்ணம் கொண்டுள்ளார்கள் என்று திருமதி காட்பிரே கூறி என்னை மறுபடியும் அவ்விணைப்பில் ஈடுபடுத்த வந்தபோது, நான் அந்தக் குடும்பத்துடன் எத்தகைய தொடர்பும் வைத்துக் கொள்ள விரும்பவில்லை என்று மறுத்துவிட்டேன்.

இப்போது காட்பிரே குடும்பத்தினருக்கு மனம் புண்பட்டது. வேற்றுமை வளர்ந்தது. அவர்கள் வீடு முழுவதையும் என்னிடமே விட்டுவிட்டு, வேறு இடம் சென்றனர். நானும் அவர்கள் இடத்தில் இதன்பின் வேறு யாரையும் குடியேற்ற விரும்பவில்லை. தனியாகவே இருப்பதென்று முடிவுசெய்தேன்.

119. கருத்தலையின் புதிய திசை

இந்நிகழ்ச்சியால் ஒரே பலன் ஏற்பட்டது. அது என் கருத்தைத் திருமண வகையில் திருப்பிவிட்டது. நான் சுற்றுமுற்றும் பார்த்து, பலரிடம் இது வகையில் தகவல் பரப்பினேன். ஆனால், அச்சுத்தொழில் பற்றிய மதிப்பு இன்னும் மிகவும் குறைவாகவே இருந்ததால் பணத்துடன் நல்ல மனைவியை நான் எதிர்ப்பார்ப்பதற்கில்லை என்றும், பணத்துடன் எதிர்பார்க்கத்தக்க எந்தப் பெண்ணும் நான் எதிர்பார்த்த தரத்தில் இருக்கமுடியாது என்றும் தெரியவந்தது.

---

* புள்ளிகளிட்ட பகுதி முதனூலில் விடப்பட்டுள்ள பகுதியேயாகும்.

120. மீண்டும் ரீட் குடும்பத்தொடர்பு : திருமணம்

அண்டை அயலவர் என்ற முறையிலும், பழகிய நண்பர் என்ற முறையிலும் எனக்கும் திருமதி ரீடின் குடும்பத்துக்கும் இடையே நல்லிணக்கம் வாய்ந்த தொடர்பு நீடித்து வந்தது. அவர்கள் வீட்டில் நான் முதன்முதல் தங்கிய காலத்திலிருந்தே, அந்தக் குடும்பத்தில் அனைவருமே என்னை நன்கு மதித்துவந்தனர். அடிக்கடி அவர்கள் என்னை அழைத்து அவர்கள் குடும்பச் செய்திகளிலேயே என் அறிவுரையைக் கோருவதுண்டு.

செல்வி ரீடின் துயர்நிலையையும், சோர்ந்த தோற்றத்தையும் கண்டு நான் அடிக்கடி பரிவுணர்ச்சி கொண்டேன். ஏனெனில் அவர் எவருடனும் பேசுவதில்லை. தனியாக அவல நிலையில் இருந்து வருந்தினார். அவர் துன்பத்திற்கு நானே பேரளவில் காரணம் என்று நான் கருதினேன். லண்டனிலிருக்கும் சமயம் நான் அவர் வகையில் கவனக் குறைவாகவும், உறுதி தவறியும் நடந்துகொண்டதை எண்ணி வருந்தினேன். ஆனால், தவறு எனதன்று, அது முழுதும் தன்னுடையதுதான் என்று அவர் தாயார் ஏற்றுவந்தார். நான் லண்டன் போகுமுன்பே அவர் என்னுடன் மண உறுதி செய்துகொள்வதைத் தடுத்திருந்ததையும், நான் இல்லாத சமயத்திலேயே வேறு தொடர்பை ஆதரித்ததையும் அவர் தாமாக எடுத்துகாட்டினார்.

நானும் செல்வி ரீடும் முன்பு ஒருவர் மீதொருவர் கொண்டிருந்த பழைய அன்பு மீண்டுந் தலைதூக்கிற்று. ஆயினும் எங்கள் மண இணைவுக்கு இப்போது ஒரு பெருந்தடை ஏற்பட்டிருந்தது. இடையே நிகழ்ந்த மணம் செல்லுபடியாகாது என்று கருதப்பட்டிருந்தது உண்மையே. ஏனெனில் மணமகனுக்கு ஏற்கனவே இங்கிலாந்தில் ஒரு மனைவி இருப்பதாகக் கூறப்பட்டது. ஆயினும், இது தொலைதூரச் செய்தியாதலால், வழக்கு மன்றத்தில் எளிதில் தெளிவுபடுத்த முடியாததாயிருந்தது. மறுபுறம் மணமகன் இறந்துவிட்டதாகவும் தகவல் கிடைத்திருந்தது. இது உண்மையாகவே இருக்கலாமானாலும், அவர் பெருங்கடன் சுமையை வைத்துவிட்டு இறந்தவராகத் தெரிந்ததால், அவர் பின்னுரிமையாளராக வருபவர் அதைக் கொடுக்க நேர்ந்தாலும் நேரக்கூடும் என்று கருத இடமிருந்தது.

எது எப்படி இருந்தாலும், எல்லா இடர்களையும் மேற்கொண்டு தாண்டி, வாழ்வில் ஒன்றுபடுவதென்று நாங்கள் துணிந்து

முடிவுசெய்தோம். அதன்படி நான் 1730 செப்டம்பர் முதல் நாளில் செல்வி ரீடை மனைவியாக ஏற்றுக்கொண்டேன்.

121. துணைநலமிக்க துணைவி

வரக்கூடும் என்று நாங்கள் எதிர்பார்த்துத் துணிந்திருந்த இடையூறுகள் எதுவுமே வந்துசேரவில்லை. பிராங்க்லின் மிக நல்ல பற்றுறுதி வாய்ந்த வாழ்க்கைத் துணைவியாகவே திகழ்ந்தார். எனது தொழிலிலேயே எனக்கு அவர் பேருதவியாயிருந்தார். எங்கள் இருவரின் ஒன்றுபட்ட வாழ்க்கை என்றும் ஆக்கமுடையதாகவே பொலிவுற்றது. என்றும் ஒருவரை ஒருவர் மகிழ்விக்கவே முயன்றுவந்தோம்.

என் வாழ்க்கையின் பெருந்தவறு ஒன்று மீண்டும் இவ்வகையில் சரிசெய்யப்பட்டது.

122. கழகப் புத்தக சேகரம்; தொடக்கவெற்றி தோல்விகள்

எங்கள் கழகத்தின் கூட்டங்கள் இப்போது தேறல்மனையில் நடைபெறவில்லை. அதற்கென்றே கிரேஸின் மனையில் ஒதுக்கப்பட்டிருந்த ஓர் அறையில் அது நடைபெற்றது. அதில் நான் ஒரு புதிய கருத்துரையைக் கொண்டுவந்தேன். கடாக்கள்பற்றி எழுந்த விவாதங்களில் அடிக்கடி புத்தகங்களின் மேற்கோள்கள் குறிப்பிடப்படவேண்டியிருந்தது. ஆகவே, அவற்றை அவ்வப்போது எடுத்துப்பார்க்க வாய்ப்பாக, கூட்டம் நடந்த இடத்திலேயே அவை தொகுத்து வைக்கப்பட்டால் நலம் என்று நான் கருதினேன். இப்படித் தொகுத்து வைப்பதால், வாதங்களுக்கிடையே நாங்கள் எடுத்துப்பார்க்க அவை பயன்படும். அத்துடன் உறுப்பினர்கள் தங்கள் தங்கள் புத்தகங்களை மட்டுமல்லாமல், மற்றவர்கள் புத்தகங்களையும் பயன்படுத்திக் கொள்ளமுடியும் என்பதை நான் எடுத்துக்காட்டினேன். தனித்தனி ஒவ்வொருவரும் எல்லாப் புத்தகங்களையும் பயன்படுத்துவதனால், அவர்கள் அறிவுவளர்ச்சி எல்லை கடந்து பெருக வழி ஏற்படும் என்பதை யாவரும் எளிதாகக் கண்டனர்.

இத்திட்டம் எல்லாராலும் விரும்பி ஏற்றுக்கொள்ளப்பட்டது. அறையின் ஒரு பகுதியில் எங்களுக்குக் கிடைத்த புத்தகங்களையெல்லாம் அடுக்கிவைத்தோம். புத்தகங்களின் எண்ணிக்கை நாங்கள் எதிர்பார்த்த அளவில் இல்லை. ஆயினும்

அவை பேரளவில் பயன்பட்டன. அவற்றைப் பாதுகாப்பதும் எளிதாயில்லை. அதனால் பல வாய்ப்புக்கேடுகள் ஏற்பட்டன. ஓர் ஆண்டுக்குப் பின் திட்டம் நீடிக்க முடியவில்லை. அவரவர் புத்தகங்கள் திரும்பவும் அவரவர்களிடமே பிரித்துக் கொடுக்கப்பட்டுவிட்டன.

123. முதல் பொது வாழ்வுத் திட்டம்: பொதுநூலகம்

இத் தோல்வி என் வகையில் தோல்வியாய் முடியவில்லை. தனிக்குழுவின் நூல்நிலையத்தின் தோல்வி என் கருத்தைப் பொதுநூலகத்தின் பக்கம் திருப்பிற்று. பொதுவாழ்வுத் துறையில் எனது முதல் திட்டமும் இதுவே. இவ்வகையில் என் முதல் முயற்சி, பொதுமக்களிடமிருந்து பணம் பிரித்து நடத்தப்படும் நூலகமாக உருவாயிற்று. அதற்கான சட்ட திட்டங்களை நான் வகுத்தேன். அச்சமயம் நம் நாட்டவரிடையே மிகப் பெரிய பத்திர எழுத்தாளரான பிராக்டன்[292] உதவி எனக்குக் கிடைத்தது. அவர் சட்ட திட்டங்களை ஒழுங்குபடுத்தித் தந்தார். 'ஜண்டோ'வில் உள்ள என் நண்பர்கள் உதவியுடன் நான் 50 பங்கு வரியாளர்களைச்[293] சேர்த்தேன். அவர்கள் ஒவ்வொருவரும் தொடக்கத்தில் ஆளுக்கு 40 வெள்ளி கொடுத்ததுடன், ஆண்டுக்கு 10 வெள்ளி வீதம் 50 ஆண்டுகளுக்குக் கொடுப்பதாக வாக்குறுதி செய்தார்கள். இக்கூட்டு ஐம்பதாண்டு நீடித்து நிலவவேண்டும் என்ற நோக்கத்துடனேயே இந்த வரையறை செய்யப்பட்டது. பங்குவரியாளர் தொகை விரைவில் 100-ஆகப் பெருகிவிட்டதனால், நாங்கள் கூட்டுக்கழகத்துக்கு ஓர் உரிமைப் பத்திரம் கோரி பெற்றோம்.

124. அமெரிக்க நூலகங்களின் தாய்நிலையம்

இந்த நூல்நிலையக் கழகமே வட அமெரிக்காவில் பங்குவரிப் பணமூலம் அமைந்த எல்லாப் பொதுநூலகங்களுக்கும் தாயகம் ஆகும். அந்நூலகங்களின் தொகை எண்ணற்றவை. தவிர, தாய்நூலகமே இன்று ஒரு மாபெருநிலையமாய், இன்றும் தொடர்ந்து வளர்ந்துவருகிறது.

125. நூலகங்களின் நல்விளைவுகள்

இந்நூலகங்கள் அமெரிக்க மக்களுக்குச் செய்துள்ள நலங்கள் மிகப்பல; மிகப்பெரியன. அவை அமெரிக்கரின் பொது

உரையாடல் திறத்தையே வளர்த்திருக்கின்றன. மற்ற நாடுகளின் உயர்குடி மக்களுக்கு ஒப்பான அறிவுத் திறத்தை அது இந்நாட்டு வணிக மக்களுக்கும், வேளாண் மக்களுக்கும் அளித்துள்ளது. நம் குடியிருப்பு நாடுகளெங்குமே மக்கள் தங்கள் உரிமைகளைக் காப்பதில் கொண்டுள்ள தலையான அக்கரைக்கு இவையே பெரிதும் காரணமாவன என்று கூடக் கூறலாம்.

குறிப்பு : நூல் தொடக்கத்தில் குறிக்கப்பட்ட நோக்கத்துடன்[294], தன் வரலாறு இதுகாறும் எழுதப்பட்டது. குடும்பத்துக்கு வெளியே யாருக்கும் தேவைப்படாத பல சிறு குடும்ப நிகழ்ச்சிகள் இதில் இடம் பெற்றிருப்பதன் காரணம் இதுவே. இந்நூலின் அடுத்துவரும் பகுதி இதன் பின் பல ஆண்டுகள் கழித்து, கீழே தரப்பட்டுள்ள இரண்டு கடிதங்களுக்கு இணங்கவே எழுதப்பட்டது. ஆகவே, அது பொதுமக்களுக்குப் பயன்படவேண்டும் என்ற நேர் நோக்கத்துடனேயே எழுதப்பட்டுள்ளது. இடையே என் எழுத்துத் தடைப்பட்டதற்குப் புரட்சியை[295] ஒட்டிய பெருநிகழ்ச்சிகளே காரணம்.

Footnotes:

1. Northamptonshire
2. Ecton
3. Acre
4. freehold
5. Oxfordshire
6. Banbury
7. Apprentice
8. Wellingborough
9. Fisher
10. Isted
11. Thomas.
12. John
13. Benjamin
14. Josiah
15. Palmer
16. Halifax
17. ஆண்டுக் கணிப்புமுறை 16-ஆம் நூற்றாண்டில் ஐரோப்பாவிலும் 17-ஆம் நூற்றாண்டில் இங்கிலாந்திலும் மாற்றப்பட்டது. மாறுபட்ட காலத்தில் குழப்பம்

தன் வரலாறு   161

நீங்குவதற்காக இரண்டு கணிப்பும் பத்திரங்களில் ஒருங்கே கூறப்பட்டன. வரலாற்று நிகழ்ச்சிகளில் திட்ப நோக்கிப் பழைய கணிப்பு, புதிய கணிப்பு எனக் குறிக்கப்படுகின்றன.

18. Boston
19. Quarto
20. இப் பாடல் எக்காரணத்தாலோ குறிப்பிட்டபடி இங்கே தரப்படவில்லை
21. Specimen
22. Shorthand
23. Folio
24. Octavo
25. Reformation
26. Protestants, சீர்திருந்திய கிறித்தவ சமயஞ் சார்ந்தவர்
27. மேரி அரசி கத்தோலிக்க சமயத்தவர்
28. Joint stool
29. Charles II
30. Church of England Religion: அஃதாவது, கத்தோலிக்க சமயம் துறந்தாலும், முற்றிலும் வினை முறைகள் மாற்றாமல், ஆங்கில நாட்டுச் சமய மாமுதல்வர் ஆட்சிக்கு உட்பட்டிருக்கும் சமயம். இவ்வெல்லை மீறிய புரொட்டஸ்டாண்டுகள் வெறித்த மறுப்பாளர்கள், முனைத்த சமயவாதிகள், (Nonconformists, Puritans) எனப் பலவகையினர்
31. Abiah Folger
32. Peter Folger.
33. Baptists, புரோட்டஸ்டாண்டுகளில் ஒரு வகையினர்.
34. Quakers, இவர்கள் புரோட்டஸ்டாண்டுகளில் ஒரு வகையினர். வாய் திறவாத மௌன வழிபாடு அவர்கள் சிறப்பமைதி
35. Tithe: வருவாயில் பத்திலொருபங்கு வரி
36. Grammar School
37. George Brownell
38. Rhode Island
39. Experiments
40. 'Pilgrim's Progress' by John Bunyan
41. ஒருகாசு கிட்டத்தட்ட ஐந்து தம்படிகளுக்கு ஒப்பாகும். ஆகவே, இது நம்நாட்டுக் கணிப்புப்படி ஒன்று அல்லது ஒன்றே கால் வெண்பொற்காசு ஆகின்றது.
42. Plutarch's Lives of Roman & Greek Heroes: வரலாற்று வாய்மை மட்டுமன்றிச் சொல்லாற்றல், கட்டுரை நயம், பண்போவியத் திறம் ஆகியன வாய்ந்த பண்டை நூல் இது.
43. Apprentice.
44. Journeyman
45. Mr. Matthew Adams
46. Ballads

47. The Lighthouse Tragedy
48. Captain Worthilake
49. Teach, the pirate (or Black-Beard)
50. Grub-Street ballad style
51. Edinborough
52. Fair copy
53. Volume
54. Odd copy
55. Spectator என்பது அடிசன் (Addison) வெளியிட்ட கட்டுரை வடிவ நாள் வெளியீடு. அதன் ஆங்கில நடை முன்மாதிரி நடையாகக் கருதப்படுகிறது.
56. Vegetarian diet: இது தமிழகத்தில் சைவ உணவென்றும், வட இந்தியாவில் திரு வைணவ உணவு அஃதாவது தமிழ் வைணவ அல்லது தென்கலை வைணவ உணவு என்றும் கூறப்படுகிறது.
57. Tryon
58. சைவ உணவு எல்லா நாட்டிலும் மலிவாயிருப்பது காணலாம்.
59. Biscuit
60. Coker
61. Seller
62. Shermy
63. Locke's On Human Understanding
64. Art of Thinking by Messrs. du Port Royal
65. Greenwood
66. Rhetoric
67. Logic
68. Socratic Method
69. Xenophon's Memoabla Things of Socrates
70. Shaftesbury
71. Collions
72. "Men should be taught as if you taught them not and things unknown proposed as things forgot."
73. "To speak, tho' sure, with seeming diffidence..."
74. 'Immodest words admit of no defence, for want of modesty is want of sense."
75. Immodest words admit but this defence That want of modesty is want of sense.
76. New England Courant.
77. Boston News Letter.
78. மூல நூலாசிரியர் அடிக்குறிப்பு : தனியாதிக்க முறை மீது என் உள்ளத்தில் ஆழ்ந்த வெறுப்பை உண்டாக்கியது என் தமையனார் என்னை நடத்திய கடுமையான முறையே என்று நான் கருதுகிறேன். இந்த வெறுப்பு என் வாழ்நாள் முழுவதும் நீடித்துள்ளது.
79. Assembly

80. Speaker
81. Warrant
82. New York
83. Mr. William Bradford
84. Pennsylvania
85. George Keith
86. Philadelphia
87. Aquila Rose
88. Amboy
89. Kill
90. Long Island
91. Dutchman, i. e., man from Holland
92. Bunyan's Pilgrim's Progress
93. 'Cruso', 'Moll flanders' 'Religious Courtship', 'Family Instructor' ect., by De Foe.
94. Pamela etc., by Richardson
டீஃவோ, ஃவீல்டிங், ரிச்சார்ட்ஸன் ஆகியவர்களே ஆங்கில மொழியில் முதல் புனைகதையாசிரியர்கள். இலக்கியத்தின் அன்றைய இப்புதிய துறைக்குப் பன்யன் ஒரு முதல்வரேயாவர்.
95. Burlington
96. Dr. Brown
97. Cooper's Creek
98. Biscuit
99. Threepenny loaf
100. Chestnut Street
101. Walnut Street
102. Quakers இவர்கள் கிறித்தவ சமயத்தின் ஒரு சீர்திருத்தக் கிளையினர். அவர்கள் வழிபாடு மோன வழிபாடு.
103. Water Street
104. Crooked Billet
105. Andrew Bradford
106. Font
107. A Pair of cases
108. Robert Holmes
109. Delaware
110. Newcastle
111. Sri William Keith
112. Colonel French of Newcastle
113. Madeira: உயர்தரத் தேறலுக்குப் பேர்போன பிரஞ்சு நகரம்.
114. Stared Like a pig poisoned: இத்தொடர்பு பற்றிய சுவை மிக்க செய்தியை முன்னுரையில் காண்க.

115. Sri william : இது ஆட்சியாளர் பெயர். அவர் முழுப்பெயர் சர் வில்லியம் கீத் என்பதாகும்.
116. ஆட்சியாளர் சர் வில்லியம் கீத்.
117. Collins
118. Newport
119. John
120. Vernon
121. 35 Pounds Currency
122. Search Warrant
123. Brandy
124. Burnet
125. Bishop Burnet
126. Counting - house
127. Delaware : இது ஓர் ஆற்றின் பெயர்.
128-129. Barbadoes: நடு அமெரிக்காக் கண்டத்திலுள்ள 'மேலை இந்தியத் தீவு'களில் ஒன்று
130. Annis
131. Block Island
132. Cod.
133. Tryon
134. Reasonable creatures
135. Sabbath : கிறித்தவ சமயத்தவர் இயேசு மாண்டபின் மீண்டெழுந்ததாகக் கூறப்படும் ஞாயிற்றுக்கிழமையையே திருக்கிழமையாகக் கொண்டனர். அது வாரத்தின் ஏழாம்நாள் அன்று; முதல் நாள் என்பது இங்கே கவனிக்கத்தக்கது.
136. Pence : இது ஏறக்குறைய இந்திய வெள்ளி ஒன்று ஆகிறது.
137. Lent : இது உணவு கொள்ளத்தகாத கிறித்தவ நோன்பு நாள்.
138. எகிப்தியர் விருந்துக்கால ஊனுணவு.
139. Cherles Osborne, Joseph Watson, James Ralph
140. Charles Brogden
141. Serwiener or Conveyancer.
142. Schuylkill
143. Alexander Pope : இவர் 18-ஆம் நூற்றாண்டின் ஆங்கிலக் கவிஞர். கவிதை இலக்கணத்தையே கவிதையாக எழுதியவர். அவ்விலக்கணமே ரால்பின் கவிதையாற்றலின் இழுக்கம் காட்டி அவரை அத்துறையிலிருந்து விலக்கிற்று என்னலாம்.
144. Secretary
145. Dr. Bard
146. Mr. Andrew Hamilton
147. Mr. Denham
148. Maryland

149. Messers Onion and Russel
150. English Channel : இங்கிலாந்தின் தென்கரைக்கும் ஐரோப்பாக் கண்டத்துக்கும் இடையிலுள்ள கடற்கால் அல்லது அகன்ற கடலிடுக்கு.
151. Riddlesden.
152. இது பிராங்க்லின் தம் புதல்வருக்கு எழுதுவது. ஆதலால் நம்நாடு என்று கூறப்படுவது அமெரிக்கா என்பது நினைவில் கொள்ளத்தக்கது.
153. Little Britain.
154. Pistoles. பிஸ்டோல் ஒரு ஸ்பானிய பொன் காசு = 17 ஆங்கில வெள்ளி = 12 3/4 இந்திய வெள்ளி.
155. Wilke's
156. Paternoster Row
157. Spectator : ஆங்கில இலக்கியத்தில் இடம்பெற்ற பேர்போன அடிசன் (Addison) கட்டுரைகளைத் தாங்கி இங்கிலாந்தில் 18-ஆம் நூற்றாண்டில் வெளிவந்த பத்திரிகை.
158. Temple: லண்டன் வழக்கறிஞர் கழகம் இருக்குமிடம்.
159. Copyist.
160. Palmer's : ஓர் அச்சகப் பெயர்.
161. Bartholomew Close.
162. 'Religion of Nature" By Wollaston.
163. 'A Dissertation on Liberty and Necessity, Pleasure and Pain'
164. Metaphysical Piece
165. பாமர்ஸ் அச்சக உரிமையாளர்
166. Wilcox
167. Cirlculating Libraries
168. Lyons
169. Surgeon
170. "Infallibility of Humen Judgement"
171. Cheappside
172. Horns
173. alehouse
174. "Fable of the Bees"
175. Dr. Mandeville
176. Batson's Coffee - House
177. Dr. Pemberton
178. Sir Isaac Newton : பிரிட்டனின் தலைசிறந்த உலக விஞ்ஞானிகளுள் ஒருவர்.
179. Curiosities
180. Asbestos
181. Sir Hans Sloane
182. Bloomsbury Square

183. Cloisters
184. Milliner's Shop
185. Six pence: கிட்டத்தட்ட ஆறு அணா
186. முன் கூறப்பட்ட இளமாது
187. Young
188. Satires : தொல்காப்பியத்தில் இது 'அங்கதம்' என்று குறிக்கப்பெறுகிறது.
189. Muses : கிரேக்க புராணங்களும் பண்டைத் தமிழ்மரபும் இந் நங்கையரை எழுவர் என்று குறிக்கின்றன.
190. Watts
191. Lincoln's Inn Fields
192. Strong beer
193. Pint
194. Watts : அச்சகத்தின் உரிமையாளர்.
195. Beer
196. Duke Street
197. Romish Chapel : அஃதாவது ரோமன் கத்தோலிக்க (Roman Catholic) சமயக் கிளை சார்ந்த கோயில்.
198. Charles II : இங்கிலாந்தின் மன்னன் (1660-1685)
199. Anchovy : ஒரு வகைச் சிறுமீன்.
200. Saint Veronica
201. இயேசு பெருமான் சிலுவையிலே அறையப்பட்டதனைக் குருதி தோய்ந்த திருமுகம் குறித்துக் காட்டுகிறது.
202. Wygate
203. Chelsea
204. Don Saltero
205. Thevenot
206. Motions
207. Positions
208. Bristol : பிரிட்டனின் துறைமுகங்களில் ஒன்று.
209. Blackfriar's
210. Gravesend: இங்கிலாந்திலுள்ள கடற்கரை இடம்.
211. Journal
212. Major Gordon
213. Water - Street
214. Pleurisy
215. Executors
216. Hugh Meredith
217. Citizen
218. Stephen Potts

219. John
220. George webb
221. David Harry
222. Gloucester
223. Grammar - School
224. Witty club
225. Guineas
226. Jame's : அதாவது ஜேம்ஸின் நிலையம்.
227. Mould
228. Puncheon
229. Matrix
230. Warehouseman
231. New Jersey
232. Copper-plate Press
233. Bills
234. Checks
235. Ornaments
236. Burlington
237. Committee
238. 'Odd fish'
239. Judge Allen
240. Samuel Bustill : Secretary of the Provincecw
241. Isaac Pearson
242. Joseph Cooper
243. The Smiths
244. Isaac Decow, Surveyor - General
245. Dissenting way
246. Revelation : கடவுளே தம் திருப்புதல்வராகிய இயேசுவை உலகுக்கு அனுப்பிக் கிறித்தவ அருளறம் பரப்புவித்தார் என்பது கிறித்தவர் கோட்பாடு. தெய்வத்தன்மை என இங்கே குறிக்கப்படுவது இதுவே.
247. Deism : நன்மைக்குரியவற்றையே கடவுள் படைத்தார். தீமையைப் பேய்மகன் (சைத்தான், Satan) உண்டுபண்ணிக் கடவுளை எதிர்க்கிறார் என்ற கொள்கையுடையது இருமைவாதம். இது கி.பி. முதல் ஒன்றிரண்டு நூற்றாண்டுகளில் ஆசியாவிலும், தென் ஐரோப்பாவிலும் பரவியிருந்ததாகத் தெரிகிறது.
248. Boyle's Lectures : பாய்லின் பெயர் நினைவாகத் திட்டமிடப்பட்ட பேருரைகள்.
249. Dryden : 17-ஆம் நூற்றாண்டின் இறுதியில் வாழ்ந்தவர். நாடகம், கவிதை, உரைநடை யாவும் எழுதினார். ஆனால், இன்று உரைநடை உச்ச அளவிலும் கவிதை அடுத்த அளவிலும் பாராட்டப்படுகின்றது.
250. Metaphysical reasonings

251. Thomas Godfrey
252. George House
253. Samuel Mickle
254. Antumn
255. JUNTO
256. Joseph Breintnal
257. Thomas Godfrey
258. Hadley's Quadrant
259. Nicholas Scull
260. Surveyor
261. Surveyor - general
262. William Parsons
263. William Maugridge
264. Mechanic
265. Robert Grace
266. Willim Coleman
267. Pro patria size
268. Folio
269. Pica (size of print letters)
270. Primer (size of print letters).
271. Every-night club
272. Dr. Baird
273. Scotland
274. St. Andrews
275. Busy Body
276. Subscribers
277. Governor Burnet
278. Massachusetts Assembly
279. முதனூலாசிரியர் ஓரக் குறிப்பு: அவர் புதல்வருக்கு நான் ஒரு தடவை 500 பொன் பெற்றுத் தந்தேன்.
280. William Coleman
281. Robert grace
282. Welsh people i.e., people of Wales. இங்கிலாந்தும் வேல்ஸும் சேர்ந்ததே பிரிட்டன். இவற்றுடன் ஸ்காட்லாந்து சேர்ந்து பெரிய பிரிட்டன் அல்லது கிரேட் பிரிட்டன். அயர்லாந்தும் சேர்ந்து பிரிட்டிஷ் தீவுகள் என்று வழங்குவதுண்டு.
283. North Carolina.
284. Blanks : இடை இடையே விவரம் எழுதிக்கொள்ள இடம் விட்டு நிலையான பகுதிகள் அச்சிட்ட தாள்கள், ஏடுகள் முதலியன.
285. Parchment
286. Chapmen's books

287. Whitemarsh

288. Barbadoes

289. David Harry

290. "இன்னா செய்தார்க்கும் இனியவே செய்யாக்கால் என்ன பயத்ததோ சால்பு?" என்ற வள்ளுவர் பொன்மொழியின் மாண்பு பிராங்க்லினின் இச்செயலில் விளங்குகிறது. அதை அவர் வெளிப்படக் குறிப்பிடாது செல்லும் பெருந்திறமும் ஈண்டு உய்த்துணர்ந்து இன்புறத்தக்கது.

291. Loan Office

292. Brockden

293. Subscribers.

294. நூலாசிரியர் தம் மகனுக்குக் கடிதவாயிலாக எழுதத்தொடங்கிய வரலாறாகவே இந்நூல் தொடங்கிற்று என்பது இங்கே நினைவுகூரத்தக்கது.

295. இது 1765-இல் நடைபெற்ற அமெரிக்கப் புரட்சி அல்லது அமெரிக்க விடுதலைப் போரைக் குறிக்கின்றது.

தன்வரலாறு
(இரண்டாம் பகுதி)

தொடர்ந்து நூல் எழுதத் தூண்டுதல் தந்த கடிதங்கள்

I. ஏபெல் ஜேம்ஸி[1]டமிருந்து வந்த கடிதம் :

(பாரிஸில் கைவசம் கிடைக்கப்பெற்றது.)

"மதிப்புக்குரிய என் அருமை நண்பரே,

தங்களுக்குக் கடிதம் எழுதவேண்டுமென்று நான் எத்தனையோ தடவை எண்ணியதுண்டு. ஆனால், என் கடிதம் பிரிட்டிஷாரின் கையில்[2] சிக்கிவிடலாம் என்ற அச்சமே அதைத் தடுத்தது. அப்படிச் சிக்கியிருந்தால் அங்குள்ள ஏதாவது அச்சுத் தொழிலாளர் அல்லது வேறு ஏதாவது ஆரவாரக்காரர் அதன் ஒரு பகுதியை வெளியிட்டுவிட இடமாகும். இது என் நண்பர் மனத்தைப் புண்படுத்தவோ அல்லது என் மீது குற்றச்சாட்டு உண்டுபண்ணவோ வழி வகுத்திருக்கக்கூடும்.

சில நாட்களுக்குமுன் எனக்கு ஒரு தாள்கட்டுக் கிடைத்தது. அதில் தங்கள் கைப்பட எழுதப்பட்டு ஏறத்தாழ இருபத்து மூன்று தாள்கள் இருந்தன. அவற்றில் தாங்கள் தங்கள் புதல்வருக்கு எழுதிய தங்கள் குடும்ப வரலாறும் வாழ்க்கை வரலாறும் இருந்தன. அவ்வரலாறு 1730-ஆம் ஆண்டுவரை வந்து நின்றுவிட்டதாகத் தெரிகிறது. மற்றும் அதனுடனே தங்கள் கையெழுத்திலேயே பல குறிப்புகளும் இருந்தன. இவற்றைப் படித்து நான் எல்லையிலா மகிழ்வு கொண்டேன்.

அவற்றின் ஒரு பகர்ப்பை நான் இத்துடன் தங்களுக்கு அனுப்புகிறேன். தங்கள் வாழ்க்கையின் பிற்பகுதியையும் தாங்கள் எழுதுவதற்கு அவை தூண்டுதலாயிருக்கக்கூடும் என்று நம்புகிறேன். முற்பகுதியுடன் அதனையும் சேர்த்துக் காண நான் ஆவலுடையவனாயிருக்கிறேன். ஒரு வேளை பிற்பகுதியை நீங்கள் எழுதத்தொடங்கியும் இருக்கலாம். ஆனால் அவ்வாறு செய்யாவிட்டால், இனியும் காலம் தாழ்த்தாமல் அதைத் தொடங்கிவிடும்படி கோருகிறேன்.

இனிமையும் பயனும்

மனிதர் வாழ்வுக்காலம் இவ்வளவு என்று உறுதி செய்யுந் தரத்தக்கதன்று என்று சமய அறிஞர் கூறுகின்றனர். தாங்கள் மனித உணர்ச்சியும் அருள் உள்ளமும் படைத்தவர்களாயிருக்கிறீர்கள். தங்கள் வாழ்க்கை வரலாறோ, இனிமையும் பெரும்பயனும் ஒருங்கே உடையதாகத் தெரிகிறது. அது தங்கள் நண்பர்களாகிய சிலருக்கு மட்டுமன்றி, கோடிக்கணக்கான பொதுமக்களுக்கும் மகிழ்வும் மாண்பயனும் தரத்தக்கது. அதனை முற்றுவித் தருளாமல் தாங்கள் சென்றுவிட்டால், தம் நண்பர்கள் உள்ளத்தில் ஒரு மாறாக்குறை ஏற்பட்டுவிடும். தம்மிடம் அன்பு காட்டிய நற்குணச் செல்வரான பென் பிராங்கிலின், அவ்வன்பின் செல்வத்தைத் தமக்கு அளிக்காது போய்விட்டாரே என்று அந்நண்பர்கள் வருந்த நேரும் என்பது உறுதி.

இளைஞர் உள்ளத்தில் வாழ்க்கை வரலாறுகளுக்குள்ள ஆற்றல் பெரிது. பொதுவாழ்வுக்குரிய என் நண்பர் வரலாறு அதை நன்கு தெளிவுபடக் காட்டவல்லது. அதை எழுதியவரைப் போலவே தாமும் நல்லவராகவும், நாட்டு மக்கள் மதிப்புக்குரிய பெரியாராகவும் திகழவேண்டும் என்ற ஆர்வத்தை அது வாசிக்கும் இளைஞர் நெஞ்சில் கட்டாயம் பதிய வைப்பதாயிருக்கிறது.

தங்கள் வரலாறு வெளியிடப்பட்டால் - அது கட்டாயமாக வெளியிடப்படத்தான் வேண்டும் என்று நான் கோருகிறேன். அது இளமையின் வாயிலில் வந்துவிட்டவர் அனைவரையும் தன் முயற்சி, தற்கட்டுப்பாடு ஆகிய பண்புகளில் தங்களைப் பின்பற்றி முன்னேறத் தூண்டும். அது அவர்களுக்கு வாழ்க்கை வரலாற்றுத் துறையில் எத்தகைய நல்வாழ்வுச் செல்வமாகத் திகழும் என்பதை எண்ணிப்பாருங்கள்! அமெரிக்க

இளைஞரிடையே தொழில்துறையில் இளமையிலிருந்தே ஊக்கம், மனமார்ந்த ஆர்வ உழைப்பு, சிக்கனம், எளியவாழ்வு ஆகிய பண்புகளை வளர்க்கும் வகையில், தங்கள் வாழ்க்கையை ஒத்த இன்னொருவர் வாழ்க்கையை - கூட்டாகவேனும் ஒப்பாகக்கூடிய பலர் வாழ்க்கைத் தொகுதியை - என்னால் எண்ணிப்பார்க்க முடியவில்லை.

தங்கள் நூலின் சிறப்பும் பயனும் இது ஒன்றுதான் என்ற அடிப்படையில் நான் இவ்வளவும் கூறவில்லை. நேர்மாறாக இது அவற்றுள் ஒன்றுதான் என்பதை நான் நன்கு அறிவேன். ஆனால், முதற்சிறப்பாகிய இதுவே முதன்மை வாய்ந்த சிறப்பு என்றும், இது வேறு எங்கும் குறைந்த அளவில் கூடக் காணப்பெறாத தனிப்பெருஞ்சிறப்பு என்றும் நான் கருதுகிறேன்."

மேற்கண்ட கடிதத்தையும் அதனுடன் இணைக்கப்பட்ட குறிப்புகளையும் பார்த்த மற்றொரு நண்பர் எனக்கும் கீழ்வருமாறு எழுதினார் :

II. பெஞ்சமின் வாகனிடமிருந்து[3] வந்த கடிதம் :

பாரிஸ்,[4] ஜனவரி 31, 1783,

அன்புடையீர்,

தங்கள் குவேக்கர் நண்பர் பேணி மீட்டுத் தந்துள்ள உங்கள் வாழ்க்கையின் முக்கியக் குறிப்புகளை வாசித்துப் பார்த்தேன். அவரைப்போலவே நீங்கள் அதை முற்றுவிக்கவேண்டுமென்றும், முற்றுவித்து வெளியிடவேண்டும் எனவும் நானும் விரும்புகிறேன். அக்குறிப்புகளடங்கிய தாள்களை முழுதும் வாசித்தபின் என் விருப்பத்துக்கான காரணங்களைத் தெரிவிக்கிறேன் என்றும் நான் உங்களிடம் கூறியிருந்தேன். பல்வேறு அலுவல்கள் காரணமாகக் கூறியபடி கடிதம் எழுத இதுகாறும் முடியாது போயிற்று. அத்திசையில் என் கடிதம் எதிர்பார்க்கத்தக்க சிறப்புடையதாயிருக்குமோ, இருக்காதோ? எனக்குத் தெரியாது. ஆயினும் தற்சமயம் சிறிது ஓய்வுகிடைத்ததால் எழுதுகிறேன். வேறு எந்தப் பயன் ஏற்பட்டாலும், ஏற்படாவிட்டாலும், கடிதம் எழுதுவதே எனக்குக் கிளர்ச்சி தரும்; எனக்கே அது ஒரு நல்ல அறிவுப்பயிற்சியாகவும் இருக்கும். ஆனால், இத்தகைய கடிதம்கூடத் தங்களை ஒத்த பண்புடைய ஒருவர் விருப்பத்துக்கு

உரியதல்லாததாயிருக்க இடமுண்டு. ஆகவே தங்களிடம் முன்கூட்டிக் கூறிக்கொள்ள விரும்புகிறேன். தங்களைப்போன்ற பெருமையும் பண்பும் உடைய, ஆனால் தங்களளவு தயக்கம் அற்ற இன்னொரு நண்பருக்கு நான் எழுதினால் எப்படி எழுதுவேனோ, அப்படித்தான் எழுதியிருக்கிறேன்.

பெரியீர், கீழ்வரும் நோக்கங்களுக்காகத்தான் தங்கள் வாழ்க்கை வரலாறு மிகவும் இன்றியமையாத ஒன்று என்று நான் கருதுகிறேன் :

I. 'உள்ளுறை நாட்டு வரலாறு'

உங்கள் வரலாறு மிகவும் தனிச்சிறப்பு வாய்ந்தது. அதை நீங்களாகத் தீட்டாவிட்டால், வேறு யாராவது தீட்டிவிடுவது உறுதி. நீங்களே எழுதினால் எவ்வளவு நலங்கள் விளையும் என்று நாங்கள் எதிர்பார்க்கிறோமோ, கிட்டத்தட்ட அதே அளவு தீமைகள்கூட அதனால் விளையக்கூடும். மேலும் தங்கள் கையில், அது உங்கள் நாட்டின் உள்ளுறை வரலாற்றுச் செய்திகளின் ஒரு பட்டியலாகவும் திகழும். ஆண்மையும் ஆன்ற பண்பும் உடைய மக்களை அது இந்நாட்டுக்கு வந்து குடியேறி அதன் பெருமையில் பங்குகொண்டு அதை வளர்க்கவும் தூண்டும். நன்மக்கள் இந்நாட்டின் உண்மைத் தகவல்களை அறிவதில் காட்டும் ஆர்வத்தின் அளவையும், தங்கள் புகழின் பரப்பையும் நான் ஒருசேர எண்ணும்போது, இவ்வகையில் தங்கள் வாழ்க்கை வரலாற்றை ஒத்த முதல்தர மதிப்புடைய வேறு விளம்பரம் இருக்கமுடியுமா என்று ஐயுறுகின்றேன்.

தங்கள் வாழ்க்கைச் செய்திகள் ஒவ்வொன்றும் வளர்ந்துவரும் இந்நாட்டு மக்களின் நிலைகள், பழக்கவழக்கப் பண்பாடுகள் ஆகியவற்றின் நுட்ப விவரங்களுடன் இணைந்தே இருக்கின்றன. எனவே, மனித இயல்பிலும் சமூக வாழ்விலும் அக்கரைகொண்ட எவருக்கும் சீசரின்[5] எழுத்தோ, டாஸிட்டஸின்[6] எழுத்தோகூட உங்கள் எழுத்தளவு சுவைகரமாக இருக்கமாட்டா என்பது திண்ணம்.

மேற்குறிப்பிட்ட இரண்டு ஆசிரியர்களின் நூல்களும் தற்கல்வி முறைமையின் தத்துவங்களை எடுத்துக்கூறி, அவற்றுக்கு நல்ல செயல்முறை எடுத்துக்காட்டவும் அமைபவை என்பதை நீங்கள் ஒத்துக்கொள்வீர்கள்.

II. தற்கல்வி முறை

கல்வி பொதுவாகவும், பள்ளிக் கல்வி சிறப்பாகவும் தவறான பாதையில் செல்கின்றன என்பதே என் கருத்து. அவை எப்போதும் மிகக் கடுமுறைகளைக் கையாண்டு தவறான இலக்கையே குறியாகக் கொள்கின்றன. ஆனால், உங்கள் எழுத்தில் காணும் முறையும் எளிது. இலக்கும் சரியான இலக்கு. ஒருவர் வாழ்க்கையில் கூடியமட்டும் உயர்மதிப்பான நிலையை உண்டுபண்ணத்தக்க முறைமையை மதித்துணர்வதிலும், அதற்கான பயிற்சி பெறுவதிலும் சரியான கருவி எது என்று அறியாமல் எத்தனையோ தாய் தந்தையரும், எத்தனையோ இளைஞரும் எவ்வளவோ இடர்ப்படுகிறார்கள். ஆனால், அக்கருவி ஒவ்வொரு மனிதன் கைக்குள்ளேயே இருக்கிறது என்பதைத் தாங்கள் கண்டு கூறியுள்ளீர்கள்! இது எவ்வளவு மதித்தற்கரிய செய்தி!

இது மட்டுமா? வாழ்க்கையின் பிற்பகுதியில் ஏற்படும் திருத்தங்கள் காலத்தால் பிற்பட்ட திருத்தங்கள்மட்டுமல்ல. அவை வலுவற்றவை, உறுதியற்றவைகளாகவே இருக்கும். நம் முக்கியமான பழக்க வழக்கங்கள், நம் விருப்பு வெறுப்புக்கள் உள்ளத்தில் வேரூன்றிப் பதிவது இளமையில்தான். தொழில், வாழ்க்கைத் துறைகள், திருமணம் ஆகிய எல்லாச் செய்திகளிலும் நம் கோட்பாடுகள் உருவாவதும் அப்போதுதான். எனவே, இளமை அவ்விளைஞன் வாழ்க்கையின் போக்கை உருவாக்குவதுமட்டுமல்ல, அவனுக்கடுத்த தலைமுறையின் கல்விப் பயிற்சியையும் ஓரளவு உருவாக்குவதாக இருக்கிறது. மனிதன் தனிமுறைப் பண்பியல்பும் சமூகப் பண்பியல்பும் ஆக்கமடைவது அப்போதுதான். நம் வாழ்க்கை இளமையிலிருந்தே தொடங்கி முதுமையுடன் முடிவதாயிருப்பதால், வாழ வகைவகுப்பவன் இளமையின் தொடக்கத்திலிருந்தே, அதனைச் சீரமைக்கத் தொடங்கிவிட வேண்டும். சிறப்பாக, நாம் வாழ்வின் நோக்கங்கள் பற்றிய சார்பெதிர்வுக் கருத்துக்கள் பிறப்பதற்கு முன்பே, அதைத் தொடங்கத் திட்டமிடவேண்டும்.

II. வாழ்க்கைக்கான 'வழிகாட்டும் ஒளி'

தங்கள் வாழ்க்கை வரலாறு இத் தற்கல்வி முறையை நன்கு போதிப்பதுமட்டுமல்ல. அது ஓர் அறிவாளியின் கல்வி

முறையாகவும் அமையும். அறிவில் தலைசிறந்த மனிதருக்கூட அது ஒளிதந்து சில கூறுகளில் அவர்கள் நற்போக்கில் திருத்தங்கள் உண்டு பண்ணுவதாயிருக்கும். ஏனெனில், அது மற்றோர் அறிவாளியின் வாழ்க்கைச் செய்திகளின் விரிவான விளக்கம் ஆகும்.

நம் மனித இனம் இருட்டில்தான் தடவிச் செல்லவேண்டியிருக்கிறது. வாழ்க்கையின் பாதையைக் காட்டும் வழிகாட்டியில்லாமல், எல்லையற்ற காலத்தின் தொடக்கத்திலிருந்து தவறுகளையே செய்துகொண்டு போகிறது. இந்நிலையில் வலி குன்றிய, பிறபட்ட மக்கள் நிலை என்ன? அவர்களுக்கு உதவவல்ல கருவிகள் கிட்டினால், அவற்றை அவர்களுக்கு உதவும்படி பயன்படுத்தாமல் விடுவது சரியாகுமா?

பெரியீர், நான் சுருக்கமாகக் கோருவதெல்லாம் இதுதான். செய்வது இன்னது என்று தந்தையர்க்கும் தனயர்க்கும் தயக்கமில்லாமல் தெளிவுபடக் காட்டுங்கள். எல்லா அறிவுடைய மக்களையும் அழைத்து, தங்களை பின்பற்றி மனிதருக்கு உதவும்படி தூண்டுங்கள். அத்துடன் மக்களனைவரையும் தங்களை ஒத்த அறிவாற்றலுடையவராகச் செய்யுங்கள்.

அறிவிற் சிறந்த அரசியல்வாதியும் வீரமிக்க படைத்தலைவர்களும் மனித இனத்தினிடம் ஈவிரக்கமற்ற கொடியோர்களாக நடந்துகொள்வதை நாம் பார்க்கிறோம். தனிப்பெருந் திறமையுள்ள உயர்மனிதர்கள் பொதுவாழ்வில் நண்பர்கள், அறிமுகமானவர்களுடன் பேசப் பழகத் தெரியாமலிருக்கும் அவல நிலையையும் காண்கிறோம். அமைதியான, இணக்க வணக்க நடையமைதி எவ்வளவு இன்றியமையா நலங்களை உடையது என்பதைக் காட்ட, இவை போன்ற எத்தனையோ சான்றுகளைக் காட்டலாம். வாழ்வில் உயர்வு இருக்கிற இடத்தில், அளவளாவும் அன்பாதரவு இருப்பதில்லை. பெருமை இருக்கிற இடத்தில், பெருந்தகைமை இருப்பதில்லை. இவ்விரு சார்புகளின் ஒன்றுபட்ட கூட்டுறவு மிக அருமையானதாகவே இருக்கிறது.

இச் சிறுதிற நுட்பத் துறைகளில் உங்கள் வரலாறு பெரும்பயன் உடையது. பொதுவாழ்வின் பொதுச் செய்திகளில் எவ்வாறு முன்னறிவுடன் நடந்துகொள்ளவேண்டும் என்பதற்கான

பொது அறிவொழுங்குகள் நமக்கு மிகமிகத் தேவையாய் இருக்கின்றன. உங்கள் வரலாற்றின் பல்வேறு சின்னஞ் சிறுநிகழ்ச்சிகளிலே, இத்தகையவை ஏராளமாயிருக்கின்றன. இவ்வொழுக்கு முறைகளை நீங்கள் எங்கெங்கே, எவ்வெவ்வாறு பயன்படுத்தி, எவ்வெவ்வகையில் வெற்றி கண்டுள்ளீர்கள் என்றறிவது மிகவும் சுவைகரமாகவே இருக்கிறது. வாழ்வின் வெற்றிக்கு இவ்வாறு உங்கள் வரலாறு ஒரு திறவுகோலாகிறது. நம் மக்களுக்கு விளங்கவேண்டிய, ஆனால், இதுவரை விளக்கம் பெறாத பல செய்திகளில் அது அவர்களுக்கு மிகத்தெளிவான ஒளி விளக்கம் தருகிறது. அவர்கள் வாழ்வு முன் கருதலுடைய அறிவார்ந்த வாழ்வாகிறது.

IV. புத்தார்வமுறை

தாமாக அனுபவித்தறியும் அறிவுக்கு அடுத்தபடியான பயனுடையது, தம்மையொத்த பிறர் அனுபவங்களை நேரடியாக, மகிழ்வூட்டும் வடிவில், கண்முன் காண்பதே! உங்கள் எழுதுகோல் இதை அருமையாகச் செய்து காட்டுவது உறுதி. நம் நாட்டு நிகழ்ச்சிகளும், அவற்றை நாம் நிறைவேற்றிய வகைகளும் எளிமை வாய்ந்தவை. ஆனால், தனிச் சிறப்புடையவை. இதைப் பலரும் பொதுவாகக் கவனித்துள்ளனர். ஆனால், நீங்கள் அவற்றை விரித்துரைக்கும் முறை முற்றிலும் புதுமை வாய்ந்தது என்று நான் உறுதியாகக் கூறுவேன். உங்கள் வருணனை வெறும் வருணனையாய் இல்லை. அரசியல்பற்றியோ, வாழ்க்கைத் தத்துவங்கள் பற்றியோ நீங்கள் நடத்தும் ஒரு வாதம் போல அது புத்தார்வம் வாய்ந்த தோற்றம் அளிக்கிறது.

மனித வாழ்வில் சிறப்புக்களும் இருக்கின்றன; குறைகளும் இருக்கின்றன. ஆனால், மொத்தத்தில் அவ்வாழ்க்கையைவிட முறையமைப்புக்கும், தேர்வாராய்ச்சிக்கும் உரிய தகுதியும், விருவிருப்பும் உடைய பொருள் வேறு என்ன இருக்கிறது?

ஒழுக்கத்தைப்பற்றிச் சிந்தியாமல், அதன் காரணகாரிய அறிவில்லாமலே, குருட்டுத்தனமாக ஒழுக்கமாக வாழ்பவர் உண்டு. ஒழுக்க வாழ்வைப் புறக்கணித்துவிட்டு ஒழுக்க முறைபற்றி மயிர் பிளக்கும் வாத எதிர்வாதக்கோட்டைகள் கட்டுப்பவர்கள் உண்டு. இன்னும் சிலர் கூரறிவுடன் தம் காரிய காரண உணர்வைக் கெட்ட காரியங்களில் வெற்றிகரமாகப்

பயன்படுத்தப் பார்ப்பர். ஆனால், பெரியீராகிய தாமோ, நல்லது, தொலையறிவுடையது, நற்செயலில் முடிவது என்ற மூன்று இலக்கணங்களையும் ஒருங்கே உடைய செய்திகளுக்கல்லாமல், வேறு எதற்கும் தம் கையொப்பம் தருவதில்லை. டாக்டர் பிராங்க்லினின்[7] வாழ்க்கையில்தான் நான் இப்பண்புகளைக் கண்டிருக்கிறேன். ஆனால், இதே பண்புகள் உங்கள் வாழ்க்கை வரலாற்றிலும் இணைந்து மிளிர்கின்றன.

V. வெற்றியின் மறைதிறவு

உங்கள் வாழ்க்கைத் தொடக்கத்தைப்பற்றிக் கூற நீங்கள் தயங்கவில்லை. அதுபற்றி எதைக் கூறவும் நீங்கள் வெட்கப்படவில்லை. இத் தன்மதிப்பும், வாய்மையும் தனிப்பட அரும்பயனுடையவை. ஏனென்றால், ஒருவர் இன்ப வாழ்வுக்கு, ஒழுக்கத்துக்கு, பெருந்தகைமைக்குப் பிறப்பின் சிறப்பு எவ்வகையிலும் தேவையில்லை என்பதை நீங்கள் காட்டியிருக்கிறீர்கள். இது மிக முக்கியமான படிப்பினை. இதுமட்டுமல்ல. எந்த விளைவுக்கும் ஒரு மூலகாரணம், வகைதுறை இருந்தாகவேண்டும். தங்கள் வெற்றிக்கு வழி வகுத்த அந்த மூலகாரணத்தையும் நீங்கள் தெளிவாக்கியுள்ளீர்கள். அது நீங்கள் தாமாகவே தங்கள் வாழ்வுக்கு வகுத்துக்கொண்ட திட்டம் ஆகும். விளைவு எவர் உள்ளத்தையும் மகிழ்விக்கவல்லது; மலைக்கவைக்க வல்லது. ஆனால், வகைதுறையோ தங்கள் மெய்யறிவால், மிக மிக எளிதாக அமைக்கப்பட்டுள்ளது. அதன் நிறை பயனின் மறைதிறவு யாதெனில், அது இயற்கை, ஒழுக்கம், சிந்தனை, பழக்கம் ஆகியவற்றை அடிப்படையாகக் கொண்டது என்பதே.

குறிப்பிடத்தக்க மற்றொரு செய்தி தங்கள் பணிவார்ந்த பொறுமையே. உலக அரங்கில் வந்து தோற்றமளிப்பதற்குரிய தகுதிவரும்வரை ஒவ்வொரு மனிதனும் காத்திருக்கவேண்டும் என்று உங்கள் வாழ்வு காட்டியுள்ளது. பொதுவாகப் பலர் வெற்றிக்குரிய கணத்தை மட்டுமே எண்ணிக் காத்திருப்பர். ஆனால், வாழ்வு ஒரு கணத்துடன் தீர்ந்துவிடாது. அந்தக் கணத்தை அடுத்து எண்ணற்ற கணங்களில் அது தொடரவேண்டும். ஆகவே, வெற்றியளிக்கும் கணத்துக்கு மட்டும் ஒருவன் தகுதிபெற்றால் போதாது. வெற்றிக்கு முன்னேற்பாடான வாழ்க்கை முழுவதற்குமே தகுதி பெற்றாகவேண்டும். உங்கள் முயற்சி

இங்ஙனம் முழுவாழ்வை எதிர்நோக்கி அமைந்ததினாலேயே, அதன் ஒவ்வொரு கணத்திலும் இன்பமும் மனநிறை அமைதியும் உங்களிடம் காணப்பெறுகின்றன. பொறுமைக் குறைவுடன் கூடிய படபடப்போ, சென்ற தவறுகள் பற்றிய கழிவிரக்கமோ அதில் இடம் பெறவில்லை.

பெரிய மனிதர்கள் வாழ்க்கையிலெல்லாம் பொறுமை அவர்கள் முக்கிய பண்பாகக் காணப்படுகிறது. அவர்களைப் பின்பற்றித் தம் வாழ்க்கையையும் பண்பையும் அமைத்துக் கொள்பவர்களுக்குத்தான் பொறுமை எளிதாக முடியும்.

VI. பணிவமைதி, தன்னலத் துறை

உங்கள் குவேக்கர் நண்பர் உங்கள் சிக்கனம், ஊக்கம், எளிய வாழ்வு ஆகியவற்றைப் பாராட்டியிருக்கிறார். அவை இளைஞர்களுக்கெல்லாம் முன்மாதிரியாகத் தக்கவையென்றும் குறிப்பிடுகிறார். ஆனால், பணிவமைதி, தன்னலத் துறவு ஆகிய இரண்டு பண்புகளை அவர் விட்டுவிட்டது காண எனக்கு வியப்பாயிருக்கிறது. ஏனெனில், இவை இல்லாமல் நீங்கள் உங்கள் வெற்றியுயர்வு வரும்வரை பொறுமையுடன் காத்திருக்கமுடியாது. அது வருமுன் ஒவ்வொரு கணமும் அமைதியுடன் வாழ்ந்திருக்கவும் முடியாது.

உலகில் புகழ் ஏன் அரும்பொருளாயிருக்கிறது என்பதையும், அதற்குத் தகுதிபெற நம் உள்ளத்தை நாமே எவ்வாறு செப்பம் செய்யவேண்டும் என்பதையும் இச்செய்திகள் காட்டும்.

தங்கள் புகழை நான் உணர்ந்ததுபோல, தங்கள் (குவேக்கர்) நண்பர் உணர்ந்திருந்தால் அவர் இவ்வாறு கூறலாம். உங்கள் முந்திய நூல்களும் செயல்முறைகளும் தந்த புகழே இந்த வாழ்க்கை வரலாற்றையும், அதில் இணைந்துள்ள தங்கள் ஒழுக்கக் கலையாராய்ச்சியையும் மக்கள் ஆர்வத்துடன் படிக்கத்தூண்டும். அதுமட்டுமன்று; தங்கள் வாழ்க்கை வரலாறும், ஒழுக்கக் கலையாராய்ச்சியும், அதுபோலவே மற்ற நூல்களையும், செயல்முறைகளையும் புத்தார்வத்துடன் நாடத் தூண்டுவது உறுதி.

பல்வேறுபட்ட சிறப்புக்களை ஒருங்கே கொண்டவர் வாழ்க்கைக்கு ஏற்படும் ஒரு தனி நலம் இது. ஒவ்வொரு

நலமும் எல்லா நலன்களையும் ஒரே மொத்தமாகக் கண்முன் கொண்டுவருகிறது. ஆனால், இங்கே இதனால் பயன் இரட்டிப்பாகிறது. ஏனென்றால் மனிதர்களிடையே தங்கள் தங்கள் உள்ளங்களையும், பண்புகளையும் செப்பம் செய்ய விரும்பாதவர்களோ, அதற்கு நேரமில்லாதவர்களோ கிடையாது. அதற்கான வகைதுறைகள் அறியாதவர்களே மிக மிகப் பலர்.

VII. புளூட்டார்க்கின் வரலாறுகளை விஞ்சிய நற்பயன்

கடைசியாக, வாழ்க்கை வரலாறுகளிடையே உங்கள் வரலாற்றுக்கு ஒரு தனிமதிப்புத்தரும் செய்தி ஒன்று உண்டு. இத்துறை இலக்கியம் இன்று வழக்காற்றில் தளர்ந்துவருகிறது. தங்கள் வரலாறு அத்தளர்ச்சி அகற்றி அத்துறைக்கே உயிர்ப்பூட்டும். பொதுவாகக் கொலைக்கஞ்சாப் பழிகாரர் கொலை வாழ்வையும், சதிகாரர் சதிகளையும், தங்கள் வாழ்வைத் தாங்களே துன்புறுத்திக் குலைத்துக்கொள்ளும் சமயநிலைத் துறவோர்[8] அவல வாழ்வுகளையும், தற்செருக்குடைய இலக்கியப் பசப்பர்களின் வெற்றுரை விளையாட்டுக்களையுமே வாழ்க்கை வரலாறுகள் என்று கருதும்நிலை ஏற்பட்டு வருகிறது. உங்கள் வரலாறு அவற்றிடையே புத்தொளியுடன் மின்னும். தங்கள் வரலாறு அதுபோன்ற புதுமுறை வரலாறுகளுக்கு வழிகாட்டுமானால், அம்முறையில் அத்தகைய வரலாறுகளின் தகுத்திக்கேற்ற வாழ்வுவாழ அது மக்களைத் தூண்டுமானால், அவ்வாழ்க்கை வரலாற்றின் பயன் புளூட்டார்க் இயற்றிய வாழ்க்கை வரலாறுகள்[9] அத்தனையின் மொத்தப்பயனையும் விடப் பெரிதாகும்.

முகப்புகழ்ச்சி செய்வதை வெறுப்பவன் நான்; முகப் புகழ்ச்சியை உங்களைப் போன்றவர்கள் விரும்பமாட்டார்கள். நீங்கள் அதை வெறுக்காமலிருக்கமுடியாது. ஆயினும் தங்களைப்பற்றிய என் விருப்பு வெறுப்பற்ற மதிப்புரையைக் கூறினால், அது பச்சை முகப்புகழ்ச்சியாகவே தோன்றும். ஆகவேதான், தங்களைப் போன்ற ஒருவர் எழுதுவதாகப் பாவித்து, இத்துணையும் என் உள்ளக் கருத்துக்களைக் கூறினேன். ஆயினும், புகழ்ச்சியுரையோ, மதிப்புரையோ, எதுவாயினும், இத்தனை பண்புகளும் ஒருசேர வாய்ந்த மனிதர் டாக்டர் பிராங்க்லின் தவிர வேறு யாரும் இருக்கமுடியாதாதலால் நேரிடையாக, உங்களுக்கே சில கூறி இக்கடிதத்தை முடிக்கிறேன்.

VIII. நாட்டின் அடிப்படை, மனித உலகின் அடிப்படை!

என் அரிய பெரிய டாக்டர் பிராங்க்லின், உங்கள் பண்புத் திறங்களை உலகம் உள்ளவாறறிய நீங்கள் வழி வகுக்கவேண்டும். ஏனெனில், நம் உள்நாட்டுக் கட்சிப் பூசல்களிடையே, அது மாற்றுருவும் வேற்றுருவும் பெற்றுத் திரிபுறக்கூடும். தங்கள் பழுத்த முழுநிறை முதுமை, தங்கள் அமைவார்ந்த முன்னெச்சரிக்கைத் திறம், தங்கள் தனிப்பட்ட எண்ணக்கோவை வண்ணம் ஆகியவற்றை நோக்க, தங்கள் வரலாற்றைத் தங்களைத் தவிர வேறு யாரும் திறம்பட எழுதமுடியாது. அதன் பல்வேறு நிகழ்ச்சிகளும், அதன் பின்னணியிலுள்ள தங்கள் ஆரா ஆர்வ நோக்கங்களும் தங்கள் ஒருவர் கையாட்சிக்கே உரியன. தவிர, தற்சமயம் ஏற்பட்டுள்ள புரட்சிகரமான மாறுபாடுகளிடையே மக்கள் கருத்து அப்புரட்சியின் செயல் முதல்வரான தங்கள்பால் திரும்பாமலிருக்கமுடியாது. புரட்சிக்குப் பின்னணியாயிருந்த கருத்துக்கள் ஒழுக்க நேர்மைச் சார்பானவை என்று கூறுவதுடன் அவர்கள் அமையமுடியாது. அவை அத்தகையவை என்று நாட்டுவது அவர்களுக்கு உயிர்நிலையான இன்றியமையாமை ஆகும். இவ்வகையில் நேர்மை நெறி பற்றி ஆராயும் எதிரிகள்கூட, உங்கள் செயல்கள், உங்கள் பண்புகளிலேயே தங்கள் ஆராய்ச்சியைச் செலுத்துவர். உங்கள் வாழ்க்கை இங்ஙனம் நம் நாட்டுக்கு மட்டுமன்றி, இங்கிலாந்துக்கும், ஐரோப்பாவுக்கும் முதன்மை உடையதாகும். அத்தகைய வாழ்க்கையின் வரலாறு உறுதியான, மதிப்பு வாய்ந்த நிலையில் அமையப்படுவது சால்புடையது.

மனிதன் இயல்பிலே கெட்டவனல்ல, நல்லவனே! இந்த நம்பிக்கையின் அடிப்படையாகத்தான் மனித இனம் இன்பவாழ்வை நோக்கி முன்னேறமுடியும். இதையே நான் எப்போதும் என் உறுதியான கோட்பாடாகக் கொண்டிருக்கிறேன். மனிதன் இந்நாளிலும் வெறுக்கத்தக்க, தீமை சார்ந்த உயிரினமல்ல என்றும், நல்லிணக்கத்துடன் நடத்தப்பட்டால் அவன் எளிதில் திருத்தம் பெறமுடியும் என்றும் காட்டினாலன்றி, இந்த நம்பிக்கை பொதுவாக வலுப்படாது. மேலும் இதே காரணத்திற்காகவே, மனித இனத்தில் நேர்மை வாய்ந்த தனியாட்கள் இருக்கின்றனர் என்றும், எல்லாரும் திருத்தமுடியா அளவில் கெட்டுவிடவில்லை என்றும் மக்களை நம்பவைப்பது தேவைப்படுகிறது. ஏனெனில் எல்லா மனிதரும் கெட்டவர் அல்லது திருத்தமுடியாத அளவில்

கெட்டுவிட்டவர் என்ற எண்ணம் ஏற்பட்டுவிடுமானால், நல்லெண்ணமுடைய நன்மக்கள் கூடத் திருந்தும் முயற்சியையும், திருத்தும் முயற்சியையும் வீணானவை என்று கைவிட்டுவிடுவர். அத்துடன், சில சமயம், வாழ்க்கையின் கடும்போட்டியில், தத்தமக்கு அகப்பட்டதே தமக்கு ஆதாயம் என்னும் எண்ணத்தையோ, அல்லது தம் வாழ்வைப் பெரிதும் தமக்கு மட்டுமே வாய்ப்பு நலமுடைய ஒன்றாக ஆக்கினால் போதும் என்னும் எண்ணத்தையோ அதுஉண்டு பண்ணிவிடவும் கூடும்.

IX. நற்பண்புகளின் இயல்வளர்ச்சி

அன்பு சான்ற பெரியீர், இக்காரணங்களால் தம் நூலை விரைவில் எழுத எடுத்துக்கொள்ளும்படி கேட்டுக் கொள்ளுகிறேன். உங்கள் இயல்பான நற்பண்புகள் அதில் இடம்பெற்று மிளிரட்டும். இயல்பான உங்கள் எளிய தன்னடக்க வாழ்வு அதில் துலங்கட்டும்! குழந்தைப் பருவத்திலிருந்தே இயல்பாக நேர்மை, விடுதலை உரிமை, நல்லிணக்கம் ஆகியவற்றில் உங்களுக்கு இருந்துவந்த தொடர்ந்த இடையறா நாட்டத்தை மக்கள் காணட்டும்! கண்டு, சென்ற பதினேழு ஆண்டுகளாக, உங்கள் வாழ்வில் உங்கள் செயலில் எங்களுக்குத் தென்பட்ட அப்பண்புகள் உங்கள் வாழ்க்கையின் இயற்கைப் பண்பு என்றும், அதன் தொடக்க வளர்ச்சி என்றும் உணரட்டும்!

ஆங்கில மக்கள் உங்களை மதிக்கின்றனர்; மதிப்பதுடன் நேசமும் காட்டட்டும்! ஏனெனில் உங்கள் நாட்டின் தனிமனிதர் வாழ்க்கைபற்றிய நல்லெண்ணமே, உங்கள் நாட்டைப்பற்றி நல்லெண்ணம் கொள்ள அவர்களைத் தூண்டும். ஆங்கில மக்கள் தங்களைப் பற்றி நல்லெண்ணங் கொண்டுள்ளார்கள் என்ற கருத்து, இங்கிலாந்தின் மீது உங்கள் நாட்டவரையும் நல்லெண்ணங்கொள்ளத் தூண்டும்.

X. மொழி கடந்த பயன்

உங்கள் காட்சி எல்லை இன்னும் விரிவுடையதாயிருப்பது நலம். அது ஆங்கிலமொழி பேசும் மக்கள் எல்லையில் நின்றுவிடாதிருக்கட்டும்! நம் இயற்கைப் பண்பாடு, நம் அரசியல் ஆகியவற்றிலுள்ள சிக்கல்களை ஆய்ந்து தெளிவளித்தபின்,

மனித இனத்தையே முன்னேற்றுவிக்கும் பெரும்பணியில் தங்கள் கவனம் செல்லட்டும்!

தங்கள் வாழ்க்கையின் எப்பகுதியையும் நான் இச்சமயம் படித்துணர்ந்திருக்க முடியாது. அவ்வாழ்க்கையை வாழ்ந்தவர் குணச்சிறப்பை மட்டுமே அறிவேன். ஆகவே, வாழ்க்கை வரலாறு பற்றி நான் குறிப்பிடுவதெல்லாம், எதிர்கால ஊகக் குறிப்பே. ஆயினும், நான் குறிப்பிட்டுள்ள (ஒழுக்கக் கலை ஆராய்ச்சி) நூலும் வரலாறும் சேர்ந்த தொகுதி, நான் எதிர்பார்க்கும் செய்திகள் எல்லாவற்றையுமே நிறைவேற்றாமலிருக்கமாட்டாது என்பதே என் முழுப்பெரு நம்பிக்கை. நான் மேலே குறிப்பிட்ட கருத்தூக்கியை உங்கள் வருங்கால எழுத்து அமையக்கூடுமானால், இந்த நம்பிக்கை இன்னும் வலிமை பெற வழி உண்டு.

தங்களை ஆர்வத்துடன் வியந்து பாராட்டும் என் போன்றவர் எதிர்பார்ப்பது முழுவதும் நிறைவேறாமல் போய்விடக்கூடும் என்று நீங்கள் நினைத்தால்கூட, நீங்கள் அரைகுறையாக எழுதும் செய்திகள் தாமும் மனித உள்ளங்களுக்கு மகிழ்ச்சியூட்டுவது உறுதி. மனிதன் வாழ்வில் கவலையாலும், துன்பங்களாலும் ஏற்படும் இருள் பெரிது. அதன் ஒளியார்ந்த பகுதி மிகச் சிறிதே. ஆகவே, தீமை எதுவும் இல்லாத மகிழ்ச்சியை மட்டுமே மனிதனுக்கு நீங்கள் கொடுத்தால்கூட, அது அவ்வொளியார்ந்த பகுதியை ஓரளவு பெருக்கியதாகவே அமையும்.

இக்கடிதத்தில் விரித்துரைக்கப்பட்ட வேண்டுகோளுக்குத் தாங்கள் செவிசாய்க்க வேண்டுமென்ற அவா ஆர்வத்துடன், அன்பார்ந்த நண்பரீர்,

என்றும் தங்கள்

(ஒப்பம்) பெஞ்சமின் வாகன்.

வாழ்க்கை வரலாற்றின் தொடர்ச்சி[10]

மேற்கண்ட கடிதங்களை நான் பெற்றுச் சில நாட்களாகிவிட்டன. அவற்றில் கண்ட வேண்டுகோளை நிறைவேற்றமுடியாமல் இத்தனை நாளும் எனக்கு நெருக்கடியான வேலைகள் இருந்துவந்தன. தவிர, நான் இப்போது என் ஊரில் இல்லாததால், என் தாள் குறிப்புக்கள் என்னிடம் இல்லை. அவற்றின் உதவிகொண்டு மறந்ததை நினைவில்கொண்டு

வரவோ, நினைத்தவற்றிற்குக் காலவரையறை காணவோ முடியவில்லை. இருந்தபோதிலும் நான் திரும்பவும் எப்போது ஊர்செல்லமுடியும் என்று கூறுவதற்கில்லாத நிலையில், சிறிது ஓய்வு கிடைத்திருப்பதனால், என்னால் முடிந்த அளவு நினைவிலுள்ளதை எழுத எண்ணுகிறேன். ஊருக்குச் செல்ல வாய்ப்புக் கிடைத்தால், அதை அங்கே திருத்திச் செப்பம் செய்துகொள்ளலாம் என்று எண்ணுகிறேன்.

1. பிலேடெல்பியாப் பொதுநூலகம்

முன் எழுதிய பகுதியின் பகர்ப்புப்படிகூடத் தற்போது என் கைவசமில்லை. ஆகவே, பிலாடெல்பியா பொதுநூல் நிலையம் நிறுவும்வகையில் நான் செய்த ஏற்பாடுகள் பற்றி எழுதிவிட்டேனோ இல்லையா என்று எனக்கு நினைவில்லை. சின்னஞ்சிறு தொடக்கத்திலிருந்து அது இன்று பாரிய நிலையமாய்விட்டது. அந்நூல் நிலைய முயற்சிக்காலம் (1730) வரை என் வரலாற்றைக் கொண்டுவந்தேன் என்பது மட்டுமே நினைவிலிருக்கிறது. எனவே, நான் அந்நூல் நிலையச் செய்தியிலிருந்து தொடங்குகிறேன். முன்பே அதுபற்றி நான் எழுதியிருந்ததாகக் கண்டிருந்தால் அங்கே அப்பகுதி அடித்துவிடப் படலாம்.

பென்சில் வெனியாவில் நான் வந்து வாழ்க்கை தொடங்கிய சமயத்தில், அமெரிக்கக் குடியேற்ற நாடுகளில் பாஸ்டனுக்குத் தெற்கே ஒரு நல்ல புத்தகக்கடைகூடக் கிடையாது. நியூயார்க்கிலும் பிலேடெல்பியாவிலும் அச்சுத்தொழில் முதல்வரே பணிமனைப் பொருள் விற்பனைக்காரராகவும் இருந்தனர். அவர்கள்கூட ஆண்டுப் பட்டிகள், நாட்டுப் பாடல் நூல்கள், ஒரு சில பள்ளிப் புத்தங்கள் ஆகியவற்றையே வைத்து விற்றனர். புத்தகங்கள் வாசிப்பதில் ஆர்வமுடையவர்கள் இங்கிலாந்திலிருந்துதான் புத்தகங்கள் வருவிக்கவேண்டியிருந்தது.

எங்கள் ஜண்டோவின் உறுப்பினர்கள் ஒவ்வொருவரிடமும் ஒருசில புத்தகங்கள் இருந்தன. இப்போது நாங்கள் அதைத் தேறல் அருந்தகத்தில் நடத்தவில்லை. கழகத்தை நடத்துவதற்கென்று ஓர் அறையை வாடகைக்கு அமர்த்தியிருந்தோம். அந்த இடத்துக்கு எல்லார் புத்தகங்களையும் கொண்டுவந்து தொகுத்து வைக்க நான் ஏற்பாடு செய்தேன். எங்கள் வாதக் கூட்டங்களில் அவை

பயன்பட்டன. அத்துடன், பொதுவாகவும் மிகவும் நல்ல பயனுடையவையாயிருந்தன. உறுப்பினர் எவரும் தத்தமக்குத் தேவையான புத்தகத்தை இரவலாகப் பெற்று வீட்டுக்குக் கொண்டுபோய் வாசிக்க உரிமை பெற்றிருந்தோம். இது கொஞ்சநாள் நடைபெற்றது. எல்லாருக்கும் மனநிறைவளித்தது.

2. பங்குவரித் திட்டம்

இந்தச் சிறு புத்தகத் தொகுதியால் இவ்வளவு நற்பயன் ஏற்பட்டது கண்டதே, இன்னும் பரந்த பொது அடிப்படையில் பங்கு வரிப்பணத்தால் நடத்தப்படும் ஒரு பொதுநூல்நிலையம் தொடங்க முற்பட்டேன். அதற்கு வேண்டிய திட்டம், விதிகள் ஆகியவற்றை வகுத்து, சார்ல்ஸ் பிராக்டென் என்ற ஒரு திறமை வாய்ந்த பத்திர எழுத்தாளாரிடம் கொடுத்து, பொது ஒப்பந்த வடிவமாக உருவாக்குவித்தேன். அதன்படி அதன் கீழே கையொப்பமிட்ட ஒவ்வொருவரும் முதற் புத்தகத்தொகுதி வாங்குவதற்காக ஒரு தொகையை உடனடியாகக் கொடுக்கவும், அதன்பின் ஆண்டுதோறும் அதன் வளர்ச்சிக்கு ஓர் ஆண்டுத்தொகை செலுத்தவும் தங்கள் உறுதிமொழி கொடுத்தனர்.

அச் சமயம் பிலாடெல்பியாவில் புத்தகம் வாசிப்பவர் மிகமிகச் சிலர்; அவர்களுள்ளும் பெரும்பாலானவர் ஏழைகள். ஆகவே, நான் எவ்வளவோ விடாப்பிடியாக முயன்றும், ஐம்பது பேருக்குமேல் சேரவில்லை. அவர்களும் பெரும்பாலும் வணிக இளைஞரே. அவர்கள் இவ்வகைக்கு உடனடியாக ஆளுக்கு 40 வெள்ளியும், அதன்பின் ஆண்டுக்கு 10 வெள்ளியும் தர இணங்கினர். இச்சிறு தொகையுடன் நாங்கள் முயற்சி தொடங்கினோம்.

புத்தகங்கள் வெளிநாட்டிலிருந்து வரவழைக்கப்பட்டன. பங்கு வரியாளர்கள் புத்தகங்களை இரவல் பெறுவதற்காக, வாரத்தில் ஒரு நாள் நூலகம் திறந்து வைக்கப்பட்டது. இரவல் கொடுக்குமுன் புத்தகம் முறைப்படத் திரும்பத் தரப்படாவிட்டால், அவற்றின் விலைக்கு இரட்டிப்புத் தொகை கொடுப்பதாகப் பங்குவரியாளரிடமிருந்து உறுதிப் பத்திரம் பெற்றுக்கொள்ளப்பட்டது.

நிலையத்தின் பெரும்பயன் விரைவில் எல்லார்க்கும் புலப்பட்டது. மற்ற நகரங்களும், மற்ற மாகாணங்களும் இதே முயற்சியைப் பின்பற்றின. நன்கொடைகள் அந்நூலகங்களை வளர்த்துப் பெருக்கின. வாசிப்பு எங்கும் ஒரு நாகரிகக் கலை ஆயிற்று. வாசிப்பிலிருந்து மக்கள் மனத்தைத் திருப்பத் தக்க வேறு எந்தப் பொழுதுபோக்கும் அமெரிக்க மக்களுக்கு இல்லாதிருந்தால், விரைவில் அவர்கள் மற்ற எந்த நாட்டு மக்களைவிட நூலறிவுடையவர்களாயினர். சில ஆண்டுகளில் பொது அறிவிலும், கல்விப் பயிற்சியிலும் மேம்பட்டவர்களாய்த் திகழ்ந்ததைப் பல அயல் நாட்டினர் உன்னிப்பாகக் கவனித்தனர்.

நூலகக் கழகத்தின் விதிகள் உறுப்பினராகிய எங்களையும், எங்கள் பின் மரபினரையும் 50 ஆண்டுகளுக்குக் கட்டுப்படுத்துபவையாக வகுக்கப்பட்டிருந்தன. அதை வாசிக்கும்போது பத்திர எழுத்தாளர் புன்முறுவல் செய்தார். "உங்களில் பலர் இளைஞர்கள்தான். ஆயினும் இந்த ஒப்பந்த எல்லைகடந்து விடுவதை உங்களில் ஒருவர்கூடக் காணமுடியும் என்று எனக்குத் தோற்றவில்லை," என்றார் அவர். ஆனால், எங்களில் மிகப்பலர் இன்னும் உயிரோடிருக்கிறோம். அது மட்டுமல்ல. அந்த எல்லையே தேவையற்றதாய்விட்டது. ஏனென்றால், ஒரு சில ஆண்டுகளுக்குள் ஒப்பந்தப் பத்திரத்தை உள்ளடக்கி, நிலையான ஓர் உரிமைப்பத்திரம் வகுக்கப்பட்டது. அதன்படி கழகம் நிலவர உரிமையுடையதாயிற்று.

3. பொதுப்பணி பற்றிய சில அனுபவ உண்மைகள்

பங்குவரி கோரி நான் மக்களை நேரில் சென்றணுகியபோது, என்னிடம் கூறப்பட்ட தடங்கலுரைகளும் சாக்குப்போக்குகளும் மிகமிகப் பல. அவற்றிலிருந்து நான் படித்த பாடம் இதுதான். பிறரிடம் தமக்கு மதிப்பு உண்டுபண்ணக்கூடிய எந்தப் பயனுடைய திட்டத்தையும், அத்திட்டத்தை உருவாக்கியவாறே சென்று விளக்கி உதவி கோருவது பயன்தரக் கூடியதன்று. அது அவர்களுக்கு மதிப்புத் தருவதாயிருக்கலாம். ஆனால், மற்றவர்களின் உதவியும் ஒத்துழைப்புமில்லாமல் அவர்கள் அத்திட்டத்தை நிறைவேற்றமுடியாது. இப் படிப்பினையின் பயனாக, நான் என் பெயரைத் திட்டத்திலிருந்து எவ்வளவு முடியுமோ அவ்வளவு ஒதுக்கி மறைத்தேன். அது பல நண்பர்களின்

திட்டம் என்றே கூறினேன். வாசிப்பதில் ஆர்வமுடைய நன்மக்களிடம் காட்டி இணக்கம் பெறும்படி அவர்கள் என்னை அனுப்பியதாகவும் தெரிவித்தேன். இம்முறையில் திட்டம் மிகவும் எளிதாக வெற்றிபெற்றது.

இம்மாதிரிப் பொதுச் செய்திகளில் நான் எப்போதும் இம்முறையையே பின்பற்றினேன். அதில் கிடைத்த தடையற்ற வெற்றிகளைக் கண்டு, இம்முறையையே நான் எல்லோருக்கும் பரிந்துரைக்க விரும்புகிறேன். தொடக்கத்தில் இதனால் சிறிது தற்பெருமைக் குறைவு ஏற்படலாம். ஆனால், மிக விரைவில் இது வட்டியும் முதலுமாக ஈடு செய்யப்பட்டுவிடும். ஏனெனில், இப்பெருமைக்கு உரியவர் யார் என்பதை மட்டும் ஒரு சிலநாள் மறைத்துவைத்திருந்தால் போதும். திட்டம் உருவாக்கியவனைவிடத் தற்பெருமையில் சிறிது மிகுதி ஆவலுடைய யாராவது ஒருவர் அதைத் தமக்குரியதாக்க முன்வராதிருக்கமாட்டார். அங்ஙனம் வந்தபின் மற்றவர் பொறாமையே திட்டம் வகுத்த முதல்வருக்கு நீதி வழங்கக் கச்சைகட்டி முன் வந்துவிடும். புதியவரின் போலிப் புகழிறகுகளைப் பிய்த்தெடுத்து உரிய இடத்தில் செருகப் பலர் முனைந்து விடுவார்கள்.

4. நூலகமும் தற்கல்வியும்

இடைவிடா வாசிப்பால் நான் என்னை முன்னேற்றிக்கொள்ள இந்நூலகம் பெரிது உதவிற்று. ஒவ்வொரு நாளும் நான் ஒன்றிரண்டு மணி நேரம் அதற்காக ஒதுக்கி வைத்தேன். என் தந்தையார் முதன் முதல் எனக்கு வகுத்திருந்த கல்வித்திட்டம் தடைப்பட்டுப்போனதனால் ஏற்பட்ட இழப்புக்கு நான் இப்போது ஓரளவு ஈடு செய்துவிட்டேன்.

வாசிப்பு ஒன்றே நான் மேற்கொண்ட பொழுதுபோக்கு. வேறு எதற்கும் நான் இடம் தரவில்லை. தேறல் விருத்தங்கள், விளையாட்டுக்கள், கேளிக்கைகள், ஆட்டபாட்டங்கள் ஆகிய எதிலும் நான் எள்ளளவு நேரமும் செல்விடவில்லை. அதே சமயம் தேவைப்பட்டபோதெல்லாம், தேவைப்பட்ட அளவு, முன்போல நான் தொழிலும் ஈடுபட்டேன்.

என் அச்சகத்துக்கு நான் பெரிதும் கடமைப்பட்டவனானேன். ஏனென்றால், நான் இப்போது வளருகிற ஒரு இளங்குடும்பத்தின்

கல்விப் பொறுப்பை ஏற்கவேண்டியவனாயிருந்தேன். அத்துடன் எனக்கு முன்பே இத்தொழிலில் நிலைபெற்றுள்ள இன்னும் இருவருடன் நான் போட்டியிட வேண்டியவனாக இருந்தேன்.

5. தன் முயற்சி, சிக்கனம்

ஆயினும், நாளாக, நாளாக, என் சூழ்நிலையின் நெருக்கடி தளர்வுற்றது. தொடக்கத்திலிருந்தே நான் மேற்கொண்டிருந்த எளிய சிக்கன வாழ்க்கைமுறை இடயறாது தொடர்ந்து நிலவிற்று. இதில் என் தந்தையின் பயிற்சி பேரளவில் என்னை ஊக்கிற்று. சிறுவனாயிருக்கும்போது அப்பயிற்சியிடையே அவர் அடிக்கடி சாலமனின்" பழமொழி ஒன்றைக் கூறுவார். "தன் தொழிலில் ஊக்கமுடைய ஒருவன் மன்னருக்குமுன் மதிப்புடன் நிற்பான்; சிறியவன் முன்நிற்கமாட்டான். இதை நீ காண்பாய்," என்பதே அது.

இதைப் பின்பற்றி, செல்வமும் பெருமையும் தொழில் முயற்சியாலேயே வரும் என்று நான் உறுதியாகக்கொண்டேன். மெய்யாகவே இதனால் மன்னர்முன் மதிப்புடன் நிற்பேன் என்று மட்டும் நான் என்றும் கருதியிருந்ததில்லை. ஆனால், அதுகூட என் வாழ்நாளில் மெய்யாக நடந்துவிட்டது. நடந்துவிட்டது மட்டுமல்ல, குறிப்பிட்ட அளவுக்கு மேலாகவே நடந்துவிட்டது என்று கூறவேண்டும். ஏனென்றால், நான் ஐந்து மன்னர்களுடன் இருக்கும் பேறுபெற்றேன். அவர்கள் முன்னிலையில் நிற்பதற்கல்ல, அவர்களுடன் சரிசமமாக அமர்ந்து உரையாடும் போறே எனக்குக் கிட்டிற்று. அவர்களுள் ஒருவர் டென்மார்க் அரசர். அவர் பக்கத்திலிருந்தே நான் விருந்துண்டேன்.

6. திருமதி பிராங்க்லின்

"வாழ்க்கையின் ஆக்கம் நாடுபவன், அதைத் தன் வாழ்க்கைத் துணைவியிடமிருந்தே கோரிப் பெறவேண்டும்" என்று ஓர் ஆங்கிலப் பழமொழி உண்டு. என் வாழ்க்கைத் துணைவி வகையில் நான் மிகவும் நற்பேறுடையவனாகவே இருந்தேன். உழைப்பு, சிக்கனம் ஆகிய இரண்டு வகையிலும் அவர் எனக்குப் பின்னிடாதவராயிருந்தார். என் தொழிலில் அவர் கிளர்ச்சியுடனேயே எனக்கு வேண்டும் உதவிகள் செய்தார்.

துண்டு வெளியீடுகளை அவர் மடிப்பார், தைப்பார். கடையை மேற்பார்ப்பார். தாள் செய்பவர்களுக்கான கந்தல் துணிகளை அவர் வாங்கிச் சேகரிப்பார்.

சோம்பித் திரிவதற்கோ, வேலை செய்வதற்கோகூட, வேலைக்காரர்கள் எங்களிடம் கிடையாது. எங்கள் உணவு மேடை எளிய, செலவு பிடிக்காத வகையில் அமைந்தது. தட்டுமுட்டுப் பொருள்களோ விலையில் மிக மிகக் குறைந்தவை.

நெடுநாளாக என் காலை உணவு அப்பமும் பாலும் மட்டுமே; தேநீர் கிடையாது! எனது உணவுக் கலங்களும் எளியவையே; இரண்டு துட்டுப் பெறுமானமுள்ள ஒரு மண் தட்டமும் ஒரு ஈயக் கரண்டியும்தான்!

ஆயினும், குடும்பம் என்று தொடங்கிவிட்டால், கோட்பாடு எப்படி இருந்தாலும், இன்பப் பொருள்கள் மெல்ல மெல்ல எப்படியோ நுழைந்துவிடுகின்றன என்பதை நான் காண நேர்ந்தது. ஒருநாள் காலை உணவின்போது, நான் இதைக் கண்டேன். ஒரு சீன மங்குக்கலத்தின் உருவிலும், வெள்ளிக்கரண்டி உருவிலும் கண்டேன்! அவை நான் அறியாமல் என் மனைவியால் வாங்கப்பெற்றிருந்தன. அதற்காக அவர் கொடுத்த விலையும் கொஞ்சமல்ல, 33 வெள்ளிகள்!

இவ்வளவு செலவுக்கு அவருக்கு என்ன தேவை, அல்லது என்ன சாக்கு ஏற்பட்டது தெரியுமா? அண்டை வீட்டுக்காரர் எத்தனையோ பேர் அவற்றை வழங்கும்போது, அவர் கணவனுக்கு மட்டும் அந்தத் தகுதி கிடையாதா? அவர்களைவிட அவர் என்ன குறைவு?

எங்கள் இல்லத்தில் வெள்ளியும் மங்கும் முதன் முதல் வந்து புகுந்தது அப்போதுதான். பின்னாட்களில், ஒருசில ஆண்டுகளில், எங்கள் செல்வநிலையும் உயர்வுற்று, அதன் சின்னமாக இந்தத் தட்டங்களும் மங்குக்கலங்களும் பல நூறு பொன் மதிப்புடையவை ஆயின!

7. பிராங்க்லின் சமயப்பண்பு

கழகச் சமயவாதியாகவே[12] நான் கண்டிப்பான சமய விதிமுறைப்படி சமயக்கல்வி அளிக்கப்பட்டிருந்தேன்.

அவ்வகுப்பினரின் சில சில கோட்பாடுகள் எனக்குப் புரியாதவையாகவே இருந்தன. 'கால எல்லை தாண்டிய கடவுளின் கட்டளைகள்', 'முதனிலைத் தேர்வு,"[13] 'முதனிலைத் தண்டனை"[14] என்பவை அவற்றுள் சில. வேறு சில கோட்பாடுகளில் எனக்கு ஐயங்கள் எழுந்தன. அத்துடன் ஞாயிற்றுக்கிழமைகள் தோறும் என் வாசிப்புக்குரிய நாள்களாதலால், நான் கழகச் சமயக் கிளையின் பொது அவைக் கூட்டங்களுக்குப் போவதை இளமையிலேயே பேரளவு தவிர்த்துவிட்டேன். ஆனால், இந்த நிலையிலும், சில சமய ஒழுங்குக் கோட்பாடுகள் என்னிடம் இடம்பெற்றே இருந்தன.

எடுத்துக்காட்டாக, 'கடவுள் ஒருவர் உண்டு' என்ற கருத்தில் நான் என்றும் ஐயம் கொண்டது கிடையாது. அவர் உலகத்தைப் படைத்தவர் என்பதிலாவது, அவர்தம் முன்னறிவுணர்வினால் அதை ஆளுகின்றார் என்பதிலாவது நான் தயக்கம் கொண்டதில்லை. கடவுளுக்குச் செய்யும் பணிவிடைகளுள் மிகச் சிறந்தது மனிதருக்குச் செய்யும் தொண்டே என்பதிலோ, உடல் அழிந்தாலும் அதினுள்ளிருக்கும் உயிர்மை அழிவதில்லை என்பதிலோ நான் என்றும் அவநம்பிக்கை கொண்டதில்லை. இந்த வாழ்விலாயினும் சரி, இனி ஒரு வாழ்விலாயினும் சரி, தீமை செய்தவர் தண்டிக்கப்பெறாதிருக்கமாட்டார்கள்; நன்மை செய்தவர்கள் போற்றுதல் பெறாதிருக்கமாட்டார்கள் என்றும் நான் உறுதியாக நம்பினேன்.

எந்தச் சமயத்திலும் உயிர்நிலை மெய்ம்மைகள் இவையே என்பதை நான் உணர்ந்தேன். எல்லாச் சமயங்களிலுமே இக்கருத்துக்கள் தவறாமல் இருந்ததும் கண்டேன். ஆகவே, இவற்றுள் என் பற்றுமதிப்புக்கள் சற்று ஏறத்தாழ இருக்கக்கூடுமானாலும், அவற்றுள் எதனையும் நான் மதிக்காமலில்லை.

ஆனால், அதே சமயம் எல்லாச் சமயங்களிலும் இக்கருத்துக்கள் வேறு சில பல சில்லறைக் கருத்துக்களுடன் விரவியே காணப்பட்டன என்பதும் எனக்குப் புலனாயிற்று. இந்தச் சில்லறைக் கருத்துக்கள் மக்களை ஊக்கவும் இல்லை. அவர்கள் உளப்பண்புகளை வளர்க்கவும் இல்லை. அவைகள்

மக்கள் இயல்பான ஒழுக்கத்தை மேம்படுத்தவும் இல்லை. பாதுக்காக்கவும் இல்லை. இது மட்டுமல்ல; மனித இனத்தினராகிய நம் ஒற்றுமையைக் கெடுத்து வேற்றுமைப்படுத்திப் பிரித்து வைப்பவையும், ஒருவரை ஒருவர் பகைக்கும்படி தூண்டுபவையும் இவையே என்று நான் கண்டேன்.

இங்ஙனம் என் மதிப்பு எல்லாச் சமயங்களிலும் ஒரு தன்மையாகவே பரந்திருந்தது. மிக மோசமான சமயங்களில்கூடச் சில மிக நல்ல கருத்துக்கள் இருந்தன என்று நான் நினைத்தேன். அதன் பயனாக, நான் வாதிடும் பழக்கத்தையே ஒழித்துவிட்டேன். ஏனென்றால் தம் சமயத்தில் மதிப்புக்கொண்ட எவரையும் புண்படுத்தவோ, அம்மதிப்பைக் குறைத்துக்கொள்ளும்படி அவரைத் தூண்டவோ கூடாது என்று நான் கருதினேன்.

என் மாகாணத்தில் மக்கள் தொகை வளர்ந்துகொண்டே வந்தது. புதிய புதிய தொழுகையில்லங்களும் இடையறாது தேவைப்பட்டன. இவை பொதுப்பங்கு வரிப்பணத்தின் உதவியாலேயே எழுப்பப்பட வேண்டிவந்தன. அவற்றின் சமயக்கிளை எதுவாக இருந்தாலும், நான் வேறுபாடின்றி, அவற்றுக்கு என்னாலியன்ற சிறு பொருளுதவி செய்யாமல் இருந்ததில்லை.

8. சமய உணர்வும் சமய வாதமும்

பொதுவழிபாடுகளில் நான் பெரும்பாலும் கலந்து கொள்வதில்லை. ஆயினும் அவற்றின் தகுதிபற்றி நான் நல்லெண்ணம் கொண்டவனாகவே இருந்தேன். சரியானமுறையில் நடத்தப்பட்டால், அவை மிகவும் நற்பயன் அளிப்பவை என்றும் கருதினேன். ஆகவே பிலாடெல்பியாவில் இருந்த ஒரே கழகக் கிளைச்சமயக் கூட்டத்துக்கும், அதன் அமைச்சருக்கும்[15] நான் ஒழுங்காக என் ஆதரவுப் பங்கு வரியை அனுப்பிவந்தேன். சில சமயம் அந்த அமைச்சர் நட்பு முறையில் என்னிடம் வந்து, அவர் கூட்ட நடவடிக்கையில் கலந்துகொள்ளாமலிருப்பதுபற்றிக் கடிந்துரைப்பார். இதனால் நாலைந்து ஞாயிற்றுக்கிழமைகளுக்கு ஒரு தடவை நான் அவர் வற்புறுத்தலுக்கிணங்கி, அக்கூட்டத்தில் கலந்து கொள்வதுண்டு.

ஞாயிற்றுக்கிழமையின் ஓய்வுநேரம் எனக்கு என் வாசிப்புக்கு எவ்வளவோ தேவையாயிருந்தது. இருந்தபோதிலும் அமைச்சர் மிகச்சிறந்த சமய உரையாளர் என்று எனக்குத் தோன்றியிருந்தால், நான் நாலைந்து ஞாயிற்றுக்கிழமைக்கு ஒரு தடவையல்ல, அதைவிட அடிக்கடி அக்கூட்டங்களுக்குச் சென்றே இருப்பேன். ஆனால், அமைச்சரின் சமய உரைகள் பெரிதும் சமயநூல்களின் தருக்க வாதங்களாகவோ, எங்கள் கிளைச்சமயத்தின் தனிப்பட்ட சிறப்புக் கோட்பாடுகளின் விளக்கவிரிவுரைகளாகவோ மட்டும்தான் இருந்தன. அவை எனக்கு ஊணர்ச்சியற்றவையாகத் தோன்றின. அவை ஆர்வமோ, கிளர்ச்சியோ தூண்டவில்லை. வாழ்க்கைக்கான அறிவுரை கூடத் தரவில்லை. மேலும், அவற்றில் ஒருவரிகூட ஏதேனும் ஓர் ஒழுக்க மெய்ம்மையை அறிவுறுத்துவதாகவோ, வலியுறுத்துவதாகவோ அமையவில்லை. சமய உரை முழுதும் எங்களை நல்ல கழகச் சமயத்தவர்களாக்கும் நோக்கமுடையதாகவே இருந்தது. நல்ல நாட்டு மக்களாக்கும் நோக்கம் சிறிதும் இல்லை.

ஒருநாள் அவர் விளக்க எடுத்துக்கொண்ட திருமறையின் வாசகம் என் கருத்தைக் கவர்வதாயிருந்தது. அது 'பிலிப்பியர்களுக்கான திருமுகம்', நான்காவது இயலாயிருந்தது.[16] "கடைசியாக, தோழர்களே! எவை எவை மெய்யானவை, வாய்மையுடையவை; எவை எவை நல்லவை என்று குறுப்பிடப்படத் தக்கவை என்று நீங்கள் கருதினாலும், அவற்றைப்பற்றி ஒரு சிறிது சிந்தியுங்கள்! பண்புடையன, போற்றத்தக்கன என்று ஏதேனும் இருக்கக்கூடுமானால், அவற்றைப்பற்றி ஆழ்ந்து ஆராயுங்கள்!" என்பதே அந்தத் திருமறைவாசகத்தின் தொடர்களாயிருந்தன.

இத்தகைய சிறந்த மூலபாடம் இருக்கும்போதாவது, கட்டாயமாக ஒழுக்கம் பற்றிய நல்லுரை இடம்பெறும் என்றுதான் நான் கருதினேன். ஆனால், திருமறை முனைவர்[17] கருத்தாக அவர் தந்த முழு விளக்கத்திலும் ஐந்து செய்திகளே விரித்துரைக்கப்பட்டன. அவையாவன :-

1. ஞாயிற்றுக்கிழமை தூய திருநாளாகக் கொண்டாடப் படவேண்டும். 2. திருநூல்களை இடையறாது முனைப்பாக வாசிக்கவேண்டும். 3. பொது வழிபாடுகளில் கட்டாயமாகக்

கலந்துகொள்ளவேண்டும். 4. திருவாணையைத்[18] தவறாது மேற்கொள்ளவேண்டும். 5. கடவுளின் பேரால் பேசும் அமைச்சர்களுக்கு உரிய மதிப்பு அளிக்கவேண்டும்.

இவை எல்லாமே நல்ல அறிவுரைகளாக இருக்கலாம். ஆனால், மூல வாசகத்தின் போக்கில்கண்ட நல்ல பொருள்களாக நான் எதிர்பார்த்தவை இவைகள் அல்ல. இந்த மூலவாசகத்திலிருந்து எதிர்பார்க்கப்படமுடியாத அவ்வுரைகளை, வேறு எத்தகைய மூலவாசகத்திலிருந்தும் பெறமுடியாது என்பது எனக்கு விளங்கிற்று.

அவர் அறிவுரைகளைக் கேட்கச் செல்லும் பழக்கத்தையும் நான் அன்றுடன் அறவே விட்டேன்.

9. ஆசிரியரின் தனிப்பட்ட வழிபாட்டுமுறை

சில ஆண்டுகளுக்கு முன்னதாக, அதாவது 1728-இல் நான், என் தனிப்பட்ட வழிபாட்டு முறைக்காக, ஒரு சிறிய 'வணக்கப்பட்டியல்'[19] வகுத்துக்கொண்டிருந்தேன். அது "சமயக் கோட்பாடுகளும் சமயச் செயல் முறைகளும்" என்ற தலைப்புடையதாயிருந்தது. அமைச்சர் கூட்டத்துக்குப் போவதை நிறுத்தியதனால், இப்போது நான் இதையே வழங்கத் தொடங்கினேன். வேறு பொது வழிபாடு எதிலும் நான் இதன் பின் திரும்பவும் கலந்துகொண்டதே கிடையாது.

என்னுடைய இந்த நடைமுறை கண்டிக்கத்தக்கது என்று பலர் கருதலாம். ஆனால், நான் அதற்கு விளக்கம் தரவோ, சாக்குப் போக்குகள் கூறவோ செய்யாமல் அப்படியே விட்டுவிடுகிறேன். ஏனெனில், இந்த ஏட்டில் எனது நோக்கம் செய்திகளைத் தெரிவிப்பது மட்டுமே. அவற்றுக்கு விளக்கங்கள் தருவது அல்ல.

10. ஆசிரியர் குறிக்கோள் : முழுநிறை ஒழுக்க ஆற்றல்

முழுநிறை ஒழுக்க ஆற்றலைப் பெறுவது[20] என்ற துணிகரமான, கடுமை வாய்ந்த திட்டத்தை நான் கருத்தில் உருவாக்கியது இச் சமயத்தில்தான். எந்தக் காலத்திலும், எத்தகைய தவறான செயலும் செய்யாமல் வாழவேண்டும் என்று நான் விரும்பினேன்.

இயல்பான மன உணர்ச்சியாலோ, பழக்க வழக்க ஆற்றலாலோ, கூட்டுறவுப் பழக்கத்தாலோ, எதனால் பிழை நேர்ந்தாலும், அதை எதிர்த்து வெல்ல வேண்டுமென்று நான் எண்ணினேன்.

நல்லது எது என்றும், தவறு எது என்றும் நான் அறிந்திருந்ததனால், அல்லது அறிந்திருந்ததாகக் கருதினதனால், நன்மையைச் செய்வதிலோ, தவறைச் செய்யாமலிருப்பதிலோ என்ன கடுமை இருக்கமுடியும் என்று நான் என்னைத் தானே கேட்டுக்கொண்டேன். ஆனால், எதிர்பார்த்ததைவிட மிகமிகக் கடுமையான வேலையையே மேற்கொண்டுவிட்டேன் என்பதை நான் விரைவில் உணர்ந்துகொண்டேன். ஏனென்றால், ஒரு பிழையிலிருந்து நான் என்னைக் காத்துக்கொள்ள அரும்பாடுபட்டு வருகையில் எதிர்பாராமல் இன்னொன்றில் சறுக்கிவிடுவது காண நான் வியப்படைந்தேன். கவனமில்லாத நேரம் பார்த்து, பழக்கம் என்னை ஏமாற்றி விடுவதைக் கண்டேன். இயல்பான அவாவுணர்ச்சி பல சமயம் பகுத்தறிவை ஒதுக்கித் தள்ளிவிட்டு என்னை ஆட்கொண்டு, வலிமையுடன் என்னை ஈர்த்துச் சென்றுவந்தது.

ஒழுக்கமுடையவராயிருக்கவேண்டும். அதுவே, நமக்கு நன்மை பயக்கும். அறிவாராய்ச்சி அடிப்படையான இந்த உண்மை, தவறுகளிலிருந்து நம்மைக் காக்கப் போதியதல்ல என்ற முடிவுக்கு நான் இறுதியாக வரவேண்டியதாயிற்று. ஒழுங்கான, உறுதி வாய்ந்த, ஒரேபடியான ஒழுக்கமுறையை நாம் கைக்கொள்ள எண்ணுமுன், பழைய பழக்கவழக்கங்கள் முறிக்கப்படவேண்டும். புதியனவற்றைத் தேடிக்கண்டு, அவற்றை நிலைநாட்டவேண்டும் என்பதை நான் புரிந்துகொண்டேன். இப்புத்தறிவின் பயனாக நான் கீழ்க்கண்ட முறைமையை வகுத்துக்கொண்டேன்.

11. ஒழுக்கமுறைத் திட்டம்

நான் படித்த நூல்களில் நல்லொழுக்க முறைபற்றிய பல குறிப்புக்கள் வந்தன. தொகுத்துப் பார்த்ததில், ஒவ்வோர் ஆசிரியரும் ஒரு சொல்லின் பொருளை விரிவாகவோ சுருக்கமாகவோ பலவகையாகக் கொண்டதால், நற்பண்பு அல்பண்புகளின் பட்டியல்கள் மிகுதியும் ஏற்றத்தாழ்வுடையவையாகவே இருந்தன. எடுத்துக்காட்டாக, எளியவாழ்வு[21] என்பது சிலரால் கொள்ளப்பட்ட பொருளின்படி உணவு, குடி ஆகியவற்றுடன்

நின்றுவிட்டன. வேறு சிலரால் அது மற்றப் பல இன்பங்களையும்; உடல், உளம் ஆகிய இரண்டும் சார்ந்த பற்றுக்கள், விருப்பங்கள், உணர்ச்சிகள் ஆகியவற்றையும் பேராவல், உயரவா ஆகியவற்றையும்கூட உள்ளடக்கியதாகக் கொள்ளப்பட்டது.

என்னளவில், தெளிவை நாடி, சொற்களைக் குறைத்துப் பட்டியலைச் சுருக்குவதை விட, சொற்களைப் பெருக்கிப் பட்டியலை வேண்டிய மட்டும் விரிவுபடுத்தவே நினைத்தேன். ஆகவே, ஒவ்வொரு பண்பின் பெயருடனும் நான் கூடியமட்டும் குறைந்த கருத்துக்களையே இணைத்தேன். கூடியமட்டும் மிகுதியான கருத்துக்களை இணைத்துக் குறைந்த அளவான பண்பின் பெயர்களை நான் நாடவில்லை. இவ்வகையில் வகுத்துத் தொகுத்துப் பார்த்ததில், இன்றியமையாத, அல்லது விரும்பத்தக்க ஒழுக்கமுறைகளனைத்தையும் நான் 13 கூறுகளுள் அடக்கினேன். ஒவ்வொன்றின் கீழும் நான் அதற்குக் கொடுத்த பொருள்களின் எல்லையைத் தெளிவுபடுத்தும் வகையில், ஒரு சிறு கட்டளையையும் குறித்தேன்.

நான் வகுத்த ஒழுங்குப் பண்பின் முறைகளும் அவற்றின் கீழ் இணைத்த கட்டளைகளும் வருமாறு :

1. எளிய வாழ்வு

ஊக்கம் கெடுக்கும் அளவு உண்ணாதே; வெறி கொள்ளும் அளவு குடிக்காதே.

2. அடக்கம்

பிறருக்கோ உனக்கோ நலம்புரியும் சொற்களை அன்றி வேறெதுவும் பேசாதே. நேரப் போக்குப் பேச்சில் கலக்காதே.

3. ஒழுங்குமுறை

உன் பொருள்கள் ஒவ்வொன்றுக்கும் உரிய ஒவ்வோர் இடம் வகுத்துக்கொள். உன் தொழிலின் ஒவ்வொரு பகுதிக்கும் உரிய ஒரு காலம் இருக்கட்டும்.

4. மனத்திட்டம்[22]

செய்யவேண்டியவற்றைச் செய்ய உறுதிகொள். உறுதி கொண்டவற்றைத் தவறாது செய்.

5. சிக்கனம்[23]

பிறருக்கோ, உனக்கோ நன்மை செய்வதற்காக அல்லாமல், வேறெதற்கும் பணம் செலவழிக்காதே; அஃதாவது வீண் செலவு செய்யாதே.

6. முயற்சியூக்கம்

காலத்தைச் சிறிதும் இழக்காதே. எப்போதும் பயனுடைய ஏதாவது ஒன்றைச் செய்துகொண்டிரு. தேவையற்ற செயல்கள் யாவற்றையும் ஒழித்துவிடு.

7. வாய்மை[24]

புண்படுத்தும் சூழ்ச்சி செய்யாதே. இரண்டகமில்லாமலும், சரி நேர்மையுடனும் சிந்தனை செய். பேசினால், அம்முறையிலேயே பேசு.

8. நேர்மை

தீங்கு செய்து அதன் மூலம் எவருக்கும் ஊறு உண்டு பண்ணாதே. செய்யவேண்டிய கடமைகளைச் செய்யாது விடுவதாலும் அத்தீங்கு நேரக்கூடும். ஆகவே, அத்தகைய கடமைகளில் தவறாதே.

9. நடுநிலை உணர்வு[25]

முனைப்பான வெறிநிலைக் கோடிகளை விலக்கு. கூடியமட்டும் தகுதி தேர்ந்து தீங்குகளுக்கு எதிராகச் சினங்கொள்ளா

10. துப்புரவு[26]

உடல், உடை, உறையுள் ஆகிய மூவகைகளிலும் எத்தகைய துப்புரவுக் கேட்டுக்கும் இடம் தராதே.

11. உள அமைதி[27]

சிறுதிறச் செய்திகளாலோ, பொதுமுறையான அல்லது விலக்கமுடியாத தற்செயல் நிகழ்ச்சிகளாலோ மன அமைதி இழக்காதே.

12. நிறையுடைமை[28]

கல்வியின்பத்தை, அரிதாக, உடல் நலத்திற்காகவும் குழந்தைப் பேற்றுக்காகவும் மட்டுமே நுகர். சோம்பல், பலவீனம் காரணமாகவோ, உன் சொந்த அல்லது பிறனுடைய அமைதிக்கு அல்லது புகழுக்குக் கேடு ஏற்படும் வகையிலோ என்றும் இன்பம் நுகராதே.

13. பணிவுடைமை

இயேசுவையும் சாக்ரடீசையும் பின்பற்றுக.

12. நடைப்பழக்கத் திட்டம்

என் நோக்கம் இந்நற்பண்புகளை என் நடைப்பழக்கத்தில் கொண்டுவருவதேயாகும். ஆகவே, எல்லாவற்றிலும் ஒரே மூச்சில் கவனம் செலுத்திக் கருத்தைப் பரவலாக்கிச் சிதறடித்துவிட நான் விரும்பவில்லை. ஒரு தடவைக்கு ஒன்றாகத் தேர்ந்தெடுத்து அதில் உறுதிகொள்ளவே விரும்பினேன். அதை நான் அடக்கி ஆட்கொண்ட பிறகு, அடுத்த பண்புக்கும், அதன்பின் அதற்கடுத்த பண்புக்குமாக, ஒவ்வொன்றாகப் பதின்மூன்று பண்புகளையும் ஆட்கொள்ள எண்ணினேன். ஆயினும் ஒரு பண்பின் வெற்றி அதனோடியைபுடைய அடுத்த பண்பின் வெற்றிக்கு உதவக்கூடும். இந்நோக்கத்துடனேயே நான் மேற்கண்ட வரிசைமுறையில் அப்பண்புகளை வகுத்துக் கொண்டிருக்கிறேன்.

நான் எளிய வாழ்வையே முதற்பண்பாக எடுத்துக்கொண்டேன். ஏனென்றால் நல்லறிவமைதியும் மூளைத் தெளிவும் தரத்தக்க பண்பு அதுவே வாழ்வில் இடைவிடாது குறுக்கிடும் மாயக் கவர்ச்சிகளை எதிர்த்து நிற்கவும், பழம் பழக்கங்களின் ஓய்வொழிவில்லாத ஈர்ப்பாற்றலைத் தடுத்துச் சமாளிக்கவும் தளராத விழிப்புணர்வு தேவை ஆகும். மூளைத்தெளிவும் அமைதியும் இல்லாவிட்டால், இந்தத் தளரா விழிப்புணர்வு ஏற்படாது.

மூளைத்தெளிவு ஏற்பட்டபின், வாய்பேசாமை சற்று எளிதாகிவிடும். என் தலையான ஆவல் நல்லொழுக்கமேயானாலும், அதை அடையும் சமயத்திலேயே அறிவையும் பெற்றுவிட நான் விரும்பினேன். உரையாடலில் அறிவை வளர்ப்பதில் நாவைவிடச்

செவிக்கே சிறப்பு மிகுதி. ஆனால், என் நாவும் வாயும் ஓயாது. ஏதாவது வம்பளப்பது, சிலேடை பேசுவது, நகையாடுவது ஆகிய பழக்கங்களில் சறுக்கிச் சென்றுகொண்டிருந்தன. வீண் நேரம் போக்கும் சிறுமையுடைய கூட்டாளிகளிடையேதான் இது எனக்கு இடந்தந்தது. இவற்றிலிருந்து நான் விடுபட எண்ணியதனாலேயே, வாய்பேசாமைக்கு இரண்டாம் இடம் அளித்தேன்.

வாய்பேசாமையும், அடுத்த பண்பாகிய ஒழுங்குமுறையும் என் தற்கல்வி முறைக்கும் பயிற்சிமுறைக்கும் மிகுதியான நேரம் உண்டாக்கித்தரும் என்று நான் எதிர்பார்த்தேன். மனத்திட்பம் என்ற பண்பு எனக்குப் பழக்கமாகிவிடுமேயானால், அதைத் தொடர்ந்த எல்லாப் பண்புகளையும் பெற நான் எடுத்துக்கொள்ளும் முயற்சியில் நான் பேருதவி பெறுவது உறுதி. ஏனென்றால், அது என் முயற்சிகளில் என்னை உறுதியாகப் பிணைத்துவிடும்.

சிக்கனமும் முயற்சியூக்கமும் என்னிடம் மீந்திருந்த கடனைப் போக்க எனக்கு மிகவும் பயன்படும். அத்துடன் அவை எனக்குச் செல்வமும் தற்சார்பும் தரும். இதன் மூலம் வாய்மை, நேர்மை முதலிய மற்றப் பண்புகளைக் கையாளுவதும் எனக்கு எளிதாகிவிடும்.

தன்னைத்தான் ஆராய்ந்துகொள்வது இன்றியமையாத ஒரு பண்பு என்பது தம் 'பொன்னான பாவுரைகளில்' பிதகோரஸ்[29] கூறியுள்ள ஒரு பொன்னுரை ஆகும். அதற்கிணங்க, நான் என்னைக் கீழ்வரும் முறையில் தன்னாராய்வுக்கு உட்படுத்துவது என்று முறைமை செய்தேன்.

13. பிழைக் குறிப்பேடு

நான் ஒரு சிறு ஏடு தைத்து அதில் ஒவ்வொரு பண்புக்கும் ஒரு பக்கம் ஒதுக்கினேன். ஒவ்வொரு பக்கத்திலும் வாரத்தின் ஏழு நாட்களுக்கு ஏழு கூறுகள் ஏற்படும்படியாகச் சிவந்த மையினால் கோடுகள் இட்டேன். இந்தக் கூறுகளுக்குக் குறுக்காக மற்றும் பன்னிரண்டு கோடுகள் இட்டு இடது கோடியில் பண்புகளில் ஒன்றன் முதலெழுத்தைக் குறித்தேன். அந்தந்தப் பண்புக் கூறுகளுக்கு நேரே, அந்தந்த நாளில் ஏற்பட்ட ஒவ்வொரு பிழையையும் ஒரு கறுப்புப்புள்ளி மூலம் குறித்தேன்.

தன் வரலாறு

என் சிற்றேட்டின் ஒரு பக்கம் குறிப்பு வருமாறு :–

(தன்னடக்க) எளிமை வாழ்வு							
ஊக்கம் கெடுக்கும் அளவு உண்ணாதே; வெறிகொள்ளும் அளவு குடிக்காதே.							
	ஞா.	தி.	செ.	பு.	வி.	வெ.	ச.
எ							
அ	*	*		*		*	
ஒ	**	*	*		*	*	*
ம				*		*	
சி		*			*		
மு				*			
வா							
நே							
ந							
து							
உ							
நி							
ப							

முறைப்படி பண்புகளில் ஒவ்வொன்றுக்கும் ஒரு வாரம் கண்டிப்பான கவனிப்புத் தருவதென்று நான் முடிவு செய்தேன். இவ்வகையாக, முதல் வாரத்தில் என் கவன முழுமையுமே 'எளிமை வாழ்வு' என்ற பண்புக்கு ஊறுபாடான ஒவ்வொரு சிறிய வழுவின் மீதே சென்றது. மற்றப் பண்புகளையெல்லாம் அவற்றின் பொதுவான போக்கில் விட்டு, மாலையில் வழுக்களை மட்டும் தோற்றியபடி குறித்தேன். இம்முறையில் முதல் வாரத்தில் 'எ' என்று குறிப்பிடப்பட்ட முதல்வரி முழுவதையும் கறைபடாமல் தெளிவாக வைத்துக்கொள்ள முடிந்தால், அந்தப் பண்பு நன்கு வலியுறுத்தப்பட்டுவிட்டது என்றும், அதற்கெதிரான வழு மிகவும் நலிவுற்றுவிட்டது

என்றும் உணர்ந்து, அடுத்த வாரத்தில் அடுத்த பண்பையும் என் தன்னாராய்வில் உட்படுத்த முனையலானேன். இரண்டாம் வாரத்தில் இரண்டு பண்புக் கூறுகளையும் கறைபடாமல் தெளிவாக வைத்துக்கொள்ளப் பாடுபடுவேன். இவ்வகையில் தடைபடாது விரைந்து முன்னேறினால், என் ஆராய்ச்சித் தொகுதி முழுவதையும் நான் 13 வாரங்களில் முடித்துவிட முடியும். ஓர் ஆண்டில் நான்கு தொகுதிகள் முற்றுப் பெற்றுவிடும்.

14. அவாவிய குறிக்கோள் எல்லை

ஒரு தோட்டத்திலுள்ள களைப்பூண்டுகள் எல்லாவற்றையும் ஒரு தோட்டக்காரன் ஒரே மூச்சில் பறிக்க முனைந்தால், அது அவன் உழைப்பாற்றலையும் முயற்சியையும் கடந்த செயலாய்விடும். ஆனால், ஒவ்வொரு தடவையிலும் ஒரு பாத்தியாக அவன் முயன்று, ஒன்றை முடித்தவுடன் மற்றொன்றைத் தொடங்கினால், களை முழுவதையும் எளிதில் அகற்றிவிட முடியும். அறிவுள்ள தோட்டக்காரனுடைய இம்முயற்சியைப்போலவே, ஒழுக்கமுறைப் பயிற்சியில் என் முன்னேற்றத்தை நான் என் சிற்றேட்டின் பக்கங்களில் குறித்து, கூறு கூறாக அவற்றின் கறைகளை அகற்றிவிட எண்ணினேன். இறுதியில் பல பயிற்சித் தொகுதிகளின் பின், அதாவது 13 வாரங்களுக்குள், முழு ஏட்டையும் கறையற்றதாக்கும் பெருமகிழ்வுக்குரிய முடிவை நான் ஆவலுடன் எதிர்பார்த்திருந்தேன்.

15. குறிக்கோள் வாசகங்கள்

இச்சிற்றேட்டின் குறிக்கோள் வாசகமாக, அடிசனின்[30] 'கேட்டோ'[31] விலிருந்து கீழ்வரும் அடிகளை நான் தேர்ந்தெடுத்து எழுதியிருந்தேன் :

"நிற்க ஈண்டிது! நீள்பொருள் ஒன்றுள தென்ன
முற்ற ஓதுகின் றனஉயர் அண்டங்கள் முறையே!
மற்றந் நீள்பொருள் மகிழ்வது மாண்நெறி அன்றோ?
பெற்ற அந்நெறி பேரின்பந் தரல் திண்ணம் அன்றோ?"[32]

மற்றொன்று 'சிசரோர்வின்[33] உரைகளிலிருந்து

"O vitae philosophia dux! Ovirtutum indagatrix expultrixque vitiorum! Unus dies, bene et ex praeceptis tuis actus, peccanti immoratalitati est anteponendus."

இன்னொன்று மெய்யறிவு, ஒழுக்கம் ஆகியவைபற்றிய சாலமனின் மூதுரைகளுள் ஒன்று :

நீண்டநாள் வாழ்வு அவன் வலது கையில், செல்வமும் புகழும் அவன் இடது கையில்; அவன் வழி இன்பம் நிறைந்த வழி; செல்லும் நெறிகள் அமைதி தவழும் நெறிகள். (iii. 16,17)

கடவுளையே மெய்யறிவின் தலை ஊற்றாக நான் கொண்டேன். ஆகவே, அது பெற அவரை வேண்டுவது நேர்மையானது, இன்றியமையாதது என்று நான் கருதினேன். இந்நோக்கத்துடன் நான் கீழ்வரும் சிறிய வழிபாட்டை வகுத்து, அதை என் நாள்முறைத் தன்னாய்வு அட்டவணைக்கு முகப்பாக அமைத்தேன். அது வருமாறு :

"ஆற்றல் சான்ற நலமே! அள்ளி வழங்கும் அப்பனே! அருள்கனிந்து வழிகாட்டும் அன்பனே! என் உண்மையான நலங்கள் இவை என்று எனக்குக் காட்டவல்ல மெய்யறிவை என்னிடம் பெருக்குவாயாக! அந்த மெய்யறிவின் ஆணைவழி நின்று செயலாற்றும் நெஞ்சுரத்தையும் என்னிடம் வலுப்படுத்துவாயாக! தொடர்ச்சியாக எனக்கு நீ அருளும் அரும்பேறுகள் அனைத்திற்கும் உன் மற்ற மக்களுக்கு நான் செய்யும் அன்புக்கடமையையே நான் செய்யத்தகும் ஒரே சரியீடாக ஏற்றருள்வாயாக!"

சில சமயம் தாம்சனின் பாடல்களிலிருந்து நான் ஒரு சிறிய வழிபாட்டுப் பாவை எடுத்து வழங்கினேன்; அது வருமாறு :

"ஒளியின், உயிரின் தந்தையே!
ஓங்கும் ஒரு மாநலமே!
எளியேன் புரிய அருள்வாய்,
இன்னலம், இனிய நின் உருவே!
களிமடம், செருக்கொடு பழியே,
இளிவரும் பண்பிவை எல்லாம்!
உளந்தவிர்த் தாட்கொண் டருள்வாய்!
ஒழிந்த அவற்றின் இடத்தில்
தெளிதரும் அறிவோ டமைதி
தேர்ந்த நல்லொழுக்கமும் நிறைப்பாய்;
அளிதரும் உலைவிலா நினது
தூய பேரின்பத்தில் திளைத்தே!"[34]

16. நாள்வேளை பாத்தீடு

ஒழுங்குமுறை என்ற பண்பின் மூலம் நான் என் முயற்சியின் ஒவ்வொரு பகுதிக்கும் ஒரு குறிப்பிட்ட நேரத்தை ஒதுக்கி உரிமைப்படுத்த வேண்டியிருந்தது. அதன்படி இயல்பான ஒரு நாளில் 24 மணிநேர வேலைத்திட்டம் என்றே சிற்றேட்டின் ஒரு பக்கத்தில் இடம்பெற்றது :

காலை வினா : இன்று நான் என்ன நன்மை செய்யக்கூடும்?	{ 5 6 7	எழுந்து, கைகாலலம்பி, வழிபாடாற்றுக : "ஆற்றல் சான்ற நலமே!" - நாள் முயற்சி தொடங்கி, நாளின் உறுதி மொழி கொள்க: நாள் வாசிப்பு நிகழ்த்துக.
	{ 8 9 10 11	காலை உணவு வேலை.
நண்பகல்	{ 12 1	படிக்க, கணக்குச் சரிபார்க்க, உணவு உண்ணுக!
	{ 2 3 4 5	 வேலை
மாலை வினா : இன்று நான் செய்துள்ள நலங்கள் யாவை?	{ 6 7 8 9	பொருள்களை உரிய இடத்தில் வைக்க.இரா உணவு.இசை அல்லது பொழுதுபோக்கு அல்லது உரையாடல்.நாளின் தன்னாராய்வு.
இரவு	{ 10 11 12 1 2 3 4	 துயில்.

தன் வரலாறு   205

தன்னாராய்வுக்கான இத்திட்டத்தை நான் செயற்படுத்தத் தொடங்கினேன். அவ்வப்போது இடை இடையே தயக்கங்களுடன் நான் அதைத் தொடர்ந்து செய்தேன். முதலில் நான் எதிர்பார்த்ததைவிட என்னிடம் பிழைகள் எவ்வளவோ மலிந்திருப்பது கண்டு அதிர்ச்சியுற்றேன். ஆயினும், அவை படிப்படியாகக் குறைவது காண எனக்கு மன ஆறுதல் ஏற்பட்டது.

17. தன்னாய்வின் அனுபவங்கள்

சிற்றேட்டை அடிக்கடி புதுப்பிக்கவேண்டிய தேவையை நான் தவிர்க்க விரும்பினேன். புதிய பயிற்சித் தொகுதிக்காகப் பழைய தொகுதியில் குறிக்கப்பட்ட குறிகளை நான் அழிக்க முயன்றபோது, அதில் நிறையத் தொளைகள் விழுந்தன. எனவே, நான் என் அட்டவணைகளையும் கட்டளைகளையும் தந்தக்கடைசல் தாளாலான ஒரு நினைவுக் குறிப்பேட்டில் பகர்த்தெழுதிக் கொண்டேன். இதில் சிவப்பு மையாலிட்ட கோடு அழியாத நிலையாயிருந்தது. ஆனால், குற்றக்குறிகளை நான் காரீய எழுதுகோலாலேயே[35] எழுதினதனால், அவற்றை ஈரக் கடற்பாசி கொண்டு எளிதில் அழிக்க முடிந்தது.

சில நாட்கழித்து நான் ஆண்டுக்கு ஒரு பயிற்சித் தொகுதியே மேற்கொள்ளத் தொடங்கினேன். நாளடைவில் நான் அதை முற்றிலும் கைவிட நேர்ந்தது. கடற்பயணங்களிலும் வெளிநாட்டு அலுவல்களிலும் நான் ஈடுபட நேர்ந்தது. அவற்றின் நெருக்கடியான வேலைகள் அம்முயற்சியில் புகுந்து அதைக் குலைத்தன. ஆயினும் எங்குமே என் சிற்றேட்டைக் கொண்டுபோக மட்டும் நான் தவறவில்லை.

எனக்கு மிகவும் பெரிதான தொல்லை தந்த பண்புத் திட்டம் ஒழுங்குமுறை என்ற தலைப்புடையதே தன் நேரத்தின் ஒழுங்கு தன் கைவசமாக இருக்கும் நிலையில் ஒருவன் வேலைகள் அமைந்தால், அவ் ஒழுங்கு ஓரளவு செயல்முறைப்படுத் தத்தக்கதாக அமைதல் சாலும். எடுத்துக்காட்டாக, ஓர் அச்சகப் பயிற்சித் தொழிலாளனுக்கு இந்த வாய்ப்பு உண்டு. ஆனால், தானே தன் தொழில் முதல்வனாயினும், உலக சமூக வாழ்வில் பங்குகொள்பவனுக்கு இது முடியாததாகின்றது என்று நான் கண்டேன். ஏனென்றால், அவன் அடிக்கடி மற்றத் தொழில்முதல்வரை அவரவர் நேர வாய்ப்பின்படி

காணவேண்டியதாயிருந்தது. மேலும் பொருள்களையும் தாளேடுகளையும் அவற்றவற்றுக்குரிய இடங்களில் வைக்கும் வகையில், ஒழுங்குமுறை எனக்கு மிகவும் அருஞ்செயலாகவே இருந்தது. இளமையிலே நான் அவற்றில் பழகாதது இவ்வகையில் ஒரு பெருந்தடை. என்னுடைய நல்ல நினைவாற்றலும் அது வகையில் ஒரு தடையாகவே அமைந்தது. ஏனென்றால், ஒழுங்குமுறைக்கேட்டால் ஏற்படும் வாய்ப்புக்கேடுகள் இவ்வாற்றலால் எனக்கு ஏற்படாதொழிந்தன.

18. "தீட்டியது போதும்! கோடரியைக் கொடு"

மேற்கூறிய காரணங்களால் என் திட்டக் கூறுகளில் ஒழுங்குமுறை ஒன்றுக்கே நான் மிகமிகக் கடுமை வாய்ந்த விழிப்பும் கவனிப்பும் மேற்கொள்ள வேண்டியதாயிற்று. இத்துறையிலுள்ள என் குற்றங்குறைகள் பல என்னைப் பெரிதும் மலைக்க வைத்தன. என் முன்னேற்றம் மிகக் குறைவாயிருந்தது. அடிக்கடி சறுக்குதல்களும், பின்னடைவுகளும் ஏற்பட்டன. இத்துறை முயற்சியையே கைவிட்டு விடலாமா என்றுகூட நான் பல தடவை எண்ணினேன். குற்ற நீக்கும் முயற்சியில் ஈடுபடுவதைவிடக் குற்றங்களுடனேயே வாழ்வது மேலானது என்ற எண்ணம் கூட உண்டாகத் தொடங்கிற்று. இது எனக்குக் கீழ்வரும் எடுத்துக்காட்டை நினைவூட்டுவதாயிருந்தது.

கருமானிடம் ஒருவன் ஒருநாள் சென்று, ஒரு கோடரி செய்து தரும்படி கோரினான். கோடரியின் அருகு கூராக்கப்பட்டது. அது பளபளப்பாயிருந்தது. அருகைப் போலவே கோடரி முழுவதும் பளபளப்பாக இருக்கும்படி தீட்டித்தருமாறு அவன் கருமானை வேண்டினான். "தீட்டும் சக்கரத்தைச் சிறிது சுற்றி உதவுங்கள். நான் கோடரி முழுவதும் தீட்டித் தருகிறேன்" என்று கருமான் நயமாக விடை கூறினான். கோடரி விரும்பியவன் சக்கரத்தைச் சுழற்றும்போது, கருமான் கோடரியின் மொட்டைப் பக்கம் கூராகும் முறையில் அதை அழுத்திப்பிடித்தான். தன்னால் முடியுமட்டும் சுற்றிப்பார்த்தும், கோடரியின் மழுங்கல் ஒரு சிறிதே குறைந்துவந்தது. முழுதும் பளபளப்பாக்குவதென்றால், தன் நேரமும் உழைப்பும் எல்லையற்றதாக இருக்கவேண்டுமென்று அவன் கண்டான். ஆகவே, "தீட்டியதுபோதும். கோடரியை இந்த நிலையிலேயே நான் கொண்டுபோகிறேன்," என்றான்.

"வேண்டாம், வேண்டாம். நான் தீட்டித் தந்துவிடுகிறேன். இன்னும் கொஞ்சம் சுற்றுங்கள். படிப்படியாகக் கோடரி முழுவதும் பளபளப்பாகிவிடும். இப்போது பாதிக்கும் குறைவாகத்தான் வேலை முடிந்திருக்கிறது," என்றான் கருமான். ஆனால், கோடரி நாடியவன் கேட்கவில்லை. "எனக்கு இந்த **அரைகுறைப் பளபளப்பே போதும். அதுவே எனக்கு மிகவும் விருப்பம்.**" என்று கூறிக் கோடரியைப் பெற்றுக்கொண்டு போய்விட்டான்.

ஒழுங்குமுறை என்ற ஒன்றில் நான் பெற்ற இந்த அனுபவம் மற்றப் பண்புக் கூறுகளில் மிகப் பலரின் அனுபவமேயாகும். அவற்றின் திருத்தத்துக்கு நான் வழங்கிய முறையைக் கண்டுகொள்ளாத பலர், கெட்ட பண்புகளின் தீயபழக்கத்தை ஒழிக்கவோ, நல்ல பண்புகளின் சீரிய வழக்கங்களைப் பழகிப் பெறவோ வழி தெரியாமல், கடு முயற்சிகளின் பின் அவற்றைக் கைவிட்டிருப்பர். "அரைகுறைப் பளபளப்பே போதும், அதுவே எனக்கு விருப்பம்," என்று அவர்களும் கூறியிருப்பர். ஆனால் ஒழுங்குமுறை ஒன்றில் மட்டும் நான் எளிதில் இந்த நிலையை ஏற்றுக்கொண்டேன்.

19. குறைபாட்டுக்கும் ஒரு விளக்க அமைதி!

மெய்யுரை போலத் தோற்றிய ஒரு விளக்கம் எனக்கு இக்குறைபாட்டில் அமைதி உண்டுபண்ணிற்று. நான் என் மீது சுமத்த விரும்பிய அழுத்தந் திருத்தமான கட்டுப்பாடு உண்மையில் ஒழுக்க முறைப்படி ஒரு பகட்டாரவாரமேயாகலாம் என்றும், அவ்வகையில் நல்லறிவுடையோரின் நகையாடலையே அதன் வெற்றி எனக்கு உண்டு பண்ணித் தருமென்றும் நான் எனக்குள் கூறிக்கொண்டேன்! அது மட்டுமா? மெய்யறிவுடன் உலகியலறிவு சார்ந்த மற்றொரு நீதியும் எனக்குத் துணையளிப்பதாயிருந்தது. விரும்பிய முழு நிறை பண்பில் நான் வெற்றியடைந்துவிட்டால்கூட, பலரின் பொறாமையும் வெறுப்பும் அதனால் என் மீது ஏற்பட வழியுண்டு. ஆகவே, ஒவ்வொருவரும் தத்தம் நண்பர் பரிவெண்ணத்தைப் பாதுகாப்பதற்காகவாவது ஒன்றிரண்டு பிழைகளைத் துடைத்தழிக்காதிருக்கவேண்டுமென்றும் நான் கருதிக்கொண்டேன்.

பச்சையான உண்மை யாதெனில், ஒழுங்கு முறைக் கூற்றில் நான் என்னைத் திருத்திக்கொள்ளமுடியாது என்பதைக் கண்டேன். அதைப் போதுமான அளவு பயின்றுகொள்ளவில்லை. இப்போது முதுமை என்னை வந்தடைந்துள்ளது. என் நினைவாற்றல் மோசமாகிவிட்டது. இப்போது அப்பயிற்சியின் குறைபண்பை நான் நன்கு அறிகிறேன். ஆயினும் நான் பேரார்வத்துடன் குறிக்கொண்ட முழுநிறை இலக்கை என்றும் பெறாவிட்டாலும், அதை நோக்கிய முயற்சியில் முற்றிலும் பயனற்றுப்போகவில்லை. முயற்சியில் நான் ஈடுபடாமலே இருந்தால் ஏற்பட்டிருக்கக்கூடும் நிலைமையைவிட, அதில் ஈடுபட்டதன் காரணமாக ஏற்பட்டுள்ள என் தற்போதைய நிலை மேம்பட்டதேயாகும். அதனால், நான் மேம்பட்டவனாகவும் இன்பமிகுதியுடையவனாகவும் வாழ்கிறேன். இது இயல்பே. செதுக்கிய சித்திரப் படிகளைப் பார்த்து அவற்றை ஒத்த முழுநிலை சிறப்பைக் குறிக்கொள்பவர்கள், அவ் இலக்கின் முழுநிறை செப்பம் பெறவில்லையாயினும் அம்முயற்சியால் திருத்தம் பெறாமல் இருப்பதில்லை, அது போதிய அளவு செப்பமுடையதாயிருப்பதுடன். தெளிவும் நேர்மையும் குன்றாததாகவே இருக்கமுடிகிறது.

20. தம் பின்னோருக்கு ஆசிரியர் அறிவுறுத்து

இதை நான் எழுதும் சமயம் என் வயது 79. என் பின்னோர்கள் இதை ஊன்றிக் கவனிக்கவேண்டும். இந்த வயதுவரை அவர்கள் முன்னோனாகிய நான் தளர்ச்சியற்ற இடைவிடாத இன்ப வாழ்க்கைநலம் அடைந்திருகிறேனென்றால், அது கடவுளருளால் நான் மேற்கொண்ட இந்தச் சிறு நெறிமுறையினாலேயே ஆகும்.

என் வாழ்வில் இன்னும் மீந்துள்ள பகுதியில் எனக்கு எவ்வளவு தளர்ச்சிகள் ஏற்படக்கூடும் என்பது எனக்குத் தெரியாது. ஆனால், அவை எவ்வளவு நேர்ந்தாலும், இன்பங்கள் பல எனக்குக் கிட்டியுள்ளன என்ற எண்ணமே அவற்றை அமைதியுடன் தாங்க எனக்கு உதவக்கூடும்.

என் நீடித்த தொடர்ச்சியான உடல் நலத்துக்கும், இன்னும் நன்னிலையிலிருக்கும் உடல் நிலைக்கும் என் நடுநிலைப் புலனடக்கமே காரணம் ஆகும். நான் இளமையிலேயே நல்

வாழ்வு பெற்று விரைவில் பெருஞ்செல்வம் திரட்டியது எனது சிக்கனம், ஊக்கம் ஆகிய பண்புகளாலேயே நாட்டின் நல்ல குடியுரிமையாளனாக வாழவும், பிறருக்குப் பயன்படவும், அறிவுடையோர் நன்மதிப்பைப் போதிய அளவு பெறவும் உதவிய நூலறிவுகூட அவற்றின் பயனேயாகும்.

நாடு என்னிடம் காட்டும் நன்மதிப்பு, என்மீது அருள் பாலிக்கப்பட்ட மதிப்பு வாய்ந்த பதவிகள் ஆகிய யாவும் என் வாய்மை, நேர்மை ஆகியவற்றின் பரிசுகளே.

என் வாழ்வில் நான் இடைவிடாது நல்லமைதியுடன் பிறரிடம் பழகியுள்ளேன். உரையாடலில் நான் எப்போதும் இன்சொல்லே வழங்கி வந்திருக்கிறேன். அதன் காரணமாகவே பலர் இன்னும் என்னுடன் வந்து பழக விரும்புகின்றனர். இளைஞர்கள்கூட இக்கவர்ச்சியில் ஈடுபடுகின்றனர். இவ்வெல்லா நலங்களுக்கும் வழிவகுத்தது நான் மேற்கூறிய ஒன்றிரண்டு பண்புகள் மட்டுமல்ல. அவற்றுடன் மற்றெல்லாப் பண்புக் கூறுகளும் சேர்ந்த கூட்டமைதியேயாகும். அவற்றை முழுநிறை அளவில் பெறாவிட்டாலும், அரைகுறை அளவிலேயே அவை இத்தனை நற்பயனளித்துள்ளன.

என் பின்னோர்களில் ஒரு சிலராவது இந்த எளிய வகைமுறை மாதிரிகளைப் பின்பற்றி நல்லறுவடை காண்பார்கள் என்று நான் ஆர்வத்துடன் நம்புகிறேன்.

21. சமய பேதங்களின் தடம் இல்லை

என் திட்டத்தில் சமயத்தின் தடம் சிறிதும் இல்லை என்று யாரும் கூறமாட்டார்கள். ஆயினும் எந்தக் குறிப்பிட்ட சமயம் அல்லது சமயக்கிளையின் தனித் தத்துவமும் அதில் இல்லை என்பதைப் பலர் கவனித்திருப்பார்கள். அவற்றை நான் தெரிந்து, வேண்டுமென்றே விலகியவன் ஆவேன். என் முறைகள் மிக நல்லவை என்றும், நற்பயனளிப்பவை என்றும் நான் மனமார நம்பியதனால், அது எல்லாச் சமயத்தவர்களுக்கும் சரிசமமாகப் பயன்படவேண்டுமென்று நினைத்தேன். திட்டத்தை என்றாவது ஒரு நாள் வெளியிடவும் நான் கருதியிருந்தேன். இந்த நோக்கங்களுக்கு மாறான முறையில், எந்த மனிதருக்காவது, எந்தச் சமயக் கிளையினருக்காவது அது உவர்ப்பூட்டிவிடக் கூடாது என்று நான் உறுதிகொண்டேன்.

22. ஒழுக்கக் கலை

ஒவ்வொரு பண்புக் கூற்றுக்கும் ஒரு சிறிய விளக்கம் எழுதவேண்டும் என்றும் நான் கருதியிருந்தேன். அந்த விளக்கத்தில் அப்பண்பைப் பெற்றிருப்பதால் ஏற்படக்கூடிய ஆதாயங்கள் இவை இவை என்றும், அதற்கெதிரான தீய பண்பைப் பெற்றிருப்பதாலேற்படக்கூடும் துன்பங்கள் இவை இவை என்றும் வகுத்துக்கூற விரும்பினேன். இவ்விளக்கங்களடங்கிய சிறு நூலை நான் ஒழுக்கக்கலை[36] என்று பெயரிடவும் திட்டமிட்டேன். ஏனெனில், அது ஒழுக்கத்தை எப்படி, எம்முறையில் பேணுவது என்று காட்டும். 'ஒழுக்கமுடையவனாயிரு' என்று மட்டும் அறிவுரை பகரும் அறநூல்களிலிருந்து அது வேறுபட்டதாயிருக்கும். இவ்வறநூல்கள் அறிவுரை கூறுமேயன்றி அறிவு புகட்டாது; வகை துறைகள் வகுத்துக்கூறி அறிவுறுத்தாது. அவை இயேசுவின் திருமாணாக்கர் குறிப்பிடும் 'வெறுஞ்சொல் அறிவோன்' நிலையிலேயே அமையும். 'ஆடையில்லாதிருக்காதேயுங்கள். கட்டாயமாக ஆடையுடுங்கள்' என்று அவை கூறியமையும். ஆடையை எங்கேயிருந்து எவ்வாறு பெறுவது என்று கூறமாட்டார். 'உண்ணுங்கள்' என்று கூறியமையும், உணவு அளிக்கவும் மாட்டா. எங்கே உணவு பெறுவது என்றும் கூறவும்மாட்டா. *(ஜேம்ஸ் ii, 15,16)*

நான் எண்ணியபடி இவ்வுரை விளக்கத்தை எழுதவோ, எழுதி வெளியிடவோ என்னால் என்றும் முடியவில்லை. அதில் வழங்கவேண்டுமென்ற எண்ணத்துடன் அவ்வப்போது சிறு கருத்துரைகளையும், குறிப்புரைகளையும், விளக்கக் குறிப்புக்களையும் நான் குறித்ததுண்டு. அவற்றுட் சில இன்னும் என்னிடம் இருக்கின்றன. ஆயினும் என் வாழ்வின் தொடக்கக் காலத்தில் என் தனிப்பட்ட அலுவல்களும் என் நேரத்தை நிறைத்துவிட்டன. அவற்றைத் தொகுத்து எழுதுவதற்குப் போதிய மன ஒருமைப்பாடும் நேரமும் கிட்டவில்லை. என் நோக்கம் நாட்கடந்து கொண்டே வந்துவிட்டது. அத்துடன் அது என் உள்ளத்தில் வேறோர் அகலத் திட்டத்துடன் இணைப்புடையதாயிருந்து, அது என் முழு மனித ஆற்றலையும் திறை கொண்டாலல்லாமல் முற்றுப் பெறாததாயிருந்தது. எதிர்பாராத பல அலுவல்கள் குறுக்கிட்டுக் குறுக்கிட்டு இரண்டு இதுவரை கடந்துகொண்டே வந்துவிட்டன.

23. புதிய அறமுறைக் கோட்பாடு

இந்நூலில் நான் விளக்கி வலியுறுத்தவேண்டும் என்று கருதிய கொள்கை ஒன்று உண்டு. அறநூல்களால் தீயசெயல்கள் கண்டிக்கப்படிருக்கிற காரணத்தினால் அவை தீமை பயக்கவில்லை; அவை தீமை பயப்பதினாலேயே அறநூல்களால் கண்டிக்கப்படுகின்றன என்பதே அக்கொள்கை. மனிதன் இயல்பும், செயல்களின் பண்பும், பயனும், கண்டே அறநூல்கள் இந்நன்மை தீமைகளை வகுத்துரைக்கின்றன. ஆகவே, நல்ல செயல்களைச் செய்வது அறநூல்களையும், மேலுலகத்தையும் நோக்கி மட்டுமல்ல. இவ்வுலகில் இன்ப வாழ்வு வாழவிரும்புபவனும் நற்பண்புகளை நாடிப் பெற்றேயாகவேண்டும். இந்த ஒரு இயல்பை வைத்துக்கொண்டே இளைஞர்களின் உள்ளங்களை அறிவுறுத்தி நற்பண்பூட்ட நான் எண்ணினேன்.

மேலும் ஏழைகளைப்பற்றிய வரையில் பெருஞ்செல்வம் திரட்டுவதற்குக்கூட வாய்மை, சூதுவாதற்ற உள்ளம் ஆகிய பண்புகள் போதியவை. ஏனெனில், இப்பண்புகள் உலகில் கிடைத்தற்கு அரியவை. வணிகர், உயர்குடிச் செல்வர், ஆட்சியாளர், அரசிளங் கோக்கள் முதலிய பல குழுவினருக்கு இப்பண்புடைய மக்கள் இன்றியமையாது வேண்டப்படுகின்றனர். அவர்கள் அலுவல்களை இத்தகைய பண்புடையவர்களே கேடில்லாமல் பார்க்கமுடியும்.

24. பணிவுடைமைப் பண்பு

என்னுடைய பண்புப் பட்டியலில் தொடக்கத்தில் பன்னிரண்டு பண்புகளே குறிப்பிட்டிருந்தன. ஆனால், குவேக்கர் வகுப்பைச் சார்ந்த என் நண்பர் ஒருவர் “என்னிடம் பொதுவாகத் தற்பெருமை மிகுதியாயிருந்தது,” என்று கண்டுரைத்தார். என் உரையாடல்களிலெல்லாம் அப்பண்பைக் காணமுடியுமென்றும், எதை வாதிக்கும்போதும் நான் சொல்வது சரி என்று சாதித்து, அதை ஏற்காதவர்களை முனைப்பாகத் தாக்கி வந்தேனென்றும் அவர் கருதினார். இதுபற்றி அவர் பல சான்றுகள் காட்டி, அவர் கருத்தை நான் ஏற்கும்படி செய்துவிட்டார். ஆகவே, மற்றத் தீய பண்புகளுடன் இதையும் சேர்த்து, அதிலிருந்து என்னைக் காத்துக்கொள்ள விரும்பினேன். இப்பண்பிற்கு

எதிரான நற்பண்பாக, பணிவுடமையையும் அப்பட்டியலில் சேர்த்து அச்சொல்லின் பொருளை விரிவுபடுத்தினேன்.

இப்பண்பு வகையில் மெய்யாகவே நான் வெற்றிகண்டுவிட்டேன் என்று நான் பெருமைகொள்ளமுடியவில்லை! ஆனால், பண்பின் மெய்ம்மையைப் பெறாவிட்டாலும் தோற்றத்தைப் பெறுவதில் போதிய வெற்றி கண்டிருக்கிறேன். பிறர் கருத்துக்களை ஒரு போதும் நேரடியாக மறுக்கக்கூடாதென்று நான் ஒரு விதி வகுத்துக்கொண்டேன். அத்துடன் என் கருத்தை நேரடியாக வலியுறுத்தக் கூடாதென்று நான் ஒரு விதி வகுத்துக்கொண்டேன். அத்துடன் என் கருத்தை நேரடியாக வலியுறுத்தக் கூடாதென்றும் உறுதிகொண்டேன். அதுமட்டுமல்ல. எங்கள் பழைய ஜண்டோவின் விதியைப் பின்பற்றி நம் மொழியில்[37] நிலையான உறுதியைக் குறிக்கும் சொற்கள் எவை எவை உண்டோ, அவற்றை எல்லாம் முழுதும் விலக்கிவிடக் கங்கணம் கட்டிக்கொண்டேன். 'கட்டாயமாக', 'ஐயத்துக்கு இடமின்றி'[38] முதலிய சொற்களை நான் ஒழித்துவிட்டேன். அவற்றினிடமாக, "நான் எண்ணுகிறேன்', 'எனக்குத் தோற்றுகிறது', 'எனக்குத் தெரிந்தவரையில்'[39] என்பன போன்ற தொடர்களை வழங்கினேன். சிலசமயம் 'இவ்வாறு எனக்குப் புலப்படுகிறது'[40] என்று கூறினேன்.

வேறு யாராவது, எதையாவது முனைப்பாகக் கூறும்போது, நான் அது தவறு என்று நினைத்தாலும் அதை நேரடியாக மறுப்பதிலுள்ள ஆர்வத்தை அடக்கிக்கொண்டேன். உடனடியாக அவர் கருத்திலுள்ள பிழைபாட்டை எடுத்துக்காட்டுவதிலுள்ள மகிழ்ச்சியையும் நான் பெற மறுத்தேன். அதற்கு மறுமொழி கூறுமிடத்தில், நான் முதலில் அக்கருத்துச் சில சில இடங்களில் சரியாகத்தான் இருக்கிறது என்று தொடங்கினேன். பின், 'இந்த இடத்தில் சிறிது வேற்றுமை இருப்பதாகத் தோற்றுகிறது' என்றோ, 'இருப்பதாகக் கருத இடமிருக்கக்கூடும்' என்றோ கூறினேன்.

என் பேச்சுமுறையிலுள்ள இம் மாறுபாட்டின் நற்பயன்களை நான் விரைவில் கண்டுகொண்டேன். நான் ஈடுபட்டிருந்த குழுவின் உரையாடல் முன்னிலும் கிளர்ச்சிகரமாக முன்னேறிற்று. என் கருத்துக்களை எவ்வளவுக்கெவ்வளவு பணிவடக்கமான முறையில் கூறினேனோ, அவ்வளவுக்கவ்வளவு அது எளிதில், எதிர்ப்பின்றி வரவேற்கப்பட்டது. அத்துடன் எப்போதாவது

என் கருத்துப் பிழைபட்டதாகக் காணப்பட்டாலும், அதனால் எனக்கு ஏற்படக்கூடும் மனமுறிவும் சிறிதாயிற்று.

மற்றவர்கள் கருத்தை விட்டுக்கொடுப்பதும், பிறர் கருத்தை ஏற்பதும் இம்முறையால் எவ்வளவு எளிதாயிற்று என்பதை நான் அனுபவமே எடுத்துக்காட்டிற்று.

25. மக்கள் மதிப்புக்குரிய முக்கிய காரணம்

முதலில் என் இயற்கை விருப்பத்திற்கு மாறாகவே இப்பண்பு முறையைப் பின்பற்றினேன். ஆனால், அது விரைவில் எளிதாகவும் இயல்பாகவும் பழகிவிட்டது. சென்ற ஐம்பது ஆண்டுகளிலும் தன் முனைப்பான எந்தக் கருத்தும் என் வாய்விட்டு வெளிவருவதைப் பெரும்பாலும் எவரும் கேட்டிருக்கமாட்டார்களென்றே நினைக்கிறேன்.

என் நேர்மைக்கு அடுத்தபடியாக இந்தப் பணிவடக்கப் பண்புதான் என் நாட்டுமக்களிடம் நான் பெற்ற மதிப்புக்கு முக்கிய காரணமாய் இருந்தது. புதிய நிலையங்களைத் தோற்றுவிக்க நான் எண்ணியபோதும், பழைய நிலையங்களைத் திருத்தியமைக்க நான் முயன்றபோதும், இம்மதிப்பு எனக்கு எளிய வெற்றிகள் தந்தன. பொதுமன்றங்களில் நான் உறுப்பினரானபோதும், எனக்குப் பெருத்த செல்வாக்குத் தந்தது இதுவே.

நான் ஒரு நல்ல பேச்சாளனல்ல. உரைவளம் எனக்கு மிகவும் அரும்பேறாகவே இருந்தது. புதிய நிலையங்களைத் திருத்தியமைக்க நான் முயன்றபோதும், இம்மதிப்பு எனக்கு எளிய வெற்றிகள் தந்தன. பொதுமன்றங்களில் நான் உறுப்பினரானபோதும், எனக்குப் பெருத்த செல்வாக்குத் தந்தது இதுவே.

உண்மையில், நமக்கு இயல்பான உணர்ச்சிகளுள், அடக்குவதற்கு மிகவும் அருமையான உணர்ச்சி தற்பெருமையேயாகும். அதை எவ்வளவுதான் மாற்றியமைத்தாலும்; அதனுடன் எவ்வளவுதான் போராடிப் பார்த்தாலும்; அடித்தாலும், வதைத்தாலும்; எவ்வளவு மனமாரத் திணறடிக்கவைத்தாலும் அது சாவதில்லை. செத்ததாகத் தோற்றிய பின்புகூட அது உயிருடன் எழுந்து தலையை நீட்டும் . இந்த வரலாற்றிலேயே அதை நீங்கள் அடிக்கடி காணக்கூடும். ஒருவேளை அதை நான் முற்றிலும் அடக்கிப் பணிவுடையவனாகிவிட்டதாகக்

கருதினாலுங்கூட, அந்தப் பணிவடக்கப் பண்பின் வெற்றியில் பெருமைகொண்டவனாகத்தான் தோற்றுவேன்!

(இதுவரை 1784-இல் பாஸியில் எழுதினேன்)

"உண்டா லம்மஇவ் வுலகம் இந்திரர்
அமிழ்தம் இயைவ தாயினும் இனிதெனத்
தமிய ருண்டலும் இலரே முனிவிலர்
துஞ்சலும் இலர்பிறர் அஞ்சுவ தஞ்சிப்
புகழெனின் உயிருங் கொடுக்குவர் பழியெனின்
உலகுடன் பெறினுங் கொள்ளலர் அயர்விலர்
அன்ன மாட்சி யனைய ராகித்
தமக்கென முயலா நோன்றாட்
பிறர்க்கென முயலுநர் உண்மை யானே." *(புறம் : 182)*

26. தமிழாக்கக் கருத்துரை மணிகள்

கண் எல்லாவற்றையும் பார்க்கும். பின்னுள்ளவற்றைக்கூட முகம் திருப்பிப் பார்க்கும். நுட்பமானவற்றை நுண்ணோக்காடியாலும், சேய்மையிலுள்ளவற்றைச் சேணோக்காடியாலும் காண முயலும். ஆனால், கண் எப்படியும் காணமுடியாத பொருள்கள் மூன்று. ஒன்று கண்; மற்றொன்று காட்சிக்கு ஊடாக இருக்கும் ஊடுவழிப்பொருள்; மூன்றாவது காண உதவும் ஒளி இலா இடத்திலுள்ள இருள்.

மனிதன் அறியமுடியாதனவும் மனிதன், மனித வாழ்வின் நோக்கம், தோற்ற ஒடுக்கங்களே என்னலாம்.

தனிமனிதன் வாழ்வு என்று ஒன்று இல்லை. அது தலைமுறையிலிருந்து தலைமுறைக்கு மனிதப்பண்பு தாவிச் செல்வதற்கான ஓர் ஊடுபாலமேயாகும். அதே சமயம் தனிமனிதன் வாழ்வின்றிச் சமுதாயம் இல்லை. ஏனெனில் சமுதாயம் என்ற கடலில் தனிமனிதர் வாழ்வே கடல்நீர். செயற்கரிய செய்து சமுதாயம் வளர்ப்பவர் பெருவாழ்வு அந்நீரின் அலை, நீரோட்டம், சுழல், நீரடி மின்னோட்டம் போன்ற இயக்கம் மட்டுமே.

Footnotes:

1. Abel James
2. அமெரிக்க விடுதலைப் போரில் பிரிட்டனே அமெரிக்காவின் எதிரி நாடாயிருந்தது. எனவேதான் போர்க்காலத்தில் கடிதம் பிரிட்டிஷார் கையில் சிக்கக்கூடாதென்ற கவலை ஈண்டுத் தெரிவிக்கப்படுகிறது. கடிதம் போருக்குப்பின் எழுதப்பட்டதனால், பகைத்தொனி அதில் இடம்பெறுகிறது.
3. Benjamin Vaughan
4. Paris
5. ஜூலியஸ் ஸீசர் கி.மு. முதல் நூற்றாண்டில் வாழ்ந்த ரோம வீரர், படைத்தலைவர், அந்நாட்டின் முதல் பேரரசர். அவரே பண்டைய பிரான்ஸ் அல்லது கல்லியாவையும் பண்டைய பிரிட்டனையும் வென்றவர். அவர் தம் வாழ்க்கை நிகழ்ச்சிகளை நினைவுக் குறிப்புகள் (Commentaries) என்ற பெயருடன் எழுதி இலத்தீன் இலக்கியத்தில் உயர் இடம்பெற்றுள்ளார்.
6. பண்டைக் கிரேக்க வரலாற்றாசிரியர்.
7. இது நூலாசிரியரையே குறிக்கிறது. கடிதம் எழுதுபவர் கடிதத் தொடக்கத்தில் கூறுவதுபோல, டாக்டர் பிராங்க்லினுக்கே எழுதியதாகக் கருதாமல், டாக்டர் பிராங்க்லினே போன்ற ஒருவருக்கு எழுதுவதாக நடிக்கிறார்.
8. Monastic self - tormentors
9. Plutarch's Lives of Greek and Roman Heroes
10. பாரிஸ் அருகில் பாசி (Passy) யில் 1784-இல் தொடங்கப்பட்டது.
11. Solomon : விவிலிய நூலின் ஒரு பகுதியை ஆக்கிய, யூத அரசன். கி.மு.1000 அல்லது 900-இல் ஆண்டதாகக் கருத்தப்படுகிறவன். அவன் அறிவிற் சிறந்தவன் என்று போற்றப்படுகிறான். அவன் எழுதிய பகுதிகளுள் ஒன்று அவன் 'மூதுரை'கள்.
12. Presbyterian : இச்சமயப்பிரிவில் (Presbyter அல்லது) குருமாரின் கழகத்தின் மூலமே நாட்டின் கோவிலகத்துறை ஆட்சிசெய்யப்பட்டது.

13,14. கழகச் சமயத்தின்படி, கடவுளுக்குரியவர் அங்ஙனம் உரியவராக அவரால் படைப்பின் முதலிலேயே தேர்ந்தெடுக்கப்பட்டுள்ளார்கள். 'முதனிலைத் தேர்வு' என்பது இதுவே. அதுபோல, படைப்பின் தொடக்கத்திலேயே, இன்னின் மனமிரங்கவும்மாட்டார், மன்னிப்புப் பெறவும் மாட்டார் என்று கடவுள் முன்கூட்டித் தண்டனைத் தீர்ப்பளித்துவிடுகிறார். இதுவே 'முதனிலைத் தண்டனை' என்ற தத்துவம்.

15. Minister
16. Philippians , Chapter - 4
17. Apostle
18. Sacrament. ஆன்மிகத் திருவாழ்வின் புறச்சின்னமாக இயேசுபிரான் கட்டளையிட்டதாகக் கொள்ளப்படும் வினை முறைகள் அல்லது சடங்குகள்.
19. Liturgy

20. Arriving at Moral Perfection
21. Temperance
22. Resolution
23. Frugality
24. Sincerity
25. Moderation
26. Cleanlines
27. Tranquillity
28. Chastity
29. Golden Verses of Phythagoras : இவர் கி.மு. 6-ஆம் நூற்றாண்டில் சைரக்கியூசில் வாழ்ந்த கிரேக்க மெய்விளக்க அறிஞர்.
30. Addison: 18-ஆம் நூற்றாண்டில் இங்கிலாந்தின் மிகப் பெரிய கட்டுரை எழுத்தாளர். அவர் தொடக்கத்தில் எழுதிய கவிதை நூலே 'கேட்டோ' என்பது.
31. Cato
32. "Here will I hold. If there's a Power above us
    (And that there is, all Nature cries aloud
    Through all her works) He must delight in virtue;
    And that which He delights in, must be happy!"
33. Cicero: ரோம்நாட்டின் அரசியல் மன்றத்தில் பேருரையாளராகவும், எழுத்தாளராகவும் இருந்தவர். இலத்தீன் மொழியின் உரைநடை இலக்கியத்தில் அவர் சீரிய இடம் வகிப்பவர்.
34. "Father of light and life, thou good supreme!
    O teach me what is good; teach me Thyself!
    Save me from folly, vanity and vice,
    From every low pursuit; and fill my soul
    With knowledge, conscious peace, and virtue pure;
    Sacred, substantial, never - fading bliss" - Thompson.
35. Black &- lead pencil
36. (முதனூலாசிரியர் ஓரக்குறிப்பு) : ஒழுக்கத்தைப்போல் ஒருவனுக்கு ஆக்கமளிப்பது வேறில்லை.
37. முதனூலாசிரியர் குறித்தது இங்கே ஆங்கிலமொழி என்று கூறத் தேவையில்லை.
38. Certainly, without a doubt or undoubtedly
39. I think, it seems to me, as far as I know
40. So appears to me at Present

தன் வரலாறு
(மூன்றாம் பகுதி)

தன் வரலாற்றின் இறுதிப்பகுதி

(இப்போது 1788 ஆகஸ்டில், நான் தாயகத்திலிருந்தே எழுதத் தொடங்குகிறேன். ஆனால், இப்போதுகூட என் நாட்குறிப்புகளின் துணை எனக்குக் கிட்டவில்லை. ஏனென்றால், அவை போர்க்காலத்தில் அழிவுக்கு ஆளாய்விட்டன. இந்நிலையிலும் கீழ்வருவன சில கிட்டின.)

நான் புனைந்துருவாக்கிய ஒரு மாபெரிய அகலத் திட்டம் ஒன்றைப்பற்றி மேலே குறிப்பிட்டிருக்கின்றேன். அத்திட்டம் பற்றியும், அதன் நோக்கம்பற்றியும் இங்கே சிறிது விளக்கம் தருவது தகுதியுடையது என்று எண்ணுகிறேன். என் உள்ளத்தில் அது முதன்முதல் கொண்ட உருவம் தற்செயலாக அழிவிலிருந்து காப்பாற்றப்பட்டுள்ள கீழ்வருஞ் சிறு தாள்முறியில் காணப்படுகிறது.

1. மாபெரிய அகலத் திட்டம் : குறிப்புக்கள்

1731, மே 19 நூல்நிலையத்தில், வரலாற்று நூலை வாசிக்கும் சமயத்தில் தோன்றிய கருத்துக்கள் :

"உலகத்தின் பெருங்காரியங்கள், அஃதாவது போர்கள், புரட்சிகள் போன்றவை கட்சி வேறுபாடுகளாலேயே ஏற்படுகின்றன. கட்சிகளாலேயே நடைபெறுகின்றன.

"இக்கட்சிகளின் நோக்கம் அவர்கள் தற்கால நலங்கள், அல்லது 'தற்கால நலங்கள்,' என்று அவர்களால் கருதப்படுபவை மட்டுமே.

"வேறுபட்ட பல கட்சிகளின் வேறுபட்ட கொள்கைகள் எல்லாக் குழப்பங்களுக்கும் மூல காரணம் ஆகும்."

"கட்சி ஒருபுறம் பெருந்திட்டம் வகுக்கிறது. ஆனால், கட்சியிலுள்ள ஒவ்வொரு தனி மனிதனும் தன்தன் தனிப்பட்ட நலன்களிலேயே நாட்டமுடையவனாயிருக்கிறான்.

"கட்சி தன் பொதுநோக்கத்தில் வெற்றிகண்டவுடனேயே, அதன் ஒவ்வோர் உறுப்பினனும் தன் தன் தனி நலனில் அக்கறை உடையனவாய்விடுகிறான். ஆனால், ஒவ்வொருவர் தனிநலனும் மற்றவர் தனிநலங்களுக்கு முட்டுக்கட்டை போடுவதால், கட்சி உட்கட்சிகளாகச் சிதறுண்டு குழப்பம் ஏற்படுகிறது."

"பொதுவாழ்வில் மிக மிகச் சிலரே நாட்டின் பொதுநன்மையை நாடிச் செயலாற்றுகின்றனர்; பலர் அவ்வாறு பாவிப்பர்; சிலரே உண்மையில் அந்த எண்ணமுடையவராயிருக்கின்றனர். பல சமயம் அவர்கள் செயல்கள் நாட்டுக்கு நன்மையாகவும் இருக்கலாம். ஆனால், அவர்கள் முனைத்த நாட்டம் அவர்கள் தனிநலனாகவே அமைந்திருக்கும் - தம் தனி நலனே நாட்டுப் பொதுநலன் என்ற முறையில்தான் அவர்கள் உழைத்திருப்பர்; தூய அன்புணர்ச்சியுடனல்ல.

"மனித இனத்தின் நலம் கருதி உழைப்பவர் தொகை இன்னும் மிகீ மிகக் குறைவே."

"ஒழுக்கம் பேணுவதற்கான ஒன்றுபட்ட ஒரு கட்சியை உருவாக்குவதற்கான வாய்ப்பு இப்போது ஏற்பட்டிருக்கிறது என்று எனக்குத் தோன்றுகிறது. எல்லா நாடுகளிலும் உள்ள ஒழுக்கமுடைய நன் மக்களையும் அதில் ஒருங்கு திரட்டவேண்டும். மற்ற மக்கள் வாழ்க்கையில் மற்றப் பொதுச்சட்டங்களுக்கு இணங்கி நடப்பதுபோல, அவர்கள் அறிவார்ந்த நல்ல ஒழுக்க விதிமுறைகள் வகுத்து அதன்படி ஒழுகவேண்டும். இது நடவாத செயலல்ல. பொதுவான சட்டங்கள்பற்றி மக்கள் கருத்தொற்றுமைப்படுவதை விட, ஒழுக்கமுறை விதிகள் வகையில் நல்லறிவுடையோர் எளிதாக ஒன்றுபடுவது உறுதி.

"மேற்கூறப்பட்ட திட்டத்தை யார் சரிவர உருவாக்கத் தகுதியுடையவராகி, அதை உருவாக்க முயன்றாலும், அவர்கள் கடவுளை மகிழ்விப்பதும், அக்காரணத்தால் வெற்றி பெறுவதும் உறுதி என்று நான் இப்போது எண்ணுகிறேன்."

(கை ஒப்பம்) பெஞ்சமின் பிராங்க்லின்

2. பொதுச்சமயத் திட்டம்

வருங்காலத்தில், சூழ்நிலைகள் சரிவர எனக்கு ஓய்வு தரும்போது மேற்கொள்ள வேண்டியது என்ற எண்ணத்துடன், நான் அடிக்கடி இத்திட்டத்தைப்பற்றிச் சிந்தித்து வந்தேன். அதுபற்றி அவ்வப்போது ஏற்பட்ட கருத்துக்களையும் துண்டுத்தாள்களில் குறித்து வைத்தேன். இவற்றுட் பல காணாமற் போய்விட்டன. ஆனால், நாம் அறிந்த இன்றைய சமயங்கள்

எல்லாவற்றின் உயிர்நிலைக் கூறுகளையும் உட்கொண்ட ஒரு பொதுச்சமயத்தின் முதல் திட்டமாகத் தோன்றுகிற ஒரு கற்றை என் கைக்குக் கிட்டியுள்ளது. எந்தச் சமயத்தின் பற்றாளரையும் புண்படுத்தத்தக்க எதுவும் அதில் இல்லை. அதன் போக்கு வருமாறு :

"கடவுள் ஒருவர்; அவர் எல்லாம் ஆக்கியவர்"

"அவர் உலகைத் தம் முன்னறிவால் ஆட்சி செய்கிறார்."

"பூசனை, வழிபாடு, நன்றியுணர்வு, வேண்டுகோள் ஆகிய முறைகளில் அவர் வணங்கப்படவேண்டும்."

"ஆனால், கடவுளுக்கு உகந்த மிகச் சிறந்த வழிபாட்டுமுறை மனித சேவையே."

"மனிதனின் உயிர் மாளா இயல்புடையது."

"இவ்வாழ்வில் அல்லது ஒரு பின் வாழ்வில் நற்பண்புகளுக்கான பரிசுகளும், தீயபண்புகளுக்கான தண்டனையும் இறைவனால் அருளப்படும்."

3. கட்டற்ற இன்னமைதிக் கழகம்

புதிய சமயம் மணமாகாத இளைஞரிடையேதான் முதலில் பரப்பப்படவேண்டும் என்று நான் அப்போது கருதினேன். அதில் சேரும் ஒவ்வொருவனும் அதன் கோட்பாட்டை ஒப்புக்கொள்வது மட்டும் போதாது. அவன் அதற்கு முன்பே நான் மேலே குறிப்பிட்ட முன்மாதிரித் திட்டப் பண்புகளின் 13 வாரத் தன்னாராய்விலும் பயிற்சியிலும் தேறியிருக்கவேண்டும். அத்துடன் அச்சமயக்குழு நன்கு பெருக்கமடையும்வரை அப்படி ஒன்று இருக்கிறது என்பதே மறைவடக்கமாக வைக்கப்படவேண்டும். தகுதியற்ற ஆட்கள் வந்து அதில் தம்மைச் சேர்த்துக்கொள்ள வேண்டுமென்று எங்களைத் தொந்தரவு செய்யாதபடி தடுப்பதற்காக இந்த ஏற்பாடு தேவைப்பட்டது. ஆயினும், உறுப்பினர் ஒவ்வொருவரும் தமக்கு அறிமுகமானவர்களிடையே கவடுசூதற்ற, நல்லெண்ணமுடைய இளைஞர்களை மிகுந்த விழிப்புடன் தெரிந்தெடுத்து, அவர்களுக்கும் படிப்படியாகவே திட்டத்தைத் தெரிவிக்கவேண்டும் என்று ஏற்பாடு செய்யப்பட்டிருந்தது. தவிர, உறுப்பினர் ஒருவருக்கொருவர் அவரவர் வாழ்வின்

நலங்கள், தொழில் முயற்சிகள், முன்னேற்றம் ஆகியவற்றில் உதவி செய்து ஆதரவளிக்கவேண்டும்.

தனிப்படக் குறிக்கப்படும் வகையில், சமயக்குழு தன்னைக்'கட்டற்ற இன்னமைதிக் கழகம்'' என்று குறித்துக்கொள்ளும். பொதுவாக, உறுப்பினர் நற்பண்புகளின் பழக்கத்திலும் பயிற்சியிலும் தேறியவர்கள் என்ற முறையில், அது தீய பண்புகளின் கட்டு அற்றதாகும். கட்டற்ற என்ற அடையின் குறிப்பு இதுவே. தவிர, சிறப்பாகச் சிக்கனம், ஊக்கம் ஆகியவற்றின் பயிற்சியால், அவர்கள் கடனின் இக்கட்டிலிருந்தும் விடுபட்டவர்களாயிருந்தனர். கடன் ஒன்றே புறம்பேயும் மனிதனைச் சிறையில் தள்ளுகிறது. அத்துடன் அது ஒருவகையில் கடன்காரனைக் கடன் கொடுத்தவனிடம் அடிமையாக்கவும் செய்கிறது. இது அக அடிமைத்தனத்துக்கும் வழி வகுக்கிறது.

அகலத்திட்டத்தைப் பற்றி என் நினைவில் உள்ளது இவ்வளவே. ஆனால், அதன் ஒரு பகுதியை இரண்டு இளைஞர்களுக்கு நான் அப்போதே தெரிவித்திருந்தேன். அவர்கள் அதை ஆர்வத்துடன் மேற்கொண்டார்கள். ஆனால், அப்போது என் நிலைமை மிகவும் இக்கட்டுடையதாயிருந்தது. ஆகவே, தொழில்துறையிலேயே நான் மிகவும் கட்டுண்டு கிடக்கவேண்டிவந்தது. திட்டத்தைச் செயல்முறைப்படுத்தும் செய்தியை நான் ஒத்திப்போட்டுக்கொண்டே வந்தேன். தனிப்பட்ட முறையிலும் பொதுமுறையிலும் தொடர்ந்து இருந்துவந்த பல்வேறு கடமைகளும் விடாது இன்றுவரை அதை ஒத்திப்போடும்படியே செய்துவிட்டன. இன்று அத்தகைய பெருமுயற்சிக்கேற்ற வலிமையோ, ஊக்கமோ இரண்டும் என்னிடம் இல்லை. ஆனால், இன்றுகூட நான் அது செயல்முறைக்குகந்த ஒரு திட்டம் என்றுதான் கருதுகிறேன்.

நல்ல குடியுரிமைப் பொறுப்புடைய மக்களை அது ஒருங்கு திரட்டியிருக்குமாதலால், அது மிகவும் பயனுடையதாக இருக்கும் என்பது உறுதி. அதன் பாரிய அகலத்தை எண்ணி நான் என்றும் மலைத்தது கிடையாது. ஏனென்றால், மட்டமான திறமையுடைய ஒரு தனிமனிதனின் முயற்சியினால்கூட, மனித வகுப்பு முழுமைக்கும் நலந்தரும் பெரும்புரட்சிகள் செய்துவிடமுடியும் என்று நான் என்றுமே கருதி வந்திருக்கிறேன். அவன் செய்ய

வேண்டுவதெல்லாம் நல்ல திட்டமிடுவது, அதைத் தன் ஒரே வேலை, ஒரே பொறுப்பு ஆக்கி, அதிலிருந்து தன் மனத்தைக் கலைக்க வல்ல வேறு பொழுதுபோக்குகள், இதரவேலைகள் ஆகியவற்றில் ஈடுபடாதிருப்பது என்பவையே.

4. ரிச்சர்டின் ஆண்டுக்கணிப்பு

1732-இல் நான் முதன்முதலாக ரிச்சர்ட் ஸான்டர்ஸ்[2] என்ற புனைபெயரின்கீழ் ஓர் ஆண்டுப்பட்டியை[3] வெளியிட்டேன். பொதுவாக அது ஏழை ரிச்சர்டின் ஆண்டுக் கணிப்பு என்ற பெயருடன் நிலவிற்று. அதை நான் 25 ஆண்டுகள் தொடர்ந்து நடத்தினேன். அதைப் பயனுடையதாக மட்டுமல்ல, இன்பந்தருவதாவும் ஆக்க முயன்றேன். அதன் பயனாக அதன் தேவை பெருகி, ஆண்டுதோறும் 10,000 படிகள் வரை விற்றது. அதில் நான் மிகுந்த ஆதாயத்தையும் அறுவடையாகப் பெற்றேன். பொதுமக்களால் அது மிகப் பெரும்பான்மையாக வாசிக்கப்பட்டது கண்டேன். மாகாணத்தின் எப்பகுதியிலும் அது காணப்பட்டது. எனவே, பொதுமக்களிடம் அறிவைப் பரப்ப அது ஒரு நல்ல கருவி என்று நான் கருதினேன்.

மக்கள் அன்று பெரும்பாலும் வேறு எந்தப் புத்தகங்களும் வாசித்ததில்லை. ஆகவே, நான் ஆண்டுக் கணிப்பின் சிறப்பு நாட்களுக்கிடையே, கிடைத்த இடங்களையெல்லாம், பழமொழி வாசகங்களால் நிரப்பினேன். அவற்றுள் பெரும்பாலானவை ஊக்கம், சிக்கன வாழ்வு ஆகியவற்றை வலியுறுத்தின. இப்பண்புகள் செல்வத்தை ஆக்குபவை; அத்துடன் ஒழுக்கத்துக்கும் உகந்தவை என்று எடுத்துக்காட்டினேன். ஏனெனில், வறுமையில் உழலும் மனிதனுக்கு, நேர்மையுடன் நடப்பது என்பது மிகவும் அருஞ் செயல். இதை உவமை நயத்துடன் விளக்கிய ஒரு பழமொழி, 'வெறுமையான சரக்கு நிமிர்ந்து நிற்காது' என்பதே.

இந்தப் பழமொழிகள் பல இனங்கள், பல ஊழிகளின் அறிவை உட்கொண்டவையாயிருந்தன. 1757-ஆம் ஆண்டுக்குரிய ஆண்டுக்கணிப்பில் நான் இவற்றையெல்லாம் சேர்த்து ஒரே தொடுத்த உரையாடலில் அமையும்படி தொகுத்தேன். ஓர் ஏலத்தில் கலந்துகொள்ள வந்த மக்களிடம் அறிவார்ந்த ஒரு முதியவர் பேசிய உரையாடல் வடிவில் அது அமைந்திருந்தது. சிதறியிருந்த இந்நல்லுரைகள் இங்கே

இவ்வாறு ஒருமுகப்படுத்தப்பட்ட நிலையில், மக்கள் கவனத்தை முன்னிலும் கவர்ந்தன. எல்லோராலும் விரும்பப்பட்டதனால், ஐரோப்பாக் கண்டத்தில் உள்ள பத்திரிகைகள் எல்லாவற்றிலுமே இது பகர்த்து வெளியிடப்பட்டன. பிரிட்டனில் அவை அகல அட்டையிலே அச்சிடப்பட்டு, வீடுகளில் தொங்கவிடப்பட்டன. பிரஞ்சு மொழியில் அதன் இரண்டு மொழிபெயர்ப்புகள் வெளிவந்தன. சமயத் தலைமக்களும் பெருங்குடி மக்களும் அதைப் பெருந்தொகையாக வாங்கித் தம் குடிமக்களிடையே இலவசமாக வழங்க ஏற்பாடு செய்தனர்.

பென்சில்வேனியாவில் இவ்வுரையாடல் அயல்நாட்டுப் பகட்டுச்சரக்குகள் வாங்கும் பழக்கத்தைப் பெரிதும் குறைக்க உதவிற்று. அவ்வெளியீட்டுக்குப் பின் பல ஆண்டுகளாக அம்மாகாணத்தில் பணப்புழக்கம் மிகுதியாயிற்று. இது உரையாடலின் பயனே என்று பலர் கருதியுள்ளனர்.

5. பத்திரிகை வளர்ச்சி

மக்களிடையே அறிவு பரப்புவதற்கு நான் என் பத்திரிகையை மற்றொரு கருவியாகக் கருதினேன். அந்நோக்கத்துடன் 'ஸ்பெக்டேட்டரி'லிருந்தும்[4] வேறுபல ஒழுக்கமுறை எழுத்தாளரிடமிருந்தும் பல நற்பகுதிகளை அதில் எடுத்து அச்சிட்டேன். சில சமயங்களில் நான் தொடக்கக் காலங்களில், ஜண்டோக் கழகத்தில் வாசிப்பதற்காக எழுதியிருந்த என் எழுத்துப் படிகளை எடுத்து வெளியிட்டேன். இதில் சாக்ரடீஸ்[5] முறையில் ஓர் உரையாடல் இருந்தது. ஒரு மனிதன் எவ்வளவு திறமையும் தகுதியும் உடையவனாயிருந்தாலும், அவன் கெட்ட பண்புடையவனாயிருந்தால், அவனை நல்லறிவுடையவனென்று கூறமுடியாது என்பதை அது நிலைநாட்டிற்று. மற்றொன்று தன்னல மறுப்புப் பற்றியது. நற்பண்புகள் இயல்பாகவே பழகிவிட்டாலல்லாமல், அவற்றுக்குத் தக்க பாதுகாப்பு ஏற்படாது என்பதை அது தெளிவாக்கிற்று. அத்துடன் அந்த நற்பண்புகளுக்கு மாறான எதிர்பண்புகளும் அதே போல ஒழிக்கப்படவேண்டும் என்பதை அது வற்புறுத்திற்று. இவ்விரண்டு 1735-ஆம் ஆண்டு தொடக்கத்துக்குரிய இந்நாளிதழ்களில் இடம்பெற்றன.

6. பத்திரிகைகளின் தகுதியற்ற வசைமாரிகள்

அணிமை நாட்களில் வசையும் நேரிடைத் தாக்குதலும் நம் நாட்டின் மிக மோசமான பெரும்பழிகளாயுள்ளன. என் பத்திரிகையளவில், நான் இவற்றை விழிப்புடன் விலக்கி வந்தேன். அம்மாதிரி எதையாவது வெளியிடும்படி நான் கோரப்பட்டதுண்டு. 'பத்திரிக்கையின் சுதந்திரம்' என்ற முறையில் அவை பொதுவாக அவர்களால் வற்புறுத்தவும்பட்டன. பத்திரிகை என்பது பயணஞ் செய்வதற்குரிய ஒரு வண்டி என்றும், வண்டிச் சத்தம் கொடுத்தவர்களுக்கெல்லாம் அதில் பயணம் செய்வதற்கு உரிமை உண்டு என்றும் வாதிடப்பட்டது.

அச் சமயத்திலெல்லாம் என் மறுமொழி ஒன்றே ஒன்றுதான்: "வேண்டுமென்றால், உங்கள் கட்டுரையைத் தனியாக அச்சிட்டு எத்தனை படிகள் வேண்டுமோ அத்தனை படிகள் தருகிறேன். நீங்கள் உங்கள் விருப்பம்போல, அதை மக்களுக்கு வழங்கலாம். ஆனால், நீங்கள் எழுதும் நிந்தை மொழியைப் பரப்பும் பணியை நான் செய்யமுடியாது. என் பங்கு வரியாளரிடம் நான் தொடக்கத்தில் செய்துகொண்ட ஒப்பந்தம் அதுவல்ல. அவர்களுக்குப் பயனுடையவற்றையும், இன்பகரமானவற்றையும் தருவதாகவே ஒப்புக்கொண்டேன். அவர்களுடன் தொடர்பற்ற தனிமனிதர் பூசல்கள் இரண்டு வகையிலும் சேர்ந்தவையாகமாட்டா. ஆகவே அவற்றை வெளியிடுவது அப்பங்கு வரியாளர்களுக்கு நேர்மைக்கேடு செய்வதாகும்." என்று நான் விடையிறுத்துவந்தேன்.

நம்மிடையே மிக நேர்மை வாய்ந்த மனிதர்களைக் கூடத் தனிமனிதர் பகைமை விட்டதில்லை. நம் நாட்டு அச்சகத்தாரில் பலர் அப்பகைமையின் வேண்டுகோளுக்குத் தம் பத்திரிகையில் இடம் தந்து ஆதரிக்கவும் தயங்குவதில்லை. சில சமயங்களில் பத்திரிகைகள் வளர்த்த பகைமைப் பூசல் நேரடிச் சண்டைவரைகூடச் செல்வதுண்டு. இன்னும் பல சமயம் பத்திரிகைக்காரர்கள் அண்டை அயல் அரசியல்களைப் பற்றி மிகக் கேவலமான செய்திகளை வெளியிடுமளவு தங்கள் நடுநிலை அறிவைப் பறிகொடுத்து, அதன் கொடும் பயன்களுக்கும் ஆளாகிவிடுகிறார்கள்.

இளம் பத்திரிகையாளர்களுக்கு எச்சரிக்கையாகவே இவற்றைக் கூறுகிறேன். இகழுக்குரிய இவ்விழிந்த பழக்கங்களுக்கு

இடந்தந்து, அவர்கள் பத்திரிகைத் துறைக்கும் பத்திரிகைத் தொழிலுக்கும் மாசு உண்டாக்காதிருப்பார்களாக! அவற்றை விலக்கிவிடுவதனால் ஆதாயத்துறைக்கு மொத்தத்தில் கேடு வராதென்பதையும் எனது முன்மாதிரியிலிருந்தே அவர்கள் காணலாம். ஆகவே, மேற்கூறிய வகையான வேண்டுகோள்களை அவர்கள் எப்பாடுபட்டும் மறுத்துவிடத் தயங்கக்கூடாது.

7. பெண்கல்வியின் பீடு

1733-இல் நான் என் பயிற்சித் தொழிலாளருள் ஒருவரைத் தென் கரோலினாவுக்கு[6] அனுப்பினேன். அங்கே ஓர் அச்சகத் தொழில் முதல்வர் உழைப்பு வேண்டிவந்தது. நான் அவருக்கு ஓர் அச்சுப்பொறியும் எழுத்துக்களும் கொடுத்தேன். அவருடன் நான் செய்துகொண்ட பங்கு ஒப்பந்தத்தின்படி, நான் அவர் செலவில் மூன்றிலொருபங்கு ஈடுசெய்து, வரும் ஆதாயத்தில் மூன்றில் ஒரு பங்குபெறும் உரிமை உடையவனாயிருந்தேன். அவர் படித்தவர். கண்ணியமும் உடையவர். ஆயினும் கணக்கு எழுதும் வகையில் மட்டும் அவர் ஒன்றும் தெரியாதவராயிருந்தார். ஆகவே, அவ்வப்போது அவர் எனக்கு ஏதோ பணத்தை அனுப்பி வந்தாரே தவிர, கணக்கு அனுப்பமுடியவில்லை. கணக்கு விவரம் பெறமுடியாத நிலையில், என் பங்கின் நிலை என்ன என்பதையும் நான் அவர் வாழ்நாள் முழுவதும் உணரமுடியவில்லை.

அவர் மறைவுற்றபின், அவர் தொழிலைக் கைம்பெண்ணான அவர் மனைவி தொடர்ந்து நடத்தினார். அவர் ஹாலந்தில் பிறந்து வளர்ந்தவர். அங்கே பெண்களின் கல்வியில் கணக்கு ஒன்றாகக் கற்பிக்கப்படுகிறது என்று நான் கேள்விப்படுகிறேன். அவர் தம் கணவன் இருந்த கால முடிவின் பொது நிலவரத்தை விளக்கி அதற்கான முழுக்கணக்கு விவரமும் அனுப்பிவைத்தார். அத்துடன் அதன்பின் ஒவ்வொரு காலாண்டுக்கும் ஒழுங்காகவும், திட்ப நுட்பமாகவும் கணக்கனுப்பி வந்தார். இதனால் அவர் தொழில் மிகவும் ஆக்கம் அடைந்தது. அவர் நல்ல பெயர் வாய்ந்த பல குழந்தைகளைப் பெற்றுத் திறமையுடன் வளர்த்ததுடன், என் ஒப்பந்த அவதி முடிவதற்குள்ளாகவே, அச்சகத்தில் என் பங்கை வாங்கும் அளவு பணம் ஈட்டி, அச்சக முழுவதையும் தம் மூத்தமகனுக்கு உரிமையாக்கினார்.

இந் நிகழ்ச்சி தரும் படிப்பினைக்காகவே நான் இதை இங்கே குறிப்பிட்டேன். நம் இளம் சிறுமிகளுக்கு இந்தக் கல்வித்துறை மிக மிக இன்றியமையாதது என்பதை நான் வலியுறுத்த விரும்புகிறேன். ஆடலையும் பாடலையும் விட, இது அவர்களுக்கு மிகுதி பயன் தரத்தக்கது. அவர்கள் எப்போதாவது கணவன் ஆதரவை இழக்கும் நிலை வந்தால் கூட, சூழ்ச்சிக்கார ஆடவர் மோசடிகளிலிருந்து இது அவர்களைக் காக்க வல்லது. சில சமயம் முன்பே நிலைபெற்று நடைபெறும் வாணிக நிலையத்துக்கு அவர்கள் உரியவர்களாயிருந்தால், அதை நடத்தத்தக்க ஒரு புதல்வன் வளர்ந்து பயிற்சி முற்றுப்பெறும் வரையிலாவது, அவர்கள் அதைத் தொடர்ந்து நடத்திவர முடியும். இதனால் குடும்பத்தின் நிலை நீடிப்பதுடன், செல்வ வளமும் இடையூறு கடந்து வளரும்.

8. ஹெம்ப்ஹில் சமயவுரை எழுப்பிய ஆர்வ எதிரார்வம்

கிட்டத்தட்ட 1734-ஆம் ஆண்டையடுத்து, அயர்லாந்திருந்து[7] ஹெம்ப்ஹில்[8] என்ற கழகச் சமய உரையாளர்[9] ஒருவர் எங்களிடையே வந்தார். அவர் குரல் இனிமையுடையவர். அவர் பேசுவதைக் கேட்டால், அவர் அந்தந்த நேரத்தில் எழுந்த தம் கருத்தை இயல்பாகப் பேசியவராகவே தோற்றும், உரையாடல்கள் மிகச் சிறந்தவையாக இருந்தன. பல சமயக் கிளையைச்சேர்ந்த மக்களும் விருப்புடன் அவரைக் கேட்கவந்தனர். அவர்கள் எல்லாருமே அவரைப் புகழ்ந்து பாராட்டினர். மற்றவர்களோடு நானும் ஒருவனாகி, அவர் பேச்சை இடைவிடாது சென்று கேட்கத் தொடங்கினேன். அவர் சமய உரைகளில் கோட்பாட்டு நுணுக்கங்கள் மிகுதி இல்லாத காரணத்தினால், அவை என்னை மகிழ்வித்தன. அத்துடன் நல்லொழுக்கப் பயிற்சியை - சமயத்துறை மொழிநடையில் கூறினால், நற்பணிகளை - அவை வலியுறுத்தின.

சமய ஆசாரப் பற்றுமிக்கவர் என்று தம்மைக் குறித்துக்கொண்ட கழகச் சமயக்கிளையின் கோவிற் குழுவினர் பலரும், பிற சமயத் தலைவர்களும் சேர்ந்து, அவரைச் சமய விரோதி என்று கோவிலக மன்றில் குற்றஞ் சாட்டினர். இதன்மூலம் அவர் சமய உரைகளை நிறுத்திவிட அவர்கள் எண்ணினர். நான் ஆர்வத்துடன் அவர் ஆதரவாளனாகி, அவர் கட்சியை வலிமைப்படுத்த என்னால் இயன்ற எல்லாம்

செய்தேன். நானும் என் பக்கம் நின்றவர்களும் அவருக்காகப் போராடினோம். வெற்றி எமது என்றும் நாங்கள் பெரிதளவு நம்பினோம். இதையொட்டி இருபுறமும் பல தாக்குரைகளும், எதிர்த் தாக்குரைகளும் எழுந்தன.

ஹெம்ப்ஹில் ஒரு நல்ல நயநாகரிக மிக்க பேச்சாளராயிருந்தாலும், எழுத்துத்துறையில் சிறிதும் திறமையற்றவராயிருந்தது கண்டு நாங்கள் வியப்படைந்தோம். ஆனால், அவருக்கு நான் என் எழுத்து வன்மையின் துணை தந்தேன். அவர் சார்பில் நான் இரண்டு மூன்று துண்டு வெளியீடுகள் இயற்றினேன். 1735 ஏப்ரில் "கஜட்" வெளியீட்டிலும் ஒரு கட்டுரை எழுதினேன். வாத எதிர்வாத எழுத்துக்களின் இயல்புக்கேற்ப, இத்துண்டு வெளியீடுகள் அன்று மிகுதி விரும்பி வாசிக்கப்பட்டனவாயினும், பின்னால் வழக்கிழந்துவிட்டன. இப்போது அவற்றுள் ஒருபடி கூட எங்காவது இருக்குமா என்பது ஐயமே.

9. ஆதரவு தகர்த்த சிறு செய்தி

வாத எதிர்வாத நடுவில், காலக்கேடாக ஒரு சிறு நிகழ்ச்சி, பேச்சாளர் சார்புக்குத் தீங்கிழைத்தது. பலரால் புகழப்பட்ட அவர் பேச்சொன்றை அவர் எதிரிகளில் ஒருவர் கேட்டுக்கொண்டிருந்தார். அதே மாதிரிச் சொற்பொழிவொன்றை எங்கோ படித்திருப்பதாக அவருக்கு மனதிற்பட்டது. அவர் முயற்சியுடன் தேடிப்பார்த்தார். அது பிரிட்டிஷ் மதிப்புரை வெளியீடுகளில்[10] ஒன்றில் மேற்கோளாக டாக்டர் பாஸ்டர் சமய உரைகளிலிருந்து[11] எடுத்துக்காட்டப்பட்டிருந்தது. இதை அவர் எங்கும் பரப்பி வெளியிட்டார்.

எங்கள் கட்சியில் பலருக்கு இந்தச் செய்தி வெறுப்பைத் தந்தது. அவர்கள் அவர் ஆதரவிலிருந்து விலகினர். சமய மன்றத்தில் இது எங்களுக்கு விரைந்த தோல்வியைத் தந்தது. ஆனால், நான் அவரை விடாது ஆதரித்தேன். ஏனென்றால், மற்றச் சமய அறிவுரையாளர்களைப் போல, தாமாக மோசமான உரைகளைக் கூறாமல், பிறருடையவையாயினும் நல்லனவற்றைக் கூறியது மேம்பட்ட செயல் என்று நான் கருதினேன்.

அவர் சமய உரைகளில் எதுவுமே அவருடையதல்ல என்பதை அவர் என்னிடம் பின்னாட்களில் கூறினார். அவர் நினைவாற்றல் அருஞ்சிறப்புடையது. எந்த

உரையையும் ஒரு தடவை வாசித்தவுடன் அவர் காணாமல் ஒப்புவிப்பவராயிருந்தார். தோல்வியின்பின் அவர் வேறு நல்ல வளமான இடம் நாடி எங்களை விட்டகன்றார். அவர் பேசி கூட்ட அமைப்புக்காக நான் நெடுநாள் என் பங்கு வரிசையைச் செலுத்திக்கொண்டுதான் இருந்தேன். ஆனால், அவர் திரும்பி எங்கள் இடத்துக்கு வரவேயில்லை.

10. பிறமொழிக் கல்வி பற்றிய அனுபவங்கள்

1733-இல் நான் மொழிகள் கற்கத் தொடங்கினேன். பிரஞ்சு மொழியில் நான் விரைவில் முன்னேறினேன். அதில் நான் அடைந்த தேர்ச்சி அம்மொழியிலுள்ள புத்தகங்களைத் தட்டின்றி வாசிக்கப் போதியதாயிருந்தது. இதன்பின் நான் இத்தாலிய மொழியை மேற்கொண்டேன். அம்மொழியையே கற்றுக்கொண்டிருந்த நண்பர் ஒருவர் அடிக்கடி என்னைத் தம்முடன் சதுரங்கம் ஆடும்படி தூண்டினார். கற்பதற்காக நான் ஒதுக்கிவைக்கும் நேரத்தின் பெரும்பகுதியையும் இது எடுத்துக்கொள்வது கண்டு நான் ஆட மறுத்தேன். ஆயினும் ஒரு கட்டுப்பாட்டுக்கு அவர் ஒத்துக்கொண்டால் ஆடுவதாகக் கூறினேன். ஒவ்வொரு ஆட்டத்திலும் கெலித்தவர் மற்றவர் மீது இலக்கண நூற்பகுதிகளை அல்லது மொழிபெயர்ப்புப் பகுதிகளை ஒப்பிக்கும் கடமையைச் சுமத்தலாம் என்பதே அந்தக் கட்டுப்பாடு. அடுத்த தடவை சந்திக்குமுன் தோற்றவர் அந்த வேலையை முடித்துவிடுவதாகத் தம் மதிப்புரிமை சான்றாக உறுதியளிக்கவேண்டும்.

ஆட்டத் திறமையில் இருவரும் கிட்டத்தட்டச் சரி சமமாகவே இருந்தோம். இருவருக்கும் சரிசமமாகவே தோல்வி வந்ததால், இருவரும் ஆட்டத்திற் பாதிநேரமும் படிப்பில் பாதிநேரமும் செலவு செய்யலானோம்.

சிறிது முயற்சியுடன் நான் இதனையடுத்து ஸ்பானிஷ் மொழியிலும் என் அறிவை வளர்த்தேன். அந்த மொழியிலும் புத்தகங்கள் வாசிக்கும் திறம் உடையவனானேன்.

இலத்தீனப் பள்ளிகளில் எனக்கு ஓர் ஆண்டுப் பயிற்சிதான் தரப்பட்டிருந்தது என்பதை நான் முன்பே குறித்துவிட்டேன். இதுவும் அறியா இளமைப்பருவத்துக் கல்வி. அதன்பின் அம்மொழியை நான் முற்றிலும் புறக்கணித்திருந்தேன். ஆனால்

பிரஞ்சு, இத்தாலியம், ஸ்பானிஷ் முதலிய மொழியறிவுகளைப் பெற்றபின், நான் ஓர் இலத்தீன் 'விவிலியப்' புதிய ஏற்பாட்டைப் பார்க்க நேர்ந்தது. நான் எதிர்ப்பார்த்ததை விட அந்த மொழி எனக்குப் பழக்கப்பட்டதாக இருப்பது கண்டு நான் வியப்படைந்தேன். மீண்டும் அதைப் படிக்க இது எனக்குத் தூண்டுதல் தந்தது. இதில் எனக்கு முன்னிலும் எளிதாக வெற்றி கிடைத்தது. ஏனென்றால் மற்றைய மொழிகள் என் பாதையைச் செப்பனிட்டு வைத்திருந்தன.

11. பழையமொழிகளும் புதுமொழிகளும்

இந்த அனுபவத்திலிருந்து, மொழிகள் கற்பிப்பதிலுள்ள நம் தற்கால முறையில் ஒரு முரண்பாடு இருக்கிறது என்று எனக்குத் தோற்றுகிறது. முதன் முதலில் இலத்தீன்மொழியே படிக்கவேண்டுமென்றும், அப்போதுதான் அதிலிருந்து பிறந்துள்ள மற்றத் தற்கால மொழிகள் கற்பது எளிதாகுமென்றும் கூறப்படுகிறது. ஆனால், இது உண்மையானால் நாம் கிரீக்கையே முதலில் கற்கவேண்டும். அப்போதுதான் இலத்தீனை நாம் எளிதில் கற்கமுடியும் என்று ஆகிறது. உண்மை என்னவெனில், கீழிருந்து ஒரு படி ஏறுவதைவிட, மாடியிலிருந்து அதன்மீது இறங்குவது எளிது என்பது நல்ல வாதமே. ஆனாலும், அனுபவத்தில் இது பயனற்ற வாதம். ஏனென்றால், படிகளின் வழியாக மட்டுமே மாடிக்கு எளிதாக ஏறமுடியும். அதுவே அனுபவமுறை. மொழிகளிலும் இதுபோல, தற்காலமொழிகள் என்ற படிகளிலிருந்து மாடியாகிய இலத்தீனுக்குச் செல்வதே இயல்பான போக்கு. நம் இளைஞர் கல்வியை மேற்பார்வையிடுபவர்கள் இதைச் சிந்தித்துப் பார்க்கவேண்டுமென விரும்புகிறேன்.

இலத்தீன் மொழியை முதலில் கற்கத் தொடங்குகிறவர்கள் அதில் குறிப்பிடத்தக்க தேர்ச்சி பெறாமலே ஒன்றிரண்டாண்டுகளில் அதைக் கைவிட்டுவிடுகிறார்கள். அவர்கள் செலவழித்த காலமும் வீணாகப் போகிறது. ஆனால், அவர்கள் பிரஞ்சு மொழியிலிருந்து தொடங்கி, பிறகு இத்தாலியம் முதலிய படிகளின் வழியாகச் சென்றால் இதைவிட மிகு பயன் ஏற்படுவது உறுதி. ஏனென்றால், இவற்றை அதே ஆண்டுகளில் படித்து முழுத் தேர்ச்சி பெறமுடியும். அதன்மேல் இலத்தீன் எளிதாகிவிடும். அவ்வாண்டுகள் கடந்து அவர்கள் மேல் செல்லாவிட்டால்கூட, அவர்கள் மொழிகள் ஒன்றிரண்டைக்

கற்றுத் தேர்ந்திருப்பார்கள். அவை தற்காலப் பேச்சு வழக்கிலுள்ள மொழிகளானபடியால், அவை அவர்கள் பொதுவாழ்விலும் மிகுதி பயனுடையதாயிருக்கும்.

12. தமையனாருடன் சமரசம்: அறியாத் தீங்குக்குக் கழுவாய்

நான் பாஸ்டன் நகரைவிட்டு வந்து பத்தாண்டுகளுக்கு மேலாய்விட்டன. இந்தப் பத்தாண்டுகளிலும் நான் அங்கே சென்றதில்லை; செல்லமுடியவுமில்லை. இப்போது திருந்திய செல்வநிலையில் நான் உறவினர்களைக் காணும் பொருட்டு அங்கே சென்றேன். திரும்பிவரும் வழியில் நான் நியூபோர்ட்டில் இறங்கி, அங்கே தம் அச்சகத்துடன் சென்று குடிவாழந்துவந்த என் தமையனாரைச் சென்று கண்டேன். எங்கள் பழைய வேற்றுமைகள் மறைந்து போயின. எங்கள் சந்திப்பு மனமார்ந்த அன்புச் சந்திப்பாயிருந்தது. அவர் உடல்நலம் விரைந்து தளர்ச்சியுற்று வந்தது. தம் முடிவு தொலைவிலில்லை என்றே அவர் நினைத்தார். ஆகவே அவருக்குப்பின், அப்போது பத்து வயதேயடைந்திருந்த அவர் மகனை நான் ஏற்று அச்சுத் தொழிலுக்குப் பயிற்றுவிக்கவேண்டுமென்று அவரென்னைக் கேட்டுக்கொண்டார். நான் அவ்வாறே ஏற்றேன். அச் சிறுவரை நான் முதலில் சில ஆண்டுகள் பள்ளிக்கு அனுப்பி வைத்து, அதன்பின் என் அலுவலகத்தில் சேர்த்துக்கொண்டேன். சிறுவர் வளர்வதுவரை, அவர் அன்னையாரே தொழிலகத்தை நடத்திவந்தார். வளர்ந்தபின், நான் அவருக்குப் புதிதாக எழுத்துருத் தொகுதி கொடுத்து உதவினேன். ஏனெனில், அவர் தந்தைகால எழுத்துக்கள் பெரிதும் தேய்ந்து போயிருந்தன.

திடுமென நான் என் தமையனார் தொழிலகத்தை விட்டுச் சென்றதனால், நான் இளமையில் அவருக்குச் செய்திருந்த தீங்கு, இங்ஙனம் இப்போது என்னால் சரிசெய்யப்பட்டது.

13. அம்மை குத்திக்கொள்ளாப் பிழை

1736-இல் நான் என் புதல்வர்களில் ஒருவனை இழந்தேன். அவன் 4 வயதுடைய அழகிய சிறுவன். அவன் அம்மை நோய்க்கே இரையாக நேர்ந்தது. அவன் மறைவுக்கு நான் நீண்டநாள் வருந்தினேன். முன்னமே அவனுக்கு அம்மை குத்தாமல்

போனேனே என்று நான் மிகவும் அங்கலாய்த்துக்கொண்டேன். இத்தடை முறை நடவடிக்கையைச் செய்யாதிருக்கும் பெற்றோர் இதனைக் கூர்ந்து கவனிக்கவேண்டுமென்று கேட்டுக்கொள்கிறேன். ஏனென்றால், என்னைப்போல் வெள்ளம் அணை கடந்து சென்றபின் அவர்கள் மனமிரங்கும்படி நேரக்கூடாது. இத்தகைய தீங்குகள் வேறு வகையிலும் நேரலாம். நேர்ந்தபின் எப்படியும் துயரமடையத்தான் வேண்டிவரும். ஆனால், கூடியமட்டும் கழிவிரக்கம் கலந்து துயரத்தை மட்டுமாவது இத்தகைய முன்னெச்சரிப்பான நடைமுறைகள் தவிர்க்கக்கூடும். தீங்கும் அவற்றால் குறையலாம்.

14. ஜண்டோவின் இனக்கழகங்கள்

எங்கள் கழகமாகிய ஜண்டோ மிகவும் நற்பயன் அளித்தது. உறுப்பினர்களுக்கு அது மனநிறைவைத் தந்தது. எனவே, பலர் தங்கள் தங்கள் நண்பர்களையும் அதில் சேர்க்க விரும்பினர். ஆனால் தொடக்கத்திலிருந்த உறுப்பினர் தொகையாக 12 என்ற எண்ணை நாங்கள் வாய்ப்பாகக் கொண்டிருந்தோம். அதை மாற்றாமல் எவரையும் சேர்க்க முடியவில்லை. மேலும் தொடக்கத்திலிருந்தே கழகத்தைக் கூடிய மட்டும் பட்டாங்கமாகத் தெரியாத, மறைவடக்கமான கழகமாக வைத்திருக்கவேண்டுமென்றும் கருதியிருந்தோம். கிட்டத்தட்ட அந்நிலையிலேயே அதை நடத்தியும் வந்தோம். தகாத மனிதர் சேர்வதைத் தடுப்பதற்கான இந்த முறையையும் நாங்கள் விட்டுவிட விரும்பவில்லை. ஏனென்றால், அத்தகையவர்கள் வேண்டுகோளை மறுப்பது மிகவும் கடினமாகவே இருக்கும்.

தொகையைப் பெருக்குவதற்கு நான் இணங்கவில்லை. ஆனால், அதனிடமாக நான் ஒரு புதிய கருத்துரையை அளித்தேன். எங்கள் கழகத்தைப்போலவே, ஒழுங்கு, நடைமுறை, கேள்விமுறைகள் ஆகியவற்றைக்கொண்ட தனித்தனிக் கழகங்களை ஒவ்வொரு உறுப்பினரும் நிறுவவேண்டுமென்று நான் எழுத்துமூலம் ஒரு திட்டம் வகுத்தேன். இக்கழகங்களின் உறுப்பினருக்குத் தாய்க்கழகத்துடன் நம் கழகங்களுக்குத் தொடர்பு இருப்பதாகவும் தெரியவேண்டாம். தாய்க்கழகம் ஒன்று இருப்பதாகவே தெரியவேண்டாம் என்று திட்டம் செய்தேன்.

இத்திட்டத்தின் பயன்கள் பல என்பது தெளிவு. இக்கழகங்களால் நாட்டு இளைஞர்களில் இன்னும் மிகப் பெருந்தொகையினர் திருத்தம் பெறுவர். நாட்டுப் பொதுமக்களின் மனப்பான்மையை ஜண்டோ உறுப்பினராகிய நாங்கள் இன்னும் நன்றாக அறிந்துகொள்ளமுடியும். ஏனெனில், ஜண்டோ விரும்பிய கேள்விகளை அதன் உறுப்பினர்கள் மற்றக் கழகங்களிலும் கேட்கலாம். அத்துடன் ஒவ்வொரு கழகத்திலும் நடப்பவற்றைப்பற்றி அதிலுள்ள ஜண்டோ உறுப்பினர் அறிவிக்கவேண்டும் என்று ஏற்பாடு செய்யப்பட்டிருந்தது. தனி உறுப்பினரின் தொழில் நலங்களுக்கும், பொதுவாழ்வில் அவர்களுக்கு ஏற்பட்ட செல்வாக்கும் இக்கழகங்களின் இணைப்புத்திட்டம் மிகவும் ஆக்கம் தருவதாயிருந்தது. அவற்றின் மூலமாக ஜண்டோவின் நல்லுணர்ச்சிகளும் கருத்துக்களும் எங்கும் பரவ வழி இருந்தது.

திட்டம் ஏற்றுக்கொள்ளப்பட்டது. ஒவ்வோர் உறுப்பினரும் தனித்தனி கழக முயற்சியில் ஈடுபட்டனர். ஆனால், எல்லாரும் வெற்றி பெறவில்லை. மொத்தத்தில் ஐந்தாறு கழகங்களே நிறுவப்பெற்றன. அவை 'கொடிமுந்திரி', 'ஒற்றுமை', 'இசைக்குழு'[12] போன்ற பெயர்கள் உடையவையாயிருந்தன. அவை உறுப்பினர்களுக்கு நிறைபயன் தந்தன. எங்களுக்கும் போதிய அளவு நேரப்போக்கு, தகவல், சேகரம், கருத்துரை ஆகியவை தந்தன. அவ்வப்போது சில கட்டங்களில், பொதுமக்கள் உள்ளத்தில் கருத்துப் பரப்பும் எங்கள் நோக்கத்தையும் அவை நிறைவேற்றின. இவ்வகை எடுத்துக்காட்டுக்கள் சிலவற்றை அதற்குரிய இடங்களில் மேல்கூற இருக்கிறேன்.

15. எழுத்தாயர் : பேரவைத் தொடர்பு : செல்வவளம்

பொதுவாழ்வுத் துறையில் நான் பெற்ற முதல் உயர்வு 1736-இல் பொதுப் பேரவைக்கு நான் எழுத்தாய[13] னாகத் தேர்ந்தெடுக்கப்பட்டதே. அவ்வாண்டு எதிர்ப்பு இல்லாமலே என் தேர்வு நடைபெற்றது. ஆனால், இத்தேர்வு ஆண்டுதோறும் நடைபெறுவது. அடுத்த ஆண்டு என் பெயர் மீண்டும் முன்மொழியப்பட்டபோது, புதிய உறுப்பினர் ஒருவர் எனக்கெதிராக நீண்ட சொற்பொழிவு ஆற்றினார். அதன் பின்னும் நான் தேர்வுபெற்றுவிட்டேன்.

இந்நிகழ்ச்சி எனக்கு உண்மையில் இரட்டிப்பு நலமே ஆயிற்று. எழுத்தாயனாக உடனடியாக எனக்குக் கிடைக்கும் ஊதியத்துடன் அது ஒரு நிலையான ஊதியத்தையும் பெற்றுத்தர ஏதுவாயிற்று. இடமும் தறுவாயும் தந்த வாய்ப்பால் நான் உறுப்பினரிடையே என் நேசத்தை வளர்த்து, பேரவையின் மொழிதரவு,[14] சட்டங்கள் முதலிய நடைமுறைகளையும் பேரவையின் பேரால் அடிக்கப்படும் தாள் பணங்களையும் அச்சடிக்கும் உரிமை பெற்றேன். இவற்றுடன் அவ்வப்போது பொதுவாழ்வுச் சார்பின் அலுவல்களும் சேர்ந்து என் மொத்த ஊதிய எல்லையை விரிவுபடுத்தின.

புதிய உறுப்பினரின் நீடித்த எதிர்ப்பை நான் விரும்பவில்லை. அவர் கல்வி வளமும் செல்வவளமும் திறமையும் உடையவர். பேரவையில் அவருக்கு இவற்றால் மிகுந்த செல்வாக்கு ஏற்பட வழியுண்டு என்று நான் கருதினேன். பின்னாளில் அவ்வாறே அவருக்கு அது ஏற்படவும் செய்தது. ஆனால், நான் அவர் ஆதரவுக்காக அவரை அடிமைத்தனமாகக் கெஞ்சவும் எண்ணவில்லை. நான் பின்பற்றிய முறை வேறு. சில நாட்களின்பின், நான் அதைக் கையாண்டேன்.

16. நட்பாடலிலும் தன்மதிப்பு வாய்ந்த முறை

சுவைகரமான அரியதொரு புத்தகம் அவர் நூலத்தில் இருந்ததாக அறிந்தேன். அதை நான் வாசிக்க விரும்புவதாகவும், ஒரு சில நாட்களுக்கு அதை இரவலாகத் தரும்படியும் நான் ஒரு கடித மூலம் அவரைக் கேட்டுக்கொண்டேன். அவர் அதை எனக்கு உடனே அனுப்பி வைத்தார். ஒரு வாரத்துக்குள் நான் புத்தகத்தைத் திருப்பி அவருக்கு நன்றி தெரிவித்து இன்னொரு குறிப்பு வரைந்தனுப்பினேன்.

இதுவரை அந்த உறுப்பினர் என்னிடம் பேசியது கிடையாது. ஆனால், அடுத்த தடவை அவையில் அவர் என்னைச் சந்தித்தபோது, இணக்க நயத்துடன் என்னுடன் பேசினார். அதன்பின் எல்லாத் தறுவாய்களிலும் அவர் எனக்கு எந்த உதவியும் செய்யும் நேயமனப்பான்மையுடையவராகவே இருந்தார். நாங்கள் நண்பரானோம். எங்கள் நட்பு அவர் வாழ்நாள் முழுதும் நீடித்த ஒன்றாகவே இருந்தது.

அவர் நட்பு எனக்கு நான் படித்த ஒரு பழமொழிக்கு இலக்காய் அமைந்திருந்தது. நன்மைக்கு மாறாக நன்மை

செய்யும் உணர்ச்சியைவிட, நன்மை செய்தவருக்கு மேலும் நலம் செய்யும் உணர்ச்சி இயல்பானது. இதன் பொருள், நன்மை செய்து பெறும் நட்பைக் காட்டிலும், நன்மை செய்யப் பெற்றதனால் ஏற்படும் நட்பு நிலையானது என்பது. எதிர்ப்புக்கு எதிர்ப்புச் செய்து எதிர்ப்பைப் பெருக்குவதைவிட, எதிர்ப்புச் செய்யாமலிருப்பதும், எதிர்ப்பை முற்றிலும் மறந்து செயலாற்றுவதும் பெரும் பயனுடையவை என்பதையும் இந்நிகழ்ச்சி நன்கு அறிவுறுத்துகிறது.

17. அஞ்சல் துணை முதல்வர் பணி

1737-இல் கர்னல் ஸ்பாட்ஸ்வுட்[15] வர்ஜினியாவில்[16] அஞ்சல் தலைமுதல்வர்[17] ஆகியிருந்தார். அவர் இதற்குப்பின் அவ்வரசின் ஆட்சித்தலைவராகவும் இருந்தவர். பிலாடெல்பியாவில் தம் துணைவரின்[18] நடவடிக்கைபற்றி அவர் மனவேறுபாடு உடையவராயிருந்தார். குறிப்பாகக் கணக்குகளில் துணைவர் அசட்டையாயிருந்ததாகவும், கொடுத்த கணக்கிலும் பிழைபாடு இருந்ததாகவும் அவர் கருதினார். ஆகவே, அவர் துணைவருக்கான ஆட்சியுரிமையை[19] அவரிடமிருந்து அகற்றி அதை என்னிடம் ஒப்படைத்தார். நான் அதைத் தயங்காமல் ஏற்றுக்கொண்டேன். அது எனக்கு மிகப் பெருநலன் உடையதாயிருந்தது. அதில் ஊதியம் குறைவாயிருந்தாலும் என் கடிதப்போக்குவரத்துக்களை அது எளிதாக்கிற்று. இது பத்திரிகையின் தொகையைப் பெருக்கியும், விளம்பரத்தை மிகுதியாக்கியும் அதை வளர்த்தது. ஆகவே, நேரடியாகவல்லவாயினும், மொத்தத்தில் அது என் வருமானத்தைப் பெருக்கிற்று.

என் பத்திரிகை வளர வளர, அதனுடன் போட்டியிட்டுவந்த பழைய (பிராட்போர்ட்டின்) பத்திரிகை வளர்ச்சி குன்றிற்று. அப்பத்திரிகையாளர் முன் அஞ்சல் தலைமுதல்வர் பேராளாயிருக்கும்போது என் பத்திரிக்கைக்கு அஞ்சல் உதவிதர மறுத்திருந்தார். ஆனால், நான் இப்போது அவர் செய்ததை அவருக்குச் செய்யவில்லை. செய்யாமல் நான் வளர்ச்சி பெற்றதே என் மனநிறைவுக்குப் போதியதாக இருந்தது.

பழைய பத்திரிகையாளர் அஞ்சல் முதல்வரின் ஆட்பெயராயிருந்து பெற்ற சலுகையை இழந்தது சரிவரக் கணக்குத் தராமையினாலேயே என்பதை இங்கே நான்

வலியுறுத்தி எடுத்துக்காட்ட விரும்புகிறேன். பிறருக்காகப் பிறர் காரியங்களை நடத்தும் பொறுப்பை ஏற்கும் இளைஞர்கள் இதை ஊன்றிக் கவனித்து விழிப்பாயிருக்கவேண்டும். அவர்கள் தெளிவாகக் கணக்கு அனுப்பிவைக்கவேண்டும். அத்துடன் காலம் தவறாமல் அதன்படி பணமும் அனுப்பவேண்டும். புதிய பதவி நாடுபவருக்கும், தொழில் வளம் பெருக்க விரும்புபவருக்கும் இவற்றைவிட மேலான துணையாதரவு எதுவும் இருக்கமுடியாது.

18. பொதுவாழ்வு: நகர்ச் சீர்திருத்தப் பணி

இப்போது நான் என் உள்ளத்தைப் பொதுவாழ்க்கைப் பணிகளில் திருப்பினேன். தொடக்கத்தில் நான் சிறு செய்திகளையே எடுத்துக்கொண்டேன். ஒழுங்கமைதி ஏற்படுத்துவதற்கு நான் முதலில் எடுத்துக்கொண்ட எல்லைநகரமே அதன் ஒவ்வொரு பேட்டையின் காவலரும் முறை வைத்துக்கொண்டு அதனை நடத்திவந்தனர். காவலர் வீட்டுக்காரரில் சிலரைக் காவல் வேலையில் தமக்கு உதவியாயிருக்கும்படி கோரிவந்தனர். துணை செல்வதையே விரும்பாதவர்கள் ஆண்டுக்கு ஆறு வெள்ளி கொடுப்பதன் மூலம் அந்தப் பணியினின்று தமக்கு விடுப்புப் பெற்றுக்கொண்டனர்.

இந்தத் தொகை அந்த இடத்தில் வேறு கூலியாள் வைத்துக்கொள்வது என்ற அடிப்படையிலேயே தரப்பட்டது. ஆனால் இது ஆள்வைப்பதற்கான செலவைக் கவிந்து மிகைப்பட்டதாகவே இருந்தது. இது காவலர் துறையை ஒரு ஆதாயமிக்க துறை ஆக்கியிருந்தது. உண்மையில் சிறிது குடிதேறல் வாங்கித்தருவதன்மூலம் காவலர் பல தெருச்சுற்றிகளைத் தம்முடன் ஒரு சிறுபடையாகத் திரட்டிக்கொள்ள முடிந்தது. இத்தகையவருடன் செல்ல எந்தக் குடும்ப ஆளும் விரும்பாததனால், ஆளின் சேவை பணத்தின் சேவையாக நிலைத்துவிட்டது.

காவலர் தெருக்களைச் சுற்றிக் காவல்புரியும் வேலையே நாளடைவில் குறைந்துவிட்டது. ஏனென்றால், அவர்கள் தெருச்சுற்றிகளுடன் குடித்துப் பொழுதுபோக்கத் தொடக்கிவிட்டனர்.

நான் இவ்வொழுங்குக் கேடுகளைப்பற்றிய கட்டுரை ஒன்றை எங்கள் ஜண்டோவில் எழுதி வாசித்தேன். அதில் காவலர்களின்

ஆறு வெள்ளி வரியைத் தருபவர் தகுதியை நோக்க, அது மிகவும் நேர்மையற்றதென்று வலியுறுத்தினேன். ஏனென்றால், ஆயிரக்கணக்கான பொன் வருவாயுள்ள செல்வமிக்க வணிகனும், மொத்தத்தில் 50 பொன் பெறுமானமுள்ள சொத்துக்கூட இல்லாத ஏழைக் கைம்பெண்ணும் அதேதொகையை கொடுக்க வேண்டியவர்களாயினர்.

காவல்துறைக்கு உதவச் சரியான தகுதியுடைய மனிதர்களே கூலி கொடுத்துச் சேர்க்கப்படவேண்டுமென்று நான் வாதாடினேன். செலவின் பொறுப்பில் சரிசம நேர்மை இருக்கும்படி, அதற்காகச் சொத்தின் அளவுக்கேற்றபடி வரி விதிக்கப்படவேண்டுமென்று கோரினேன். ஜண்டோ இக்கருத்தை ஏற்றபின், மற்றக் கழகங்களுக்கு இச்செய்தி தெரிவிக்கப்பட்டது. ஆனால், அது ஜண்டோவின் கருத்து என்பது தெரியப்படாமல், அவ்வக் கழகத்தின் புதுக்கருத்தாகவே ஆராய்ந்து முடிவுசெய்யப்பட்டது. திட்டம் உடனடியாக நடைமுறைக்கு வரவில்லை. ஆயினும் அதில் கூறப்பட்ட மாறுபாட்டுக்கு உகந்த முறையில் மக்கள் மனத்தை அது செப்பனிட்டு உதவிற்று. சில ஆண்டுகளுக்குள் அது எளிதில் சட்டமாயிற்று. அதற்குள் ஜண்டோவின் உறுப்பினர்களும் செல்வாக்கு மிக்கவர்களாய்விட்டனர்.

19. எரிகாப்பு நிலையங்கள்

கிட்டத்தட்ட இதே சமயத்தில் நான் தீப்பற்றும் இடர் பற்றி ஒரு கட்டுரை எழுதினேன். அது முதலில் ஜண்டோவில் வாசிக்கப்பட்டது. பின்னால் அது வெளியிடப்பட்டது. இடர்களின் வகைகளையும், வீடுகள் தீப்பற்றிக் கொள்வதற்கு ஏதுவான பலவகை கவனக் குறைவுகளையும் நான் வகுத்துக்காட்டினேன். அவ்வகையில் என்னென்ன வகையான எச்சரிப்புகள் தேவை என்பது பற்றியும், அவை நிகழாமல் தடுப்பதற்குரிய நெறிமுறைகளைப்பற்றியும் நான் விளக்கியிருந்தேன். இக்கட்டுரை மிகவும் பயன்தரும் கட்டுரை என்று பாராட்டப்பட்டது. அதனையடுத்து விரைந்து ஒரு திட்டமும் உருவாயிற்று. அதன்படி பொதுமக்களைவிடத் திட்டமிட்டு முன் கருத்துடன் தீயை அணைக்கவல்ல குழு உருவாக்கப்பட்டது. இடர்வேளையில் உறுப்பினர்

ஒருவருக்கொருவர் ஒத்துழைப்பதற்கான வகைமுறைகளும் ஒழுங்குபடுத்தப்பட்டன.

இத்திட்டத்தில் ஒத்துழைக்க உடனடியாகவே முப்பது நன்மக்கள்வரை திரண்டனர்.

எங்கள் ஒப்பந்த விதிகளின்படி, குழுவின் ஒவ்வோர் உறுப்பினரும் ஒரு குறிப்பிட்ட எண்ணிக்கை தோல் வாளிகளை நல்லமுறையில் எந்த நேரத்திலும் பயன்படுத்தத்தக்க வகையில், பாதுகாத்து வைத்திருக்கும் கடப்பாடுடையவர். அத்துடன் தீ நிகழும் இடத்துக்கு விரைந்து பொருள்களை எடுத்துச் செல்வதற்கான வலிமை வாய்ந்த கூடைகளையும் சரக்குகளையும் அவர்கள் சேகரித்துவைத்துக் கொள்ளவேண்டும்.

மாதத்துக்கு ஒருமுறை குழுவின் உறுப்பினர் எல்லாரும் கூடி மாலை விருந்துண்பர். அச்சமயம் தீ நிகழ்ச்சிபற்றிய கருத்துக்களை உறுப்பினர்கள் பரிமாறிக்கொள்வர். நிகழ்ச்சிக்காலங்களில் அவரவர் நடவடிக்கைகளிலுள்ள குறை திருத்தி ஆக்கம் உண்டுபண்ண இது உதவிற்று.

இந்த ஏற்பாட்டின் இன்றியமையாப் பயன் விரைவில் எங்கும் உணரப்பட்டது. நாங்கள் ஒரு குழுவில் சேர்க்க எண்ணிய தொகைக்கு மேலாகப் பலர் அதில் சேர முன்வந்து நெருங்கினர். அவர்களுக்கெல்லாம் இன்னொரு குழு அமைக்கும்படி நாங்கள் அறிவுரை தந்தோம். புதுக்குழு இதன்படி அமைக்கப்பட்டது. இதனையடுத்துப் புதிது புதிதாகக் குழுக்கள் அமைக்கப்பட்டுக் கொண்டே வந்தன. கிட்டத்தட்டச் சொத்துரிமை உடைய அனைவருமே இறுதியில் இக்குழுக்களில் உறுப்பினர் ஆய்விட்டனர்.

எனது முதற்குழு 'ஒற்றுமை நெருப்பணைப்புக் கழகம்' என்பது. அது நிறுவப்பட்டு, இதை நான் எழுதும் சமயத்திற்குள், ஐம்பது ஆண்டுகளுக்குமேல் ஆகிவிட்டன. அதன் முதல் உறுப்பினர்களில் என்னையும் என்னைவிட ஓர் ஆண்டு மூத்த ஒரு பெரியாரையும் தவிர, ஏனையோர் மறைந்துவிட்டனர். ஆனால், இன்னும் அது தொடர்ந்து ஊக்கத்துடன் தொழிலாற்றியே வருகிறது.

மாதக் கூட்டங்களுக்கு வராத உறுப்பினர் அனுப்பித் தந்த சிறு தண்டவரித் தொகை திரண்டவுடன் அதைக் கொண்டு

ஒவ்வொரு குழுவும் நெருப்பணைக்கும் பொறிவண்டிகள், ஏணிகள், தீக்கொளுவிகள்[20] முதலிய பயனுடைய கருவிகள் வாங்கியுள்ளன. இவற்றின் பயனாக, பெருந்தீக்கள் சிறு தீக்களாகத் தலைகாட்டியவுடனேயே அவற்றை அடக்கவல்ல நல்லேற்பாடுகளுடைய இன்னொரு நகரம் (பிலாடெல்பியாவுக்கு ஈடாக) உலகில் இல்லை என்று கூறத்தக்க நிலை ஏற்பட்டுள்ளது. உண்மையில், இக்குழுக்கள் ஏற்பட்டபின் நகரில் ஒரு சமயத்தில் இரண்டு வீடுகளுக்கு மேற்பட்டு நெருப்பு என்றும் பரவியது கிடையாது. தீ முதன் முதல் எழுந்த ஒரு வீட்டில்கூடப் பெரும்பாலும் பாதிக்குமேல் அழிந்ததில்லை.

20. தூயதிரு ஒயிட்பீல்டு சொற்பொழிவு

1739-இல் எங்களிடையே அயர்லாந்திலிருந்து தூய ஒயிட்பீல்டு[21] என்ற ஒரு சமயப் பேருரையாளர் வருகை தந்தார். நாடோடிச் சமய உரையாளர் என்ற முறையில் அவர் எங்கும் முனைப்பான பேர் நாட்டினார். முதலில் அவர் நம் திருக்கோயில்களில் ஒன்றில் பேச இணக்கம் அளிக்கப்பட்டார். ஆனால், சமய முதல்வர்களுக்கு அவர் மீது வெறுப்பு ஏற்பட்டதனால், கோயில் திருமேடைகள்[22] அவருக்கு மறுக்கப்பட்டுவிட்டன. அவர் இதன்பின் திறந்த வெளிகளிலேயே பேருரையாற்றவேண்டி வந்தது. எல்லாச் சமய வகுப்புக்கள், உள்வகுப்புக்கள், கிளைகள் ஆகியவற்றைச் சார்ந்த மக்களும் மிகப் பேரளவில் அவரைக் கேட்க வந்து திரண்டனர். அவர்களுடன் நான் ஒருவனாயிருந்தேன். ஆயினும், மக்களிடையே அவர் சொல்லாற்றலுக்கு இருந்த மதிப்பு எனக்குப் பெருத்த வியப்பார்வத்தை அளித்தது. ஏனெனில், அவர் அடிக்கடி மக்களையே இகழ்ந்து பேசத் தயங்கவில்லை. அவர்கள் அனைவருமே **இயற்கையாகப் பாதி விலங்குகள், பாதி பேய்கள்** என்று அவர் குறிப்பிட்டு வந்தார். ஆனால், இப்பழிப்புக்குப் பின்னும் மக்கள் அவரை மிகப் பேரளவில் பாராட்டி நன்கு மதித்தனர். அதுமட்டுமன்று. நகரமக்களின் நடத்தையில் அவர் பேருரையைக்கேட்ட பின் ஏற்பட்ட மாறுதல் இன்னும் வியப்புடையதாயிருந்தது. சமயத்தைப்பற்றி அக்கரையற்றுக் கவலையில்லாமல் மனம்போல வாழும் வாழ்வுக்கு மாறாக உலகமே திடுமென சமயப்பற்றில் முன்னேறி வளர்வதாகத் தோற்றிற்று. மாலையில் நகர்த்தெருக்களில் நடக்கும்

எவர் காதிலும் ஒவ்வொரு தெருவிலும் பல குடும்பங்களிலிருந்து சமயகீதங்கள் ஊற்றெடுத்துப் பாயந்தன.

21. புதிய நகர மாளிகை

திறந்தவெளியில், வானத்தின் இதத்துக்கும் சீற்றத்துக்கும் ஒருங்கே ஆளாகும் நிலையில் கூடுவது மிகவும் வாய்ப்புக்கேடாகவே இருந்தது. ஆகவே, பேருரைகக்கான ஒரு கட்டடம் இருந்தால் நலம் என்ற கருத்து எழுந்தவுடனேனேயே, அதற்குப் பணம் பிரிப்பதற்கான ஆட்கள் முன்வந்தனர். ஆட்கள் முன்வந்தவுடனேயே, பணம் வந்து குவிந்தது. மனைவாங்கவும் கட்டடம் கட்டவும் போதிய பணம் திரண்டதும், "வெஸ்ட் மின்ஸ்டர் ஹால்"[23] அகல விரிவுடையதாக அதாவது 120 அடி நீளம், 70 அடி அகலமுள்ள ஒரு கட்டடம் திட்டமிடப்பட்டது. ஆர்வம் காரணமாக எதிர்பார்த்ததைவிட மிகக் குறுகிய காலத்தில் கட்டடம் கட்டியும் முடிக்கப்பட்டுவிட்டது.

மனையும் கட்டடமும் பொறுப்பாளர்களின் மேற்பார்வைக்கு விடப்பட்டன. பிலாடெல்பியா நகர மக்களிடையே பேச விரும்பும் சமயப் பேருரையாளர் எவரும் சமய வேறுபாடு, கிளை வேறுபாடின்றி அதில் பேச உரிமை வகுக்கப்பட்டிருந்தது. அதற்கேற்பக் கட்டடமும் எந்த ஒரு சமயக் கிளையின் மக்களுக்கும் மட்டும் போதிய அளவில் கட்டப்படவில்லை. மொத்தமாக பிலாடெல்பியாவின் எல்லா மக்களையும் எதிர்பார்த்து, சமயச் சார்புகளில் தனிப்பண்பற்ற கட்டடமாகவே கட்டப்பட்டது. கான்ஸ்டாண்டினோபி[24] லிலுள்ள முஃப்தி[25] இஸ்லாத்தைப் பரப்ப ஒரு சமயப் பரப்பாளரை அனுப்பினால்கூட, பிலாடெல்பியாவில் அவருக்கு இக்கட்டடம் ஒரு சமயப் பேருரை மாடமாகத் தரப்படலாகும்.

22. தூயதிரு ஒயிட்பீல்டின் அருளார்ந்த திட்டம்

ஒயிட்பீல்டு எங்களை விட்டுப் பிரிந்ததும் அமெரிக்கக் குடியேற்றங்கள் பலவற்றில் சொற்பொழிவாற்றிக்கொண்டே, ஜார்ஜி[26]வுக்குச் சென்றார். அதன் குடிவாழ்வு அப்போதுதான் தொடங்கியிருந்தது. அத்தகைய புதுக்குடியேற்றங்களை அமைப்பதற்குரிய தகுதியுடையவர், உடலுரமும் ஊக்கமும் உடையவராய், உழைத்துப் பழக்கமுடைய

உழவர் வகுப்பினரேயாவர். ஆனால், இக்குடியேற்றத்தில் முனைந்தவர்கள் முறிவுற்ற வணிக நிலையத்தவர்கள், கடன்பட்டு நிலையிழந்தவர்கள், சோம்பேறிகள், சிறையிலிருந்து வெளியே அனுப்பப்பட்டவர்கள் ஆகியவர்களே. காடு வெட்டத் தெரியாத நிலையில் அவர்கள் காடுகளில் விடப்பட்டதும், அக்காட்டக வாழ்வின் கடுமையைத் தாங்கமாட்டாமல் அவர்கள் பத்து நூற்றுக் கணக்காக மாண்டனர். துணையற்ற நிலையில் குழந்தைகள் பலர் கண்கலங்கினர். இந்தக் கண்ணராவும் காட்சியைக் கண்ட ஒயிட்பீல்டின் உள்ளம் கசிவுற்றது. அங்கே ஓர் ஆதரவற்ற சிறுவர் நிலையம் நிறுவவேண்டுமென்ற எண்ணம் அவருக்கு உண்டாயிற்று. துணையற்ற குழந்தைகளுக்கு அது துணை தருவதுடன் கல்விப் பயிற்சியும் தரும் என்று அவர் கருதினார். ஆகவே, அவர் மீண்டும் வடதிசை நோக்கிப் பயணம் செய்தார். எங்கும் இந்த அறப்பணிபற்றிப் பேசிப் பெருந்தொகை திரட்டினார். அவர் சொல்லாற்றல் கேட்பவர் உள்ளங்களை மட்டுமன்றிப் பணப்பைகளைக் கூடக் கனிவிப்பதாயிருந்தது. நானே இந்த இருவகையிலும் அவர் ஆற்றலுக்கு ஒரு நல்ல சான்று ஆனேன்.

அவர் திட்ட வகையில் நான் எதுவும் மாறுபடவில்லை. ஆயினும் ஜார்ஜியாவில் அச்சமயம் மூலப் பொருள்களுக்கும், தொழிலாளர்களுக்கும் அருந்தல் நிலை இருந்தது. பலர் பெருஞ்செலவில் இரண்டையும் பிலாடெல்பியாவிலிருந்து அந்த இடத்துக்கு அனுப்பவேண்டுமென்று கருதினர். ஆனால், கட்டடத்தைப் பிலாடெல்பியாவிலேயே கட்டி, பிள்ளைகளை இங்கேயே கொண்டுவந்து சேர்த்தாலென்ன என்று நான் நினைத்தேன். நினைத்தபடியே நான் அறிவுரை தந்தேன். ஆனால், ஒயிட்பீல்டு தம் முதல் திட்டத்திலேயே விடாப்பிடியாக இருந்தார். ஆகவே, நான் அவர் நிதிக்கு என் பங்குப் பணம் தர மறுத்துவிட்டேன். ஆனால் மறுத்தது என் முனைப்பாற்றல் மட்டுமே; உள்ளம் முற்றிலும் அவர் சொல்லாற்றலில் ஈடுபட்டதாகவே இருந்தது என்பதை நான் பின்னர்தான் உணர்ந்தேன்.

23. சொல்லின் பேராற்றல்

சில நாட்களுக்குப் பின் அவர் பேருரையை நான் சென்று கேட்க நேர்ந்தது. என் சட்டைப் பையில் ஒரு கைப்பிடியளவு

செம்புத் துட்டுக்களும் வெள்ளி பொன் காசுகள் நாலைந்தும் இருந்தன. பேச்சின் போக்கிலிருந்தே அவர் கூட்ட முடிவில் பணந்திரட்ட எண்ணுகிறார் என்று தெரிந்தது. அவர் நிதிக்கு எதுவும் கொடுக்ககூடாது என்ற உறுதியுடனேயே அவர் பேச்சைக் கேட்டேன். ஆனால், பேச்சில் ஆற்றல் மெல்ல மெல்ல உள்ளத்தைக் கிளறிக் கனிவித்தது. செப்புத் துட்டுகளை மட்டுமே கொடுப்பது என்று முடிவு செய்தேன். சொல்லாற்றலின் மற்றுமோரலை என்னை ஆட்டிற்று. வெள்ளியையே கொடுப்பது என்று என் கருத்து மாறிற்று. ஆனால், முடிவில் எழுந்து பொங்கிய உணர்ச்சி வெள்ளம் என்னை அதில் மிதக்க வைத்தது. நான் செம்பு, வெள்ளி, பொன் எல்லாவற்றையும் மனமாரக் கொட்டிக் கொடுத்தேன்!

என் அனுபவத்தைப் பார்க்கிலும் சுவைகரமானது எங்கள் கழக உறுப்பினரில் மற்றொருவர் அனுபவம். நிதி திரட்டவே கூட்டம் கூட்டப்படுகிறது என்பதை அவர் எதிர்பார்த்தவர். அத்துடன் என்னைப்போலச் சொற்பொழிவின் ஆற்றலுக்கு அவர் ஆட்பட்டவர்; அதற்கு அஞ்சி முன்னெச்சரிக்கையாகவே வந்தவர். ஏனெனில் வருவதற்கு முன் அவர்தம் சட்டைப் பைகளையெல்லாம் வெறுமையாக்கிக்கொண்டே வந்திருந்தார். ஆனால், பேருரையின் முடிவில் கொடுக்கவேண்டும் என்ற அவர் ஆர்வத்துடிப்பு அவரை மீறிற்று. ஆகவே, தம் அருகிலிருந்த ஒரு நண்பரிடம் அவ்வகைக்காகப் பணம் தரும்படி மன்றாடிக்கேட்டார்!

அவர் போதாத காலமாக, அவர் கேட்ட ஒரு மனிதர்தான் அந்த உணர்ச்சி வெள்ளத்தில் மிதவாதராயிருந்தவர்; அதைக் கேட்டபின்னும் உறுதியோடு இருந்தவர்! **"நண்பர் ஹாப்கின்சன், வேறு எந்த நேரமானாலும், தாங்கள் கேட்டால் நான் தங்கு தடையின்றித் தந்துவிடுவேன். ஆனால், இப்போது நீங்கள் உங்கள் இயற்கை உணர்வுடையவர்களாயில்லை. இப்போது மட்டும் தரமாட்டேன்,"** என்று அவர் கூறிவிட்டார்.

24. சார்பிலா நட்பு

ஒயிட்பீல்டின் எதிரிகள் சிலர் இருந்தனர். இந்நிதியை அவர் பெரும்பகுதியும் தன் தனி நலங்களுக்கே பயன்படுத்திக் கொள்வார் என்று அவர்கள் குற்றஞ்சாட்டி அவதூறு பரப்பினர்.

ஆனால், நான் அவரை நன்றாக அறிந்தவன். அவர் சமய அறவுரைகளையும் நாட்குறிப்புக்களையும் அச்சிட்டது நானே. அவர் ஒழுக்கமுறை நேர்மைபற்றி நான் என்றும் எள்ளளவும் ஐயுற்றது கிடையாது. இன்றுவரை அவர் மிக்க **கண்ணியம் வாய்ந்த மனிதர்** என்ற கருத்தே கொண்டிருக்கிறேன். அவரும் நானும் ஒரு சமயக்கிளை சார்ந்தவர்களல்ல. ஆகவே, அவர் வகையில் நான் கூறும் சான்றுரையின் மதிப்பு உயர்வுடையது ஆகும். நான் அவர் சமயக்கருத்துக்கு மாறவேண்டுமென்று அவர் சில சமயம் கடவுளைக்கோரி வேண்டியதுண்டு. ஆனால், அவர் வேண்டுகோள் நிறைவேறவில்லை. எங்கள் நட்புச் சமயச்சார்பற்ற நட்பாகவே அவர் மறைவுவரை நீடித்தது.

கீழ்வரும் செய்தி எங்கள் நட்புப்பற்றி மேற்கூறிய முடிவை வலியுறுத்துவதாகும்.

25. "இயேசு பிரானுக்காக அன்று, தங்களுக்காக!"

அவர் அடிக்கடி இங்கிலாந்து சென்றுவந்தார். ஒரு தடவை பாஸ்டனில் இறங்கியதும் தாம் பிலாடெல்பியாவுக்கு வர இருப்பதாகக் கடிதம் எழுதினார். "பிலாடெல்பியாவில் நான் எங்கே தங்குவதென்று தெரியவில்லை. என் பழைய நண்பர் பெனிஸெட்[27] மனையில் இதுவரை நான் தங்குவது வழக்கம். ஆனால், அவர் ஜெர்மன் டௌனுக்குச்[28] சென்றுவிட்டார்," என்று அவர் அதில் குறிப்பிட்டிருந்தார். மறுமொழியாக நான் "என் இல்லம் தங்களுக்குத் தெரிந்ததுதானே! அதன் எளிய வாய்ப்பு நலங்களைத் தாங்கள் மனநிறைவுடன் ஏற்றுக்கொள்ள முடியுமானால், என் விருந்தினராகத் தங்களை வரவேற்பதில் நான் மகிழ்ச்சியுடையவனாயிருப்பேன்," என்று வரைந்தேன்.

"தங்கள் அன்பான அழைப்பு இயேசுபிரானை உளங்கொண்ட அழைப்பு என்றே கருதுகிறேன். அது வீண் போகாது," என்று அவர் மறுகடிதத்தில் தெரிவித்தார். அதற்கு நான் எழுதிய மறுமொழியில் **"என் கருத்தைத் தவறாகக் கொண்டுவிட வேண்டாம் என்று கோருகிறேன். எனது அன்பழைப்பு இயேசுபிரானை உளங்கொண்டதன்று. தங்களையே உளங்கொண்டது,"** என்று நான் குறிப்பிட்டேன்.

இந்நிகழ்ச்சி பற்றி நகைச்சுவை வாய்ந்த ஒரு நண்பர் அளித்த நகைத்துணுக்கு இது : "திருத்தொண்டர்களுக்கு யாராவது

ஏதேனும் நலம் செய்தால், அதைப் பெறும்போது அவர்கள் அதற்கான கடப்பாட்டைத் தம் தோளிலிருந்து கடவுள் தோளுக்கு மாற்றிவிடப் பார்ப்பதுண்டு. அதை நீங்கள் நன்கு அறிந்துதான், நிலவுலகக் கட்டுப்பாடுகளை நிலவுலகத்துடன் பிணைத்துவிட்டீர்கள் என்று கருதுகிறேன்.” என்று அவர் கிண்டல் செய்தார்.

ஒயிட்பீல்டை நான் கடைசியாகப் பார்த்தது லண்டனில்தான். அப்போது அவர் தம் துணையற்ற சிறுவர்மனைபற்றி என்னுடன் கலந்து பேசினார். ஒரு கல்லூரி நிறுவி அதை அம்மனையுடன் இணைப்பது அவர் எண்ணம் என்று தோற்றிற்று.

26. சொற்பொழிவின் அரும்பண்பு

அவர் தெளிவான, ஓசைமிக்க குரலுடையவர். நெடுந்தொலைவிலுள்ளவர்கள் கூடத் திருத்தமாகக் கேட்கும் முறையில், அவர் சொற்களையும் வாசகங்களையும் நிறை நயம்பட இயம்பினார். அவர் பேச்சைக் கேட்கும் கூட்டம் எவ்வளவு பெரிதாயிருந்தாலும் எத்தகைய சந்தடியுமில்லாமல் அமைதியுடன் இருந்தது, இப்பண்ணை இன்னும் வலியுறுத்திற்று. ஒருநாள் மாலை அவர் முறை மன்றத்தின்[29] உச்சிப்படியில் நின்று பேசினார். அது சந்தைத் தெருவின்[30] நடுவில், இரண்டாவது தெரு அதன் குறுக்காகச் செல்லும் இடத்தில் இருந்தது. நாலுதிசையிலுமுள்ள இரு தெருக்களின் பகுதிகளிலும் மக்கள் நெருங்கி நின்று கேட்டுக்கொண்டிருந்தனர். நான் சந்தைத் தெருவிலே நெடுந்தொலை பின்தங்கி நின்றேன். அங்கே மிகத்தெளிவாக எல்லாம் கேட்டது அவர் குரல் இன்னும் எவ்வளவு தொலை கேட்கக்கூடும் என்றறியும் ஆர்வம் எனக்கு உண்டாயிற்று. நான் பின்னோக்கி ஆற்றின் பக்கம்வரை சென்றேன். முகப்புத் தெரு[31] வரை குரல் தெளிவாகக் கேட்டது. அங்கேகூட அத்தெருவின் இரைச்சலில்தான் அதன் தனிக்குரல் மறைந்தது.

அவர் பேசிய இடத்திலிருந்து நான் நின்ற இடம் வரையிலுள்ள நீளத்தை ஆரமாகக்[32] கொண்டு, ஒரு பிறைவட்டம்[33] வரைந்தால், அந்தப் பரப்புக்கு அவர் பேச்சைக் கேட்பவர்கள் நின்ற பரப்பு ஒப்பாயிருக்கும் என்று நான் கருதினேன். கேட்பவர்கள் ஒவ்வொருவரும் நின்ற இடம் இரண்டு சதுர அடி என்று கணித்து,

கேட்பவர் தொகையைக் குத்து மதிப்பாக நான் அளவிட்டுப் பார்த்தேன். 30,000-க்கும் மேற்பட்ட மக்கள் தனிப்பட்ட அவர் ஒரு குரலைக் கேட்பவர்கள் என்று மதிப்பிட்டேன்.

வயல்வெளிகளில் அவர் பேசியபோது கூட்டத்தை 25,000 என்றும் 30,000 என்றும் பத்திரிகைகள் வருணித்தன. அதை நான் இப்போது ஏற்றுக்கொள்ள முடிந்தது. அதுமட்டுமன்று. பண்டைக்காலப் படைமுதலிகள்[34] மாபெரும் படைகளின் முன் நின்று பேசினர் என்று வரலாறுகளில் படித்ததுண்டு. இச்செய்தியையும் இப்போது என்னால் நம்ப முடிந்தது.

அவர் பேருரைகளை நான் அடிக்கடி கேட்டேன். இதனால் அவர் பயணத்தின்போது பேசி அடிக்கடி திரும்பத் திரும்பப் பேசிய பேச்சுக்கள் எவை, புத்தம் புதிதாகப் பேசிய பேச்சுக்கள் எவை என்பதை நான் எளிதாகக் கண்டுகொண்டேன். அவர் தொனி வேறுபாடுகள், குரல் எழுச்சி தாழ்ச்சிகள், அழுத்தந் திருத்தம் வாய்ந்த ஒலிப்பு, வாசகங்களின் கலைச்செல்வி ஆகிய பல நெறிமுறைகள் பேசிப் பழகிய பேச்சுக்குக்கூடப் புத்துயிர் தந்தன. பேசிய செய்திகளைக் கவனிக்காதவன்கூட அவர் சொற்பொழிவுக் கலையின் ஓசையினிமையில் மூழ்கிக் களிக்கலாம். உண்மையில் உயர்தர இசையிலுள்ள ஈடுபாட்டுக்கு அவர் பேச்சுக்கள் உரியனவாயிருந்தன.

பொதுவாக, நாட்டுப் பேச்சாளர்களைவிட நாடோடிப் பேச்சாளர்களாக இருக்கும் ஒரு தனி வாய்ப்பு இதுவே. நாடோடிப் பேச்சாளர்கள் ஒரே பேச்சைப் பல இடங்களில் பேசித் தேர்ச்சி பெற்றுச் செப்பம் செய்யமுடியும். நாட்டுப் பேச்சாளர்களுக்கு இவ்வாய்ப்பு அருமை.

27. எழுதாப் பேச்சின் வாய்ப்பும் எழுத்துப்பேச்சின் இடக்கும்

அவர் எழுதியனவும் அச்சிட்டு வெளியிட்டனவுமே அடிக்கடி அவர் எதிரிகளுக்குத் துணை தந்தன. சொற்பொழிவுகளின்போது நாத்தவறிக் கூறப்பட்ட உரைகளோ, தவறானதாகக் காணப்பட்ட கருத்துக்களோ எதிர்க்கப்பட்டபோது, பேச்சாளர் அவற்றை விளக்கவோ, வேறு தொடர்களுடன் இணைக்கவோ அல்லது மறுத்துவிடவோ கூட வழி உண்டு. ஆனால், எழுதிய எழுத்து நிலையானதாகிவிடுகிறது. ஆய்வுரையாளர்கள் அவர்

பேச்சை விட்டுவிட்டு அவர் எழுதியவற்றை வலிமையாகத் தாக்கினார்கள். திறமை வாய்ந்த வாதங்களால் அவர்கள் தம் கோட்பாட்டுக்கு நல்லுருவும், அவர் கோட்பாட்டிற்குப் பிழைபாட்டுத் தோற்றமும் தரலாயினர். இதனால் அவரைப் பின்பற்றியவர் தொகை குறைந்துவந்தது. அவர் பேச்சைக் கேட்கும் கூட்டமும் அதன்பின் பெருகவில்லை.

அவர் மட்டும் ஒன்றும் எழுதாமலிருந்தால், அவர் தமக்குப் பின் இன்றிருப்பதைவிடப் பெரிய, முக்கியத்துவம் வாய்ந்த ஒரு சமயக்கிளையே தோற்றுவித்திருக்கமுடியும் என்று நான் கருதுகிறேன். அவர் புகழ் இன்னும் அதன் மூலம் வளர்ந்து கொண்டுதான் இருக்கும். அவர் மறைவுடன் அது மறைந்திருக்காது. ஏனெனில் அவரையோ அவர் கருத்தையோ குறை கூறுவதற்கு இடம் தரும் எழுத்து மூலங்கள் இல்லாத நிலையில், அவர் புகழின் பண்புக்கு இழுக்கு எதுவும் ஏற்படமுடியாது. அவர் கருத்தைப் பின்பற்றிய புதுமாணாக்கர்கள் அவரிடம் அவர்களுக்கு உள்ள ஆர்வம் கொண்ட மட்டும் பல புதிய பண்புகளை அவருடைய பண்புகளாக எடுத்தேற்றியிருக்கமுடியும் மனிதப் புகழ் தாண்டி அவர் புகழ் தெய்வீகப் புகழ் பெற்றிருக்கும்!

28. வெற்றிகரமான பங்காளித்துவ உதவி

என் தொழில்துறை இப்போது தொடர்ந்து வளர்ச்சியடைந்து கொண்டே வந்தது. என் செல்வ நிலையும் மேம்பாடடைந்தது. என் பத்திரிகை இப்போதும், இதன்பின் நீண்ட காலமும், இம் மாகாணத்துக்கு மட்டுமின்றி, அண்டையயல் மாகாணங்களுக்கும் ஒரே பத்திரிகையாயிருந்தது. எனவே, அதன் ஆதாயமும் பெருகிவந்தது. அத்துடன், 'முதல் நூறு பொன்னை ஈட்டும் முயற்சியைவிட, அடுத்த நூறு பொன்னை ஈட்டும் முயற்சி எளிதாகும்' என்ற பழஞ்சொல்லின் உண்மை இப்போது எனக்கு விளங்கிற்று. ஆதாயம் பெற்றுப் பெருகும் பண்பு பணத்துக்கே உண்டு.

கரோலினாவில் நான் உண்டுபண்ணிய பங்காளித்துவ முயற்சி வெற்றிபெற்றதை அடுத்து, மற்ற இடங்களிலும் அதுபோன்ற முயற்சிக்கு நான் ஊக்கமளித்தேன். இதன் மூலம் நன்கு நடந்துகொண்ட என் அச்சகத் தொழிலாளர்களுக்கு நான் ஆக்கம் அளிக்கமுடிந்தது. கரோலினாவில் நான் செய்த

ஏற்பாடு போலவே, அவர்களுக்கும் பல குடியேற்ற நாடுகளில் அச்சகங்கள் ஏற்பாடு செய்து கொடுத்தேன். அவர்களில் பெரும்பாலோர் வெற்றிக்கண்டனர். குறைந்த காலமாகிய ஆறு ஆண்டுகளுக்குள் அவர்கள் என்னிடம் கடனுதவியாகப் பெற்ற அச்சுருக்களுக்குப் பணம் தந்து, தம் தனிப்பெயராலேயே தொழில் நடத்தத் தொடங்கினார்கள். இதன்மூலம் பல குடும்பங்கள் வளர்ச்சியடைந்தன.

பங்காளி முறையில் தொடங்கும் முயற்சிகள் அடிக்கடி பூசலிலேயே முடிவது வழக்கம். ஆனால், நான் இவ்வகையில் பழுதற்ற நற்பேறுடையவனாயிருந்தேன். நான் மேற்கொண்ட பங்காளி உறவுகள் யாவுமே நன்கு நடைபெற்று நல்லிணக்கத்துடன் முடிவுற்றன. இதற்குரிய காரணம் நான் அவற்றின் தொடக்கத்திலேயே எடுத்துக்கொண்ட முன்கருதல் முறைதான் என்று எண்ணுகிறேன். அதன்படி பங்காளிக் கூட்டின் ஒவ்வொரு தரப்பினரும் இன்னின்ன சமயத்தில் இன்னின்ன கடமைகள் செய்யவேண்டும், இன்னின்ன உரிமைகள் பெறவேண்டும் என்று தெளிவாக வரையறை செய்யப்பட்டிருந்தது. இதனால் இறுதிவரை வாதாட்டத்துக்கே இடமில்லாதிருந்தது.

கூட்டுத்தொழிலில் இறங்குகின்ற யாவருக்குமே நான் இந்த முறையைப் பரிந்துரை அளிக்க விரும்புகிறேன். ஏனெனில் தொடக்கத்தில் பங்காளிகளுள் ஒருவருக்கொருவர் எவ்வளவு மதிப்பு இருந்தாலும், ஒருவரிடம் ஒருவர் எவ்வளவு நன்னம்பிக்கை வைத்திருந்தாலும், தொழிலின் போக்கில் ஏற்படும் உழைப்பு, ஊதியம், பொறுப்பு, சலுகை ஆகியவை பற்றி ஏற்றத்தாழ்வுக் கருத்துக்கள் ஏற்படுவதன் காரணமாக, சின்னஞ்சிறு பொறாமைப் பூசல்கள் எழுந்துவிடுகின்றன. இவை பெரும்பாலும் நட்பில் பிளவையும், கூட்டுப் பங்காளித்துவத் தொடர்பில் முறிவையும் ஏற்படுத்திவிடுகின்றன. வழக்கு நடவடிக்கைகள் முதலிய வருந்தத் தக்க நிகழ்ச்சிகளில் சென்று இவை முடிகின்றன.

29. நாட்டுவாழ்வில் காணப்பட்ட இரு குறைகள்

மொத்தத்தில் பென்சில்வேனியாவின் பொதுவாழ்வில் நான் பங்கு கொண்டது பற்றி எனக்கு மனநிறைவே மிகுதி என்னலாம்.

ஆனாலும், இரண்டு செய்திகள் குறித்து எனக்குப் பெருத்த மனக்குறை இருந்துவந்தது. ஒன்று போர்க்காலப் பாதுகாப்புக்கு இங்கே எத்தகைய முன்னேற்பாடும் இல்லாதிருந்தது. மற்றொன்று இளைஞர்களுக்குப் போதிய கல்வித்திட்டம் எதுவும் இல்லை. நாட்டுரிமைப் படையமைப்புமில்லை. நாட்டுரிமைக் கல்வியமைப்பும் இல்லை.

இவற்றை மனத்தில் கொண்டு, 1743-இல் நான் ஒரு படைப்பயிற்சிக் கழகம்[35] நிறுவுவதற்கான கோரிக்கை உருவாக்கினேன். அச் சமயம் தூய பீட்டர்ஸ்[36] வேலையில்லாமலிருந்தார். நான் கருதியது போன்ற ஒரு நிலையத்தைக் கட்டிக் காக்க அவரே மிகவும் தகுதி வாய்ந்தவர் என்று நான் எண்ணினேன். ஆகவே, திட்டத்தை அவரிடம் தெரிவித்தேன். ஆனால், இதனினும் ஆதாயமுடைய அரசுரிமையாளர் ஊழியத்துறையில் அவர் நாட்டம் கொண்டவராயிருந்தார். அதில் அவருக்கு வெற்றியும் கிடைத்தது. எனவே, அவர் என் திட்டத்தின் பொறுப்பைக் கைவிட்டார். பொறுப்பு வாய்ந்த அத்திட்டத்துக்குத் தகுதியாக அவரைத் தவிர வேறு எவரையும் அச்சமயம் என்னால் எண்ணிப்பார்க்க முடியவில்லை. ஆகவே, நான் அதைத் தற்காலிகமாகத் தூங்கவிட வேண்டிவந்தது.

அடுத்த ஆண்டு 1744-இல் என் முயற்சிகளில் இதனினும் சிறிது மிகுதி வெற்றி கிட்டிற்று. அவ்வாண்டில் நான் மெய்விளக்கக் கழகமொன்று[37] நிறுவினேன். அதுவகையில் நான் எழுதிய விளக்கவுரை என் எழுத்து மூலங்களிடையே உள்ளது. அவை தொகுக்கப்படும்போது அதை அத்தொகுப்பில் காணலாம்.

30. பாதுகாப்புத் திட்ட முயற்சி

நாட்டுப் பாதுகாப்புச் செய்தி விரைவில் முன்னணிக்கு வந்தது. ஸ்பெயின்[38] பல ஆண்டுகளாக பிரிட்டனுடன் போரிலீடுபட்டிருந்தது. இப்போது பிரான்சும் பிரிட்டனும் சேர்ந்து போரிலிறங்கியதனால், என் நாடும் பெரிய போர் அச்சத்துக்கு ஆட்பட்டது. எங்கள் ஆட்சியாளரான தாமஸ்[39] நாட்டுரிமைப் படைச்சட்டம் ஒன்று கொண்டுவரவும், மாகாணப் பாதுகாப்புக்கான நடவடிக்கைகள் எடுக்கவும் நீடித்து முயற்சிசெய்து வந்திருந்தார். ஆனால், குவேக்கர் வகுப்பினரை உறுப்பினராகக் கொண்ட பேரவையில் அம்முயற்சிகள்

பயன்தரவில்லை. இந்நிலையில் மக்கள் சார்பிலே தன்விருப்பார்ந்த கூட்டுக் கழக முறை அமைக்க நான் முனைந்தேன்.

கூட்டுமுயற்சிக்கு முன்னீடாக நான் 'நேரடி உண்மைநிலை விளக்கம்'[40] என்ற தலைப்பில் ஒரு துண்டு நூல் எழுதி வெளியிட்டேன். அதில் எங்கள் பாதுகாப்பற்ற நிலையை நான் மிக வன்மையான முறையில் எடுத்துக்காட்டினேன். ஒற்றுமையும் கட்டுப்பாடும் பாதுகாப்புக்கு எவ்வளவு இன்றியமையாதவை என்பதையும் நன்கு விளக்கினேன். இவற்றைக் கவனிக்கப் பொதுமக்கள் சார்பில் ஆர்வமுடையவர்கள் கையொப்பம் பெற்று ஒரு கழகம் தொடங்க இருப்பதாகவும் உறுதிமொழி கூறினேன். இத்துண்டு நூல் பொதுமக்கள் உள்ளத்தில் திடீரென்று விரைந்த நல்விளைவுகள் உண்டு பண்ணிற்று.

கழக அமைப்புத் திட்டம் வேண்டுமென்று என்னிடம் வேண்டுகோள் செய்யப்பட்டது. ஒரு சில நண்பர்களுடன் மூலத்திட்டம்[41] உருவாக்கியபின், மேலே குறிப்பிட்டிருந்த பொதுக்கட்டடத்தின் நகர மக்கள் கூட்டம் ஒன்று கூட்டினேன். கட்டடம் எள் விழ இடமின்றி நிறைந்திருந்தது. முன்கூட்டியே நான் மூலத்திட்டப் படிகளை மிகப் பெரிய அளவில் அச்சிட்டுப் பரப்பியிருந்தேன். அத்துடன் மைக்கோலும் திட்டப்படிகளும் வந்திருந்த மக்களுக்கெல்லாம் வழங்க ஏற்பாடு செய்துவிட்டு, திட்டப்பொருள் பற்றி ஒரு சிறிது எல்லாருக்கும் நான் விளக்கவுரை நிகழ்த்தினேன். அதனையடுத்து அச்சுப்படிகள் எல்லாருக்கும் சுற்றி அனுப்பப்பட்டன. ஒருவர்கூட எதிருரைக்காத வகையில், எல்லாருமே அதில் கையொப்பமிட்டனர்.

கூட்டம் கலைந்து,கையொப்பமிட்ட படிகளை எண்ணியபோது அவை 1200-க்கு மேற்பட்டவையாகக் காணப்பட்டன. நாட்டுச் சுற்றுப்புறங்களிலும் படிகள் அனுப்பி வைக்கப்பட்டபின், கையொப்பங்கள் பதினாறாயிரத்துக்கு மேல் வந்து குவிந்தன.

31. காவற்படைப் பிரிவு அமைப்பு : பீரங்கிகள் : காவற்கள அமைப்பு

கையொப்பமிட்டவர்கள் அனைவரும் உறுப்பினராகி, கூடிய விரைவிலே தங்கள் தங்களுக்கான படைக்கலங்களைச் சேகரித்துக் கொண்டனர். அவர்களிடையே படைப்பிரிவுகளாகவும், படை அணிகளாவும் வகுப்புக்கள் அமைக்கப்பட்டன.

உடற்பயிற்சிக்காகவும், மற்றப் படைத்துறை நடவடிக்கைப் பயிற்சிகளுக்காகவும் அவர்கள் வாரம் ஒருமுறை கூடினர்.

பெண்டிர் தமக்குள்ளே பணப்பிரிவு செய்து, பட்டு நாடாக்கள் முதலியன சேகரம் செய்து படைப்பிரிவுகளுக்கு அளித்தனர். நான் அவர்களுக்கு அளித்த படை மேற்கோள்வாசகங்கள், உரிமைப்பட்டிகள், மாதிரிச் சின்னங்கள் ஆகியவற்றை அவர்கள் மனமுவந்து தீட்டித் தந்தனர்.

பிலாடெல்பியா படை வகுப்பைச் சேர்ந்த படைப் பிரிவினர்களும் பிரிவுத் தலைவர்களும் ஒருங்கு கூடியவுடன், அவர்கள் என்னையே அதன் படைமுதல்வராகத்[42] தேர்ந்தெடுத்தனர். அப்பணிக்கு நான் தகுதியற்றவனென்று உணர்ந்து நான் லாரென்ஸை[43] என் சார்பில் பரிந்துரைத்தேன். அவர் 'நின்றசீர் நீள் உருவ'முடையவர். செல்வாக்கும் திறமுமுடையவர். எனவே, அவரே அப்பணிவுக்குத் தெரிவுபெற்றார்.

நகர்ப்புறத்தில் ஒரு காவல்களம்[44] அமைக்கவும் அதற்குரிய பீரங்கிகள் அமைக்கவும் வேண்டிய செலவுகளுக்காக ஓர் குலுக்குச் சீட்டை வெளியிடலாம் என்று முனைந்துரைத்தேன். அது சமயத்திற்கேற்ற நல்லுரையாயிற்று. அம்முறையில் காவல்களம் உருவாயிற்று. பெருந்தடிகளை அடுக்கி அவற்றினிடையே மண்ணிட்டு நிரப்பி மதில் ஞாயில்கள்[45] அமைக்கப்பட்டன. அவற்றின்மீது ஏற்றப் பாஸ்டனிலிருந்து சில பழைய பீரங்கிகளை வாங்கினோம். அவை போதாதவையாயிருந்ததனால், மேலும் சில அனுப்பும்படி இங்கிலாந்துக்கு எழுதினோம். அதேசமயம் எங்கள் அரசுரிமையாளரிடம் எங்கள் முயற்சிக்கு உதவுமாறும் கோரிக்கையிட்டிருந்தோம். அவர்கள் உதவுவார்கள் என்ற நம்பிக்கை எங்களுக்குக்கிடையாதானாலும், கோரிப் பார்ப்போம் என்றே கருதினோம்.

இதற்கிடையில் ஆட்சியாளர் கிளின்டனிடமிருந்து[46] சில பீரங்கிகளைக் கடனாகப் பெறுவதற்குரிய ஆணைப் பத்திரத்துடன் படைமுதலி லாரென்ஸ், வில்லியம் ஆலென், ஏபிரம் டெய்லர்[47] ஆகியவருடன் நானும் நியூயார்க்குக்கு அனுப்பப்பட்டேன். முதலில் ஒன்றும் கொடுக்கமுடியாதென்று அவர் மொட்டையாக மறுத்துவிட்டார். ஆனால், மன்றத்தில் உணவுமேடையில் வழக்கம்போல மிகுதியான 'மடீரா'

இன்தேறல்[48] வழங்கப்பட்டதன்பின், அவர் உள்ளம் படிப்படியாகக் கனிவுற்று, ஆறு பீரங்கி வரையில் தர வாக்களித்தார். தேறல் குவளைகள் ஒன்றிரண்டு தீர்ந்தபின் இது பத்தாயிற்று. முடிவில் பதினெட்டுவரை இச்சலுகை நீண்டது. அவர் தந்த பீரங்கிகளும் பதினெண் கல்லெடை உடைய குண்டுகள் வாய்ந்தவை. அவை விழுமிய தோற்றமுடையவையாகவும் இருந்தன.

எங்கள் காவல்களத்தில் அவை ஏற்றப்பட்டன. போர்க்கால முழுவதும் கழக உறுப்பினர் காவல் கடனாற்றினார். எல்லாருடனும் சரிசம பங்கேற்று நானும் ஒரு படைக்காவல் வீரனாக என் பங்குக்கான கடமையை முறைப்படி ஆற்றினேன்.

இந்நடைமுறைகளில் நான் கொண்ட ஈடுபாடு ஆட்சியாளருக்கும், மன்றத்துக்கும் மிகவும் மனமொத்ததாயிருந்தது. அவர்கள் என்னிடம் உள்ளார்ந்த நம்பிக்கை கொண்டு தங்கள் உள்ளாய்வுக்குழுவில் என்னைச் சேர்த்துக்கொண்டனர். தங்கள் உதவி கழகத்துக்கு வலிவூட்டும் என்று அவர்கள் கருதிய இடங்களிலெல்லாம், அவர்களாக என்னை அழைத்து, என்னுடன் கலந்துகொண்டனர்.

32. பாதுகாப்பும் சமயப்பற்றார்வமும்

சமயப்பற்றார்வத்தின் உதவியை நான் இத்துறையில் ஈடுபடுத்த எண்ணங்கொண்டேன். எங்கள் உள்ளத்தூய்மை நாடியும் கடவுள் அருள்நாடியும் ஒரு பொதுமுறை நோன்பு கொண்டாடுவதென்று அறிக்கையிட நான் விரும்பினேன். ஆட்சியாளரும் மன்றத்தினரும் இதற்கு இணங்கினர். ஆனால், அந்த மாகாணத்தில் சமய நோன்புக்கான முதற் பொது அறிவிப்பு இதுவேயாக அமைந்தது. அதை உருவாக்குவதற்கு முன்மாதிரி எதுவுமில்லாததால் மன்றச் செயலாளர் மலைப்புக்கொண்டார். ஆனால், நான் நியூ இங்கிலாந்தில் இளமையில் பயின்றது பயன்பட்டது. அங்கே ஆண்டுதோறும் இத்தகைய அறிவிப்பு நடைபெற்றுவந்தது. நான் அதை வழக்கப்படியான வக்கணைமொழியுடன் உருவாக்கினேன். அது ஜெர்மனிலும் மொழிபெயர்க்கப்பட்டு, இருமொழிகளிலும் அச்சிட்டு மாகாணமெங்கும் பரப்பப்பட்டது.

பல சமயக்கிளைகளின் சமய முதல்வர்களுக்கும் இது மகிழ்வளித்தது. அவர்கள் எங்கள் காவற்கழக முயற்சியில் ஒத்துழைக்கும்படி தத்தம் திருக்கூட்டத்தாரை ஊக்கினர்.

குவேக்கர் வகுப்பினர்கூட நாளடைவில் அதற்கு முழு அளவில் ஆதரவு செய்திருக்கக்கூடும். அதற்குள்ளாகப் போர் முடிவுக்குவந்து அமைதி எழுந்தது.

33. உயர்பணி பற்றிய தனிநீதி : "கோரிக்கை செய்யாதே! மறுக்கவோ துறக்கவோ செய்யாதே!"

இந்த நடவடிக்கைகளில் மிகுதி ஈடுபட்டதன் மூலம் குவேக்கர் வகுப்பினர்களை நான் புண்படுத்திவிடக் கூடும் என்று என் நண்பர்களில் சிலர் அஞ்சினர். உண்மையில் குவேக்கர் வகுப்பினர் புண்பட்டால், அவர்களே மிகப் பெரும்பான்மையினராக இருந்த பேரவையின் ஆதரவையும் நான் இழக்கவேண்டி, நேர்ந்திருக்கும். இச்சூழ்நிலையைக் கவனித்த இளைஞரான ஒரு செல்வ மன்றத்தின் எழுத்தாயன் என்ற பணியை நானாகத் துறந்துவிடும்படி எனக்கு அறிவுரை புகன்றார். அவருக்கும் அவையில் பல நண்பர்கள் இருந்தனர். அவர்கள் உதவியுடன் அந்தப் பணியில் அமரவே அவர் விரும்பினார். ஆகவே, அடுத்த தேர்வில் நான் எப்படியும் ஒதுக்கப்பட்டு விடுவேன் என்றும், அப்படி ஒதுக்கப்படுவதைவிட நானாக விலகுவதே என் தன்மதிப்புக்கு உகந்தது என்றும் அவர் என்னிடம் விளக்கினார்.

இள நண்பருக்கு மறுமொழியாக நான் கூறியது நான் எங்கேயோ வாசித்த அல்லது ஏதோ பொதுச்சொற்பொழிவில் கேட்ட நன்மொழி ஆகும். "உயர்பணி வேண்டுமென்று என்றும் யாரிடமும் கோராதே. அத்தகைய பணி அளிக்கப்பட்டால், அதை என்றும் எக்காரணம் கொண்டும் மறுக்காதே!" என்ற கட்டளையே அந்நன்மொழி. "இந்தக் கட்டளையை நான் மதிக்கிறேன். அதனுடன் ஒரு சிறு வாசகத்தையும் சேர்த்து நான் நடைமுறையில் பின்பற்றுகிறேன். நான் என்றும் எப்பணியும் **கோருவதுமில்லை; மறுப்பதுமில்லை; துறப்பதுமில்லை**" என்று நான் அவரிடம் கூறினேன். மேலும் "என் எழுத்தாளர் பணியை இன்னொருவருக்குத் தரவேண்டும் என்று அவர்கள் கருதினால், அதை அவர்களாக என்னிடமிருந்து பெற்றுக்கொள்ளட்டும். நானாக அதைத் துறப்பதன் மூலம் இன்றல்லாவிட்டாலும் வேறென்றாயினும் என் எதிரிகளை எதிர்த்து மீண்டும் அதைப் பெறத்தக்க உரிமையை நான் ஒருபோதும் இழக்க இசையமாட்டேன்" என்று நான் முடிவு தெரிவித்தேன்.

இச்செய்தி இந்த முடிவின்பின் மீண்டும் தலைகாட்டவே இல்லை. அடுத்த தேர்வில் வழக்கம்போல நான் முழுமனதாகவே தேர்ந்தெடுக்கப்பட்டேன். ஆட்சி மன்றத்தின் உறுப்பினர்களுடன் எனக்கிருந்த நெருக்கத் தொடர்பைக் கண்டு ஒருவேளை பேரவையினர் நானாக விலகுவதை விரும்பியிருக்கக்கூடும். ஏனென்றால், படைத்துறைக் காரியங்கள் வகையில் வாத மெழுந்தபோதெல்லாம் பேரவை மிகவும் வல்லந்த நெருக்கடிக் குள்ளானதுண்டு. அச்சமயங்களில் ஆட்சிமன்றம் ஆட்சியாளர் பக்கமே நின்றிருந்தது. ஆயினும் காவற்கழகத்தில் பற்றுடையவன் என்ற ஒரே காரியத்துக்காக அவர்கள் தாமாக என்னை ஒதுக்கிவிடத் துணியவில்லை என்றே கூறவேண்டும். ஏனென்றால், ஒதுக்குவதானால், அதற்கு அவர்கள் அந்த ஒரு காரணத்தைத் தவிர வேறு எதையும் கூறியிருக்கமுடியாது.

34. பாதுகாப்புத் துறையும் குவேக்கர் வகுப்பினரும்

உண்மையில் எதிர்பார்க்கப்பட்ட அளவுக்கு நாட்டின் பாதுகாப்பு என்பது குவேக்கர் வகுப்பினருக்கு முற்றிலும் கசப்பானதல்ல என்றுதான் நான் நம்புகிறேன். ஆனால், அதில் தாங்கள் நேரடியாக ஒத்துழைக்கும்படி கோரப்படுவதை அவர்கள் கட்டாயம் விரும்பவில்லை. மேலும் அவர்களில் மிகப்பெரும்பாலோர் - நான் முதலில் எண்ணியிருந்ததைவிட மிகப்பெரும்பாலானவர்கள் - தாக்குதல் போரைமட்டுமே வெறுப்பவர்களாகவும் பாதுகாப்புப்போருக்கு ஆதரவு தருபவர்களாகவும் இருந்தனர். இவ்வகையில் சார்பாகவும் எதிர்வாகவும் பலவாத எதிர்வாத இதழ்கள் வெளியிடப்பட்டன. நல்ல குவேக்கர் வகுப்பினர்களாலேயே வெளியிடப்பட்டவற்றுள் ஒரு சில பாதுகாப்பை ஆதரித்தன. இது அவர்களிடையேயுள்ள இளைஞர்கள் உள்ளங்களில் பாதுகாப்பின் இன்றியமையாமைக்குச் சாதகமான உணர்ச்சியை வலியுறுத்தின.

எங்கள் தீயணைப்புக் கழகங்களிலுள்ள ஒரு நடவடிக்கை இவ்வகையில் குவேக்கர்களிடையே நிலவிய மனப்பாங்கைத் தெள்ளத் தெளியக் காட்டுகிறது. எங்களிடையே சேம வைப்பாக 60 பொன் இருந்தது. அதைக் காவற்கள அமைப்புச் செலவுக்கான குலுக்குச் சீட்டுக்கு உதவுவதென்று கோரப்பட்டது. எங்கள் ஒழுங்கு அமைதிகளின்படி கோரிக்கையிடப்பட்டதன்பின் அடுத்த

கூட்டம்வரை பணம் வேறு வகையில் ஈடுபடுத்தப்படக்கூடாது. ஆனால், கழகத்தில் 30 உறுப்பினர்களில் 22 பேர் குவேக்கர்கள். எட்டுப் பேரே ஏனைய குழுவினர். குறித்த நேரத்தில் வந்து கூடியவர்களும் இந்த எட்டுப்பேர்களே. குவேக்கர்களிலும் சிலர் எங்களை ஆதரிப்பர் என்று நாங்கள் நம்பினோம். ஆயினும் பெரும்பான்மை பற்றிய உறுதி எங்களுக்கு இல்லை.

இந்நிலையில் ஜேம்ஸ் மாரிஸ்[49] என்ற ஒருவரே குவேக்கர் திட்டத்தை நேரடியாகவே எதிர்த்தார். எல்லா 'நண்பர்'களும்[50] அதை வெறுத்தனர் என்றும், ஆகவே அதை வாதத்துக்கு எடுத்துக்கொண்டதற்கே தாம் வருந்துவதாகவும் அவர் கூறினார். இதன் மூலம் கழகத்திலேயே பிளவு ஏற்படக்கூடும் என்றுகூட அவர் அச்சுறுத்தினார். ஆனால், அத்தகைய அச்சத்துக்கு இடமே கிடையாது என்று நாங்கள் அவருக்கு நயமாக விளக்கினோம். நண்பர்கள் அல்லாதார் சிறுபான்மையினராதலால், 'நண்பர்கள்' ஆதரித்தாலல்லாமல் அது நடைபெற வழியில்லை என்று எடுத்துக்காட்டினோம். கழகத்தின் ஒழுங்கமைதிப்படி பெரும்பான்மை முடிவுக்குச் சிறுபான்மையினர் எதிர்ப்பில்லாமல் இணங்கி ஒத்துழைத்தாகவேண்டும்.

நிகழ்ச்சி நேரம் வந்ததும் திட்டத்தின் மீது மொழியெடுப்பதென்று தொடங்கினோம். 'ஒழுங்கமைதிப்படி இப்போது மொழியெடுப்புச் செய்வதற்குத் தடை கிடையாது; ஆயினும், திட்டத்தை எதிர்க்கும் எண்ணம் உடைய உறுப்பினர் பலரை நான் எதிர்பார்ப்பதால், இன்னும் சிறிது நேரம் தருவதே 'நண்பர்' தரப்புக்கு நேர்மை செய்ததாயிருக்கும்' என்றார் மாரிஸ்.

இதுபற்றி நாங்கள் பேசிக்கொண்டிருக்கும்போது, ஓர் ஏவலாள் என்னிடம் வந்தான். இரண்டு நன்மக்கள் எனக்காகக் காத்திருப்பதாக அவன் கூறினான். நான் சென்றேன். அவர்கள் உண்மையில் குவேக்கர் வகுப்பினரான எங்கள் உறுப்பினர் இருவரே. "பக்கத்திலுள்ள ஓர் அருந்தகத்தில் நண்பர்களான நாங்கள் எட்டுப்பேர் தங்கியிருக்கிறோம். திட்டத்தின் வெற்றிக்கு நாங்கள் வருவது இன்றியமையாததாயிருந்தால், நாங்கள் வந்து மொழி தர உறுதி செய்திருக்கிறோம். ஆயினும், எங்கள் ஆதரவு அவ்வளவு தேவைப்படாதென்றே நம்புகிறோம். இன்றியமையாத் தேவை இல்லாவிட்டால், மொழி எடுப்பில்

கலந்து கொள்ளும்படி எங்களை அழைக்காமலேயே திட்டத்தை நிறைவேற்றும்படி கோருகிறோம். ஏனென்றால், இத்திட்டத்துக்கு வெளிப்படையான ஆதரவு தருவதன் மூலம் எங்கள் தோழர்களுடனும் மூத்தோர்களுடனும் நாங்கள் முரண்பாடு கொண்டுவிட நேரும்." என்று அவர்கள் என்னிடம் கூறினார்கள்.

பெரும்பான்மை ஆதரவு பற்றிய தயக்கம் இங்ஙனம் தீர்ந்துவிட்டது. ஆகவே, மாரிஸின் கோரிக்கைக்கு இணங்கத் தயங்குவதுபோலச் சிறிது பாவித்து, பின் அதன்படி நான் ஒரு மணிநேரம் காத்திருக்க இசைந்தேன். தன் தரப்புக்கு இது முழு நேர்மை அளிப்பதென்று மாரிஸ் மனமார ஒத்துக்கொண்டார். எதிர்ப்பாளர்கள் என்று அவர் கருதிய நண்பர்களுள் ஒருவர்கூட அப் பக்கம் எட்டிப் பார்க்கவில்லை. ஆகவே, ஒரு மணி நேரம் சென்றதும், ஒன்றுக்கு எட்டாகத் திட்டம் பெரும்பான்மை ஆதரவுடன் நிறைவேறிற்று. அத்துடன் 22 குவேக்கர்களுள் 8 பேர் எங்களை ஆதரிக்கத் துணிந்தவர்கள் என்றும், மீந்தவருள் 13 பேர் எதிர்க்க வராதிருந்தவர்களாதலால், எதிர்ப்பாளர் அல்லர் என்றும் நான் மதித்துணர்ந்தேன். இதிலிருந்து பாதுகாப்பை எதிர்த்த குவேக்கர்கள் 21-க்கு 1 என்ற அளவு சிறுபான்மையினரே என்பது எனக்குத் தெளிவாயிற்று.

35. குவேக்கர்களின் சமயமுதல்வர் பற்றிய சுவைகரமான செய்தித்துணுக்கு

இம்மதிப்புணர்வுக்கு நான் வரக் காரணம், எங்கள் கழக உறுப்பினரான 'நண்பர்கள்', நண்பர் கழகத்தின் பற்றார்வ மிக்க உறுப்பினர்கள், அத்துடன் அதில் செல்வாக்கு மிக்கவர்கள் என்பதே. மேலும் கூட்டத்திற்கான காரணம் அவர்கள் அனைவருக்கும் நன்கு தெரிந்த ஒன்று. அது போதிய அளவு முன்னறிவிக்கப்பட்டிருந்தது.

லோகன்[51] குவேக்கர் வகுப்பைச் சேர்ந்தவர். அவர்களிடையே கல்வி கற்றவர். மதிப்பு வாய்ந்தவர். அவர் தம் வெளியீடொன்றில் பாதுகாப்புக்கான பேச்சுக்களை ஆதரித்து, அதற்கான காரணங்களை விளக்கி அவ்வகுப்பினருக்கு அறிவுறுத்தியிருந்தார். அத்துடன் காவல் களத்துக்கான குலுக்குச் சீட்டில் பயன்படுத்தும்படி அவர் என்னிடம் 60

பொன்கள் வழங்கினார். அதில் என் பரிசுகள் முழுதும் அந்த ஊதியத்துக்கென்றே அளிக்கப்ப வேண்டுமென்றுகூட அவர் வரையறை செய்தார்.

குவேக்கர் வகுப்பின் முதல்வரான வில்லியம் பென்[52]னின் பாதுகாப்புப் போர் சார்ந்த கோட்பாடுபற்றிய ஒரு சுவைகரமான துணுக்கைத் லோகன் என்னிடம் கூறினார்.

தலைவர் பென்னுடன், அவர் செயலாளராக, லோகன் இங்கிலாந்திலிருந்து வந்துகொண்டிருந்தார். அப்போது லோகன் ஓர் இளைஞர். அது போர்க்காலம். அவர் சென்ற கப்பலைப் பின்பற்றி மற்றொரு கப்பல் வந்துகொண்டிருந்தது. அதை அவர்கள் எதிரியின் கப்பல் என்று கருதினார்கள். ஆகவே, மீகாமன் பாதுகாப்புக்கு ஒருங்கினார். அதே சமயம் வில்லியம் பென்னின் உதவியையோ அவரது 'நண்பர் குழு'வினரின் உதவியையோ தாம் எதிர்பார்க்கவில்லையென்றும் அவர் தெரிவித்தார். அதன்படி அவர்களனைவரும் கப்பல் அடித்தளத்துக்குச் சென்றனர். ஜேம்ஸ் லோகன் மட்டும் உள்ளே போகவில்லை. தாமாக மேலேயே தங்கியிருந்துவிட்டார். ஒரு பீரங்கியின் பொறுப்பும் அவரிடம் விடப்பட்டது.

எதிரியாகக் கருதப்பட்ட கப்பல் நேசக் கப்பலே என்று விரைவில் விளங்கிவிட்டது. ஆகவே, போராட்டம் எதுவும் உண்மையில் நிகழவில்லை. செயலாளர் (லோகன்) தலைவர் வில்லியம் பென்னிடம் இந்தத் தகவலறிவிக்க கீழே சென்றார். ஆனால், மேல் தளத்திலேயே இருந்துவிட்டதற்காக அவர் லோகனைக் கடுமையாகக் கண்டித்தார். அதில், மீகாமனே அத்தகைய பொறுப்பைச் சுமத்தாதபோது, நண்பர் கழகத்தின் கோட்பாட்டுக்கு முரணாக நடந்தது முனைப்பான தவறாகும் என்று இடித்துரைத்தார்.

தலைவரின் கண்டனம் பலர் முன்னிலையிலேயே செய்யப்பட்டது. ஆகவே, லோகனுக்குச் சிறிது கடுப்புத் தோன்றிற்று. அவர் தம் கருத்தை அப்பட்டமாக வெளியிட்டார். "நான் தங்கள் ஊழியன். என்னைக் கீழே வரும்படி நீங்கள் ஏன் உத்தரவிட்டிருக்கக்கூடாது? இடர் உண்டு என்று தாங்கள் நினைத்ததனால்தானே, அச்சமயத்தில் நான் மேலேயிருந்து போரில் கலந்துகொள்ளட்டும் என்று பேசாதிருந்துவிட்டீர்கள்?" என்று எதிர்த்துரைத்தார்.

36. தயக்கத்தின் விளக்கம் : மாயத் தொடர்கள் : 'வெடிமருந்தும் ஒரு மருந்தே!'

பல ஆண்டுகள் நான் பேரவையில் உறுப்பினராயிருந் திருக்கிறேன். அதில் குவேக்கர்களே பெரும்பான்மையின ராயிருந்தார்கள். ஆகவே, பாதுகாப்புப் பற்றிய செய்திகளில் அவர்கள் தடுமாற்றத்தைக் காண எனக்குப் பல வாய்ப்புக்கள் கிடைத்தன. அவ்வகைக்காக அரசராணையால் பொது உதவித்தொகை கோரப்பட்டபோதெல்லாம், அவர்கள் கோட்பாடு அவர்கள் உள்ளத்தில் போராட்டத்தையும் குழப்பத்தையும் உண்டுபண்ணிற்று.

நேரடியாக மறுத்து அரசியலாருக்கு மன வருத்தம் உண்டுபண்ணவும் அவர்கள் விரும்பவில்லை. அதே சமயம் தங்கள் கோட்பாட்டுக்கு எதிராக, அதை ஏற்று, அவர்கள் தோழராகிய நண்பர் குழுவினரைப் புண்படுத்தவும் அவர்கள் துணியவில்லை. எனவே, ஏற்காமலிருப்பதற்காக அவர்கள் எண்ணற்ற சாக்குப் போக்குகள் கூறிக் கடத்தினர். கடத்த முடியாமல் ஏற்கவேண்டி வந்தபோது அவ்வேற்பை மறைக்கப் பலவகையான சொற்பொறிப் புரட்டுக்களை நாடினர்.

பொதுவாக அவர்கள் இறுதி ஏற்பில் கையாண்ட முறைமை **'அரசர் செலவுகளுக்காக'** என்ற தொடருடன் ஏற்பளிப்பதே. ஆனால், அரசர் அதை எவ்வகையில் செலவு செய்தார் என்ற கேள்வி அவர்களிடமிருந்து எழவேமாட்டாது!

கோரிக்கை நேரடியாக அரசரிடமிருந்து வரவில்லையானால், 'அரசர் செலவுக்காக' என்ற மாயத் தொடருக்கு இடமில்லாமல் போய்விடும். அச் சமயங்களில் இன்னொரு 'தொடர்' கண்டுபிடிக்கவேண்டி வந்தது. எடுத்துக்காட்டாக, வெடிமருந்து வேண்டிவந்தபோது - லூயிஸ்பர்க்கிலுள்ள படைப்பிரிவுக்கென்று நினைக்கிறேன் - நியூ இங்கிலாந்து அரசியல் அது வகையில் பென்சில்வேனியாவின் உதவியை நாடிற்று. ஆட்சியாளர் தாமஸ் அதைப் பேரவையிடம் வற்புறுத்தினார். வெடிமருந்து போர்ச் சாதனங்களில் ஒன்றாதலால், தங்கள் கோட்பாட்டின்படி 'நண்பர்கள்' அதன் உதவித்தொகைக்கு இணங்கக்கூடாது. ஆகவே, உணவுப் பொருள்களுக்காவும் மருந்துக்[53]காவும் நியூ இங்கிலாந்துக்கு உதவும்படி ஆட்சியாளருக்குப் பேரவை மூவாயிரம் பொன் உதவித் தொகை அளிக்கிறது' என்று ஒரு தீர்மானம் நிறைவேற்றினர்.

பேரவையின் தடுமாற்றத்தை மிகுதிப்படுத்த எண்ணிய சிலர் ஆட்சியாளரிடம் சென்று கோள் மூட்டினர். 'நீங்கள் கோரிய உதவிக்காக அவர்கள் தரவில்லை. இதை மறுத்துவிடுங்கள்' என்றனர். ஆனால், ஆட்சியாளர் புன்சிரிப்புடன், "நான் கோரியது வெடிமருந்து. அவர்கள் மருந்து என்ற சொல்லால் மனத்தில் குறிப்பது வேறு எதுவுமல்ல என்பது எனக்குத் தெரியும்!" என்றார். அவர் வெடிமருந்து வாங்கியனுப்பிய போதும், எவரும் தடை எழுப்பவில்லை.

37. பீரங்கியும் ஒரு தீ இயந்திரம் அல்லவா?

குவேக்கர்கள் மனப்பான்மை பற்றிய மேற்குறிப்பிட்ட செய்தி என் மனத்தில் எப்போதும் அகலாமலே இருந்தது. தேவைப்பட்டால் அதை நானும் பயன்படுத்துவது என்றே துணிந்திருந்தேன். தீயணைப்புக் கழகத்தில் உறுப்பினரான என் நண்பர் சிங்[54] என் துணிவைப் புரிந்துகொள்ளாமல் விழித்தார். அவருக்கு நான் அதை எடுத்து விளக்கினேன். "காவற்களத்துக்கு ஆதரவு கிடைக்காது என்று தோற்றினால், நான் கவலைப்படப்போவதில்லை. தீ இயந்திரம் ஒன்று வாங்குவதற்காக என்று கூறி பண உதவிக்கான தீர்மானத்தை நிறைவேற்றிவிடலாம். குவேக்கர்கள் அது வகையில் தடை எதுவும் சொல்லப்போவதில்லை. அதன்பின் என்ன செய்வது என்பதும் எனக்குத் தெரியும். தேவைப்பட்ட பொருளை வாங்குவதற்காக அமைக்கப்படவிருக்கும் குழுவில், நான் உங்கள் பெயரைச் சேர்க்க முன்மொழிவேன். நீங்கள் என் பெயரைச் சேர்க்க முன் மொழியவேண்டும். எல்லாரும் துணையுரைப்பர். நாம் இருவருமே குழுவினராயிருந்து, அந்தப் பணத்தைக் கொண்டு ஒரு பெரிய பீரங்கியை வாங்கிவிடலாம். இதையும் குவேக்கர்கள் எதிர்க்கமாட்டார்கள். ஏனென்றால், பீரங்கியும் ஒரு தீ இயந்திரம்தான் அல்லவா?" என்று நான் புன்முறுவலுடன் கூறினேன்.

நண்பருக்கு அப்போதுதான் 'வெடிமருந்து'க்கதை நினைவிற்கு வந்தது. "ஆகா! பேரவையிலிருந்து நீங்கள் நல்ல பயிற்சி பெற்றுவிட்டீர்கள் என்பதை மறந்துவிட்டேன். வெடிமருந்து மருந்தாகக் கருதப்படலாம் என்ற பேரவை முடிவிலிருந்து, பீரங்கி தீ இயந்திரமாகக் கருதப்படுவது தவறில்லை என்ற புதிய உண்மையைக் காணும் அளவுக்குப் பேரவையிலிருந்து பயின்ற உங்கள் ஆராய்ச்சித்திறம் வளர்ந்து இருக்கிறது," என்று அவர் குறும்பு பேசினார்.

38. எழுத்து மூலக்கோட்பாட்டின் இக்கட்டு: டங்கர் குழுவின் படிப்பினை

“போர் நேர்மையற்றது, அது எத்தகைய போராயிருந்தாலும் நேர்மையற்றதே.” என்று குவேக்கர்கள் எப்படியோ தங்கள் முதற் கொள்கையை அழுத்தந்திருத்தமாகக் கூறிவிட்டார்கள். அதை அவர்கள் எல்லாருக்கும் பறைசாற்றியதுடன், எழுத்து மூலமாகவும் நிலையாக்கிவிட்டார்கள். இதன்பின் தனிப்பட்ட முறையில் அவர்கள் எண்ணத்தில் என்ன மாறுபாடு ஏற்பட்டாலும், அவர்கள் தம் கொள்கையிலிருந்து வெளிப்படையாக அசைந்து கொடுக்கமுடியவில்லை. பல குவேக்கர்கள் இந்த இக்கட்டு நிலைக்கு ஆளாகி, உள்ளூர வெம்பி வெதும்பினர் என்பது எனக்குத் தெரியும். இம்மாதிரி நிலையில் அவர்களைவிடத் திறமையாக நடந்து கொண்ட மற்றொரு கிளையின் நினைவு எனக்கு இப்போது உண்டாகின்றது. அதுவே, ‘டங்கர் குழு’[55] ஆகும்.

டங்கர் குழு ஏற்பட்ட சில நாட்களுக்குள்ளாகவே அதன் முதல்வர்களுள் ஒருவரான மைக்கேல் வெல்பே[56]ருடன் நான் அறிமுகமாக நேர்ந்தது. அவர்கள் கோட்பாட்டுக்கிருந்த ஓர் இக்கட்டைப்பற்றி அவர் என்னிடம் கூறினார். அவர்கள் ஒரு சிறிதும் மேற்கொள்ளாத கொள்கைளையும், வழக்கங்களையும், பிற கோட்பாட்டுக் குழுக்களைச் சேர்ந்த எதிரிகள் அவர்கள் மீது சுமத்தி, அவர்கள் பற்றி வசைமாரி பொழிந்து வந்தனர். எத்தனை தடவை விளக்கம் கூறினாலும், மறுத்தாலும் வசைமாரி ஓயவே இல்லையென்று அவர் தெரிவித்தார்.

இதைக் கேட்டதே நான் சட்டென்று அவருக்கு எனக்குத் தெரிந்த நேர்வழியைத் தெரிவித்தேன். “அன்பரே, புதிய கோட்பாடுகள் எல்லாவற்றுக்கும் உள்ள இக்கட்டுத்தானே இது! இதை நீக்குவதற்கு வழி ஒன்றே ஒன்றுதான். இவை இவைதான் எங்கள் கோட்பாடுகள், பழக்கவழக்கங்கள் என்று வரையறுத்து விளக்கி எழுதிவிடுவதுதானே!” என்றேன். ஆனால், நண்பர் எதிர் விளக்கம் எனக்குப் புத்தொளி தந்தது.

“தங்கள் கருத்துரை எங்கள் திருக்கூட்டத்துக்குள்ளும் முதலில் தரப்பட்டிருந்தது. ஆனால் பல விவாதங்களுக்குப் பின் அது கைவிடப்படவேண்டி வந்தது,” என்றார் அவர். நான் அதன் பொருள் விளங்காமல், “ஏன் கைவிடப்பட்டது?” என்று கேட்டேன். அவர் மீண்டும் பேசினார்.

"நாங்கள் முதன் முதல் ஒரு திருக்கூட்டமாகக் கூடித் திட்டம் அமைக்கும்போது, எங்கள் தலைவர் மூலம் கடவுள் எங்கள் உள்ளத்தில் பழைய கோட்பாட்டிலுள்ள சில குறைகளை எடுத்துக்காட்டிச் சில மெய்ம்மைகளைத் தெரிவித்தருளினார். அதன் மூலம் முன்னர் மெய் என நாங்கள் எண்ணியிருந்தவற்றைப் பொய் எனக் கண்டு கைவிட்டோம். முன்னர் பொய் எனக் கருதியிருந்த சிலவற்றை மெய் எனக் கண்டு மேற்கொண்டோம்.

"அதன்பின் அவ்வப்போது கடவுள் திருவருள் விளக்கத்தால் எங்களுக்கு மேன்மேலும் புதிய ஒளி தென்பட்டு வருகின்றது. புதிய புதிய பிழைகள் கண்டு திருத்தம் பெறுகிறோம். புதிய புதிய நலங்கண்டு முன்னேறி வருகிறோம்.

"இம்முன்னேற்றப் போக்கில் முடிவு ஏற்பட்டுவிட்டதென்றோ; இறையுணர்வில் எங்களுக்கு முழு நிறைவு கிட்டிவிட்டதென்றோ கருதுவதற்குரிய ஏது எதுவும் அகப்பட்டுவிடவில்லை. இந்நிலையில் எங்கள் கோட்பாட்டை நாங்களே அச்சிட்டு வெளியிட்டுவிட்டால், நாங்கள் அதற்குள் கட்டுண்டு சிறைப்பட்டுக் கிடக்கவேண்டிவரும். சீர்திருத்த ஒளியாகிய விடுதலைக்கு வாயில் இராமல் போய்விடும்.

"எங்கள் காலத்தில் சிறையாயிருப்பது, எங்கள் தலைமுறை கடந்தால், அசைக்க முடியாத சிறைக்கோட்டையாகிவிடும். ஏனென்றால், அது அச்சுருவக் கோட்பாடாக மட்டும் என்று கருதப்படாது. அவர்கள் முன்னோர்களுக்கு இறைவன் ஒரேயடியாகக் காட்டிவிட்ட முழுநிறை ஒளியாகக் கருதப்பட்டு ஓர் இரும்புக் கோட்டையாகிவிடும்."

39. சமயவாதிகளிடையே காணக்கிடையாத ஓர் அரும் தெய்வீகப் பண்பு

சமய ஆர்வலர் மொழியிலேயே சீர்திருத்தவாதிகளின் இந்தக் கோட்பாட்டைக் கேட்டு நான் இறும்பூது எய்தினேன். மனித இன வரலாற்றிலேயே இந்தக் கிளையின் பணியான தெய்வ நம்பிக்கை ஒரு காணக் கிடையாத அரும்பண்பு என்னலாம். ஏனென்றால், இது நீங்கலாக மற்றெந்தக் கிளையும் தன்னிடத்தில் மட்டும்தான் முழுநிறை உண்மை இருப்பதாகக் கருதுகின்றது. தம்முள் மாறுபட்ட கிளைகளின் கருத்துக்கள்

அத்தனையும் தவறானவை என்று அவ்வக்கிளையினர் கூசாமல் திட்டவட்டமாகக் கருதுகின்றனர். ஆனால், எல்லாக் கிளையின் வாதங்களையும் கேட்பவர்களுக்கு உண்மைநிலை விளங்காமல் போகாது.

மூடுபனி நிறைந்த வெளியில் நடக்கும் ஒருவன் கண்ணுக்கு, அவனிடமிருந்து சற்று விலகியிருப்பவர்கள் அனைவருமே மூடுபனியில் இருப்பதாகத் தோற்றுவார்கள். முன், பின், நாலு திசையிலும் இருப்பவர்களும் மட்டுமே மூடுபனியில் உழல்வதாக அவன் தெளிவாகக் காண்பான். ஆனால், அவனைச் சுற்றிலும் மூடுபனியிருப்பது அவனுக்குத் தெரியமாட்டாது. தான்மட்டும் பனிமூடாத நடுவிடத்தில் இருப்பதாக அவன் கருதக்கூடும். ஆனால், உண்மையில் மற்றவர்களைச் சூழ்ந்த பனி அவனையும் சூழ்ந்தே இருப்பதை அவன் சிறிது அனுபவ அறிவால் அறியலாம்.

குவேக்கர்கள் இவ்வகை இரண்டுபட்ட நிலைகளில் தேர்ந்து கொண்டவழி, கூடிய மட்டும் வெளியிடப்பட்ட நம்பிக்கையை உறுதியாகப் பற்றி, அதற்காகப் பேரவையிலும் பொதுவாழ்விலும் தங்கள் உரிமைகளைத் துறந்துவிடுவது ஒன்றே. கோட்பாடுகளைச் செய்யும் நேரிய செயல் துறவு இதற்குமேல் செல்லமுடியாது.

40. பிராங்க்லின் புதுக்கண்டுபிடிப்பு : சீர்திருந்திய கணப்படுப்பு

காலவரிசைப்படி முழுதும் எழுதுவதாயிருந்தால், ஒரு செய்தியை நான் இதற்கு முன்னதாகவே குறித்திருக்கவேண்டும். 1742-இல் நான் ஒரு புதுவகைக் கணப்படுப்புக் கண்டு இயற்றியிருந்தேன். அது திறந்த அடுப்பு. மற்றைய அடுப்புகளைவிட அது மிகுதியான கணகணப்புத் தந்தது. அதே சமயம் அதற்குச் செலவாகும் விறகின் அளவும் குறைவானது. அடுப்புத் திறந்த அடுப்பானதால், அதனுள் வரும் காற்று உட்புகுமுன் அதனால் வெதுவெதுப்பு அடைவதே அதன் சிக்கனத்துக்குரிய அடிப்படைக் காரணம் ஆகும். எனது இளமைக்கால நண்பர்களுள் ஒருவரான ராபர்ட் கிரேசுக்கு[57] நான் இதன் மாதிரி உருவைப் பரிசாக அளித்தேன். அவர் ஓர் இரும்பு உலைக்களத்தின் உரிமையாளராதலால், அதற்கு வேண்டும் இரும்புத் தகடுகளை வார்ப்பதன் மூலம் நல்லூதியம்

பெற்றார். அடுப்பின் தேவை வளருந்தோறும் ஊதியமும் வளர்ந்து வந்தது.

இவ்வடுப்பின் தேவையைப் பெருக்குவதற்காக நான் ஒரு சிறுநூல் வெளியிட்டேன். அதன் நீண்ட தலைப்பு அதன் பயனை நன்கு விளக்கிற்று. **"புதிதாகக் கண்டுபிடிக்கப்பட்ட பென்சில்வேனியாக் கணப்படுப்புகளின் முழுநிறை விவரம்: அவை செய்யப்படும் வகை, கையாளப்படும் முறைகள்; அறைகளை வெதுவெதுப்பாக்கும் வகையில் மற்றெல்லாக் கருவிகளையும்விட அவை மிகுதியாக அளிக்கும் நலங்கள்; அவற்றைப் பற்றிக் கூறப்படும் பழிப்புரைகளுக்குச் சரியான, தெளிவான விளக்கங்கள் ஆகியவை அடங்கியது."** என்பதே அத் தலைப்பு. இத்துண்டு வெளியீட்டிற்கு மிக நல்ல வரவேற்புக் கிட்டிற்று. அது நல்ல பயனும் தந்தது.

41. அறிவியல், புதுக்கண்டுபிடிப்புக்கள் பற்றிய ஆசிரியர் தனிக்கோட்பாடு

இதில் விரித்துரைக்கப்பட்ட இவ்வடுப்பின் அமைப்புமுறை ஆட்சியாளர் தாமசுக்கு மிகவும் கிளர்ச்சியூட்டிற்று. அவர் குறிப்பிட்ட சில ஆண்டுகளுக்கு அவற்றின் மீது எனக்குத் 'தனிப் பாதுகாப்புரிமை' தருவதாகக் கூற முன்வந்தார். ஆனால், நான் அவர் தர முன்வந்ததை ஏற்க மறுத்துவிட்டேன். இதிலும், இதுபோன்ற செய்திகளிலும் நான் ஒரே கோட்பாட்டை வகுத்து அதைப் பின்பற்றி வருவதே அதற்குக் காரணம். அக்கோட்பாடு இதுவே: **"மற்றவர்கள் கண்டுபிடித்த புதுமைகளின் பயன்களை நாம் நுகர்கிறோம். ஆகவே, நம் புதுமைகளைப் பிறர் நுகர்வதற்கான ஒரு தறுவாய் கிட்டினால்,** நாம் அதற்காக மகிழ்ச்சி அடையவேண்டும். அவ்வகையில் நாம் அதைத் தாராள மனப்பான்மையுடனும், இலவசமாகவும் பிறருக்கு அளிப்பதே முறைமை."

புதுமை கண்டுபிடித்த நான் செய்ய மறுத்த செயலை அப்புதுமைக்கு உரிமையில்லாமலே லண்டனிலுள்ள ஒரு கருமான் செய்ய முன்வந்தார். அவர் என் அடுப்பில் ஒரு சில மாறுதல்களைச் செய்துகொண்டு, என் சிறு நூலின் பெரும்பகுதியை உள்ளடக்கி ஒரு நூல் வெளியிட்டார். அடுப்பில் அவர் செய்த மாறுதல்கள் அதை மேம்படுத்தவில்லை. அதன்

பயனைக் குறைத்து, அதன் வேலை முறையையும் ஓரளவு தடைசெய்தது. ஆனால், அவர் அந்த அடுப்பிற்குக் காப்புரிமை பெற்றார். அதன் மூலம் அவருக்கு ஒரு குறிப்பிட்ட அளவு பெருஞ் செல்வமும் கிடைத்தது.

நான் கண்டுபிடித்த புதுமைகளுக்குப் பிறர் காப்புரிமை பெற்ற நிகழ்ச்சி இது ஒன்றுமட்டுமல்ல. இன்னும் பலர் பலர் அதில் வெற்றியும் கண்டனர். ஆனால், நான் அவர்களை ஒருபோதும் எதிர்த்து வாதாட எண்ணவில்லை. ஏனெனில், எனக்கு ஒருபுறம் அவற்றின் மூலம் ஆதாயம் பெறும் எண்ணம் இருந்ததில்லை; மறுபுறம் எத்தகைய வாத வழக்குகளையும் நான் விரும்பவில்லை.

என் மாகாணத்திலும், அயல் மாகாணங்களிலும் இந்தப் புதுவகை அடுப்புக்கள் மூலம் மக்களுக்கு விறகின் செலவு எவ்வளவோ குறைய வழி ஏற்பட்டுள்ளது.

42. புதியதிசைச் சீர்திருத்த ஆர்வம் : கல்வி

போர்[58] முடிந்து அமைதி ஏற்பட்டது. போர்க் காலப் படைத் திரட்டு வேலைக்கும் ஒரு முடிவு உண்டாயிற்று. ஆகவே, நான் ஒரு கல்லூரி நிறுவுவதற்காகன வழியில் என் எண்ணத்தைத் திருப்பினேன். இவ்வகையில் நான் எடுத்துக்கொண்ட செயல் திட்டத்தின் முதல்படி என்னுடன் ஒத்துழைக்கத் தக்க செயலூக்கமுள்ள நண்பர்களிடம் அதை விளக்குவதேயாகும். இந்நண்பர்களிடையே ஜண்டோக் கழகத்தின் உறுப்பினர்கள் குறிப்பிடத் தக்கவர்கள் ஆவர். எனது அடுத்த முயற்சி இதுபற்றிய ஒரு சிறுநூல் எழுதி வெளியிடுவதே. அது, "**பென்சில்வேனியாவிலுள்ள இளைஞரின் கல்விநிலை** பற்றிய புத்துரைகள்." என்ற தலைப்பை தாங்கிற்று. இதை நான் இலவசமாக நாட்டு மக்களிடையே வழங்கினேன்.

பொதுமக்கள் இதை வாசித்து மனப் பக்குவமடைவதற்கு நான் சில நாள் காத்திருந்தேன். பின் ஒரு கல்லூரியை நிறுவி நடத்துவதற்குரிய ஒரு நிதிக்குப் பங்கு வரித்திட்டம் தொடங்கினேன். அது ஐந்தாண்டுக் காலத்தில் ஆண்டுக்கு ஒரு கூறாகத் தரப்படுவதாக அமைக்கப்பட்டது. இப்படி உடனடி தரப்படவேண்டும் தொகையைக் குறைத்ததனால், மிகுதியான நிதி சேகரமாகும் என்று நான் கருதினேன். நான் கூறியபடியே நடந்தது. தொகை சரியாக நினைவில்லையானாலும், *5000*

பொன்னுக்குக் குறையாத தொகை திரண்டது என்று இப்போது கருதுகிறேன்.,

கல்லூரித் திட்டத்திற்கான என் துண்டு வெளியீட்டில், நான் என்னையே வெளியீட்டாளன் என்று கூறிக்கொள்ளவில்லை. ‘பொதுப்பணி ஆர்வமுள்ள சில நன்மக்களின்’ வெளியீடாகவே அது வெளியே வந்தது. பொதுமக்களுக்கு நலந்தரும் திட்டங்களில் நான் வழக்கமாகப் பின்பற்றி வந்த முறைப்படியே, நான் என்னை அதன் செயல்முதல்வனாகக் கூறிக் கொள்ளாதிருந்தேன்.

43. கல்லூரி வளர்ச்சி

பங்குவரியாளர்கள் திட்டத்தைச் செயல்முறையில் நிறைவேற்றுவதற்காகத் தம்மிடையிலிருந்து 24 பொறுப்பாளர்களைத் தேர்ந்தெடுத்தனர். அத்துடன் கல்லூரியின் ஆட்சிமுறைக்குரிய அமைப்புத்திட்டம் வகுப்பதற்காக அவர்கள் என்னையும் தலைமை வழக்குரைஞர்[59] பிரான்சிஸையும்[60] அமர்த்தினார்கள். அமைப்புத்திட்டம் வகுத்து அது கையொப்பமிடப்பட்டபின், கல்லூரிக்காக ஒரு கட்டடம் குடிக்கூலிக்கு எடுக்கப்பட்டது. ஆசிரியர்கள் அமர்த்தப்பட்டனர். கல்விநிலையமும், என் தற்போதைய நினைவுப்படி, *1749*-இல் திறக்கப்பட்டது.

மாணவர்தொகை விரைந்து பெருகிற்று. குடிக்கூலிக்கு எடுக்கப்பட்ட கட்டடம் அதற்குச் சிறிதும் போதாததாயிற்று. அதற்குப் புதிதாக ஒரு கட்டடம் கட்டும் நோக்கத்துடன் நாங்கள் ஒரு தகுதிவாய்ந்த இடத்தைத் தேடிக்கொண்டிருந்தோம். அந்தச் சமயத்தில், தெய்வச் செயலாக, எங்கள் முன் ஏற்கெனவே கட்டி முடிக்கப்பட்டிருந்த ஒரு கட்டடம் வந்து சேர்ந்தது. ஒரு சில மாறுதல்களுடன் அது எங்கள் நோக்கத்திற்கு முற்றிலும் போதியதாயிருக்கும் என்று கண்டோம். இது வேறு எதுவுமல்ல, திரு ஒயிட்ஃபீல்டின் ஆர்வலர்களால் கட்டப்பட்டதாக நான் மேலே குறிப்பிட்டிருந்த கட்டடம்தான். அது கீழ்க்காணும் முறையில் எங்கள் வசமாக வந்துசேர்ந்தது.

44. நகரமாளிகை வரலாறு

மேற்குறிப்பிட்ட கட்டடத்திற்கான பங்குவரித் தொகைகள் பல்வேறு கோட்பாட்டுக் கிளையினர்களால் தரப்பட்டிருந்தன. ஆகவே, கட்டடத்தின் உரிமையாளராக நிறுவப்பட்ட

பொறுப்பாளர் குழுவில், பொறுப்பாளர் தேர்வில் மிகுதி கவனம் செலுத்தப்பட்டுவந்தது. எந்தக் கிளைக்கும் அதில் மிகுதியான இடம் இருக்கக்கூடாது. ஏனெனில் அதன்மூலம் அக்கட்டடம் அந்தக் கிளைக்குரியதாக ஆய்விடக்கூடும் என்று அஞ்சப்பட்டது. இக்கட்டடம் கட்ட முயற்சி எடுத்துக்கொண்டவர்களின் நோக்கத்துக்கு இது மாறுபாடானது. இந்த நோக்கத்தால் பொறுப்பாளரில் ஒவ்வொரு கிளைக்கும் ஒருவர் தேர்வு பெற்றனர். ஆங்கிலக் கோவிலகம், கழகச் சமயக்கிளை, பாப்பிஸ்டுகள், மோரேவியர்[எ] ஆகிய ஒவ்வொரு கிளையினருக்கும் ஒவ்வோர் இடம் தரப்பட்டது. பொறுப்பாளர் உயிர் நீத்த சமயத்தில் கூட, அந்தந்த இடத்திற்கு அந்தந்தக் கிளையினரே புதிய ஆட்களைத் தேர்ந்தெடுக்க வேண்டுமென்று திட்டம் செய்யப்பட்டிருந்தது.

மோரேவியர் கிளையைச் சார்ந்த உறுப்பினர் தம் தோழர்களுடன் இணக்கமாக நடந்துகொள்ளவில்லை. ஆகவே, அவர் உயிர் நீத்தபோது, அவர் இடத்தில் அவர் கிளையினரை ஏற்க எவரும் ஒப்பவில்லை. ஆனால், இதன் மூலம் ஒரு புதுத்தடங்கல் நிலை உண்டாயிற்று. புதிதாக எவரைத் தேர்ந்தெடுத்தாலும் அதன்மூலம் ஏதாவது ஒரு கிளைக்கு இரண்டு உறுப்பினர் ஏற்பட்டுவிடுவார்கள்.

தேர்வுக்குப் பலர் நிறுத்தப்பட்டனர். ஆனால், மேலே குறிப்பிட்ட காரணத்துக்காக, எவரும் தேர்ந்தெடுக்கப்படமுடியவில்லை. இந்நிலையில் யாரோ ஒருவர் என் பெயரை முன்மொழிந்தார். 'நான் குறிப்பாக எக்கிளையையும் சேர்ந்தவன் அல்ல; ஆனால், ஒரு நல்ல மனிதன்' என்ற விளக்கம் எல்லாருக்கும் உகந்ததாயிருந்தது. நான் தேர்ந்தெடுக்கப்பட்டேன்.

கட்டடம் கட்டப்பட்டபோது நிலவிய புத்தார்வம் இப்போது இல்லை. அது தணிந்து ஆறிப்போய்விட்டது. நிலத்திற்கான குடிக்கூலி தருவதற்குக்கூட பணம் இல்லாதிருந்தது. புதிதாகப் பங்குவரி எழுப்பவும் பொறுப்பாளரால் முடியவில்லை. கட்டடம் பழுதுபார்ப்பதற்கும் ஓரளவு பணம் தேவையாயிருந்தது. இந்தச் சூழ்நிலையில் இன்னது செய்வது என்று காணாமல் பொறுப்பாளர்கள் மனம் குழம்பினர்.

45. நகரமாளிகை கல்லூரிக் கட்டடமாயிற்று

இப்போது நான் கல்லூரிக்கான பொறுப்பாளர் குழுவிலும் உறுப்பினனாயிருந்தேன். கட்டடத்தைப் பேணுவதற்கான பொறுப்பாளார் குழுவிலும் உறுப்பினனாயிருந்தேன். இரு குழுவினரிடையேயும் ஒரு உடன்படிக்கை ஒப்பந்தப் பேச்சுப் பேசுவதில் இது எனக்கு ஓர் அரிய வாய்ப்பாய் இருந்தது. இத்தகையதோர் ஒப்பந்தப்படி, கட்டடத்தின் பொறுப்பாளர் குழுவுக்கு அளிப்பதென்றும், கல்லூரிப் பொறுப்பாளர் குழு, கடன், செலவு, குடிக்கூலி ஆகியவற்றைத் தீர்ப்பதுடன், கட்டடக்குழுவின் முதல்திட்ட நோக்கப்படி அவ்வப்போது நகருக்கு வரக்கூடும் சமய உரையாளர்களுக்கு இடவசதி செய்துதருவதென்றும் திட்டம் செய்யப்பட்டது.

ஒப்பந்தம் கையொப்பமிடப்பட்டு, கடன் செலவு முதலியவை தீர்க்கப்பட்டவுடன், கட்டடம் கல்லூரிக் குழுவின் வசம் ஒப்படைக்கப்பட்டது. உயர்ந்த கட்டடத்தின் கூடத்தை பன்மாடத்தளங்களாகவும் அறைகளாகவும் பிரித்து, அடுத்துள்ள சிலமனைகளையும் வாங்கிச் சேர்த்த பின், கட்டடம் முற்றிலும் கல்லூரிக்குரிய வசதியுடையதாக்கப்பட்டது. மாணவர்கள் அதில் கொண்டு சேர்க்கப்பட்டனர்.

46. கல்லூரி மேற்பார்வை : அச்சக வேலையில் அருந்திறற் பங்காளி

வேலையாட்களை அமர்த்துவது, வேலை வாங்குவது, வேலை ஒப்பந்தங்கள் செய்வது, வேலையை மேற்பார்ப்பது முதலிய பொறுப்புக்கள் எல்லாம் என்மீது சுமத்தப்பட்டன. ஆனால், இவை என் தனிப்பட்ட தொழில்களுக்கு எவ்வகையிலும் குந்தகமாக இல்லை. நான் அவற்றை மகிழ்ச்சியுடன் நிறைவேற்றினேன். ஏனென்றால், இதற்கு முந்தின ஆண்டிலேயே நான் டேவிட் ஹால்[62] என்பவரை என் தொழிலில் பங்காளராகச் சேர்த்திருந்தேன். அவர் நேர்மையுடையவர். தொழில் திறமையும் ஊக்கமும் வாய்ந்தவர். நாலு ஆண்டுகள் என்கீழ் வேலை செய்தவராதலால் அவரை நான் நன்கு அறிந்திருந்தேன். அவர் பொறுப்பேற்றது முதல் அச்சகத்தைப்பற்றிய கவலைகள் எதுவும் எனக்கு இல்லாதொழிந்தன. அவர் எல்லாவற்றையும் கவனித்துப் பார்த்துக்கொண்டதுடன், என் ஆதாயப்பங்குக்குரிய

தொகையைச் சரிவர அளித்துக்கொண்டிருந்தார். பங்காளித்துவமும் எங்கள் இருவருக்குமே இணக்கமான முறையில் 18 ஆண்டுகள் வெற்றிகரமாக நடைபெற்றது.

47. கல்லூரி பல்கலைக்கழகமாதல்

கல்லூரியின் பொறுப்பாளர்குழு சிறிது காலத்துக்குள் அரசியலாரின் பதிவுரிமைக்குரியதாயிற்று. பிரிட்டனிலிருந்து உதவித் தொகைகள் பெற்றும், அரசுரிமையாளரிடமிருந்து உதவிப்பணம் பெற்றும் அதன் நிதிநிலை மேம்பாடடைந்தது. பேரவையும் அதற்கு அவ்வப்போது உதவிற்று. இவ்வகையாக வளர்ந்த கல்லூரிக்குழுவே தற்போது பிலாடெல்பியாப் பல்கலைக் கழகமாகியுள்ளது. தொடக்கத்திலிருந்தே நான் அதன் பொறுப்பாளருள் ஒருவராயிருந்து, இப்போது அதனுடன் 40 ஆண்டுக்காலத் தொடர்புகொண்டிருக்கிறேன். இவ்வளவு ஆண்டுகளாக, ஆண்டுதோறும் அதில் கல்விப்பயிற்சி முற்றுப்பெற்றுப் பல இளைஞர் வெளிவருவதைக் கண்டு களித்திருக்கிறேன். அவர்களில் பலர் தாம் அதில் பெற்ற அருஞ் சிறப்பால் பொதுநிலையங்களில் திறமையுடன் தொண்டாற்றி வருகின்றனர். பலர் நாட்டின் அருங்கல மணிகளாய்த் திகழ்ந்துள்ளனர்.

48. ஓய்வில் ஆராய்ச்சியார்வம்: பொதுப்பணிப் பெருக்கம்

என் தனிப்பட்ட தொழிலின் பொறுப்பிலிருந்து மேலே குறிப்பிட்ட வகையில் நான் ஓரளவு விடுதலை பெற்றபின், நான் இப்போது பெற்றிருந்த மட்டமான செல்வத்துடன், மீந்த என் வாழ்நாள் முழுவதும் இன்ப ஓய்வு கொள்ளலாம் என்று நான் மனப்பால் குடித்துவந்தேன். எனக்கு விருப்பமான மெய்விளக்க ஆராய்சிகளிலும், மற்றப் பொழுதுபோக்குகளிலும் இந்த ஓய்வைக் கழிக்கலாம் என்றும் நினைத்திருந்தேன். இந்த நோக்கத்துடனே, இந்நாட்டில் சொற்பொழிவாற்றவந்த டாக்டர் ஸ்பென்ஸின் ஆராய்ச்சிக்கருவித் தொகுதி முழுவதையும் நான் வாங்கினேன். மின்சாரம் பற்றிய என் தேர்வாராய்ச்சிகளில் நான் ஆர்வத்துடன் இறங்கவும் செய்தேன். ஆனால், நான் அருமையாக ஆவலுடன் எதிர்பார்த்த இந்தத் திட்டம் முழுவதையும் பொதுமக்கள் என்னிடம் கொண்ட அன்பார்வம் குலைத்துவிட்டது.

இப்போது போதிய ஓய்வுடையவனாக இருக்கிறேன் என்று பொதுமக்கள் கருதியதனால், தங்கள் காரியங்கள் அனைத்திலும் என்னை இழுத்துப்போடத் தொடங்கினார்கள். நம் உள்நாட்டுப் பொதுநல ஆட்சியரங்கங்கள் எல்லாம் அடிக்கடி ஒன்றாக ஒரே சமயத்தில், என்மீது பொதுப்பணியின் கடமைகளைச் சுமத்தின. ஆட்சியாளர் அமைதி ஆணையாளர்[63] குழுவின் என்னை உட்படுத்தினார். நகராட்சிப் பேரவை[64] என்னை நகர மாமன்றத்தில் ஓர் உறுப்பினராகவும், அதன்பின் நகர மூப்பராகவும் ஆக்கிற்று. நகரமக்கள் தம் பேராளாக என்னைப் பேரவைக்குத் தேர்வு செய்தனுப்பினர்.

49. பேரவை உறுப்பினர்

இறுதிப்பணியே எனக்கு மிகவும் மனதுக்குகந்ததாயமைந்தது. பேரவையின் எழுத்தாயன் என்ற முறையில் நான் அங்கே இருந்து இருந்து முசிவு பெற்றேன். பேச்சில் கலக்க உரிமையில்லாமல் வாளா கேட்டுக்கொண்டிருப்பதில் எத்தகைய சுவையுமில்லை. எனக்கு அவ்வாறு இருந்து நேரம்போகாததால், நான் அடிக்கடி சோர்வகற்றுவதற்கு அங்கிருந்த நேரமெல்லாம் படங்கள் வரைந்தும், கட்டங்களிட்டும் பொழுதுபோக்கி வந்தேன்.

இந்த உயர்பணிச் சிறப்புக்களால் என் தற்பெருமை உணர்ச்சிக்கு நிறைவு ஏற்படவில்லை என்று நான் ஒரேயடியாகக் கூறிவிடமாட்டேன். உண்மையில் அவ்வுணர்ச்சிக்கு அது பெரிதும் உதவிற்று என்று கூறத் தடையில்லை. அதிலும் என் வாழ்வின் தொடக்ககாலத்தின் தாழ்நிலையை நினைத்துப் பார்க்க, அப்பெருமை இன்னும் மகிழ்ச்சி தருதாகவே இருந்தது. மேலும் பொதுமக்கள் என்மீது கொண்ட நல்லெண்ணத்துக்கு அவை மறுக்கமுடியாத சிறந்த சான்றுகளாகவும் அமைந்தன. என்னால் சிறிதும் கோரப்படாமல் அவர்களாக எனக்களித்த சிறப்புக்களென்ற முறையில், அவை எனக்குத் தந்த பெருமை மிக மிக மதிப்புடையது.

அமைதி ஆணையாளர் பணியில் நான் சில நாள் பழகினேன். வழக்கு மன்றங்களுக்குச் சென்று சில வழக்கு விசாரணைகளைக் கவனித்துக் கேட்டேன். ஆனால், அத்துறையில் நன் மதிப்புடன் பணியாற்றுவதற்குரிய பொதுச்சட்ட அறிவு எனக்குப் போதாது என்று கண்டதே, நான் படிப்படியாக அத்துறையிலிருந்து பின்வாங்கினேன். பேரவையில் சட்டம் இயற்றும் பணி இன்னும்

உயரியதாதலால், அதிலிருந்து ஓய்வுபெற்று வரமுடியவில்லை என்ற சாக்குக்கூறி, அத்துறையிலிருந்து நாளடைவில் முற்றிலும் விலகினேன். ஆயினும், நான் இவ்வுரிமை கோராமலே, தேர்வில் என் பெயரைப் பதிவு செய்யாமலே, தேர்வாளர்களிடம் சென்று என்னைத் தேரும்படி மன்றாடமலே, மக்கள் என்னை இத்துறைக்குத் தொடர்ந்து 10 ஆண்டு தேர்வு செய்துவந்தனர்.

பேரவையில் நான் உறுப்பினராக அமர்வு பெற்றபின் நான் முன் வகித்திருந்த பேரவை எழுத்தாயர்பணி என் புதல்வருக்கு அளிக்கப்பட்டது.

50. பேரவை ஆணையாளர்

அடுத்த ஆண்டு இந்தியர்களுடன்[65] கார்லைலில்[66] சந்து செய்ய ஏற்பாடாயிற்று. அதுவகைக்காகப் பேரவையின் சில உறுப்பினர்களையும், மன்றத்தின் சில உறுப்பினரையும் ஆணையாளராகத் தேர்வு செய்யும்படி ஆட்சியாளர் பேரவையின் சில உறுப்பினர்களையும், மன்றத்தின் சில உறுப்பினரையும் ஆணையாளராகத் தேர்வு செய்யும்படி ஆட்சியாளர் பேரவைக்கு ஓர் வேண்டுகோள் விடுத்தார்[67] பேரவைத்தலைவர்[68] நாரிசையும்[69] என்னையும் ஆணையாளராகத் தேர்வு செய்தனர். அதன்படி நாங்கள் இருவரும் கார்லைல் சென்று இந்தியரைச் சந்தித்தோம்.

சிவப்பிந்திய மக்கள் மிகுதி குடிப்பழக்கம் உடையவர்கள். குடிவெறியில் அவர்கள் சச்சரவிடுவதும், குழப்பம் விளைவிப்பதும் விலக்கக்கூடாத செயல்கள். ஆகவே, அவர்களிடையே குடிவகைகளை யாரும் விற்கக்கூடாதென்று நாங்கள் தடையுத்தரவு செய்தோம். இத்தடை பற்றி அவர்கள் பெருத்த முறையீடு செய்யத் தொடங்கினர். ஒப்பந்த காலத்தில் வெறியில்லாமல் தொடர்ந்து அமைதியுடனிருந்தால், அந்த வேலை முடிந்தவுடன் ஏராளமாகக் கடுந்தேறல்[70] வழங்கப்படுமென்று நாங்கள் உறுதி கூறினோம். வேறு எவ்வழியிலும் குடிவகை அகப்படாது என்று கண்டு, அவர்கள் அவ்வாறே இணங்கினர். அதன்படி அவர்கள் நடந்துகொண்டதனால், இரு திறத்தாருக்கும் மனநிறைவளிக்கும் முறையில் ஒப்பந்தம் நிறைவேற்றப்பட்டது. அதன் முடிவில் அவர்கள் தங்கள் குடியுரிமை கோரி இணக்கம் பெற்றனர்.

51 கண்கண்ட நரகம்

அவர்களிடையே ஆடவரும் பெண்டிரும் குழந்தைகளுமாக நூறுபேர் இருந்தனர். அவர்களுக்கான குடில்கள் சதுரக் கட்டமாக நகர்ப்புறத்தில் கட்டப்பட்டிருந்தன. குடியுரிமைபெற்ற சமயம் பிற்பகல். மாலையாவதற்குள் கூடாரம் இருந்த இடமெங்கும் அனல் மயமாகவும் 'கூகூ' என்ற ஆரவாரம் நிறைந்ததாகவும் காணப்பட்டது. ஆணையாளர்காளாகிய நாங்கள் செய்தி இன்னதென்றறிய அப்பக்கம் சென்றோம். கூடாரத்தின் நடுக்கட்டில் அவர்கள் பாரிய தீப்பந்தம் கொளுத்திக்கொண்டு ஆடியிருந்தனர். ஆணும் பெண்ணும் குடிவெறியில் ஆடியும் பாடியும் அடித்தும் பூசலிட்டும் கலகம் விளைவித்தனர். ஆடையற்ற கருநிற உருவங்கள் கையில் தீப்பந்தத்தின் அடியைத் தாங்கிக்கொண்டு கூக்குரலிட்ட வண்ணமே அடிபட்டவர் மற்றவர்களைத் தீப்பந்தங் கொண்டு தாக்கினர். 'நரகம்' என்ற ஒன்று இருக்கக்கூடுமானால், அதன் காட்சி இவ்வாறுதான் இருக்கும் என்ற எண்ணத்துடன் நாங்கள் மீண்டோம்.

நள்ளிரவில் எங்கள் கதவுகள் தடதடவென்று தட்டப்பட்டன. "புட்டிகள் போதா; இன்னும் வேண்டும்" என்ற கூச்சல் எழுந்தது. ஆனால், நாங்கள் வாய் பேசாது செவிடர்போல இருந்துவிட்டோம்.

52. 'கள்ளும் கடவுள் படைப்பே! வெறியூட்டவே படைத்தார்!'

ஆனால், மறுநாள் பொழுது விடிவதற்குள் அவர்கள் இயற்கையறிவு திரும்பிவிட்டது. தாம் செய்த அமளிகளுக்கு அவர்கள் தாமே வெட்கினர். அவர்கள் முதியவர்களுள் மூவரை அனுப்பித் தாங்கள் செய்துவிட்ட கலவரத்துக்கு வருந்துவதாகவும், மன்னிப்புக் கோருவதாகவும் தெரிவித்தனர். அவர்கள் சொற்பொழிவாளன் குற்றத்தை ஒப்புக்கொண்டாலும், பொறுப்பைக் கடுந்தேறலின் மீதே சுமத்தி அரியதொரு சொல்மாரி பெய்தான். "எல்லாம் படைத்த பேருயிர் சிலவற்றை நல்ல பயனுடையவையாகப் படைத்தது. படைத்த பயனை எண்ணியே நாம் அவற்றை வழங்குவது கடமையாகும். ஆனால், கடுந்தேறலைப் படைத்தபோது அப்பேருயிர், 'இது இந்தியருக்கு வெறியூட்டட்டும்' என்று கருதியே படைத்தது.

அதன் படைப்பின் ஆற்றலை யாரால் கடக்கமுடியும்?" என்பதே அவன் சுவைமிக்க கலைப்பேருரையாயிருந்தது.

சொற்பொழிவாளன் வாதம் என் உள்ளத்தில் மற்றொரு வாதத்தை உண்டாக்கியிருந்தது. நிலத்தைப் பண்படுத்த வல்ல மக்களை இந்த மாநிலத்தில் குடியேற்றுவதற்காக, இக் காட்டுமனிதர் இனத்தைப் பேருயிர் அறவே துடைத்தொழிக்க எண்ணியிருக்கக்கூடுமானால், அதற்காகவே இந்தக் கடுந்தேறலைப் படைத்திருக்கவேண்டும் என்று கூறலாம். ஏனெனில், முன்னால் கடல் தீரத்தில் வாழ்ந்த அவர்கள் இனத்தினர் முழுவதும் ஏற்கெனவே அந்தத் திருப்படைப்புக்கு இரையாய் அழிந்துபட்டுவிட்டனர்!

53. தாமஸ் பாண்ட் : மருத்துவமனை முயற்சி : பிராங்க்லின் ஒத்துழைப்பு

1751-இல் என் தனிப்பட்ட நண்பருள் ஒருவரான டாக்டர் தாமஸ் பாண்ட்[71] பிலாடெல்பியாவில் ஏழை நோயாளிகள் தங்கி உதவிபெறுவதற்காக ஒரு மருந்தகம் நிறுவவேண்டும் என்ற கருத்துக்கொண்டார். இந்த நல்ல அருட்கருத்துக்கு உரியவன் நானே என்று பலர் கூறுகின்றனர். ஆனால், அது உண்மையில் அவருடையதே என்பதை நான் இங்கே மீண்டும் வற்புறுத்திக் கூறவேண்டும். அதன் நிதிக்காகப் பங்குவரி சேகரிப்பதில் அவர் மிகுந்த ஆர்வமும் சுறுசுறுப்பும் உடையவராயிருந்தார். ஆயினும் இக்கருத்து அமெரிக்க மக்களுக்கு முற்றிலும் புதிதானதாலும், தொடக்கத்தில் அதன் முக்கியத்துவத்தை அவர்கள் சரிவர உணர்ந்துகொள்ளாததாலும், அவர் முயற்சிக்கு மிகுதி வெற்றி கிட்டவில்லை.

இறுதியில் அவர் என்னிடமே வந்தார். "பொதுமக்களுக்கு நலஞ்செய்ய வேண்டுமென்ற கருத்துடன் தொடங்கப்படும் எந்த முயற்சியும் நீங்கள் கலந்துகொள்ளாமல் வெற்றிபெறமாட்டாது என்பதை நான் கண்டுகொண்டேன்," என்ற புகழ் வாசகத்தை அவர் என்மீது சார்த்தினார். இம்முடிவுக்கு அவர் விளக்கமும் தந்தார். "பங்குவரி கோரி நான் யாரிடம் போனாலும், அவர்கள் கேட்கும் இயல்பான கேள்விகள் 'இதுபற்றி பிராங்க்லினைக் கலந்துகொண்டீர்களா? இதுபற்றி அவர் என்ன கருதுகிறார்?' என்பவையே. 'பிராங்க்லினுடன் கலக்கவில்லையே!' என்று நான்

விடையளித்தால், அவர்கள் 'இன்னொரு சமயம் இதுபற்றிக் கவனிக்கிறோம்' என்று தட்டிக் கழித்துவிடுகிறார்கள்," என்று அவர் கூறினார்.

அவர் திட்டத்தின் இயல்பு, அதனால் எதிர்பார்க்கப்படும் பயன்கள் ஆகியவைபற்றி நான் அவருடன் வாதித்தேன். அதன் விடை விளக்கங்கள் பொருத்தமாகவே இருந்தன. ஆகவே, நான் திட்டத்தை ஏற்றுக் கையொப்பமிட்டதுடன் அமையாது, பங்குவரி சேர்ப்பதில் நானும் முனைந்து ஒத்துழைத்தேன். ஆனால், பங்குவரிக்குக் கிளம்புமுன் நான் மக்கள் மனத்தை அதுவகையில் பண்படுத்த முயன்றேன். இது என் வழக்கமான முறையே. ஆனால், இத்தடவை நான் அதைப் பத்திரிகை மூலம் செய்தேன். நண்பர் பங்கு வரிக் கோரிக்கை முயற்சிக்கும் என் முயற்சிக்கும் இடையிலுள்ள முக்கியமான வேறுபாடு இதுவே என்றும் கருதுகிறேன்.

54. பேரவை உதவி பெறுவதற்கான நயமுறைத்திட்டம்

பங்குவரித் தொகைகள் இறுதியில் தாராளமாகவும், ஏராளமாகவும் திரண்டன. ஆயினும், முதல்படி கடந்தவுடன் அவை சிறிது சோரத் தொடங்குவது கண்டேன். இச்சமயத்தில் எனக்கு ஒரு புதிய வகைமுறை தென்பட்டது. எப்படியும் பேரவையின் உதவியில்லாமல் இது முழுநிறை திட்டம் ஆகமாட்டாது என்று நான் கருதினேன். ஆகவே, பேரவையின் உதவி கோரி ஒரு மனுச் செய்துகொள்ள ஏற்பாடு செய்தேன். முதலில் நாட்டுப்புற உறுப்பினர் இதில் எதிர்ப்புக் காட்டினர். அது நகரத்துக்கு மட்டுமே பயன்படுவதாதலால், நக்ர மக்களே அதற்குச் செலவு செய்துகொள்ளட்டும் என்று அவர்கள் கூறினர். அத்துடன் நகரமக்களில் கூட எல்லாரும் அதை ஆதரிக்கவில்லை என்று அவர்கள் எடுத்துக் கூறினார்கள். ஆனால், இவ்விரண்டு செய்திகளையும் நான் மறுத்து, இரண்டிடங்களிலுமே தம் விருப்பத்துடன் மக்கள் ஆயிரக்கணக்கான பொன் திரட்டியிருக்கின்றனராதலால், அதற்கு மக்கள் ஆதரவு மிகுதி என்று கூறினேன். 'இது மிகையுரை, இவ்வாறு ஒருபோதும் இருக்கமுடியாது,' என்று அவர்கள் சாதித்தனர்.

எதிரிகளின் வாத அடிப்படைமீதே நான் புதுத்திட்டமிட்டேன். சட்டப்படிவம் ஒன்றைப் பேரவையில் கொண்டு செல்ல

இணக்கம்கோரிப் பெற்றேன். அதன்படி பங்கு வரியாளர்கள் பங்குவரித் தொகையுடன் சேர்த்து ஒரு தொகையைப் பேரவை திட்டத்துக்குத் தரும்படி கோரப்பட்டது. இச்சட்டப் படிவத்தை வேண்டுமானால் நிறைவேற்றலாம்; வேண்டாமென்றால் ஒதுக்கிவிடலாம் என்ற எண்ணத்துடனேயே பேரவையோர் இதை ஏற்றனர். ஆனால், சட்டப் பகர்ப்பு வாசகத்தை உருவாக்கும்போது பங்குவரித் தொகை, பேரவையின் ஏற்பு ஆகிய இரண்டையும் அவர்கள் விரும்பியதிலும் மிகுதியாக ஒரு முன் கட்டுப்பாட்டுடன் அமைத்தேன்.

சட்டப் பகர்ப்பின் வாசகங்கள் வருமாறு: "நோயுற்ற ஏழைகளுக்கு இலவசமாக மருந்தும் மருத்துவ உதவியும் அறிவுரையும் உணவும் தந்து தொண்டாற்றும் ஒரு மருத்துவமனை ஏற்படுத்துவதென்று முடிவு செய்யப்பட்டுள்ளது. அதை நிறுவுவதற்கும் அதற்கான மனை தேடிக் கட்டடம் கட்டி முடிப்பதற்குமாகப் பேரவையின் உதவி கோரப்படுகிறது. ஆனால், அம் மருந்தகத்தில் இலவசமாக மருந்து, மருத்துவ உதவி, அறிவுரை, உணவு ஆகியவை அளிப்பதற்கு இடம் பொருள் ஏவல் வசதிகளுக்காக ஆண்டுதோறும் வட்டிப்பணத்தை மட்டும் செலவழிக்கத்தக்க அளவில் **ஒரு பேரெண்ணுக்குக் குறையாத தொகையைப் பங்கு வரியாளர்களும், அவர்கள் கூடித் தேர்ந்தெடுக்கும் மேலாளர்களும் பொருளாளரும் முழுவதும் திரட்டியதன்பின், அந்தச் சமயத்தில் அந்தத் தொகை பேரவையில் பொறுப்பேற்கும் பேரவையின் தலைவருக்கு மனநிறைவளிப்பதாயிருந்தால்,** அவர் அம்மருத்துவமனை நிறுவனம், கட்டடம் ஆகியவற்றிற்காக 20000 பொன் தொகையை இரண்டு ஆண்டுத் தவணைகளில் மருத்துவமனையின் பொருளாளருக்கு மாகாணப் பொருளாளரிடமிருந்து முறைப்படி பற்றுமுறிக் கையொப்பமிட்டுப் பெற்றுத்தரும் உரிமையும் பொறுப்பும் கடமையும் உடையவராவர் என்று இதனால் சட்டப்படி முடிவு செய்யப்பட்டுள்ளது."

மேற்கூறிய முன்கட்டுப்பாட்டு வாசகங்கள் சட்டப்பகர்ப்பை எளிதில் நிறைவேற்ற உதவின. உதவித் தொகைக்கு எதிர்ப்புக் காட்டிய உறுப்பினரும் நிறைவேறுவதை நிறைவேற உதவுவதன்மூலம் நல்லறச் செயலுக்கு ஒத்துழைத்து எளிதில் புகழ்பெற விரைந்தனர். அத்துடன் பங்குவரியைப் பெருக்கவும் இதே வாசகங்கள் மிகுதி உதவின. கொடுப்பவர் தொகை பேரவை

மூலம் இரட்டிப்புத் தொகையாவதால், கொடுப்பதற்கான தூண்டுதலும் இருமடங்காக இவ்வாசகங்கள் பயன்பட்டன. ஆகவே, பங்குவரி விரும்பி எதிர்ப்பார்த்த எல்லை கடந்து மிகுதி திரண்டது. திட்டம் வெற்றிகரமாக நிறைவேறிற்று. வாய்ப்பான நல்ல கட்டடம் ஒன்று எழுந்தது. மருந்தகத்தின் தேவை நாள் செல்லுந்தோறும் நன்கு உணரப்பட்டு நற்பயன் பெருக்கியதனால், இன்றளவும் அது புகழுடன் வளர்ந்துவந்திருக்கிறது. நான் செய்த எந்தப் பொதுநல, அரசியல் திட்டங்களையும்விட, அதன் வெற்றி எனக்கும் பெருமகிழ்ச்சியளித்திருக்கிறது. தொடக்கத்தில் அது வெற்றியுற நான் சில சிறு சூழ்ச்சி முறைகளைக் கையாளவேண்டி வந்ததே என்பதற்காக நான் என்றும் வருந்த நேரவில்லை.

55. பொதுத்திட்டம் நாடிய சமயவாணருக்கு அறிவுரை

இதே சமயத்தில் இன்னொரு திட்ட முதல்வரும் என்னை அணுகினர். தூய கில்பர்ட் டெனென்ட் என்பவர் ஒரு புதிய சமயக்கூடம் அமைப்பதற்கான ஒரு பங்குவரித் திட்டம் கோரி என் உதவி நாடினார். முன்பு ஒயிட்பீல்டின் ஆர்வலராயிருந்த மக்களிடையே கழகக்கிளைச் சமயத்தினர்களை ஒருங்குதிரட்டி அவர் ஒரு திருக்கூட்டம் வகுத்திருந்தார். அவர்களுக்காகவே அவர் திருக்கூடம் நாடினார். ஆனால், நகரமக்களை அடிக்கடி அணுகிப் பணம் கேட்பதன்மூலம் அவர்களுக்கு ஓயாத்தொல்லை தருபவனாகிவிடப்படாதென்றஎண்ணத்துடன்,நான்இத்திட்டத்தில் பங்குகொள்ள முடியாதென்று மறுத்துவிட்டேன். பொதுநல ஆர்வமும் வள்ளன்மையுமுடையவர்களின் பட்டியலாவது என் அனுபவத்திலிருந்து உருவாக்கிக் கொடுக்கும்படி அவர் மீண்டும் வற்புறுத்தினார். என் வேண்டுகோளுக்கு மனமுவந்து பெருந்தன்மையுடன் இசைந்தவர்களின் நல்லெண்ணத்துக்கு ஈடாக, அவர்களுக்குத் தொல்லை கொடுத்து மற்றவர்கள் அவர்களிடம் சென்று பணம் தெண்டவிட நான் ஆளாக விரும்பவில்லை. ஆகவே, இந்த வேண்டுகோளையும் நான் மறுத்தேன். ஆனால், அவர் விடாமல் மூன்றாவதாக, திட்டவகைச் செயல்முறையில் தமக்கு அறிவுரையாவது தந்துதவும்படி வேண்டினார். இதை நான் தாரளமாகச் செய்கிறேன் என்று ஏற்றுக்கொண்டு கீழ்வரும் அறிவுரை கூறினேன்.

"முதலில் கொடுப்பவர்கள் என்று நீங்கள் கருதுபவர்களை அணுகிக் கேளுங்கள். கொடுப்பார்களா, மாட்டார்களா என்று ஐயுறத்தக்கவர்களிடம் அடுத்தபடி சென்று, கொடுத்தவர்கள் பட்டியலைக் காட்டுங்கள். இறுதியாக என்றும் கொடுக்கமாட்டார்கள் என்று நீங்கள் கருதுகின்றவர்களையும் விடாமல் சென்று பாருங்கள். ஏனென்றால், உங்கள் கருத்துத் தவறுதலாய் இருக்கக்கூடும்." இதுவே என் அறிவுரை. அவர் முகமலர்ந்து புன்னகையுடன் இதைக் கேட்டிருந்து, இதன்படியே நடப்பதாகக் கூறிச்சென்றார்.

அறிவுரையை அவர் முழுதும் பின்பற்றினார். ஏனென்றால் அவர் ஒருவர்விடாமல் நகரமக்கள் அனைவரையும் அணுகினார். அவர் எதிர்பார்த்ததைவிட மிகப்பெரிய தொகையும் அவருக்குக் கிட்டிற்று. அதைக்கொண்டு அவர் கட்டிய பாரிய, நேர்த்திவாய்ந்த திருக்கூடக் கட்டிடம் இன்றும் கவான் - தெருவில்[72] நிமிர்ந்து நிலைபெறுகின்றது.

56. நகர வீதிகளின் நிலை : சீர்திருத்த முயற்சி

எங்கள் நகரம் திட்டமிட்டு ஒழுங்குபடக் கட்டப்பட்ட ஒன்று. ஆகவே, தெருக்கள் நேரானவையாகவும் அகலமானவையாகவும் ஒன்றை ஒன்று செங்கோணத்தில் குறுக்காகக் கடப்பவையாகவும் அமைந்தன. ஆயினும், தளம் பாவப்பெறாத பெருங்குறையுடனேயே அவை நீண்ட நாள் இருந்தன.

மழைக்காலங்களில் பளுவேறிய வண்டிகளின் சக்கரங்களால் உழப்பெற்று அவை ஒரே சேறும் சறுக்கலுமாய் இருந்தன. அவற்றை அச்சமயங்களில் மனிதர் கடப்பது அரிதாயிருந்தது. பார்ப்பதற்கு அருவருப்புத் தருவதாயுமிருந்தது. வேனில்நாட்களில்கூடப் புழுதி மிகுதியாவதால், நிலைமை கிட்டத்தட்ட அதே படியாகவே இருந்தது. நான் வாழ்ந்த இடம் ஜெர்ஸீச்சந்தை[73] அருகில் இருந்தது. மக்கள் உணவுப்பொருளை வாங்கிச் செல்லும்போது சேற்றில் உழலும் காட்சியைக் காண எனக்கு மனம் புண்பட்டது. எனவே, சந்தைக்குச் செல்லும் நடுப்பகுதியில் ஒரு நீண்டபாதை பாவப்பட்டது. சந்தைக்கு வந்தவர்கள் அதில் ஓரிடமிருந்து ஓரிடத்துக்கு எளிதாகச் செல்ல இது உதவிற்று. ஆயினும் பரவிய பாதைக்கு வருமுன் மக்கள் கால்கள் சேறடைந்தன.

இந்நிலைமைபற்றி நான் அடிக்கடி எழுதினேன். இதன் பயனாகச் சந்தைத் தெரு முழுவதும் கல்கொண்டு பாவப்பட்டது. இது ஒருபுறம் சந்தையிலுள்ள செங்கல் பாவிய தடத்துடனும், மறுபுறம் வீடுகளை அடுத்த நடைபாதைகளுடனும் இணைக்கப்பட்டது. சந்தைக்குச் செல்பவர்கள், வருபவர்கள் சேறளையாமல் வர இவ்வேற்பாடு உதவிற்று. ஆயினும், மற்றப் பகுதிகள் பாவப்படாமல் இருந்த நிலையில், அவற்றின் வழியே வரும் வண்டிகள் இங்கும் படிப்படியாகச் சேற்றைக் கொண்டுவந்தன. இச்சமயம் நகரில் பொதுத்தோட்டி வேலைக்கு எத்தகைய ஏற்பாடும் இல்லையாதலால், பாவிய தெருவும் படிப்படியாக மற்றத் தெருக்களைப் போலாகிவந்தது.

57. தெருத் துப்புரவின் நற்பயன்கள் பற்றிய துண்டு வெளியீடு

சிறிது முயன்று தேடியபின், பாவிய தெருக்களைத் துப்புரவாக வைத்துப் பேணும் வேலைக்கு ஓர் ஆள் அகப்பட்டது. அவர் சுறுசுறுப்புடையவர். தெருக்களை வாரம் இருமுறை பெருக்கி, குப்பையை எல்லோருடைய வீடுகளுந் தாண்டிக் கொண்டுபோய்க்கொட்டும் பொறுப்பை அவர் ஒப்புக்கொண்டார். அதற்காக அவர் கேட்ட கூலி நகரமக்கள் தலைக்கு மாதந்தோறும் ஆறு துட்டுக் கொடுக்கவேண்டும் என்பதுதான். இச்சிறு செலவால் நகரத்துக்கும் அதன் சூழலுக்கும் ஏற்படக்கூடும் நலங்களை விளக்கித் துண்டு வெளியீடு ஒன்று அச்சிட்டேன். தெரு துப்புரவாயிருப்பதால் தெருவிலிருந்து வீட்டிற்கு வருபவர் மூலம் வீட்டின் துப்பரவு கெடாது என்று எடுத்துக்காட்டினேன். கடைத்தெருவின் துப்பரவு மூலம் கடைக்கு வருபவர் வாழ்வும் நலமும் தொகையும் பெருகி ஆதாயம் மிகும் என்பதையும், பொருள்கள் தூசிபடாமல் இருக்கும் என்பதையும் விளக்கிக்காட்டினேன்.

துண்டு வெளியீட்டை நான் ஒவ்வொரு வீட்டிற்கும் அனுப்பிவைத்தேன். பின் இரண்டொரு நாட்களில் யார் யார் இது வகைக்கு மாதம் ஆறு துட்டுக்[74] கொடுக்க இணங்குவார்கள் என்று காணப் புறப்பட்டேன். அதற்கான கோரிக்கையில் யாவருமே கையொப்பமிட்டனர். திட்டம் சில காலம் திறம்படச் செயலாற்றிற்று.

58. நகர்த் தெருக்களைப் பாவச்சட்டம்: தெரு விளக்குகள்

சந்தையைச் சுற்றிலும் உள்ள பாரிய தெருக்களின் துப்புரவு கண்டு நகரமக்கள் அனைவரும் கிளர்ச்சியடைந்தனர். எல்லாத் தெருக்களையுமே பாவ வேண்டுமென்ற விருப்பத்தை இது பெருக்கிற்று. அவ்வகைக்கான வரியைத் தர மக்கள் பெரிதாக முன்வந்தனர்.

நகரத்தெருக்கள் எல்லாவற்றையும் பாவுவதற்கான சட்டப் பகர்ப்பொன்றை நான் வகுத்துப் பேரவையில் கொண்டுவந்தேன். பேரவை அதை மேற்கொண்டபின் 1757-இல் நான் இங்கிலாந்துக்குச் சென்றேன். அது நான் போனபின்பே நிறைவேற்றப்பட்டது. அத்துடன் வரிமுறையில் ஒரு மாற்றத்துடன் அது நிறைவேற்றப்பட்டது. இந்த மாற்றம் சட்டத்துக்கு முற்றிலும் நலமானதல்ல என்று நான் கருதினேன். ஆனால், இன்னொரு மாற்றமும் அதில் சேர்க்கப்பட்டிருந்தது. தெருவில் துப்புரவுடன், தெரு விளக்குகளும் அதில் இடம்பெற்றன. இது ஒரு மேம்பாடு என்பதில் ஐயமில்லை. இவ்வகையில் வழிகாட்டியவர் ஜாண் கிளிஃவ்டன் என்ற தனிமனிதரே. அவர் தம் வீட்டின்முன் ஒரு விளக்கை வைத்து அதன் நற்பயனை எல்லோருக்கும் எடுத்துக்காட்டினார். இங்கும் வழிகாட்டிய புகழ் பல இடங்களில் எனக்குத் தரப்பட்டுள்ளது. ஆனால், அது முற்றிலும் அவருக்கே உரியது. நான் செய்தது அவரைப் பின்பற்றியதுமட்டுமே. ஆனால், விளக்கின் மாதிரி பற்றியமட்டில் எனக்கு ஓரளவு தனி உரிமை உண்டு.

59. ஆசிரியர் கண்ட புதுமாதிரி விளக்கு

முதன் முதல் நம்மிடையே லண்டனிலிருந்து வந்து வழங்கிய விளக்குகள் உருண்டையானவை. இவை சில வகைகளில் வாய்ப்புக்கேடாயிருந்தன. அவற்றில் காற்றுப்புகக் கீழே இடம் விடப்படவில்லை. எனவே, புகை எளிதாக மேலே செல்லாமல் உருளையினுள் சுருண்டு மடிந்து, உட்புறத்தை மாசுபடுத்திற்று. அவை தந்த ஒளி குறைவுற்றது. அவற்றை நாள்தோறும் துப்புரவாக்கும் வேலையும் கடுமை வாய்ந்ததாயிருந்தது. தவிர, எக்காரணத்தாலாவது ஏதேனும் பட்டவுடன் புகைப்பட்ட அந்தக் கண்ணாடி எளிதில் உடையக்கூடியதாகவும் இருந்தது. ஒரு தடவை உடைந்தால் விளக்கு முற்றிலும் பயனற்றதாகப் போயிற்று.

நான் புதிதாக வகுத்துக்காட்டிய விளக்கு நாலுபுறமும் நாலு தட்டையான கண்ணாடித் தகடுகளுடன் அமைந்ததாயிருந்தது. புகை போவதற்கு மேலே நீண்ட புகைப்போக்கியும், காற்று நுழைவதற்குக் கீழே சிறுதுளைகளும் இருந்தன. இவை புகை எளிதில் மேலே செல்ல உதவின. கண்ணாடி புகை பற்றாததால், இவை லண்டன் விளக்குகளைப் போல ஒரு சில மணி நேரத்திற்குள் ஒளி குன்றிவிடவில்லை. காலை வரை அவை ஒரே ஒளி தந்தன. துப்புரவு செய்யும் வேலையும் எளிதாயிருந்தது. மற்றும் தற்செயலாகக் கண்ணாடி மீது ஏதேனும் பட்டால்கூட, நாலு தகடுகளில் ஒன்றே உடைந்ததனால், விளக்கு உடனே பயனற்றதாகி விடவில்லை. உடைந்த தகட்டை மட்டும் மாற்றி அது எளிதில் பழுது பார்க்கக்கூடியதாகவும் அமைந்தது.

லண்டனிலேயே வாக்ஸ்ஹாலில் உள்ள உருண்டை விளக்குகளில் அடியில் துளைகள் இருப்பதனால் ஏற்படும் நலனைக் கண்டு லண்டன் நகரத்தார் ஏன் அதன் படிப்பினையறிந்து பின்பற்றவில்லை என்று நான் அடிக்கடி வியப்படைவதுண்டு. ஆனால், இதை அவர்கள் கவனிக்காததற்கும் ஒரு காரணம் உண்டு. இந்தத் துளைகளுக்கு இன்னொரு பயன் உண்டு. துளைகளிடப்பட்டதற்கான நோக்கம் உண்மையில் இதுவே என்னலாம். துளைகள் வழியாகத் தொங்கும் ஓர் இழைமூலம் அதன் திரியில் எளிதில் சுடர் ஏற்றமுடிந்தது. துளையின் இரண்டாவது பயன் காற்றை உள்ளே விடுவது. இதை அவர்கள் கருத்தில் கொள்ளவில்லை. ஆகவே, லண்டன் தெருக்களில் விளக்குவைத்த சில மணி நேரம் ஒளி தந்தபின் இருள் சூழ்ந்துவிடுகின்றது!

60. லண்டனில் இருக்கும்போது பரிந்துரைத்த தெருப்பெருக்குத் திட்டம்

இச் சீர்திருத்தங்களைப் பற்றி நான் குறிப்பிடும்போது, லண்டனில் இருக்கும் சமயம் நான் டாக்டர் பாதர்கிலிடம்[75] கூறிய மற்றொரு திருத்தக் கருத்துரை என் நினைவுக்கு வருகிறது. எனக்கு அறிமுகமான அறிவிற் சிறந்த திருமக்களுள் அவர் ஒருவர். பயன்தரத்தக்க பல நல்ல திட்டங்களை அளித்தவர் அவர்.

ஏழை மாது தெருப்பெருக்குவதைப் பெஞ்சமின் பிராங்க்லின் காணல்

தெருக்கள் கோடைக்காலத்தில் பெருக்கப்படாமலே இருப்பதை நான் கவனித்ததுண்டு. அச்சமயம் உலர்ந்த புழுதிக்காற்றில் பறந்து சென்றது. பல இடங்களில் அவை சென்று கிடந்து மழை வந்தவுடன் சேறாயிற்று.[76] பல வாரங்கள் ஆன பின் சேறு ஆழமாகி மக்கள் கடக்க முடியாதபடி பெருகிற்று. இப்போது அதை அகற்றுவதற்குக் கடுமுயற்சி தேவையாயிற்று. மேற்புறம் திறந்தபடியிருந்த மொட்டை வண்டிகளில் அது தோண்டி எடுத்துப்போட்டு அப்புறப்படுத்தப்பட்டது. ஆனால், சேற்றின் சிதறல்கள் வண்டியின் இருபுறத்திலும் நடைபாதைகளில் சிந்தி, நடந்து போகிறவர் வருகிறவர்களுக்குப் பெருந்தொல்லையும் தந்தன.

தூசியைத் தூசியாக அகற்றாமல், சேறானபின் அகற்றுவதற்கு ஒரு காரணம் கூறப்பட்டது. தூசியைப் பெருக்கினால், அது வீடுகள், கடைகளின் வாயில்கள் பலகணிகள் வழியாகப் பரவி மனிதருக்கு இடையூறு விளைவிக்கும் என்று கருதப்பட்டது.

61. ஒரு வெள்ளிக்காக ஒரு தெரு முழுவதும் பெருக்கிய ஏழை

ஆனால், துப்புரவு வேலை எவ்வளவு சிறிது நேரத்திற்குள் முடிந்துவிடக்கூடும் என்பதை நான் தற்செயலாகவே காண நேர்ந்தது. கிரேவன் தெருவில்[77] ஒருநாள் என் வீட்டு வாயில் முன்னேயே ஓர் ஏழை மாது ஒரு புல் வாருகோல் கொண்டு தெருப் பெருக்குவதைக் கண்டேன். அவள் வெளிறிய நிறத்துடன், தளர்ந்த உடலுடையவளாகவே காணப்பட்டாள். நீடித்த நோயிலிருந்து அணிமையில் எழுந்துவந்தவள் என்று கூறத்தக்கவளாகவே அவள் தோற்றினாள். ''அம்மணி, உங்களை இங்கே பெருக்கும்படி ஏற்பாடு செய்தவர்கள் யார்?'' என்று கேட்டேன். அவள் ''ஐயனே! யாரும் என்னை ஏற்பாடு செய்யவில்லை. பெரிய மனிதர் வீட்டு முன்றிலைப் பெருக்கிவிட்டுக் கேட்டால், ஏதேனும் துட்டுக் கொடுப்பார்கள் என்று கருதித்தான் வேலை செய்கிறேன்'' என்றாள். ''அப்படியானால், இந்தத் தெரு முழுவதுமே பெருக்கிவிட்டு வா. உனக்கு ஒரு வெள்ளி தருகிறேன்'' என்றேன் நான். இதை நான் கூறும்போது காலை மணி 9 இருக்கும். வெள்ளியை வாங்க அவள் 12 மணிக்கே வந்துவிட்டாள்.

முதலில் நான்பார்த்தபோது அவள் மெள்ளவே வேலை செய்துகொண்டிருந்தாள். ஆகவே, அவ்வளவு விரைவில் உண்மையிலேயே முடித்துவிட்டாள் என்று நம்பமுடியாமல் நான் என் வேலையாளை அனுப்பிப் பார்த்துவரச் சொன்னேன். தெருமுழுதும் முற்றிலும் துப்புரவாகவே பெருக்கப்பட்டிருந்தது. தூசி முழுவதும் தெரு நடுவில் ஓடிய வாய்க்காலில் கொட்டப்பட்டிருந்தது. அடுத்த மழை தூசியை அடித்துக்கொண்டு போய்விட்டதனால், தெருமட்டுமன்றி வாய்க்காலும் துப்புரவாகவே இருந்தது.

நலிவுற்ற ஒரு மாது ஒரு தெருவை மூன்று மணி நேரத்துக்குள் பெருக்கமுடியுமானால், உரமிக்க, சுறுசுறுப்பு வாய்ந்த மனிதன் அதை இதில் பாதியளவு நேரத்தில் பெருக்கிவிடமுடியும் என்று கணித்தேன். அத்துடன் இன்னொன்றும் என் கருத்தில் பட்டது. ஒடுங்கிய தெருக்களில் நடைபாதைகளின் அருகே இருபுறமும் இரண்டு வாய்க்கால்கள் ஓடுவதைவிட, நடுவில் ஒரு வாய்க்கால் ஓடுவது மிகவும் நல்லது. ஏனென்றால், நடுவில் ஒரு வாய்க்கால் இருக்குமிடத்தில், தெருவின் நீர் முழுதும் இருபுறமிருந்தும் அந்த ஒரே வாய்க்காலில் வந்து விழும். நீர் மிகுதியாதலால் வேகமும் மிகுதியாகி, சேறாகமலே தூசி முழுதும் அகற்றப்பட்டுவிடும். ஓரமாகச்செல்லும் வாய்க்காலில் நீர் இருபங்காகப் பிரிந்து வேகங்குன்றி விடுவதால், சேறு தங்குதல் எளிது. வண்டிச் சக்கரங்களும், குதிரைக் குளம்புகளும்[78] சேற்றை நடைபாதைகள்மீது சிதறடித்து நடப்பவர்களுக்கு இடையூறு விளைவிக்கின்றன. அருவருப்பான தோற்றமும் வழுக்கலும் ஏற்படுகின்றன. சிலசமயம் நடப்பவர் ஆடைமீதும் சேறு தெறிக்கின்றது.

62. நகர்த் துப்புரவுபற்றி ஆசிரியர் அறிவுரை

மேற்குறிப்பிட்ட டாக்டரிடம் இவற்றையெல்லாம் விளக்கி, நான் என் கருத்துரையை வழங்கினேன் :

"லண்டனிலும் வெஸ்ட்மின்ஸ்டரிலும் உள்ள தெருக்களைத் துப்புரவாக வைத்துப் பேணவேண்டுமானால், அதற்காகப் பல தொழிலாளர் கால அட்டவணைப்படி அமர்த்தப்படவேண்டும். அவர்கள் கோடை காலத்தில் அவ்வப்போது தூசி பெருக்கவேண்டும்.

மற்றக் காலங்களில் சேற்றை வாரி ஒதுக்கவேண்டும். தெருவுக்குத்தெரு குறித்த காலத்தில் வேலைசெய்ய வேறுவேறு ஆட்கள் அமர்த்தப்படவேண்டும். பெருக்குவதற்கான விளக்குமாறு முதலிய கருவிகள் அவர்களுக்கு வழங்கப்பட்டு அவற்றவற்றுக்குரிய தொழிலிடங்களுக்கு அருகில் வைத்துப் பேணப்பெறவேண்டும். ஊழியம் செய்யும் ஏழைமக்களே அவற்றை வாங்கும்படி விட்டுவிடப்படாது.

“கொஞ்ச தொலைக்கு ஓரிடமாக ஒரு குறிப்பிட்ட இடத்தில் கோடைகாலத்தில் தூசிகள் ஒதுக்கப்படவேண்டும். வீடுகள், கடைகளின் வாயில் பலகணிகள் திறக்கப்படுவதற்கு முன்னரே தூசி பெருக்கும் வேலை நடைபெறவேண்டும். அவை திறக்கப்படுமுன்பே, மூடிய கட்டை வண்டிகளில் ஒதுக்கிய குப்பைத் தூசி அல்லது சேறு தொட்டிகளால் எடுத்துச் செல்லப்படவேண்டும்.

‘‘தோண்டிய சேறு அங்கங்கே குவிக்கப்பட்டுக் கிடக்கப்படாது. ஏனெனில் வண்டிச் சக்கரங்களும், குதிரைக் குளம்படிகளும் அவற்றைப் பரப்பிவிடும். குவிந்தவுடன் அவற்றை அப்புறப்படுத்தத்தக்க வண்டிகள் தோட்டிகளிடம் தரப்படவேண்டும். வண்டிகள் சக்கரங்களின்மீது உயர்த்தப்பட்ட இடைத்தட்டுடையவையாயிருக்கவேண்டும். தட்டின் படுகை அழிபாய்ச்சி வைக்கோல் பரப்பியதாயிருப்பது நலம். அப்போதுதான் சேற்றிலுள்ள, கசடு கீழே விழாமல், அதன் நீர் மட்டும் கீழே கசிந்து செல்லும். சேற்றின் பளுவுக்கு நீரே காரணமாதலால், வண்டியின் சேற்றிலுள்ள பளு குறைந்து இழுப்பது எளிதாகும். வண்டிகள் உடனுக்குடன் பயன்படும்படி வட்டகைகளில் ஆங்காங்கு விடப்படவேண்டும். சேறு தள்ளுவண்டிகளில் வைத்து வண்டிகளுக்குக் கொண்டுவரப்படுதல் இன்னும் நலம். நீர் கசியும்வரை சேறு விடப்பட்டு, அதன்பின்னரே வண்டிக்குக் குதிரைகள் மாட்டப்பட வழியுண்டு.”

63. தம் அறிவுரை பற்றிய பின்னாளைய அனுபவ உரை

மேற்கூறிய கருத்துரையின் பிற்பகுதி எவ்வளவு பயனுடையது என்பதில் எனக்கு இப்போது ஐயம் ஏற்பட்டுள்ளது. பல தெருக்கள் இடுங்கியவையாயிருப்பதால், தள்ளுவண்டிகள் வழியையே அடைத்துவிடக்கூடும் என்று எண்ணுகிறேன். ஆயினும் கருத்துரையின் முற்பகுதி சிறந்த அறிவுரை என்றுதான் இப்போது கருதுகிறேன். கோடையில் கடைகள்

திறக்கப்படுமுன்பே தூசிகளைப் பெருக்கிவிடுவது என்பது செயற்படத்தக்க காரியமேயாகும். கோடைகாலத்தில் பகல் நீண்டநேரம்[79] உடையது. பல தடவை நான் ஸ்டராண்டுத் தெருவிலும் பிளீட் தெருவிலும்[80] நடக்கும்போதுகூட காலை ஏழு மணிக்கு எந்தக் கடையும் திறக்கப்படாதிருப்பதைக் கண்டேன். கதிரவனெழுந்து மூன்று மணி நேரமாகியும் அவை அடைத்தே இருந்தன.

மெழுகுதிரிகளின் மீது வரிவிதிப்பதை லண்டன் மக்கள் எதிர்க்கிறார்கள். மெழுகுத்திரிக்குரிய கொழுப்பின் விலை மிகுதிபற்றியும் முனகுகிறார்கள். ஆயினும் வெயில் காயும் நேரத்தில் விளக்குவைத்துக்கொண்டே விழித்திருக்கவும் அவர்கள் தயங்காதவர்கள் என்பதை இங்கே நான் குறிப்பிடவேண்டியிருக்கிறது.

64. சிறு காரியங்கள் சிறு காரியங்களல்ல

இவை மிகமிகச் சிறு செய்திகளென்றும், இவற்றைப் பொருளாகக் கருதி விளக்கம் எழுதுவது வீணென்றும் பலர் எண்ணக்கூடும். கோடையில் ஒரு தனிமனிதன் கண்ணில் விழும் தூசியோ ஒரு தனிப்பட்ட கடையில் நுழையும் தூசியோ சிறு செய்தியாகலாம். ஆனால், ஒரு பெரிய நகரத்தின் தொகையையும், ஒருநாள்போல் பலநாளும் தொடர்ந்த தொடர்ச்சியையும் நினைத்துப்பார்த்தால், இவை சிறு செய்திகள் ஆகமாட்டா பெருவிளைவுகளைத் தாங்கிய பெருஞ்செய்திகளேயாகும். ஆகவே மேலீடாகப் பார்ப்பவர்களுக்குச் சிறு செய்திகளாகத் தோற்றுகின்றன என்ற காரணத்துக்காக அவற்றில் கருத்துச் செலுத்தி ஆராய்வுகள் செய்பவர்களை யாரும் கண்டனம் செய்யமாட்டார்கள்.

பெருங்காரியங்கள் அருகலாகவே நிகழ்வன. மனித இனத்தின் இன்பம் அப்பெருங் காரியங்களால் நிகழ்வதுமல்ல. அது நாள்தோறும் இடைவிடாது நடைபெறும் சிறு செய்திகளைப் பொறுத்தது. எடுத்துக்காட்டாக ஓர் ஏழைக்கு ஆயிரம் பொன்னை வாரிக்கொடுப்பதனால் ஏற்படும் பயன் உண்மையில் பெரிதாயிராது. முகம் மழித்துக்கொள்ள ஒருவனுக்குக் கற்றுக்கொடுப்பது, மழிக்கும் கத்தியை ஒழுங்காக வைத்துக்கொள்ளப் பழக்குவது ஆகியவை அதனினும் பன்மடங்கு நற்பயன் விளைவிக்கும் செயல்கள் ஆகும்.

ஆயிரம் பொன்னை ஏழை விரைவில் செலவழித்துவிடக்கூடும். செலவுசெய்தபின் ஆராயாமல் செலவு செய்துவிட்டோமே என்கிற கழிவிரக்கம்தான் மிச்சமாகும். ஆனால், மழிக்கப் பழகிக்கொண்டவன் அம்பட்டர்களுக்காகக் காத்திருக்கவேண்டியதில்லை. அவர்கள் அழுக்கடைந்த விரல்கள், மூச்சின் பொறுக்கமுடியாத வாடை, கத்திகளின் முனை மழுங்கல் ஆகிய பல தொல்லைகளிலிருந்து நிலையான விடுதலை பெறுகிறான். மேலும் அவன் தான் விரும்பும் நேரத்தில் மழிக்கும் வாய்ப்பையும், நல்ல கருவியையே என்றும் கையாளும் உறுதியையும் அடைகிறான்.

நான் நேசிக்கும் நகருக்கு என்றேனும் பயன்படக்கூடும் என்ற எண்ணத்திலேயே இச்சில பக்கங்கள் எழுதப்பட்டன. ஆனால், அவை அமெரிக்கநாட்டின் பிற நகரங்கள் பலவற்றுக்கும் கூடப் பொருத்தமாய் அமையக்கூடும்.

65. அஞ்சல் நிலைய இணைமுதல்வர் பணி

சில காலமாக நான் அமெரிக்காவின் அஞ்சல் முதல்வருடன் அஞ்சல் துறை மேற்பார்வையாளராகச் செயலாற்றி வந்தேன். 1753-இல் பழைய அஞ்சல் முதல்வர் காலமான பின், வில்லியம் ஹண்டர்[81] என்பவருடன் கூட்டாக நான் அந்த அலுவலில் அமர்வுபெற்றேன். அதற்காக இங்கிலாந்தின் அஞ்சல் முதல்வரிடமிருந்து ஆணைப்பத்திரமும் வந்துசேர்ந்தது.

இதுவரை அமெரிக்க அஞ்சல்நிலையம் பிரிட்டனுக்கு எந்த வகையிலும் ஊதியம் உடையதாயிருந்ததில்லை. பணியாளரான எங்கள் இருவருக்கும் சேர்த்து 600 பொன் ஊதியமாகத் தரப்பட்டது. அதை நிலைய ஆதாயத்திலிருந்தே நாங்கள் எடுத்துக்கொள்ளவேண்டியிருந்தது. ஆனால், ஆதாயம் தருவிக்கப் பல சீர்திருத்தங்களைச் செய்யவேண்டியிருந்தது. இவற்றுட் பல முதலில் பெருஞ்செலவு பிடிப்பவை. ஆகவே, முதல் நான்கு ஆண்டுகளின் நிலையம்தான் எங்களுக்கு 900 பொன்னுக்குமேல் கடன்பட்டிருந்தது. ஆயினும், விரைவில் அது ஆதாயம் தரத்தொடங்கிற்று.

அமைச்சர்களின் நடைமுறைக் கோளாற்றின் பயனாக நான் மாற்றப்பட்ட செய்திபற்றிய விவரத்தை நான் இனிக் கூற இருக்கிறேன். அங்ஙனம் நான் மாற்றப்படுமுன், அயர்லாந்து

அஞ்சல் நிலையத்தின் ஆதாயத்தைப்போல ஆங்கில அரசுக்கு மும்மடங்காதாயம் தருவதாக நான் அதை மாற்றியிருந்தேன். திருந்திய அறிவற்ற மேற்கூறிய செயலின்பின், அவர்கள் இந்த ஆதாயத்தில் ஒரு செப்புக்காசு[82] கூட அடையமுடியவில்லை!

66. பல்கலைக்கழகப் பட்டங்கள்

அஞ்சல் நிலைய வேலை காரணமாக நான் இவ்வாண்டு நியூ இங்கிலாந்துக்குச் செல்ல நேர்ந்தது. அச்சமயம் கேம்பிரிட்ஜ் கல்லூரியார் தாமாகவே எனக்குக் கலைமுதல்வர் பட்டம்[83] வழங்கினர். இதற்குமுன் இதுபோன்ற மதிப்புரிமையைக்[84] கனக்டிக்கட்[85]டிலுள்ள இயேல் பல்கலைக்கழகம்[86] எனக்கு அளித்திருந்தது.

இங்ஙனமாகக் கல்லூரிகள் எதனிலும் பயிலாமலே இக்கல்லூரி மதிப்புரிமைப் பட்டங்களை நான் பெறமுடிந்தது. இயல்நூல் துறையில் மின்னாற்றல் கிளைசார்ந்த என் தேர்வாராய்ச்சிகள், புதிய கண்டுபிடிப்புகள் ஆகியவற்றின் பயனாகவே இவை எனக்குத் தரப்பட்டன.

67. போர் அச்சம்: அமெரிக்காவுக்குக் கூட்டுறவுத் திட்டம்

1754-இல் மீண்டும் பிரான்சுடன் போர் மூளும் என்ற அச்சம் எழுந்தது. இதன் பயனாக அல்பனி[87]யில் வாணிக முதன்மைப் பெருமகனார்[88] ஆணையின்படி பல்வேறு மாகாணங்களின் ஆணையாளர்கள் கூட்டவையாகக் கூடினர். அங்கே அவர்கள் ஆறு நேசநாடுகளின் தலைவர்களுடன் இணைந்து, அந் நேசநாடுகளையும் இந்நாட்டையும் பாதுகாப்பதற்குரிய வகைமுறைகள் பற்றிக் கலந்தாராய்ந்தனர்.

இதுபற்றிய கட்டளைபெற்று ஆட்சியாளர் ஹாமில்ட்டன் பேரவையில் தம் விருப்பம் தெரிவித்தார். செவ்விந்தியர்களுக்கு இச்சமயம் தக்க பரிசுகள் வழங்கி அவர்கள் ஆதரவு பெறுவது இன்றியமையாதது என்று அவர் கருதினார். பென்சில்வேனியாச் சார்பில் இத்துறையில் ஆணையாளர் குழுவாகச் செயலாளர் பீட்டர்ஸுடனும்,[89] தாமஸ் பென்னுடனும்,[90] பேரவைத் தலைவர் நாரியையும் என்னையும் அமர்வுசெய்தார். பேரவை அமர்வை ஏற்றுப் பரிசுக்களுக்கான பொருள்களை அளித்தது. நாங்கள் ஜூன் நடுவில் சென்று அல்பனியிலுள்ள மற்ற ஆணையாளர்களைச் சந்தித்தோம்.

வழியில், எல்லாக் குடியேற்ற மாகாணங்களையும் ஒரே அரசியலின்கீழ் இணைப்பதற்கான ஒரு திட்டத்தை நான் வகுத்தேன். பாதுகாப்புக்கும் அதுபோன்ற முக்கியமான பொதுச்செய்திகளுக்கும் இது ஓரளவு இன்றியமையாது என்று நான் கருதினேன். நாங்கள் வழியில் நியூயார்க்கில் இறங்கியபோது, இத்திட்டத்தை நான் ஜேம்ஸ் அலெக்ஸாண்டருக்கும், கென்னடிக்கும் காட்டினேன். இவர்களிருவரும் பொதுக் காரியங்களில் மிகுந்த அனுபவ அறிவு உடையவர்கள். அவர்கள் இணக்கம் பெற்றதனால், எனக்கு மேலும் மன உறுதி ஏற்பட்டது. நான் அதைக் கூட்டவை முன் வைத்தேன். ஆணையாளர்களில் பலர் தனித் தனியாக ஏற்கெனவே இதுபோன்ற திட்டங்களைக் கருதியிருந்தனர் என்று தெரியவந்தது.

முதன் முதலாகக் கூட்டிணைப்பு வேண்டுமா வேண்டாமா என்ற கடா எழுப்பப்பட்டு, வேண்டும் என்று ஒரு மனதாக முடிவுசெய்யப்பட்டது. பின் மாகாணத்துக்கு ஓர் உறுப்பினராக ஒரு குழு அமைக்கப்பட்டு, அதற்கான திட்டங்களிட்டு, அறிக்கை செய்வதென்று முடிவாயிற்று. அக்குழு கிட்டத்தட்ட என் திட்டத்தை முழு அடிப்படையாக ஏற்று, சில திருத்தங்களுடன் தன் திட்டமாக அளித்தது.

இத்திட்டத்தின்படி பொது அரசு மன்னரால் அமர்வு பெற்ற ஒரு பெருந்தலைவர் ஆட்சியில் விடப்படும். அவருக்கு உதவும் பொதுமாமன்றத்துக்கு வேறு மகாணங்களும் தத்தம் பேரவையின் பேராளர்களைத் தெரிந்து அனுப்பும். செவ்விந்தியர் கடாவுடன் கடாவாக, கூட்டவையில் இது பற்றிய வாதமும் ஒருங்கே நடைபெற்றது. பல தடைகளும் தடங்கல்களும் எழுப்பட்டன. ஆனால், எல்லாம் இணக்கமாக தீர்க்கப்பட்டு, திட்டம் ஒருமனதாக ஏற்புப்பெற்றது. வாணிகக் குழாத்துக்கும் மாகாணங்களின் பேரவைகளுக்கும் அதன் பகர்ப்புப் படிகள் அனுப்பப்பட்டன.

68. இருதிசை எதிர்ப்பும் அதன் விளைவுகளும்

திட்டத்தின் வரலாறு விசித்திரமானது. பேரவைகள் அதை ஏற்க மறுத்தன. அதில் பொதுவரசின் தனி உரிமைகள் மட்டு மீறியவை என்று அவை யாவுமே கருதினர். அதே சமயம் இங்கிலாந்திலுள்ளவர்கள் அதில் மக்களின் உரிமை[91] மட்டுமீறிச்

சென்றிருந்தது என்று கருதின. இந்நிலையில் வாணிகக் குழாம் அதனை ஏற்கவுமில்லை. அதனைப் பரிந்துரைத்து மன்னரேற்புக்கு அனுப்பி வைக்கவுமில்லை. ஆனால், முந்திய திட்டத்தின் பயனையே உட்கொண்டதாக இன்னொன்று வகுக்கப்பட்டது. இதன்படி மாகாணங்களில் ஆட்சியாளர்கள் தங்கள் தங்கள் மன்றங்களின் சில உறுப்பினருடன் கூடி, படைதிரட்டு, அரண் கட்டுமானம், செலவுக்காக கிரேட் பிரிட்டனின் பொருள் நிலையத்துடன் எழுத்துப் போக்குவரவு நடந்தது ஆகியவற்றைப்பற்றி ஆராய்ந்து தீர்ப்பளிக்கவேண்டும். இறுதியில் கூறிய செலவுக்கு ஈடாகவே பிரிட்டிஷ் பேரவை சட்டமியற்றி அமெரிக்கா மீது வரி சுமத்தும் உரிமை பெற்றது.

என்னுடைய திட்டத்தின் விவரத்தையும், அதனை நான் ஆதரித்ததன் காரணங்களையும் அச்சிடப்பட்டுள்ள என் அரசியல் ஏடுகளில் காணலாம்.

69. ஆட்சியாளர்களின் பிழைகள் மலிந்த ஏடே வரலாறு!

அடுத்த குளிர்பருவத்தின்போது நான் பாஸ்டன் வந்து இரண்டு திட்டங்களையும்பற்றி ஆட்சியாளர் ஷர்லியுடன்[92] உரையாடினேன். அவ்வுரையாடலின் ஒரு பகுதியை மேற்குறிப்பிட்ட ஏடுகளில் காணலாம். என் திட்டத்தை வெறுத்த பலர், அவ்வெறுப்புக்குக் காரணமாகக் கூறிய எதிரெதிர் பண்புகள் மூலம் அது உண்மையில் நடுநிலைப் பண்புடையதென்று எனக்கு எண்ண இடமுண்டாயிற்று. இத்திட்டம் ஏற்பட்டிருந்தால் கடலகத்துக்கு அப்பாலும் இப்பாலும் உள்ள இருநாடுகளுக்கும் (அமெரிக்காவுக்கும் இங்கிலாந்துக்கும்) அது நலமாகவே இருந்திருக்கும் என்று நான் இப்போதும் நினைக்கிறேன். ஏனெனில், அதன் மூலம் ஒன்றுபட்ட மாகாணங்கள் தம்மைத் தாமே பாதுகாத்துக்கொள்ளும் ஆற்றலுடையவையாய் இருந்திருக்கும். இங்கிலாந்திலிருந்து படைகள் வந்து பாதுகாக்கவேண்டுமென்ற நிலை இருந்திருக்காது. அத்துடன் அமெரிக்காமீது வரி விதிக்கத் தனக்கு உரிமையுண்டு என்ற பிரிட்டனின் கூற்றும், அதன் பயனாக ஏற்பட்ட குருதிக்களரியும் போராட்டமும் தவிக்கப்பட்டிருக்கும். வரலாற்றில் இத்தகைய அரசுகள், அரசர்கள் பிழைகள் மிக மலிந்தே காணப்படுகிறது.

"அகலுலகெங்கும் உன்நோட்டம் செலுத்தின்நீ
புகலுவாய், தத்தம் நலமறியார் மிகையென்றே!"

ஆள்பவர்கள் பொதுவாகப் பலவகைப் பொறுப்புடையவர் களாயிருப்பதனால், புதிய திட்டங்களை ஆராய்ந்து நடைமுறைப்படுத்துவதற்கு முனையாது சோர்வுறுகிறார்கள். இதனால்தான் உலகின் மிக நல்ல திட்டங்கள் அனுபவ அறிவின் பயனாக ஏற்படவில்லை. கால நிலைகளுக்கேற்ப இன்றியமையாது வலுக்கட்டாயமாக ஏற்கப்பட்டவையாகவே அமைகின்றன.

70. நேர்மையற்ற ஒரு சிறு செயல்

பென்சில்வேனியாவின் ஆட்சியாளர் திட்டத்தைப் பேரவைக்கு அனுப்பும்போது அது பற்றிய தம் மனநிறைவைத் தெரிவித்தார். "இது அறிவுத் தெளிவுடனும் உரத்துடனும் உருவாக்கப்பட்ட ஒன்று என்று விளங்குகிறது. ஆகவே, இதை உங்கள் முழுமனமார்ந்த நுணுகிய ஆராய்ச்சிக்குரியதென்று பரிந்தளிக்கிறேன்," என்று அவர் குறிப்பிட்டார். ஆனால், ஓர் உறுப்பினரால் தூண்டப்பட்டு, பேரவை அத்திட்டத்தை நான் இல்லாத சமயம் பார்த்து ஆராய்வுக்கு எடுத்துக்கொண்டது. இது நேர்மை பிறழ்ந்த செயல் என்று நான் கருதினேன். ஏனெனில், திட்டத்தில் மிகுதி கவனம் செலுத்தாமலே அது கைவிடப்பட்டது. எனக்கு இதனால் நேர்ந்த மனவேதனை கொஞ்சமன்று.

71. வாத ஆர்வமுள்ள புதிய ஆட்சித்தலைவர் அறிவுரை

இந்த ஆண்டு நான் பாஸ்டனுக்குப் பயணமாகச் செல்லும்போது நான் நம் புதிய ஆட்சியாளர் மாரிஸை[93]க் கண்டேன். அவர் அப்போதுதான் இங்கிலாந்திலிருந்து வந்துகொண்டிருந்தார். நான் ஏற்கெனவே அவருடன் அறிமுகமாயிருந்தேன். அவருக்கு முன்னிருந்த ஹாமில்ட்டன் அடுத்தடுத்து அரசுரிமையாளர் அனுப்பிய கட்டளைகளுக்கு எதிர்வாதம்செய்து அலுத்துப் பதவி துறந்ததனால், மாரிஸ் அவர் இடத்தில் அமர்வுபெறும் ஆணை பெற்று வந்துகொண்டிருந்தார். "என் ஆட்சியும் முன்னைய ஆட்சிபோல எக்கசக்கமாகவே இருக்குமா? உங்கள் கருத்தென்ன?" என்று அவர் என்னிடம் கேட்டார். நான் மறுத்துரைத்துத் தக்க அறிவுரையும் புகன்றேன். "அதுபோன்றிருக்க வழியில்லை. பேரவையுடன் எந்த வாத எதிர்வாதத்திலும் நீங்கள் இறங்காதிருந்தால், அது நேர் மாறாக மிகவும் இனிதாகவே அமையவும்கூடும்," என்றேன்.

"அருமை நண்பரீர், வாத எதிர்வாதங்களிலிருந்து விலகியிருக்கு மாறு எனக்கு நீங்கள் அறிவுரை கூறுவது எங்ஙனம்? வாதிடுவதில் எனக்குள்ள விருப்பம் உங்களுக்குத் தெரியுமே. என் தலைசிறந்த ஆர்வ இன்பங்களுள் அது ஒன்று. ஆயினும் தம் அறிவுரையில் எனக்குள்ள மதிப்பைக் காட்டவாவது, அவற்றை நான் விலக்க என்னாலியன்றவரை முயலுவேன்," என்றார் அவர்.

வாதிடுவதில் அவருக்கு விருப்பார்வம் மிகுதியாயிருந்ததற்குக் காரணம் உண்டு. அவர் வாதத்திறமையுடன் சொல்வளமும் சொல்லாடல் திறமும் உடையவர். வாதங்களில் அவருக்கு ஏற்பட்ட வெற்றிகளே அவர் ஆர்வத்தை வளர்த்தன. சிறு வயதிலிருந்தே இந்தத் திறமை அவரிடம் வளர்க்கப்பட்டும் இருந்தது. அவர் சிறுவனாயிருக்கும்போது, அவர் தந்தையார் மேடையில் உணவு உண்ணும் சமயத்தில்கூடப் பிள்ளைகளை வாதிடவிட்டு மகிழ்வார் என்று கேள்விப்பட்டிருக்கிறேன். இந்த வழக்கம் நல்லதல்ல என்றே நான் நினைத்திருக்கிறேன். ஏனெனில், நானே மேலே குறிப்பிட்டபடி இந்த வாத எதிர்வாத முரணுரையாளர்களின் வாழ்வு பலவகையிலும் இடர்ப்பட்டதாகவே இருப்பதைக் காண்கிறேன். அவ்வப்போது அவர்கள் வெற்றி காணலாம். ஆனால் அவர்கள் பிறர் நல்லெண்ணத்தையும் ஒத்துழைப்பையும் ஒருபோதும் பெறுவதில்லை. இவை அவர்கள் வெற்றிகளைவிட அவர்களுக்குப் பயனுடையவையாயிருந்திருக்கும் என்பதில் ஐயமில்லை.

இறுதியில் நாங்கள் இருவரும் விடைபெற்றுக்கொண்டு பிரிந்தோம். அவர் பிலாடெல்பியாவுக்கும் நான் பாஸ்டனுக்கும் புறப்பட்டோம்.

72. உறுதி காற்றில் பறந்தது; பேரவையில் மீட்டும் புயல்

திரும்பும்போது நான் பேரவையின் நடைமுறைகள் பற்றி நியூயார்க்கில் வைத்துக் கேள்விப்பட்டேன். என்னிடம் அவர் வேறு மாதிரி உறுதி கூறியிருந்தபோதிலும், இதற்குள்ளாகவே பேரவைக்கும் அவருக்குமிடையில் கடும்பூசல் கிளர்ந்தெழுந்ததென்று தெரியவந்தது. அவர் ஆட்சிப்பீடத்தில் இருந்த நாள்வரை இந்தப்பூசல் ஓயவுமில்லை. இதில் எனக்குரிய பங்கு வந்து சேராமலும் போகவில்லை. ஏனெனில், பேரவையில் நான் திரும்பச் சென்று என் இடத்தில் அமர்ந்ததுமுதல், அவர் வாதங்கள், செய்திகள் ஆகியவற்றிற்கு விடையிறுக்கவும் அவற்றை உருவாக்கவும்

அமர்த்தப்பெற்ற குழுக்கள் ஒவ்வொன்றிலும் நான் தவறாது இடம்பெற்றேன். அவர் பேச்சுக்கள், செய்திகள் போலவே எங்கள் விடைகளும் மிகவும் கடூரமாயிருந்தன. சில சமயங்களில் அவை வசைமொழிகளாக இழிவுற்றன. பேரவையின் சார்பில் எழுதியவன் நான் என்பதை அவர் அறிந்திருந்த நிலையில், நாங்கள் சந்திக்கும்போதெல்லாம் ஒருவர் கழுத்தில் ஒருவர் பாயாமலிருக்கமுடியாது என்றே எவரும் எண்ணுவர். ஆனால், அவர் உண்மையில் நற்பண்புடையவராயிருந்ததனால், எனக்கும் அவருக்கும் இடையில் நேரிடையான மனத்தாங்கல் ஏற்படவில்லை; பொதுவாதத்துடன் எங்கள் பூசல் நின்றது. அடிக்கடி நாங்கள் இணக்கமாகவே அமர்ந்து ஒருங்கே உணவு உட்கொண்டோம்.

73. சாங்கோ பான்ஸாவின் அரசியல் அவா: புதிய பயனீடு

ஒருநாள் பிற்பகல் பொதுவிவாதம் உச்சநிலை அடைந்திருந்த சமயம் எங்களிடையே தெருவில் சந்திப்பு ஏற்பட்டது. அப்போது அவர் எனனைத் தம் வீட்டுக்கு அழைத்தார். “பிராங்க்லின், இன்று மாலை நீங்கள் என் வீட்டுக்கு வரவேண்டும். அங்கே உமக்குப் பிடித்தமான தோழர்களை நீர் காணலாம்,” என்று என்னைக் கையைப் பற்றி இழுத்துக்கொண்டு போனார். உணவின்பின் தேறலருகே இருந்து இன்பமாக உரையாடி மகிழ்ந்தோம். அதனிடையே அவர் வேடிக்கையுடன் வேடிக்கையாக, சாங்கோபான்ஸாவின்[94] ஆட்சிமுறை பற்றிக் குறிப்பிட்டு, அதைப் புகழ்ந்தார்.

சாங்கோபான்ஸாவின் கருத்து எனக்குப் பிடித்திருக்கிறது. ஆட்சியுரிமை தரப்பட்டபோது, அவன் கறுப்பர் நாட்டின் ஆட்சியையே விரும்பினான். ஏனென்றால், குடி மக்கள் ஆட்சியாளருடன் ஒத்துக்கொள்ளவில்லையானால், அவர்களனை வரும் கறுப்பாயிருந்தால், அவர்களை விற்றுவிடலாம் அல்லவா?” என்று நகைநயத்துடன் கூறினார்.

74. தன்னலத் தூண்டுதல் : சுடச்சுடப் பதில்

அருகிலிருந்த நண்பர்களுள் ஒருவர் திடுமென இதைத் தொடர்பாகக் கொண்டு, அரசியல் செய்தியில் புகுந்தார். “பிராங்க்லின், நீங்கள் ஏன் இந்தக் கேடுகெட்ட குவேக்கர்களுடன் சேர்ந்துகொண்டிருக்கிறீர்கள். நீங்கள் அவர்களை விற்றுவிட்டால் என்ன? அரசுரிமையாளர் அவர்களுக்கு நல்ல விலை தருவார்

என்று எண்ணுகிறேன்," என்று அந்நண்பர் மெல்ல என் தன்னல ஆர்வத்தைக் கிளறப் பார்த்தார்.

என் சொல்திறத்தால் நான் அவர் வாயடைத்தேன். "ஐய அந்த அளவுக்கு அவர்களைக் கறுப்பாக்கும்படி ஆட்சியாளர் இன்னும் அவர்கள்மீது மை அடித்துவிடவில்லை," என்றேன்.

75. புதிய தலைவர் பதவி துறப்பு

ஆட்சியாளார் தம் செய்தி அறிவிப்புகளில் பேரவை மீது கெட்டியாகக் கருமைப் பூச்சுப்பூசத் தம்மாலான மட்டும் முயன்றே இருந்தார். ஆனால், அவர் மையடிக்குந்தோறும், அவர்கள் அதை விரைவாக அழித்துவிட்டனர். அத்துடன் நில்லாமல், அவர்கள் அவர்மீது திரும்பி, அவர் முகத்திலேயே மையடித்து வெற்றிகண்டனர். இவ்வாறாக, தம் முன்னோரான ஹாமில்ட்டனைப்போலவே அவரும் 'நீகிரோ' ஆக்கப்பட்டதனால், இறுதியில் இப்பூசலில் சலிப்படைந்து, ஹாமில்ட்டனைப்போலப் பதவி துறந்து சென்றுவிடவேண்டியதாயிற்று.

76. நிலவுரிமையாளர் போக்கும் ஆட்சியாளர் இக்கட்டான நிலையும்

இந்தப் பொதுவாழ்வுப் பூசல்கள்[95] எல்லாவற்றுக்கும் அடிப்படைக் காரணமாயிருந்தவர்கள் அரசுரிமையாளர்களே. அவர்கள் குடிமரபு முறையில் ஆட்சியுரிமையுடையவர்கள். ஆகவே, மாகாணத்தின் பாதுகாப்புச் செலவுக்காக வரி விதிக்க நேர்ந்தபோதெல்லாம், அவர்கள் எவரும் நம்பமுடியாத அளவில் தங்கள் இழிந்த தன்னலச் சிறுமையைக் காட்டினார்கள். தங்கள் பெருநிலப் பண்ணைகளுக்கு வெளிப்படையாக விலக்களிக்காமல், எந்த வரி விதிப்புச் சட்டத்தையும் நிறைவேறவிடாமல் அவர்கள் தடுத்துவந்தனர். தம் சார்பில் ஆட்சியாளராகச் செல்பவர்களிடம் அவர்கள் இதுவகையில் உறுதிப் பத்திரங்கூட வாங்கிக்கொள்ளத் தயங்கவில்லை. மூன்று ஆண்டுகளாகப் பேரவை இந்த அநீதியை எதிர்த்து நின்றும், இறுதியில் வலுக்கட்டாயத்தின்பேரில் விட்டுக்கொடுக்கவேண்டி வந்தது. ஆயினும், ஆட்சியாளர் மாரிஸுக்குப்பின் வந்த மீமுதல்வர் டென்னி[96] அரசுரிமையாளர் கட்டளைகளை மீறத் துணிந்தார். இது நேர்ந்த வகையை நான் மேலே கூறுகிறேன்.

போர்க்கால உதவி: ஆட்சியாளர் இடக்கு: ஆசிரியர் புதிய ஏற்பாடு

என் வரலாற்றில் நான் இதற்குள் விரைந்து முந்திச் சென்றுவிட்டேன். ஆட்சியாளர் மாரிஸ் காலத்திலேயே வேறு சில நிகழ்ச்சிகளை விளக்கவேண்டியிருக்கிறது.

பிரான்சுடன் ஒருவகையில் போர் தொடங்கப்பட்டிருந்ததனால், மசாச்சூட்ஸ் விரிகுடாப்பகுதியின் அரசியலார்[97] கிரௌன்முனை[98] மீது தாக்குதல் நடத்தத் தீர்மானித்தனர். அவர்கள் இதற்காக குவின்சியைப்[99] பென்சில்வேனியாவுக்கும், பின்னாட்களில் ஆட்சியாளராக வந்த பௌனாலை[100] நியூயார்க்கும் உதவிகோரி அனுப்பினார்கள். நான் பேரவை உறுப்பினனாயிருந்ததுடன், அதன் பாங்குகளை நன்குணர்ந்தவனாகவும் இருந்தேன். அத்துடன் குவின்சி என் நாட்டவர். ஆகவே, அவர் என் உதவியையும், என் செல்வாக்கையும் கோரினார்.

அவர் அனுப்பிய கோரிக்கையை நான் வாசித்துக் காட்டினேன். அது ஆதரவுடன் ஏற்கப்பட்டது. அது வகைக்குப் பேரவை 10,000 பொன் அளிக்கவும், அதை உணவுப்பொருள் வகையிலே செலவுசெய்யவும் முடிவுசெய்தது. இச்சட்டப் பகர்ப்பிலேயே மன்னர்க்கு வேறு பல உதவிப் பணத்தொகைகளும் சேர்க்கப்பட்டிருந்தன. ஆயினும் இதற்காக விதிக்கப்படும் வரியிலிருந்து அரசுரிமையாளர் பண்ணைகள் தெளிவாக விலக்கப்படும் என்ற வாசகம் சேர்க்கப்படாமல், அதற்குத் தம் இணக்கம் தரமுடியாது என்று ஆட்சியாளர் அடம்பிடித்தார். இந்நிலையில் நியூஇங்கிலாந்துக்கு உதவப் பேரவைக்கு ஆர்வமிருந்தபோதிலும், அதனை நிறைவேற்ற வகை காணாது அலமரல் உற்றது. குவிஞ்சி ஆட்சியாளர் இணக்கம்பெற எவ்வளவு முயன்றும் பயனில்லாது போயிற்று.

இத்தறுவாயில் ஆட்சியாளர் இல்லாமலே காரியம் நிறைவேற்றப் பேரவைக்கு நான் ஒரு வழிமுறை காட்டினேன். கடன் நிலையத்தின்[101] பொறுப்பாளரிடம் அத்தொகைக்கான கட்டளை அனுப்பலாம் என்பதே என் கருத்துரை. சட்டப்படி பேரவைக்கு இவ்வுரிமை இருந்தது. அச் சமயம் அந்நிலையத்தில் பணம் மிகுதி இல்லை. இதைச் சமாளிக்க நான் கட்டளையின் நிறைவேற்ற எல்லையை ஒரு ஆண்டுக்கால மாக்குவதென்றும், அவ்வெல்லைக்கு நூற்றுக்கு ஐந்து விழுக்காடு

வட்டி அளிப்பதென்றும் வாசகம் வகுத்தேன். இம்முறையில் இக்கட்டளைகளை வைத்துக்கொண்டே உணவுப்பொருள்கள் வாங்கிவிடமுடியும்.

பேரவை சிறிதும் தயக்கமின்றி இக்கருத்துரையை ஏற்றது. கட்டளைத்தாள்கள் உடனடியாக அச்சிடப்பட்டன. அதில் கையொப்பமிட்டு நிறைவேற்றுவதற்காக அமர்த்தப்பட்ட குழுவினரில் நானும் ஒருவனாயிருந்தேன். அதைக் கொடுப்பதற்கான ஈட்டுநிதி, கடன் பெற்ற மாகாணத்தின் தாள் நாணய முழுவதின் வட்டியும் அதனுடன் தீர்வை வரி வருமானமும் ஆகும். இவை அத்தொகையின் அளவைவிட எவ்வளவோ மிகுதியானதால் கட்டளைகளுக்கு உடன்தானே கடனீடு[102] கிட்டிற்று.

கட்டளைத்தாள்கள் உணவுப்பொருள்களை எளிதில் வாங்கித் தந்ததுடன் அமையவில்லை. பணத்தைச் சேமித்து வைத்திருந்த பல செல்வர், இத்தாளுக்கான வட்டியை விரும்பி, அவற்றில் தம் பணத்தைப் போட்டனர். அப்பத்திரங்கள் ஆர்வத்துடன் வாங்கப்பட்டதனால், விரைவிலேயே செலவாகியும்விட்டன. வாங்கியவர்களுக்கும் அவை நல்ல பயன் தந்தன.

முக்கியத்துவம் வாய்ந்த இந்நிகழ்ச்சி இத்துடன் முடியவில்லை. குவின்ஸி ஒரு நீண்ட அறிவிப்பில் தம் காரியம் நிறைவேறிற்று என்ற மகிழ்ச்சியுடன் சென்றார். என்னிடம் அவர்கொண்ட நட்புணர்ச்சி என்றும் நீடித்து வளர்ந்துவந்தது.

78. பிரிட்டிஷாரின் குறுகிய நோக்கும் செயலும்

அல்பனியில் உருவான குடியேற்ற நாடுகளின் கூட்டுறவுத் திட்டத்துக்குப் பிரிட்டிஷ் அரசியலார் இணக்கமளிக்க விரும்பவில்லை. பாதுகாப்பு வகையில் இந்தக் கூட்டுறவினிடம் நம்பிக்கைகொள்ள அவர்கள் மறுத்தனர். ஏனெனில், படைத்துறை அனுபவம் மேலிட்டுவிட்டால், குடியேற்ற நாட்டுமக்கள் தம் வலிமையில் தாம் நம்பிக்கையுடையவர்களாகிவிடுவார்கள் என்று அவர்கள் கருதினார்கள்.

குடியேற்ற நாட்டின்மீது இத்தகைய ஐயுறவும் பொறாமையும் இருந்த காரணத்தால், அவர்கள் நேரே இங்கிலாந்திலிருந்து படைத்தலைவர் பிராடக்[103] தலையில் இரண்டு படைப்பிரிவுகளை

அனுப்பினார்கள். அவர் வெர்ஜினியாவிலுள்ள[104] அலக்சாண்டிரியாத் துறைமுகத்தில்[105] வந்திறங்கி, அங்கிருந்து மேலண்டில்[106] பிரெடெரிக் டவுன்[107] வரை அணிவகுத்துச் சென்றார். இங்கேயிருந்து மேல் செல்வதற்குரிய வண்டிகளுக்காக அவர்கள் காத்திருந்தார்கள்.

79. படைத்தலைவரிடம் தனிமுறைத் தூது

பேரவைக்கு இப்போது படைத்தலைவர்பற்றிய சில அச்சங்கள் ஏற்பட்டன. ஏனென்றால், படைத்துறைப்பணியில் அவர்கள் அசட்டையாயிருந்ததை எண்ணி, அவர்கள் ஆட்சிப்பற்றில் அவர் மிகவும் குறைபட்டு, அவர்கள்மீது தப்பெண்ணம் கொண்டிருந்ததாக அவர்களுக்குத் தகவல் கிடைத்திருந்தது. எனவே, பேரவையோர் அவரைச் சென்று கண்டு அவருக்கு உதவும்படியும், ஆனால் பேரவையின் சார்பின் சென்றதாகத் தெரிவிக்காமல் அஞ்சல் மாமுதல்வர் என்ற முறையிலேயே செல்லும்படியும் என்னைத் தூண்டினர்.

படைத்தலைவர் என்ற முறையில் அவர் பல்வேறு மாகாணங்களின் ஆட்சியாளர்களுடன் அடிக்கடி கடிதப் போக்குவரவுத் தொடர்பு கொள்ளநேரும். அத்தொடர்பை விரைவுபடுத்தவும், ஒழுங்குபடுத்தவும் நான் அவருக்கு உதவக்கூடும். இந்தச் சாக்கில் நான் அவருடனிருந்து பேரவையின் சார்பாக அவர் போக்கை மாற்றமுடியுமென்று பேரவையோர் கருதினர். அஞ்சல் மாமுதல்வர் என்ற முறையில் நான் எடுத்துக்கொள்ளும் முயற்சிக்கான செலவையும் ஏற்க அவர்கள் முன்வந்தனர்.

இப்பயணத்தில் என் புதல்வரும் என்னுடன் வந்தார்.

80. சமரச வெற்றி : புதிய சூழ்நிலை

நாங்கள் படைத்தலைவரைப் பிரெடெரிக் டவுனில் சந்தித்தோம். வண்டிகளைத் திரட்டிக்கொண்டு வருவதற்காக அவர் மேரிலண்ட், வெர்ஜினியா ஆகிய நாடுகளின் உட்பகுதிகளுக்கு ஆட்களை அனுப்பியிருந்தார். அந்த ஆட்கள் வருவதை எதிர்பார்த்து அவர் படபடப்புடன் காத்திருந்தார். நான் அவருடன் நாள்தோறும் உணவுமேடையில் அமர்ந்து பலநாட் கழித்தேன். இதற்குள் அவர் தப்பெண்ணங்களை முற்றிலும் அகற்ற எனக்குப் பல வாய்ப்புக்கள் கிடைத்தன. அவர் வருமுன்பே

பாதுகாப்பு வகையில் பேரவை என்னென்ன காரியங்களைச் சாதித்துள்ளது என்பதையும், இன்னும் அந்நடைமுறைகளுக்கு ஆதரவுதர அவர்கள் ஒருங்கியேயிருந்தனர் என்பதையும் நான் எடுத்துக்காட்டினேன்.

நான் அவரிடமிருந்து விடைபெற்றுக்கொள்ளும் சமயத்துக்குள்ளாக, வண்டி திரட்டச்சென்ற ஆட்கள் திரும்பிவிட்டனர். அவர்கள் கொண்டுவந்த வண்டிகள் 25-க்கு மேலில்லையென்றும், இவற்றுள்ளும் உழைக்கக்கூடிய நிலையிலுள்ளவை சிலவேயென்றும் தெரியவந்தது. படைத்தலைவர்களும் பணியாளர்களும் இந் நிலைகண்டு அதிர்ச்சியடைந்தனர்.

படை நடவடிக்கைகள் இனி ஒரு சிறிதும் முன்னேறமுடியாது என்றும், அத்துடன் எல்லாம் முடிந்துவிட்டன என்றும் அவர்கள் மனக்கசப்புற்றனர். அவர்கள் சட்டிபெட்டி சாதனங்கள் யாவும் அகற்றப்பட நூற்றைம்பது வண்டிகளுக்குக் குறையாமல் வேண்டியிருந்தது. ஆகவே, ஊர்தி வசதி அற்ற ஒரு பகுதியில் தம்மைக்கொண்டு இறக்கிவிட்ட பிரிட்டிஷ் அமைச்சர்களின் மூடத்தனத்தை அவர்கள் வாய்க்கு வந்தபடி பழிக்கத் தொடங்கினார்கள்.

81. படைத்துறை உதவிக் கோரிக்கை

"நீங்கள் பென்சில்வேனியாவில் இறங்கியிருந்தால் எவ்வளவோ நன்றாயிருக்கும். ஏனென்றால், அங்கே கிட்டத்தட்ட ஒவ்வொரு குடியானவனிடமும் ஒரு வண்டி உண்டு," என்று நான் தற்செயலாகக் குறிப்பிட்டேன். அவர் உடனே அச்சொல்லைப் பற்றிக்கொண்டார். "ஐய, அப்படியானால் நீங்கள் கட்டாயம் எங்களுக்கு இவ்வகையில் உதவமுடியும். உங்களுக்கு அங்கே மிகவும் செல்வாக்கு உண்டு. அருள்கூர்ந்து தங்கள் செல்வாக்கைப் பயன்படுத்தி இதை முடித்துத் தரக் கோருகிறேன்," என்று அவர் என்னை வேண்டினார்.

வண்டியின் உரிமையாளர்களுக்கு ஊதியவகையில் என்ன தரப்படும் என்று நான் கேட்டேன். என்ன என்ன தேவைப்படும் என்பதைத் தாளில் குறித்துத் தரும்படி அவர் கூறினார். நான் அவ்வாறே செய்தேன். அவர் அதற்கு இணங்கி, அதன்படியே ஆணை பிறப்பித்து உடனடி நடவடிக்கையும் தொடங்கினார்.

ஊதிய விவரம் என்ன என்பது நான் லங்காஸ்டர் வந்தவுடன் வெளியிட்ட விளம்பரத்தில் கூறப்பட்டுள்ளது.

82. பிராங்க்லினின் தனி முயற்சி: பொது விளம்பரம்

தொடக்கத்தில் அதனால் ஏற்பட்ட வியப்பார்வத்தையும் புதுமையார்வத்தையும் மனத்தில் கொண்டு, அதை நான் இங்கே முழு அளவில் தருகிறேன்.

விளம்பர அறிவிப்பு

லங்காஸ்டர்,
ஏப்ரல் 26, 1755.

வில்ஸ்கிரீக்கில்[108] தற்போது வந்து திரண்டுள்ள மன்னர் பிரான் படைகளின் சார்பாக, நான்கு குதிரைகள் பூட்டிய வண்டிகளாக நூற்றைம்பது வண்டிகளும், பொதி குதிரைகள் அல்லது சேணமிட்ட குதிரைகளாக ஆயிரத்தைந்நூறு குதிரைகளும் வேண்டப்படுவதாலும், பெருந்தகையாளர்[109] படைத்தலைவர் பிராடக் அது வகையில் வாடகை உறுதி செய்யும் குழு உரிமைப் பொறுப்பை என்னிடம் விட்டிருப்பதாலும், இதன்மூலம் நான் அறிக்கை செய்துகொள்வதாவது :

இக்காரியத்திற்காக நான் இன்று முதல் அடுத்த புதன்கிழமை மாலை வரையில் லங்காஸ்டரிலும், அடுத்த வியாழக்கிழமை காலை முதல் வெள்ளி மாலை வரை யார்க்கிலும் வந்து தங்கியிருப்பேன். அவ்விடங்களில் வண்டிகளுக்காகவும் குதிரைகளுக்காகவும் உள்ள வாடகை ஒப்பந்தம் பேச நான் ஒருங்கியிருப்பேன்.

ஒப்பந்த விவரம்

வாடகை ஒப்பந்த விவரங்களாவன :

1. நான்கு நல்ல குதிரைகளும் ஒரு வலவனும் உடைய வண்டி ஒவ்வொன்றுக்கும், ஒரு நாளைக்கு *15* வெள்ளி வீதம் தரப்படும். போதிய வலிமை வாய்ந்தது. பொதிசேணத்துடன் அல்லது சேண முதலிய பிற வாய்ப்புக்களுடன்கூடிய ஒவ்வொரு குதிரைக்கும், ஒரு நாளைக்கு *18* துட்டுக்கள் தரப்படும்.

2. இவ்வாடகை, மேற்கூறப்பட்ட இனங்கள் வில்ஸ் கிரீக்கிலுள்ள படைத்துறைப் பகுதிக்கு வந்து சேர்ந்த சமயத்திலிருந்து தரப்படும். ஆனால், அப்படிவந்து சேர்வது வருகிற மே மாதம் 20-யில் அல்லது அதற்கு முன்னர் ஆகியிருக்கவேண்டும். இவ்வாடகைக்கு மேற்பட்டும், அவ்வினங்கள் வில்ஸ்கிரீக்கு வந்து சேர்வதற்கும், ஒப்பந்த வேலை முடிந்தபின் அங்கிருந்து திரும்பிச் செல்வதற்கும் உரிய காலத்துக்கான படிச்செலவு நேர்மையான முறையில் கணக்கிட்டு வழங்கப்படும்.

3. ஒவ்வொரு வண்டியும் அதில் பூட்டப்பட்ட குதிரைகளும், ஒவ்வொரு குதிரையும் சேணமும், என்னாலும் உரியவர்களாலும் தேர்ந்தெடுக்கப்பட்ட ஏதிலாத நடுவர்களால் விலையுறுதி செய்யப்படும். படைத்துறை ஊழியத்தினிடையில் எந்த வண்டியாவது குதிரையாவது தனியான பொதி குதிரைகளாவது கேடுற்றால், அம்மதிப்பீட்டின் படியுள்ள அவற்றின் விலையே விலையாக இணக்கம் பெற்று, அது இழப்பீடாகக் கொடுக்கப்படும்.

4. வண்டியும் குதிரையும் உடைய அல்லது குதிரை உடைய ஒப்பந்த ஆட்களுக்கு, ஒப்பந்தக் காலத்தில் கோரப்பட்டால், ஏழு நாளைய வாடகை என்னிடமிருந்து முன்பணமாகக் கொடுக்கப்படும். ஆனால், அதன்பின் மீதிவாடகை படைத்தலைவர் பிராடக்கினாலோ அல்லது படைத்துறை ஊதியக் கொடையாளராலோ ஒப்பந்த இறுதிக்காலத்தில், அல்லது அவ்வப்போது கோரப்பட்ட நேரத்தில் தரப்படும்.

5. வண்டிகளை ஓட்டும் வலவர்களோ குதிரைகளை வைத்துக் காக்கும் குதிரைக்காரர்களோ எக்காரணம் கொண்டும் படைவீரர் கடமையாற்றவோ அல்லது தம் வண்டிகளையும் குதிரைகளையும் கவனிப்பது நீங்கலான எந்தத் தொழில் செய்யவோ கோரப்படமாட்டார்கள்.

6. வண்டிகளும் குதிரைகளும் குதிரைகளின் தேவைகளுக்கு மேற்பட்ட கொள்ளு, கடலை[110] ஆகியவற்றைப் படைப்புலத்துக்குக் கொண்டுவந்தால், அவை படையின் பயனீட்டுக்காக எடுத்துக் கொள்ளப்படலாமாயினும், அவற்றிற்குரிய நேர்மையான விலை கொடுக்கப்படும்.

குறிப்பு : கம்பர்லண்டு நாட்டுப்பகுதியில் என் புதல்வர் வில்லியம் பிராங்க்லின் இதுபோன்ற ஒப்பந்தம் செய்துகொள்ளும் உரிமையுடையவராவர்.

பி. பிராங்க்லின்

83. பொதுமக்களுக்கான ஆர்வத் தூண்டுதலுரை :

லங்காஸ்டர், யார்க், கம்பர்லண்டு வட்டங்களிலுள்ள மக்களுக்கு :

"நண்பர்களே, நாட்டுப் பெருங்குடி மக்களே,

"தற்செயலாக நான் சில நாட்களுக்கு முன் பிரெடரிக்கிலுள்ள படைப்புலத்துக்குச் சென்றிருந்தேன். வண்டிகள், குதிரை வசதியுள்ள இந்நாட்டிலிருந்து படைத்துறைக்கு அவை அனுப்பப்படும் என்று படைத்தலைவரும் பணியாளர்களும் எதிர்பார்த்தனர். ஆகவே, அவை வந்து சேராததனால் அவர்கள் மிகவும் மனக்கொதிப்புடையவராயிருந்தனர். உண்மையில் இவ்வகையில் எத்தகைய நடவடிக்கையும் எடுக்கப்படாததன் காரணம், பேரவைக்கும் ஆட்சியாளருக்கும் இடையே நடைபெற்ற பூசலே. இதனால் அதற்குரிய பண உதவி ஏற்படாமல் போயிற்று.

"இந்த வட்டங்களுக்கு ஒரு படைப்பிரிவை அனுப்பி வைப்பதென்றும், தேவைப்பட்ட அளவுக்கு நல்ல வண்டிகளையும் குதிரைகளையும் கைப்பற்றுவதென்றும், அவற்றை ஓட்டவும் கவனிக்கவும் தேவைப்பட்ட அளவுக்கு ஆட்களை வலுக்கட்டாயமாகக் கைக்கொள்வதென்றும் கருத்துரைக்கப்பட்டிருந்தது."

"அவர்களது தற்போதைய மனநிலையிலும், சிறப்பாக, நம்மீதுள்ள மனக்குறையிடையே, பிரிட்டிஷ் படைகள் இவ்வட்டங்கள் வழியே வருவதானால், அதனால் மக்களுக்கு ஏற்படும் பல பெரிய இக்கட்டுகளைப் பற்றி நான் மன உளைவுற்றேன். ஆகவே, இத்தகைய நிலைமை ஏற்படுவதற்கு முன் நேரிய அன்புமுறையில் ஏதாவது செய்யவேண்டுமென்ற எண்ணத்துடனேதான், நான் அட்டியின்றி இவ்வேற்பாட்டுக்கு ஒத்துக்கொண்டேன்.

"அத்துடன், உள்நாட்டிலுள்ள இவ்வட்டத்து மக்கள் தங்களுக்குப் போதிய செலாவணி நாணயம் இல்லையென்று அணிமையில்தான் பேரவையிடம் குறை தெரிவித்துக்

கொண்டுள்ளனர். இப்போது ஒரு பெரிய தொகையைப் பெற்று அதை உங்களிடையே பாத்தீடு செய்துகொள்ள உங்களுக்கு அரியதொரு வாய்ப்புக் கிட்டியிருக்கிறது. மேலும், இந்தப் படைத்துறை நடவடிக்கை நீடித்ததாகவே இருக்கக்கூடும். அவ்வாறு நேருமானால், ஒரு நூற்றியிருபது நாட்கள் செல்வதற்குள், இந்த வண்டி குதிரைகளின் வாடகைப்பணம் 30,000 பொன்னுக்குக் குறையாத வருவாய் தரும். இத்தனையும் உங்களுக்கு மன்னர் நாணயத்தில் வெள்ளி பொன்னாகக் கைவசமாகிவிடும்.

"படைகள் ஒரு நாளைக்கு 12 கல் தொலைக்கு மேல் பயணம் செய்யமுடியாது. வண்டிகளும் பொதிவிலங்குகளும் படைவீரர்களுக்கு மிகவும் உயிர்நிலைத் தேவைகளான பொருள்களை எடுத்துச் செல்வதால், அப்படைகளுடனன்றி, அவற்றுக்கு முற்பட விரைந்து செல்லவேண்டியதில்லை. மேலும் பயணச் சமயத்திலும் சரி, தங்கள் காலத்திலும் சரி, அவை போதிய பாதுகாப்புடனே வைத்துப் பேணப்படும். இந்நிலைவண்டி, பொதிவிலங்குகளைக் கொண்டுசெல்பவர் வேலை மிகவும் எளிதாகவும் பாதுகாப்பானதாகவும் இருக்கும் என்று கூறத்தேவையில்லை."

"மன்னர் பிரானிடம் பற்றுடைய நல்ல குடிமக்கள் என்ற நிலையில், உங்கள் பற்றுறுதியைக் காட்டுவதற்கு உழைக்கும் ஒரு நல்ல வாய்ப்பு உங்களுக்குக் கிட்டியுள்ளது. அது உங்களுக்கு மிக எளிதான வாய்ப்பாகவும் அமைந்துள்ளது. மற்றும் ஒரு நாலு குதிரை வண்டியையும் வண்டிக்காரனையும் தனி ஒருவராக அனுப்பி உதவமுடியாத சிறு பண்ணையாளர்கள் கூட இதில் ஈடுபட வழியுண்டு. அத்தகைய மூன்று நான்கு பேர் சேர்ந்தால், ஒருவர் வண்டியையும் மற்றவர்கள் அவரவர்கள் ஆற்றலுக்கேற்ப ஒன்றிரண்டு குதிரைகள் அல்லது வண்டிக்காரரும் உதவிக் கூட்டாக ஒப்பந்தம் செய்துகொள்ளலாம். ஊதியத்தையும் அவரவர்கள் ஈடுபாட்டுக்கேற்பப் பங்கிட்டுக்கொள்ளலாம்.

"நல்ல ஊதியத்துடனும் நல்ல வாய்ப்புடனும் இந்தச் சிறிதளவு உழைப்பை நீங்களாகச் செய்ய முன்வராவிட்டால், உங்கள் ஆட்சிப்பற்றை நீங்கள் மெய்ப்பித்தவர்களாகமாட்டீர்கள். மன்னர்கடன் எப்படியும் ஆற்றித் தீரவேண்டிய ஒன்று. அவ்வகையிலேயே உங்கள் நாட்டின் பாதுகாப்புக்காக எத்தனையோ படைவீரர் எவ்வளவோ தொலைவிலிருந்து

உங்கள் நாட்டுக்கு வந்திருக்கிறார்கள். எவ்வளவோ இன்னல்கள், இடைஞ்சல்களைத் தாண்டி, அவர்கள் முன்னேற முனைந்திருக்கிறார்கள். உங்களிடமிருந்து இயல்பாக அவர்கள் எதிர்பார்க்கிற இந்தச் சிறு ஒத்துழைப்பில்லாமல், அவர்கள் வேலை தடைப்பட்டுவிடப்படாது. வண்டிகளும் குதிரைகளும் இவ்வகையில் ஈடுபட்டேதீரும். அதற்காக வலுக்கட்டாயமுறைகள் எடுக்கப்படவேண்டியும் வரலாம். அப்படி வந்தால், இப்போது பெறுவதுபோல, ஒப்பந்தப்படி ஊதியம் பெறமுடியாது. கிடைக்கும் ஊதியத்துக்கு, கிடைத்தாலும் கிடைக்காவிட்டாலும் உழைக்கும் இரங்கத்தக்க நிலை உங்களுக்கு ஏற்பட்டுவிடும்."

"இந்தக் காரியத்தில் எனக்கென்று தனிநலம் எதுவும் கிடையாது. என் முயற்சிக்கு எனக்குக் கிடைக்கத்தக்க பரிசு, ஒரு நல்ல காரியத்தைச் செய்தோம் என்ற மனநிறைவு ஒன்று தவிர வேறு எதுவும் கிடையாது. வண்டிகள், குதிரைகள் திரட்டுவதற்கான இம்முறை வெற்றியடையாவிட்டால், பதினான்கு நாட்களுக்குள் அம்முடிவை நான் படைத்தலைவருக்குத் தெரிவித்துவிடநேரும். அதன்பின் இக்காரியத்துக்காக, படைப் பிரிவொன்றின் தலைமையில் சர்ஜான் செயின்ட்கிளேர்[111] போன்ற யாராவது படைத்துறைத் தலைவர் இம்மாகாணத்துக்குள் வரவேண்டியதாயிருக்கும். இதை விரும்பாமலே இவ்வறிவிப்பை நான் உங்களிடம் வழங்கத்துணிந்தேன்.

தங்கள்பால் நம்பிக்கையும் அன்பும்கொண்ட நண்பன்,

பி.பிராங்கிலின்.

84. ஆசிரியர் தனிப்பொறுப்பு

படைத்தலைவரிடமிருந்து வண்டிக்காரர், குதிரைக்காரர்களுக்கு அச்சாரமாகக் கொடுக்கும்படி நான் 800 பொன் பெற்றேன். ஆனால், அது போதவில்லை. அதுபோக நான் 200 பொன் கொடுக்கவேண்டி வந்தது. அதன் பயனாக இரண்டு வார காலத்துக்குள், 150 வண்டிகளும், 250 பொதிகுதிரைகளும் படைவீட்டை நோக்கிப் பயணமாயின. வண்டியோ, குதிரையோ கேடுற்றால், அவற்றின் மதிப்பீட்டின்படி இழப்பீடு தருவதாக என் விளம்பர அறிவிப்பு உறுதி கூறியிருந்தது. ஆனால், வண்டி குதிரைகளுக்கு உரியவர்கள் தமக்குப் படைத்தலைவர் பிராடக்கைத் தெரியாதாகையால் அவர் மொழி உறுதி பற்றித்

தமக்கு எத்தகைய உறுதிப்பாடும் இல்லை என்று கூறினர். அதற்காக என் உறுதிமொழியையே அவர்கள் கோரினர். நானும் அவ்வாறே என் உறுதிமொழி தந்தேன்.

85. புதிய கோரிக்கை : பணியாளர்க்கான உதவி

இதன்பின் படைவீட்டில்[112] கர்னல் டன்பார்ன் படைப்பிரிவுடன் நான் ஒரு நாள் மாலை உணவருந்திக் கொண்டிருந்தேன். அச்சமயம் அவர் தம் கீழ்ப்பணியாளர்கள் நிலைமைகள் பற்றிக் குறைபட்டுக்கொண்டார். அவர்களில் பலர் வாழ்க்கையில் போதிய நல்வளம் அற்றவர்கள். விலைவாசி உயர்வுடைய இந்த நாட்டில், இவ்வளவு நெடுந்தொலைப் பயணத்துக்கான வாய்ப்புகளை அவர்கள் தாங்களாகச் சேகரம் செய்துகொள்ளும் நிலையில் இல்லை. போகும் வழியில் எதுவும் எளிதில் வாங்கமுடியாத வறண்ட பகுதியாயிருந்தது. இவற்றைக் கேட்டபோது, அவர்கள் நிலைபற்றி எனக்குப் பரிவு ஏற்பட்டது. அவர்களுக்கு எப்படியாவது உதவி அளிப்பது என்று நான் உறுதி செய்துகொண்டேன்.

இதுபற்றி நான் படைப்பிரிவின் தலைவரிடம் எதுவும் சொல்லிக்கொள்ளவில்லை. ஆனால், அடுத்த நாள் காலையிலேயே இதுபற்றிப் பேரவையின் குழுவினருக்கு எழுதினேன். அவர்களிடம் இச்சமயம் பொதுத்துறைப் பணம் சிறிது இருந்தது. பணியாளர்களின் இரங்கத்தக்க நிலையை நான் அவர்களுக்குத் தெரிவித்தேன். அவர்களுக்கு உதவவேண்டிய அவசியத்தைப்பற்றியும் பரிந்துரைத்தேன். இன்றியமையாத் தேவைப் பொருள்களையும் உணவுப் பொருள்களையும் அவர்களுக்குப் பரிசாக வழங்கலாம் என்று எழுதிக்காட்டினேன். படை வீட்டு வாழ்வுபற்றிய அனுபவம் என் புதல்வருக்கு இருந்ததனால், அவரைக் கொண்டு இது வகைக்கான ஒரு பட்டியலையும் உருவாக்கி என் கடிதத்துடன் அனுப்பினேன்.

பேரவைக்குழு இதை ஒப்புக்கொண்டது. அத்துடன் என் புதல்வர் செயல்துணையுடன் எல்லாம் திறம்பட விரைவுபடுத்தப்பட்டதனால், வண்டிகள் வந்துசேரும் சமயத்துக்குள்ளாகவே, இந்தப் பரிசுச் சிப்பங்களும் வந்து சேர்ந்தன. இவை இருபது சிப்பங்களாக்கப்பட்டன. ஒவ்வொன்றிலும் கீழ்வரும் பொருள்கள் அடங்கியிருந்தன.

6 கல்லெடை[113] உண்டை சர்க்கரை	1 கிளஸ்டர் பால்கட்டி[121]
6 கல்லெடை நல்ல முஸ்காவடோ[114] சர்க்கரை	20 கல்லெடை அடங்கிய ஒரு மிடாவெண்ணெய்
1 கல்லெடை நல்ல பச்சைத் தேயிலை	24 பழைய மதீரா இன்தேறல்[122]
1 கல்லெடை போகியா[115]த் தேயிலை	2 காலன் ஜமைக்காத் தேறல் வடிமம்[123]
6 கல்லெடை நல்ல காப்பித்தூள்	1 புட்டி கடுக்குத்தூள் 2 உப்பிலிட்ட பன்றி இறைச்சிக் கண்டங்கள்
6 கல்லெடை மாப்பணியம்[116] 1/2 அந்தர்[117] சிறந்த வெள்ளை மாச்சில்[118]	6 நாக்குவற்றல்
1/2 கல்லெடை குறுமிளகு 1 கால் அந்தர்[119] சிறந்த வெள்ளைத்தேறல் கரடி[120]	6 கல்லெடை அரிசி 6 கல்லெடை உலர்ந்த திராட்சைப்பழம்

86. உதவிக் கோரிக்கைகள் நிறைவேற்றம்

நன்றாகக் கட்டப்பட்ட இந்த இருபது சிப்பங்களும் இருபது குதிரைகளின் மேல் ஏற்றப்பட்டன. ஒவ்வொரு குதிரையும் சிப்பமும் ஒரு பணியாளருக்குப் பரிசாகத் தரப்பட்டது. அவை நன்றியுடன் ஏற்கப்பட்டன. என் நல்லுணர்ச்சியைப் பாராட்டி இருபடைப் பிரிவுகளின் தலைவர்களும் தனித்தனி நன்றிக் கடிதங்கள் வரைந்தனர். படை முதல்வரும் வண்டி முதலியன தருவித்ததுபற்றி மகிழ்ச்சி தெரிவித்ததுடன், நான் அவ்வகையில் செலவு செய்த பணக்கணக்கை ஏற்றுப் பணம் தந்தனர். அத்துடன் மேலும் தேவைப்படும் உணவுப்பொருள்கள் வகையிலும் நானே உதவவேண்டும் என்று கேட்டுக்கொண்டார். இந்தப் பொறுப்பையும் நான் ஏற்றுகொண்டேன்.

அவர் படைகளின் தோல்விப்பற்றிக் கேள்விப்படும் வரை என் கைப்பணத்தைக்கொண்டே இந்தப் பொறுப்பை நான் சரிவர நிறைவேற்றிக் கொண்டிருந்தேன். அவ்வகையில் எனக்கு ஆன செலவு, ஓராயிரம் பொன்னுக்கு மேலாயிற்று. அதற்கான

கணக்கை நான் அவருக்கு அனுப்பி வைத்திருந்தேன். என் நல்ல காலமாக, போரின் இறுதிநாளுக்கு முன்பே அது அவர் கைக்குக் கிடைத்தது. உடனடியாக வட்டத்தொகையான ஓராயிரத்துக்கு அஞ்சல் தலை முதல்வர் பேரால் எனக்கு அவர் பொருளாணைச் சீட்டு வழங்கினார். மீந்த சில்லறைத் தொகை அடுத்த கணக்குப் பட்டிக்கு மாற்றிக்கொள்ளும்படி விடப்பட்டது. ஆனால், மீதிப்பணம் எனக்குக் கிடைக்கவேயில்லை. இதனால் வட்டத்தொகை அனுப்பப்பட்டது. சமயத்தின் நற்கூறுதான் என்று கூறவேண்டும்.

87. படைத்தலைவர் குணங் குறைகள்

படைமுதல்வர் உண்மையில் வீரமுடையவரே எந்த ஐரோப்பியப் போரிலும் அவர் நல்ல திறமையுடையவர் என்று பெயரெடுத்திருக்கக்கூடும் என்றே நான் எண்ணுகிறேன். ஆனால், அவர் எல்லையற்ற தன்னம்பிக்கையினால் இறுமாப்புக் கொண்டிருந்தார். பயிற்சிபெற்ற படையணி வகுப்பில் அவர் தங்கு தடையற்ற நம்பிக்கைகொண்டுவிட்டார். அத்துடன் அமெரிக்க, அமெரிக்க - இந்திய வீரர்களின் திறமைபற்றி அவர் மிகவும் ஏளன மனப்பான்மை கொண்டிருந்தார். இவையே இந்நாட்டில் அவர் தோல்விக்குக் காரணங்கள். நம் இந்திய மொழிபெயர்ப்பாளரான ஜார்ஜ் க்ரோகன்[124] ஒரு நூறு இந்திய வீரருடன் படைப்பெயர்ச்சியில் கலந்துகொண்டிருந்தார். அவர்கள் அன்புடன் நடத்தப்பட்டிருப்பதால், படைவழிகாட்டிகளாகவும், வேவுக்காரர்களாகவும் மிகவும் பயன்பட்டிருப்பர். ஆனால், படைத்தலைவர் அவர்களைப் புறக்கணித்தும், ஏளனம்செய்தும் வந்தார். அவர்கள் ஒவ்வொருவராக அவரை விட்டகன்றனர்.

ஒருநாள் நான் அவருடன் உரையாடிக்கொண்டிருக்கும்போது, அவர் தம் திட்டமிட்ட முன்னேற்றங்கள்பற்றி விரித்துரைத்தார். "டுக்குவீன் கோட்டையைக்[125] கைப்பற்றிய பின், நான் நயாகராவுக்குச்[126] செல்வேன். அதன்பின் பருவநிலை ஒத்துக்கொண்டால் பிராண்டினாக்கைப்[127] பிடிக்கலாம். இது எளிதில் முடிவுறக் கூடியதென்றே நினைக்கிறேன். ஏனென்றால், டுக்குவீன் எப்படியும் மூன்று நாட்களுக்குமேல் தாக்குப்பிடிக்கமுடியாது. அது கடந்துவிட்டால் நயாகரா செல்லும்வரை எதுவும் என்னைத் தடங்கல் செய்வதற்கில்லை."

88. போர்ச் சூழ்நிலை பற்றிய ஆசிரியர் அறிவுரை: தலைவர் தன்னிறை விருமாப்பு

அவர் கூறிய பாதையின் நிலைமைபற்றி நான் என் உள்ளத்தில் ஏற்கெனவே சிந்தித்துப் பார்த்துக்கொண்டேன். அது ஒரு நெடுநீளமான, ஆனால் இடுக்கமான வழி. அதன்மீது இருபுறமும் காடு புதர்களை வெட்டிப் பாதைசெப்பனிட்டுக் கொண்டுதான் செல்லவேண்டும். இதே பாதையூடாக முன்னர் இராக்காய்ப்[128] பகுதியின்மீது தாக்கச் சென்ற 15,000 பிரஞ்சுப் படைவீரரின் தோல்விபற்றி நான் வாசித்திருந்தேன். ஆயினும் அவரிடம் நான் இதையெல்லாம் கூறவில்லை.

"உங்கள் படை மிக நேர்த்தியானது. பீரங்கித் தளவாடங்களும் அருமையானவை. நேர்மாறாக டுக்குவீனோ இன்னும் இன்னும் முழுதும் அரண் செய்யப்படவில்லை. காவற்படைகளும் மிகுதி இல்லை என்றே கேள்வி. இந்த நிலையில் உங்கள் படைகளின்முன் அது நெடுநாள் தாக்குப்பிடிக்கமுடியாது என்பதில் ஐயமில்லை. ஆனால் வேறொரு துறையில் மட்டுமே இடர் மிகுதியாயிருக்கும் என்று கருதுகிறேன். வழியில் புதரிடையில் பதுங்கியிருந்து இந்தியர் தாக்கக்கூடும். இவ்வகைத் தாக்குதலில் நீண்டகாலப் பயிற்சியால் அவர்கள் அருந்திறம் உடையவர்கள். இடுங்கிய பாதையில் உங்கள் படை அகலங் குறைவுற்றுக் கிட்டத்தட்ட நான்கு கல்நீளம் பரந்து செல்லவேண்டி வருமாதலால், இருபக்கங்களிலிருந்தும் எல்லா இடங்களிலும் இத்தாக்குதல்களைச் சமாளிக்க வேண்டிவரும். நீண்ட வரிசை இதனால் துண்டுபட்ட இழைகள்போலச் சிதறிக்கிடக்குமாதலால், எதிரியைத் தாக்க ஒன்றுபடமுடியாது,"

படைத் துறைபற்றி ஒன்றும் தெரியாதவர்களைக் கண்டு புன்னகை பூப்பதுபோல அவர் புன்முறுவல் பூத்தார். "படைப் பயிற்சியற்ற உங்கள் அமெரிக்கநாட்டு வீரர்களுக்கு இந்தக் காட்டு வீரர்கள் வலிமைவாய்ந்த பகைவர்களாகத் தோன்றக்கூடும். ஆனால், மன்னர்பிரானின் பயிற்சிபெற்ற படையணியின் மீது அவர்கள் சாயம் செல்லாது," என்று அவர் கூறினார். படைத்துறை வல்லுநர் ஒருவருடன் இம்மாதிரி செய்திகள் பற்றிப் பேசும் தகுதி எனக்கு இல்லை என்று எண்ணி நான் பேச்சை இத்துடன் நிறுத்தினேன்.

89. எதிரி தாக்குதல் : படையணி சீர்குலைவு

எதிரிகள் நான் அஞ்சியபடி இருபுறங்களிலிருந்தும் படைவரிசையைத் தாக்கவில்லை. காட்டுவழி முழுவதும் கடந்து தம் குறிக்கோளுக்கு ஏழு கல் தொலை அருகாமையில் வரும்வரை அவர்கள் படையைத் தங்கு தடையின்றி முன்னேறிச் செல்லவிட்டனர். அங்கே ஓர் ஆறு குறுக்கிட்டதனால், வரிசையின் பின்னணி முழுவதும் வந்து சேரும் வரை முன்னணி தங்கியிருந்தது. எனவே, படைவரிசை பரவலாக இல்லை; திரட்சியாகவே இருந்தது. காட்டுப் பாதைகளைக் கடந்து விட்டதனால், அவர்கள் முன் எப்போதையும்விட மிகவும் திறந்தவெளியில்தான் இருந்தார்கள். ஆனால், இச் சமயம் பார்த்து மரங்கள் புதர்கள் மறைவிலிருந்து முன்னணி மீது துப்பாக்கிக்குண்டுகள் பொழிந்து தாக்கின. அருகே பகைவர் இருக்கக்கூடும் என்ற எண்ணம் அவர்களுக்கு இதுவரை ஏற்பட்டதில்லை.

முன்னணி சீர்குலைவுற்றது. பின்னணி முழுவதும் விரைந்து வந்து அவர்களுக்கு உதவும்படி படைத்தலைவர் கட்டளையிட்டார். ஆனால் வண்டிகள், மூட்டை முடிச்சுக்களின் இடைவழியினூடாக அவர்கள் பெருங்குழப்பத்துடனேயே முன்னேற முடிந்தது. இந்த நிலையில் பக்கங்களிலிருந்தும் தாக்குதல்கள் தொடங்கின. படைத்துறைத் தலைவர்கள் குதிரைகள்மீதே சென்றதால், அவர்கள் மிக எளிதாக எதிரிகளின் குண்டுகளுக்கு இல்லாகி விழுந்தனர். தலைவர்களில்லா வீரர்களுக்குக் கட்டளைகள் எதுவும் இல்லாததால், அணி ஒழுங்கற்றுக் கும்புகும்பாக நெக்கித் தள்ளிக்கொண்டு சென்றனர். இதனால் மிக எளிதில் படைவீரரில் மூன்றுக்கு இரண்டுபேர் உயிரிழக்க நேர்ந்தது. கிலி கொண்ட எச்சமிச்சப் படைவீரர் தலைகால் தெரியாமல் உயிரைக் கையில் பிடித்துக்கொண்டு பின்னோக்கி ஓடினர்.

90. குழப்பம் : உயிரழிவு : பொருளழிவு

வண்டிக்காரரில் பலர் தத்தம் வண்டியின் குதிரைகளில் ஒன்றைப் பூட்டவிழ்த்து, அதன்மீது தப்பியோடினர். மீந்தவர்களும் தத்தமக்கு அகப்பட்ட குதிரைமீதோ, கால் நடையாகவோ குண்டுகளுக்குத் தப்பி ஓடலாயினர். வண்டிகள்,

உணவுப் பொருள்கள், பீரங்கிகள், தளவாடங்கள் ஏராளமாகப் பகைவர்களின் கைவசமாயின.

படைத்தலைவர் மிகவும் காயப்பட்டு, அருமுயற்சியுடனேயே போர்க்களத்திலிருந்து மீட்டுக் கொண்டுவரப்பட்டார். அவர் செயல்துணைவரான[129] ஷர்லி[130] அவர் பக்கத்திலேயே குண்டுக்கிரையாகி மாண்டார். படைப்பிரிவின் தலைவர்கள் 86 பேர்களுள் கிட்டத்தட்ட 63 பேர் கொல்லப்பட்டோ, படுகாயமுற்றோ போயினர். படைவீரர்கள் 1100 பேர்களுள் 714 பேர் மாண்டனர். உண்மையில் இந்த 1100 பேர் முழுப்படையிலிருந்து பொறுக்கி எடுத்தவர்களே. மற்றப் பெரும்பகுதி தளவாடங்கள், உணவுப்பொருள்கள், மூட்டை முடிச்சுகளுடன் பின்னால் வரும்படி கர்னல் டன்பாருடன் விடப்பட்டிருந்தனர்.

91. கிலியும் கண்மூடிச் செயல்களும்

ஓடிச் சென்றவர்களை யாரும் துரத்தவில்லை. ஆகவே அவர்கள் டன்பாரின் பாசறை வந்து சேர்ந்தனர். ஆனால், அவர்கள் கொண்டுவந்த கிலி அவரையும் அவர் வீரரையும் ஒருங்கே பிடித்துக்கொண்டது. அவரிடம் இப்போது இருந்த படைவீரர்கள் 1000 பேருக்குக் குறைவில்லை. பிராடக்கை முறியடித்த பிரஞ்சு இந்திய வீரர்களோ, மொத்தத்தில் 400 பேருக்குமேல் இருக்கமுடியாது. ஆகவே, அவர் விரைந்து முன்னேறியிருந்தால், அப்போதும் போன மதிப்பை மீட்டிருக்க இடமுண்டு. ஆனால், இதற்கு மாறாக, அவர் தளவாடங்கள், வெடிமருந்துப் பெட்டிகள், உணவுப் பொருள்கள் ஆகிய எல்லாவற்றையுமே அழித்துவிடும்படி உத்தரவிட்டார். ஏனென்றால், இவற்றின் சுமையில்லாமல், அவற்றை ஏற்றி வந்த குதிரைகளின் மீதேறிப் பின்னோக்கி ஓடிவிடவே அவர் திட்டமிட்டார்.

வர்ஜினியா, மேரிலண்டு, பென்சில்வேனியா ஆகிய மாகாணங்களின் ஆட்சியாளர்கள் வழியில் அவரைச் சந்தித்து, படையின் ஒரு பகுதியைத் தங்கள் எல்லைக் காவலுக்காக விட்டுச்செல்லும்படி வேண்டினார்கள். ஆனால் அவர் காதில் எதுவும் ஏறவில்லை. பிலாடெல்பியா வந்து சேர்வது வரை அவர் அமைதி பெறவுமில்லை. ஏனெனில்

இங்கே மக்களே படைவீரர்களுக்கு ஓரளவு பாதுகாப்பாய் இருக்கக்கூடியவர்கள்.

92. அமெரிக்கர் முன் பிரிட்டிஷ் மதிப்பு வீழ்ச்சி

பிரிட்டிஷ் படையணியின் மாபெரும் உயர்வுபற்றி நாங்கள் கொண்டிருந்த உயர்மதிப்பைக் குலைத்த முதல் நிகழ்ச்சி இதுவே. அம்மதிப்புக்குரிய போதிய நல்லாதாரம் இல்லை என்று அது தெளிவாக்கிவிட்டது.

முதன்முதல் அவர்கள் அமெரிக்காவில் இறங்கி முன்னேறி வந்தபோது, அவர்கள் ஆய்ந்தோய்ந்து பாராமல் மக்களைக் கொள்ளையடித்தும் சூறையாடியும் இருந்தனர். பல ஏழைக்குடும்பங்கள் இதனால் அழிவுற்றன. இவற்றைப் பற்றிக் குறை கூறியவர்கள் வைது அவமதிக்கப்பட்டும், காவலிலிடப்பட்டும் கடுமைக்காளாகியிருந்தனர். எங்களைப் பாதுகாப்பவர்கள் என்ற பாரிய வீம்புரையை வெற்றுரையாக்க இவை போதியனவாயிருந்தன. அவர்கள் நடவடிக்கையுடன் ஒப்பிட்டுப்பார்க்க, 1781-இல் எம் உதவிக்கு வந்த பிரஞ்சு நண்பர்கள் நடவடிக்கைகள் எவ்வளவு தெய்வீகமானவை? ரோட் தீவிலிருந்து வர்ஜினியாவரை மிகவும் மக்கள் நெருக்கம் உள்ள பகுதியில் அவர்கள்700 கல் தொலை முன்னேறி வந்திருந்தனர். அந் நெடும்பயண முழுவதிலும் அவர்கள் மூலம் ஒரு பன்றி அல்லது ஒரு கோழிக்குஞ்சு அல்லது ஒரு தேனிலந்தைப்பழம்[131] காணாமல் போயிற்று என்ற பேச்சுக்கே இடமில்லாதிருந்தது.

93. நிகழ்ச்சி பற்றிய பல கருத்துரைகள்

படைவகுப்புத் தலைவர்[132] படைமுதல்வரின் செருக்களத் தோழர்[133] ஆகியிருந்தார். அவர் படுகாயமுற்றதனால், முதல்வருடனேயே கொண்டுவரப்பட்டு, அவருடன் சிலநாட்கள் இருந்து, இறுதியில் உயிர்விட்டார். தோல்விபற்றி அவர் கொண்ட கருத்து விசித்திரமாயிருந்தது. அவர் முதல்நாள் முழுதும் வாளாதிருந்துவிட்டு, அடுத்த நாள் 'இப்படி யார் எதிர்ப்பார்த்தார்கள்' என்ற ஒரு தொடருக்குமேல் எதுவும் சொல்லவில்லை. இன்னும் சிலநாள் வாய்பேசா நிலைக்குப்பின், "இன்னொரு தடவை அவர்களுடன் போரிட வேண்டிவந்தால்,

இவ்வளவு பைத்தியக்காரர்களாய் இருக்கமாட்டோம்,'' என்றாராம்!

படையின் செயலாளர் கடிதங்களும் படைமுதல்வர் கட்டளைப்படிகளும் உத்தரவுகளும் எழுத்துப் போக்குவரத்துகளும் எதிரிகள் கைப்பட்டிருந்தன. அவற்றுட் பல பகுதிகள் பிரஞ்சு மொழியில் மொழிபெயர்க்கப்பட்டன. போருக்கு முன்பே பிரிட்டிஷ் ஆட்சியாளர் பகைமை எண்ணம் கொண்டிருந்தனர் என்பதை தெளிவுபடுத்துவதற்காக அவர்கள் அதை அச்சிட்டும் வெளியிட்டனர். இவற்றுள் படைமுதல்வர் அமைச்சர்களுக்கு வரைந்த பல கடிதங்கள் இருந்தன. சிலவற்றில் படைத்துறைக்கு நான் செய்த உதவிபற்றி முதல்வர் மிகவும் பாராட்டியிருந்தார். இக் கடிதங்கள் பற்றி எனக்குத் தகவல் தந்தவர் இன்னொருவரும் உண்டு. அவர் பிரான்சிற்கு அமைச்சராய்ச் சென்றிருந்த ஹெர்ட்போர்டுப் பெருமகனாரிடம்[134] செயலாளராயிருந்த டேவிட் ஹியூம்[1] ஆவர். அவரே படைத்தலைவர் கான்வே[136] உள்நாட்டு அமைச்சராய் இருக்கும்போது அவரிடமும் செயலாளராக[137] இருந்தார். பின் கூறப்பட்ட பணி நிலையத்தில் படைத்தலைவர் பிராடக் என்னைப் பாராட்டி எழுதியிருந்த கடிதத்தை அவர் கண்டதாகக் குறிப்பிட்டார்.

இந்தப் பாராட்டும் பரிந்துரையும் எனக்கு எத்தகைய பயனும் உடையவையாய் இல்லை. போர் நடவடிக்கை தோல்வியடைந்தபின், படைத்துறைக்கு என் உதவி மதிப்புடையதென்று யாரும் கருதவில்லை.

94. புதிய படைத்தலைவர் நேர்மைக் கேடுகள்

படைமுதல்வரிடமிருந்து நான் கோரிய கைம்மாறு ஒன்றே ஒன்றுதான். எங்கள் பணியாட்களைப் படையில் சேர்த்துக்கொள்ளாதிருக்கும்படி படைப்பிரிவுகளின் தலைவர்களைக் கேட்டுக்கொள்ளவேண்டுமென்பதே அது. ஏற்கெனவே சேர்த்துக்கொள்ளப்பட்டவர்களும் விடுவிக்கப்படவேண்டுமென்று கோரியிருந்தேன். இவை இரண்டும் அட்டியின்றி அளிக்கப்பட்டன. பல பணியாட்கள் இவ்வாறு என் தலையீட்டால் தங்கள் தங்கள் முதல்வரிடம் அனுப்பப்பட்டனர். ஆனால், படைமுதன்மை டன்பார் வசம் வந்தபோது, அவர் இந்த அளவு பெருந்தன்மை காட்டவில்லை.

பிலாடெல்பியாவிலிருந்து பின்வாங்கி அல்லது ஓடிக்கொண்டிருக்கும் நிலையில், அவர் சேர்த்துக்கொண்டிருந்த லங்காஸ்டர் வட்டத்திலுள்ள ஏழை உழவர்களின் பணியாட்களை விடுவிக்கும்படி நான் கோரினேன். அவ்வகையில் முந்திய முதல்வர்கள் உத்தரவுகளையும் நினைவுக்குக் கொண்டுவந்தேன். அவர் அப்போது நியூயார்க்குக்குச் சென்றுகொண்டிருந்தார். டிரெண்டனுக்குப்[138] போய்ச் சேர்ந்தபின், பணி முதல்வர்கள் தம்மை அங்கே வந்து கண்டால், அவரவர்கள் ஆட்களை அவரவர்களிடம் ஒப்படைக்கிறேன் என்றார். ஆனால், டிரெண்டனுக்குப் போகும் செலவையும் தொல்லையையும் அவர்கள் எடுத்துக்கொண்ட பின், இவ் வாக்குறுதியை அவர் நிறைவேற்ற மறுத்து, அவர்களுக்குப் பெருத்த இழப்பும் ஏமாற்றமும் உண்டு பண்ணினார்.

95. குத்தகையாளர்கள் மூலம் ஆசிரியரின் நெருக்கடிநிலை: தற்காலிகத் தளர்வு

வண்டிகள், குதிரைகள் யாவும் கேடுற்றன என்ற செய்தி தெரியவந்தது முதல், அவற்றின் உடைமையாளர்கள் என்னை வந்து சூழ்ந்து, நான் எழுதிக்கொடுத்த விலைமதிப்பின்படி பணம் கோரினர். அவர்கள் கோரிக்கைகள் எனக்குக் கொடுத்த தொல்லை கொஞ்சமல்ல. பணம் படைத்துறை ஊதியவாணர் கையில் இருக்கிறது என்றும்; அதைப் பெறுவதற்கான உத்தரவைப் படைத்தலைவர் ஷர்லி பிறப்பிக்க வேண்டுமென்றும், இதுவகையில் அவரிடம் நான் கோரிக்கை அனுப்பியிருக்கிறேனென்றும்; அவர் தொலைவிலிருப்பதால் மறுமொழி வரும்வரை சற்றுப் பொறுத்திருக்கவேண்டுமென்றும் நான் அவர்களை மன்றாடிப் பார்த்தேன்.

இவை ஒன்றும் அவர்களுக்கு மனநிறைவளிக்கவில்லை. சிலர் என்மீது வழக்காடவும் முனைந்தனர். ஆனால், இறுதியில் படைமுதல்வர் ஷர்லி அவர்கள் உரிமைகளைத் தேர்ந்தாராய்ந்து, கணக்கிட்டுப் பணம் கொடுக்கும்படி ஆணையாளர்களை அமர்த்தினார். இது எனக்கு ஓரளவு விடுதலை தந்தது. அவர்கள் கணக்கு 20,000 பொன் வரை இருந்தது. நானே அதைக் கொடுக்கும்படி நேர்ந்திருந்தால், நான் மீளா அழிவுக்கு ஆளாகியிருப்பேன்.

96. வெற்றிக் கொண்டாட்டம் எதிர்பார்த்த அவசரக்காரர்கள்

தோல்வியின் தகவல் வந்து சேருமுன் பாண்ட் மருத்துவத் துணைவர்[139] இருவரும் ஒரு பங்குவரித் திட்டத்தாளுடன் என்னை அணுகினர். அவர்கள் டுக்குவீன் கோட்டை பிடிபடும் என்று உறுதியாக எதிர்பார்த்தனர். எதிர்பார்த்த அம் மகிழ்ச்சிகரமான முடிவைக் கொண்டாட ஒரு பெரிய சொக்கப்பானை கொளுத்துவதென்று அவர்கள் திட்டமிட்டிருந்தனர். இதன் செலவுக்கான பங்குவரிப் பட்டியலையே அவர்கள் என்னிடம் கொண்டுவந்தார்கள்.

நான் அவர்களை நிமிர்ந்து நோக்கினேன். "கொண்டாட்டத்துக்குரிய மூலநிகழ்ச்சி நடைபெற்றபின், கொண்டாட்டத்துக்கான திட்டமிட நேரம் கிடையாதா, என்ன?" என்று கேட்டேன். என் கேள்வி அவர்களுக்கு வியப்பூட்டிற்று. தங்கள் கோரிக்கையை உடனடியாக ஏற்பேனென்று அவர்கள் எதிர்பார்த்திருந்தார்கள். ஒருவர்தம் உணர்ச்சியை அடக்கமுடியாமல், "நா............. போச்சு! நீங்கள் அந்தக் கோட்டை பிடிபடாதென்றா நினைக்கிறீர்கள்?" என்று சீறினார்.

"அது பிடிபடாதென்று நான் நினைத்துவிடவில்லை. ஆனால், போரில் வெற்றியும் தோல்வியும் எதிர்பாராமல் வருவது இயல்பு என்றுதான் நினைக்கிறேன்," என்றேன். அத்துடன் சிறிது ஆர அமர என் ஐயப்பாட்டுக்குரிய சூழ்நிலைக் காரணங்களையும் எடுத்துக் கூறினேன். அதன்மீது பங்கு வரித்திட்டம் நிறுத்தப்பட்டது.

அவர்கள் கோரியபடி சொக்கப்பானை ஏற்பாடு நடைபெற்றிருந்தால், போர்முடிவின் செய்தி அவர்களுக்கு மிகவும் இன இடிவாகவே அமைந்திருக்கும். என் எச்சரிக்கை அத்தகைய கேலிக்கூத்திலிருந்து அவர்களைக் காப்பாற்றியது.

ஆனால், வேறு ஒரு தறுவாயின்போது, நான் முன்கூட்டி அவக்குறியாய்ப் பேசியது தமக்குப் பிடிக்கவில்லை என்று டாக்டர் பாண்ட் என்னிடம் கூறினார்.

97. புயலிடையிலும் போட்டி

பிராடக்கின் தோல்விக்குமுன் ஆட்சியாளர் மாரிஸ் பேரவைக்கு ஓயாது தொல்லை கொடுத்துக்கொண்டிருந்தார். மாகாணத்தின் பாதுகாப்புக்காக வரி விதிக்கும் சட்டம் செய்ய

வேண்டுமென்பதே அவர் இடைவிடாத பல்லவி. ஆனால், அதே சமயம் பேரவை கொண்டுவந்த சட்டங்களை ஒவ்வொன்றாக அவர் மறுக்கவும் தயங்கவில்லை. 'நிலவுரிமையாளரை வரியிலிருந்து விலக்காமல் உருவாக்கப்படும் சட்டத்தை ஏற்கமாட்டேன்' என்று அவர் பிடிமுரண்டு செய்தார். இப்போது பிராடக்கின் தோல்வி பற்றிய செய்தி வந்ததே, அவர் பிடி முரண்டை விடாமல் பல்லவியை மீண்டும் பன்மடங்கு உரக்கக் கூவினார். எப்படியாவது பொது இடர் பற்றிய அச்சுறுத்தலால், தம் கோரிக்கையை நிறைவேற்றிவிட அவர் துடித்தார்.

பேரவையினர் தம் பக்கம் நேர்மை இருந்ததாகக் கருதினர். ஆகவே, அவர்களும் தம் பிடியில் உறுதியாக நின்றனர். இறுதிக் கட்டத்தில் போராட்டம் தொகை பற்றிய போராட்டமாய் இல்லை. உரிமை ஒன்று பற்றிய போராட்டமாகவே அமைந்தது. பேரவையின் சட்டப்படிவத்துக்கும் ஆட்சியாளர் படிவத்துக்கும் இடையேயுள்ள வேறுபாடு ஒரு சொல்லில் அடங்கியிருந்தது. "எல்லா நிலங்களும், தனியுரிமையானாலும், குடியுரிமையானாலும், சில உரிமையாளர் உடைமைகளுக்கு விலக்குரிமை இல்லாமலே, வரி விதிக்கப்படவேண்டும்" என்பது பேரவையின் திருத்தம். ஆட்சியாளர் கோரிய மாறுபாடு **'இல்லாமலே'** என்பதனிடமாக **'தனிப்பட இருக்கும்படி'** என்பதே. சொல் வேறுபாடு சிறிதானாலும், பொருள் வேறுபாடு மிகமிகப் பெரிது என்பதில் ஐயமில்லை.

98. புதிய சூழ்நிலை: பிராங்க்லினின் புதிய தொண்டர் படைத்திட்டம்

இங்கிலாந்தில் தோல்விபற்றிய செய்தி தெரிந்தவுடன் மக்கள் கருத்து ஆட்சியாளருக்கு எதிராகவே இருந்தது. அங்குள்ள பேரவையின் நண்பர்கள் மூலம் நாங்கள் இருபுற நேர்மைத் திறங்களையும் விளக்கியிருந்தோம். ஆகவே, சில உரிமையாளர்களின் குறுகிய சிறுமைவாய்ந்த தன்னலத்தை ஆங்கிலப் பொதுமக்கள் வன்மையாகக் கண்டித்தனர். தம் மாகாணத்தின் பாதுகாப்புக்குக் குந்தகம் செய்யும் இம்மக்கள் அதன் குடியுரிமைக்கே தகுதியுடையவர்களல்ல என்று கூடச் சில தீவிரவாதிகள் கூறத் தொடங்கினர். இத்தகைய எதிர்ப்புகளால் திகில் கொண்டு நில உரிமையாளர்கள் விரைந்து ஆட்சியாளருக்குப் புதிய கட்டளை பிறப்பித்தனர்.

அதன்படி பேரவை அத்துறைக்கு எவ்வளவு பணம் கொடுக்க விரும்பினாலும் அதை அளிப்பதுடன், அதே வகைக்குத் தம் சார்பிலும் 5000 பொன் சேர்த்துக்கொடுக்கும்படியும் அதற்கான பொருளாணையை பொருளகத்துறை முதல்வர்[140] மீது பிறப்பிக்கும்படியும் ஏற்பாடாயிற்று.

பொதுவரியில் நில உரிமையாளர் பங்குக்கு ஈடாக இத்தொகை பேரவையால் ஏற்கப்பட்டது. விலக்குரிமையுடன் ஒரு புதிய சட்டப்படிவம் உருவாக்கப்பட்டு நிறைவேறிற்று. இச்சட்டத்தின்படி பிரிவுற்ற 60,00 பொன்னையும் பாத்தீடுசெய்வதற்கான ஆணையாளர்களுள் நான் ஒருவனாக அமர்வுபெற்றேன். இச்சட்டத்தை உருவாக்குவதிலும் நிறைவேற்றுவதிலும் நான் பெரும்பங்கு எடுத்துக் கொண்டிருந்தேன். அத்துடன் அதே சமயம் தம் விருப்புடன் பணிசெய்ய முன்வருபவரைக் கொண்ட தொண்டர் படை நிறுவவும் அதன் கட்டுப்பாட்டுக்கான பயிற்சி அளிக்கவும் ஒரு சட்டப்படியை நான் உருவாக்கினேன். அதில் குவேக்கர்களின் மனச்சான்றுரிமைக்கு நான் முழு விடுதலையுரிமை அளித்திருந்ததால், பேரவையில் அது எத்தகைய தடையுமின்றி நிறைவேறிற்று. இத்தொண்டர்படையை உருவாக்குவதற்கு ஒருகழகம் தேவையாக இருந்தது. அதற்கு ஆதரவு தேடும் முறையில் ஓர் உரையாடல் விளக்கம்[141] வரைந்தேன். இத்தகைய தொண்டர்படைக்கு எதிராகக் கூறப்படத்தக்க தடங்கல்கள் அத்தனையும் அதில் எடுத்துக்கூறப்பட்டு விளக்கம் தரப்பட்டிருந்தன. அதை அச்சிட்டு வெளியிட்டதனால் நடவடிக்கைக்கு மிகுந்த ஆதரவு கிட்டிற்று என்று எண்ணுகிறேன்.

99. படைத்துறைப்பொறுப்பு

நகரில் பல்வேறு தொண்டர் படைக்குழுக்கள் உருவாக்கப்பட்டு, முறைப்படி பயிற்சிகள் மேற்கொண்டன. இதற்கிடையே வடமேற்கு எல்லையில் எதிரிகளின் தொல்லைகள் ஏற்பட்டிருந்தன. அதன் குடிமக்களுக்குப் பாதுகாப்பளிக்கும் வண்ணம் படைதிரட்டவும் அரண் வரிசை அமைக்கவும் ஆட்சியாளர் என்னை அழைத்தார். இந்தப் படைத்துறை வேலைக்கு நான் முற்றிலும் தகுதியுடைவனல்லவாயினும், இதன் பொறுப்பையும் ஏற்றேன். ஆட்சியாளர் எனக்கு

முழு அதிகாரங்களுடன் ஆணை தந்தார். அத்துடன் பணியாளர்களுக்கான வெள்ளை ஆணைப் பத்திரங்களையும் என்னிடம் ஒப்படைத்து, என் விருப்பப்படி ஆணையாளர்களை அமர்வித்துக்கொள்ளும்படி கூறினார்.

ஆள் திரட்டுவதில் எனக்கு முட்டுப்பாடு எதுவும் இல்லை. விரைவில் என் தலைமையின்கீழ் 560 வீரர் திரண்டனர். அணிமையில் நடந்த போரில் கானடாவுக்கு எதிராகச்சென்ற படையில் என் புதல்வர் ஒரு படைத்துறைப் பணியாளராயிருந்தார். அவர் இப்போது என் பாசறைத்தோழரா[142]யிருந்து பேருதவி புரிந்தார்.

இந்தியர்கள் இனாடன்ஹட்[143] என்ற சிற்றூரை எரித்து மோரேவியர்[144] குடியிருந்த பகுதிகள் முழுவதையும் தீக்கிரையாக்கி, மக்களையும் படுகொலை செய்தனர். ஆனால், அழிபாட்டுக்கு ஆளான அந்த இடமே எங்கள் பாதுகாப்பு அரண்களுள் ஒன்றுக்கு மிகப்பொருத்தமானதாய் அமைந்தது.

100. போர்ப்பாதுகாப்பில் பெண்களும் சமயக்குழுவினரும்

இந்த அரணுக்குச் செல்லும் பொருட்டு நான் படைப்பிரிவுகளைப் பெத்லெகம்[145] என்ற இடத்தில் திரட்டினேன். அதுவே அம்மக்களின் முக்கிய இடம் ஆகும். அது அவ்வளவு நல்ல பாதுகாப்பு ஏற்பாடுடையதாயிருந்தது கண்டு நான் மிகவும் வியப்படைந்தேன். உண்மையில் கினாடென்ஹட்டின் அழிபாடு அதற்கு ஒரு பேரெச்சரிக்கையாய் அமைந்தது. முக்கியமான கட்டடங்களெல்லாம் சுற்று வரிகட்டுக்களால் வலுப்படுத்தப்பட்டிருந்தன. அவர்கள் நியூயார்க்கிலிருந்து படைக்கருவிகளும், வெடிமருந்துகளும் தருவித்திருந்தனர். இவையன்றி இந்தியர்கள் நகருக்குள் புகுந்தால், பெண்கள் அவர்கள் தலைமீது எறியும்படி, செங்கல்கள் பலகணிகளில் அடுக்கி வைக்கப்பட்டிருந்தன. படைகாவலிலுள்ள நகரில் படைவீரர் காவல்புரிவதுபோல, படைக்கலமும் கவசமும் அணிந்த சமயக்குழுவினர் முறைவைத்துக் காவற் கடனாற்றினர்.

இச்செய்தி பற்றிய என் வியப்பை நான் என் உரையாடலின்போது ஸ்பாங்கன்பர்க் தலைமகனாரிடம்[146] தெரிவித்தேன். குடியேற்ற நாடுகளில் படைத்துறைக்

கடமையிலிருந்து தங்களுக்கு விலக்குரிமை அளிக்கும் சட்டமொன்றையும் அவர்கள் ஆங்கிலச் சட்ட மன்றத்தில் கோரிப் பெற்றிருந்தனர் என்பதை நினைவுபடுத்தினேன். அச்சட்டத்தை நோக்க, சமயத்துறையினர் படைக்கலம் தாங்குவதுபற்றி மனமார்ந்த வெறுப்புடையவராயிருந்தனர் என்று எண்ண இடமிருந்தது. ஆனால், தலைமகன் என் கருத்தை மறுத்து விளக்கம் தந்தார். படைக்கலம் தாங்கக்கூடாதென்பது அவர்கள் நிலையான கோட்பாடல்லவென்றும், ஆனால், அந்தச் சட்டம் நிறைவேறும் காலத்தில் அத்தகைய கருத்துப் பலருக்கு இருந்ததாகக் கருதப்பட்டதென்றும் அவர் கூறினார். இவ்வகையில் அவர்கள் தங்களைத் தாங்களே தவறாக எண்ணியிருக்கவேண்டும். அல்லது அரசியல் மன்றம் தவறாக எண்ணும்படி இடம் அளித்திருக்கவேண்டும். ஆனால், எது எப்படியானாலும், பொது இடையூறு நேர்ந்த காலத்தில், அவர்கள் இயற்கையறிவு இச்சிறு கருத்து முரண்பாடுகளை மீறிப் பாய்ந்தது என்பதில் ஐயமில்லை.

101. சில்லறை இடையூறுகள்

அரண்கள் கட்டும் இந்த வேலையை நாங்கள் தொடங்கியது ஜனவரி மாதத் தொடக்கத்தில் ஆகும். மாகாணத்தின் வடபகுதியின் பாதுகாப்புக்காக நான் மினிசிங்குக்கு[147] ஒரு படைப்பிரிவையும், தென்பகுதியின் பாதுகாப்புக்காக மற்றொரு பிரிவையும் அனுப்பினேன். ஒவ்வொரு பகுதியிலும் ஓர் அரண் எழுப்பும்படி படைப்பிரிவுகளுக்குக் கட்டளை பிறப்பித்திருந்தேன். கினாடன்ஹட்டில்[148] ஓர் அரண் மிக உடனடித் தேவையாயிருந்தபடியால், என்னிடமிருந்த மீதிப்படைகளுடன் நான் அங்கே போக முடிவு செய்தேன். எங்கள் கருவி கலங்கள், தளவாடங்கள், மூட்டைகளுக்காக மொரேவியர் ஐந்து வண்டிகள் தருவித்திருந்தார்கள்.

நாங்கள் பெத்லெகமைவிட்டுப் புறப்படுவதற்குள்ளாக அங்குள்ள பதினொரு உழவர் எங்கள் உதவியை நாடி வந்தனர். அவர்கள் பண்ணைகளிலிருந்து இந்தியர் அவர்களைத் துரத்திவிட்டனர். ஒரு சில துப்பாக்கிகள் இரவல் கொடுத்தால், அவர்கள் தாமே சென்று தங்கள் கால்நடைகளை மீட்டுக் கொண்டு வருவதாகக் கூறினார்கள். நான் ஒவ்வொருவருக்கும் ஒரு துப்பாக்கியும் அதற்குப் போதிய வெடிமருந்தும் கொடுத்தேன்.

ஆனால், ஒரு சில கல் தொலைவு செல்வதற்குள் மழை பொழியத் தொடங்கிற்று. மழையும் விடாதுபெய்து, வழியில் தங்கிடமும் இல்லாமல் போனதனால், நாங்கள் முட்டமுட்ட நனைந்தோம். இறுதியில், ஒரு ஜெர்மானியர் மனையைக் கண்டு, அதன் களஞ்சியத்தில் எல்லாரும் அடைந்துகிடந்தோம். அங்கும் எல்லாரும் முட்டமுட்ட ஈரத்திலேயே இரவைக் கழிக்க வேண்டி வந்தது. வழியில் நாங்கள் தாக்கப்படாமலிருந்தது. எங்கள் நற்பேறு என்றே கூறவேண்டும். ஏனென்றால், எங்கள் துப்பாக்கிகள் பொதுவான தரத்தைச் சேர்ந்தவை. எங்களால் அவற்றை ஈரநயப்பில்லாமல் காத்துக்கொள்ளவும் முடியவில்லை. இந்தியர்கள் இச்சூழ்நிலைகளைச் சமாளிக்கும் திறமையுடையவர்களாயிருந்தார்கள்.

மேலே கூறப்பட்ட பதினொரு உழவர்களையும் அன்றே இந்தியர்கள் சந்தித்தனர். பத்துப்பேர் அந்த கைகலப்பில் மாண்டார்கள். தப்பிப் பிழைத்த ஒருவர் எங்களிடம் வந்து தோல்வியின் விளக்கம் தந்தார். உழவரின் துப்பாக்கிகளில் மருந்துகள் நயத்துப் போனதனால், அவை வேலை செய்யவில்லை. எதிரிகள் துப்பாக்கிகளோ இந்நிலையிலில்லை.

102. அரண் அமைப்பு

மறுநாள் மழை ஓய்ந்தது. நாங்கள் பயணத்தைப் பின்தொடர்ந்து பாழ்நிலையில் கிடந்த கினாடன் ஹட்டை அடைந்தோம். பக்கத்தில் ஒரு பலகை அறுக்கும் ஆலை இருந்தது. இங்கே இன்னும் பல பலகைகள் மீந்திருந்தன. அவற்றைக் கொண்டு எங்களுக்கு இருப்பதற்கு வேண்டிய குடிசைகளை அமைத்துக்கொண்டோம். எங்களிடம் கூடாரங்கள் இல்லாததால், இக்குடிசைகள் உயிர்நிலைத் தேவைகளாயிருந்தன. எங்கள் அடுத்த வேலை, அரைகுறையாக மக்களால் அவசரத்தில் புதைப்பட்டிருந்த பிணங்களை நன்முறையில் அடக்கம் செய்வதே.

அடுத்த நாள் காலையில் எங்கள் அரணுக்கான நிலவரைப்படம் உருவாக்கப்பட்டு, எல்லைகள் குறிக்கப்பட்டன. சுற்றளவு 455 அடி இருந்தது. அதைக் கட்டை வேலியால் நிரப்ப, ஓரடி குறுக்களவுள்ள 455 மரங்கள் தேவைப்பட்டன. எங்களிடத்தில் எழுபது கோடரிகள் இருந்தன. அத்தனையும் உடனே மரம் வெட்டும் வேலையிலீடுபடுத்தப்பட்டன. எங்கள்

ஆட்கள் இவ்வேலையில் பயிற்சியுடையவராக இருந்ததனால், வேலை மிக விரைந்து முன்னேறிற்று. வேலையின் விரைவைக் கண்டு, அதைக் கணிக்கும் ஆர்வம் எனக்கு ஏற்பட்டது. என் கையில் இருந்த கைக்கடிகாரம் கொண்டு இருவர் வேலையைக் கவனித்தேன். அவர்கள் ஆறு கணங்களுக்குள் ஒரு பெரிய தேவதாரு மரத்தை வீழ்த்தினர். வீழ்த்தப்பட்ட மரத்தை அளந்து பார்த்தபோது அதன் குறுக்கு விட்டம் 14 அடி இருந்தது. ஒவ்வொரு தேவதாரமும் 18 அடி நீளத்துடன் ஒரு முனையில் கூராக உள்ள 3 மரவணைகளுக்குப் போதியதாயிருந்தது.

அரண் வேலை நடந்துகொண்டிருக்கும்போதே, வேறு சிலர் அரணைச் சுற்றிலும் 3 அடி ஆழமுள்ள ஓர் அகழி தோண்டினர். மரவேலிகள் இவற்றில்தான் பதிக்கப்பட்டன. மரவணைகளைக் காட்டிலிருந்து அகழி வரை கொண்டு வருவதற்காக நாங்கள் எளியமுறை ஒன்றைக் கையாண்டோம். வண்டிக்கூண்டையும் அச்சையும் அகற்றி முன்பின் சக்கரங்களை ஒரு தனி வண்டிகளாக்கினோம். ஒவ்வொன்றுக்கும் இரண்டு குதிரைகளைப் பூட்டினோம். இங்ஙனம் எளிதில் ஐந்து வண்டிகள் பத்து வண்டிகளாக்கப்பட்டன.

அரண் வரிசைகள் அமைக்கப்பட்டபின், அவற்றின் சுடு தொளைகளில் துப்பாக்கிகளை வைத்து இயக்கும் மனிதர்கள் நிற்பதற்கான மேடை அமைத்தோம். இது ஆறு அடி உயரமாய், எங்கள் தச்சர்களால் செய்யப்பட்டது. எங்களிடமிருந்த ஒரு சுழல் துப்பாக்கியை அரணின் ஒரு கோணத்தில் பதிய வைத்தோம். அருகில் இந்தியர்கள் இருந்தால், எங்களிடம் இவ்வகைத் துப்பாக்கி இருப்பதை அறிந்து அஞ்சட்டும் என்ற எண்ணத்துடன் அவற்றை ஒன்றிரண்டு தடவை சுட்டோம்.

எங்கள் அரண் உண்மையில் ஒரு வேலிக் காப்பரண் மட்டுமே. ஆயினும் ஒருநாள் விட்டு ஒருநாள் மழைபெய்ததையும் பொருட்படுத்தாமல், அதை எங்கள் ஆட்கள் ஒருவாரத்தில் கட்டிவிட்டது கண்டு நான் பெருமை அடைந்தேன்.

103. உழைப்பே சமுதாயப் பண்பின் உயிர்

இந்த அனுபவத்தால் எனக்கு இப்போது ஒரு சிறந்த உண்மை புலப்பட்டது. மனிதர்கள் கைகால்கள் வேலையில் ஈடுபட்டிருக்கும்வரை அவர்கள் உள்ளம் முழுவதும் அமைதி

பெற்றிருக்கும் என்று கண்டேன். ஏனெனில், இவ்வளவு இடர்களுக்கிடையே, கடுமையாக வேலைசெய்யும்போது கூட, அவர்கள் ஒருவருக்கொருவர் நல்லிணக்கமுடையவர்களாகவும், அகமகிழ்ச்சியுடையவர்களாகவுமே இருந்தனர். ஒரு முழுநாள் வேலையே வெற்றிகரமாக முடித்த மனநிறைவுடன் மாலைப் போதை அவர்கள் களிப்புடன் கழித்தனர். ஆனால், வேலையில்லாமல் சும்மா இருக்க நேர்ந்த காலங்களில், அவர்கள் அடிக்கடி பூசலிட்டும், சண்டை சச்சரவிட்டும் வந்தனர். அத்துடன் தங்கள் உணவுபற்றியும், வாய்ப்பு வசதிகள்பற்றியும் அவர்கள் குறைகூறி நைவுற்றதும் அப்போதுதான்!

எனக்கு இச்சமயம் ஒரு பழைய மீகாமனின் நினைவு வந்தது. அவர் கப்பலின் ஆட்களுக்கு ஓயாமல் வேலை கொடுப்பதில் எப்போதும் கண்ணுங் கருத்துமாய் இருந்தார். ஒருநாள் கப்பல் துணைவர்[149] அவரிடம் வந்து "எல்லா வேலையும் செய்தாகிவிட்டது. இனி வேலை எதுவும் இல்லை!" என்றார். அவர் உடனே, "அப்படியா? சரி, நங்கூரத்தை வெளியெ எடுத்து அதைத் துடைத்துப் பளபளப்பாக்கச் சொல்வதுதானே?" என்றாராம்!

எங்கள் அரணை வெளியார் பார்த்தால் 'இதுவா அரண்?' என்று கேலி செய்யலாம். ஆனால், இந்தியரை எதிர்த்துப் போராடுவதற்கு இத்தகைய அரண் தாராளமாய்ப் போதியதாயிருந்தது. ஏனென்றால் அவர்களிடம் பீரங்கி எதுவும் கிடையாது. பாதுகாப்பான அரண் அமைத்து, தேவை ஏற்பட்டபோது பின்வாங்குவதற்கான முன்னீடான வசதியும் செய்தபின், நாங்கள் சிறு சிறு பிரிவுகளாகச் சுற்றுமுற்றும் சென்று, வேவு பார்க்கத் தொடங்கினோம். எங்கும் நாங்கள் இந்தியரைக் காணவில்லை. ஆனால், எங்கள் நடவடிக்கைகளைக் கவனிப்பதற்காக அவர்கள் பதுங்கியிருந்த தடங்களைப் பல இடங்களில் கண்டோம்.

104. சிவப்பு இந்தியர் வழக்கங்கள்

தங்கிடங்களிலுள்ள அவர்களது பழக்கம் ஒன்றை நான் இச்சமயம் கவனித்தேன். குளிர்காலத்தில் கணப்பு நெருப்பு அவர்களுக்கு மிகவும் அவசியமாயிருந்தது. ஆனால், நிலப்பரப்பின் மீதுள்ள நெருப்பு அவர்கள் தங்கிடத்தை எதிரிகளுக்குக் காட்டிக்கொடுத்துவிடும். ஆகவே, அவர்கள் நிலப்பரப்புக்கு

வெளியே தெரியமுடியாத வகையில் நெருப்பு உண்டுபண்ணக் கற்றிருந்தனர். எரிந்துபோன கட்டைகளில், எரிந்து கரியான பகுதியை அவர்கள் வெட்டி எடுத்தனர். நிலைத்தில் மூன்றடி குறுக்களவும் மூன்றுக்கு மேற்பட்ட ஆழமும் உள்ள குழிகளை வெட்டினர். குழிகளின் அடியில் கரியைப் பரப்பி அதனால் சிறிது கணப்பு நெருப்பு உண்டாக்கினர். அதன்பின் அவர்கள் காலைக் குழிக்குள் நீட்டிக்கொண்டு, குழியைச் சுற்றிலும் தலையை குழிக்கு வெளிப்புறமாக்கிப் படுத்துறங்கினர். இதனால் உடலுக்குக் கணப்பு இல்லாவிட்டாலும் எல்லாக் கால்களுக்கும் ஒருங்கே வெதுவெதுப்புக் கிட்டின. காலின் வெதுவெதுப்பே அவர்களுக்கு முக்கியமானது. இத்தகைய கணப்புநெருப்பினால், தீப்பிழம்போ, பொறியோ, புகையோ கூட வெளிக் கிளம்புவதில்லை.

எதிரிகளின் தங்கிடங்களின் மூலம் அவர்கள் தொகை பெரிதல்ல என்று தெரிந்தது. எங்கள் தொகை மிகுதி என்பதைக் கண்டதானாலேயே, அவர்கள் தாக்குவது வீண் என்றறிந்து பின்வாங்கினார்கள் என்று தெரிந்தது.

105. கட்டுப்பாடு : தண்டனைமுறையைவிடத் தூண்டுதல் முறை சிறந்தது.

எங்கள் சமயகுரு கழகச் சமயக் குழுவை[150] சேர்ந்த பீட்டி[151] என்பவர் ஆர்வமிக்க போதகராயிருந்தார். எங்கள் வீரர்கள் தொழுகையிலும் அவர் அறவுரைகளைக் கேட்பதிலும் போதிய அக்கரை காட்டவில்லை என்று அவர் குறைபட்டுக்கொண்டார். அதே சமயம் அவரவர்க்குரிய குடி தேறலில் பங்குபெற அவர்கள் ஒரு சிறிதும் நேரம் தவறாமல் வந்ததைக் கவனித்தேன். படைத்துறையில் அவர்கள் சேரும்போதே சம்பளமும், உணவு முதலிய வசதிகளுக்கும் மேற்பட ஒவ்வொருவருக்கும் காலையில் ஓர் அரையும் மாலையில் ஓர் அரையுமாக, ஒரு நாளில் ஒரு கோப்பை[152] கடுந்தேறல்[153] வழங்கப்படும் என்று உறுதி கூறப்பட்டிருந்தது. இதில் அவர்கள் காட்டிய அக்கரையை நான் பீட்டிக்கு எடுத்துக் காட்டினேன். "உங்கள் பணி மிக உயரியது. கடுந்தேறலை வழங்கும் பணி தாழ்வுடையது. ஆயினும் உங்கள் காரியம் எளிதில் நிறைவேறவேண்டுமானால், நீங்கள் ஒரு வழி செய்யலாம். அதை வழங்கும் பொறுப்பை நீங்கள் எடுத்துக்கொண்டு, வழிபாடு முடிந்தவுடன் அதை வழங்கத் தொடங்கினால், எல்லாம் சரியாய்ப் போய்விடும்," என்றேன்.

அவர் இம்முறையை ஏற்றார். தேறல் வழங்குவதற்குச் சிலரை அவர் துணையாகக் கொண்டார். அது முதல் வழிபாட்டுக்கு வராதிருந்தவர்களையோ, நேரந்தவறி வருபவர்களையோ காணமுடியவில்லை. முறை வெற்றிகரமாக நடந்தேறிற்று.

வழிபாடு முதலிய நற்காரியங்களில் ஒழுங்குமுறை காண, தண்டனை முறைகளைவிட இத்தகைய முறைகள் சிறந்தவை என்று எண்ணுகிறேன். படைத்துறையில் தொழுகையில் தவறு செய்வதற்காகத் தண்டிக்கும் முறை அவ்வளவு நல்லதல்ல என்றே தோற்றுகிறது.

106. பேரவை அழைப்பு: வேறு பணிமுதல்வர் அமர்வு : படையணி வழியனுப்பு

அரண் கட்டும் வேலை முடிந்து அதில் உணவு முதலிய பொருள்கள் சேகரம் செய்யப்பட்டன. இது முடிவதற்குமுன், ஆட்சியாளரிடமிருந்து எனக்கு ஒரு கடிதம் வந்தது. அவர் பேரவையைக் கூட்டியிருந்ததனால், அதில் என் ஒத்துழைப்பை அவர் நாடவேண்டியிருந்தது எல்லைப் புறத்தில் என் வேலை முடிந்து, என் உதவி இன்றியமையாததாக இல்லாவிட்டால், விரைந்து தலைநகர் வரும்படி எனக்கு அவர் தெரிவித்தார். பேரவையிலுள்ள என் நண்பர்களும் இதுபோலவே பேரவைக் கூட்டத்தில் வந்து கலந்துகொள்ளும்படி வற்புறுத்தி எழுதியிருந்தனர். இச்சமயம் என் முதற் கருத்தின்படி மூன்று கோட்டைகளும் கட்டப்பட்டிருந்தன. மக்களும் மனநிறைவுடனும் அமைதியுடனும் இருந்தனர். கோட்டைகள் அவர்கள் பண்ணை வேலையின் அமைதிக்குப் பாதுகாப்பளித்தன. மேலும் இச்சமயத்தில் கர்னல் கிளாப்ஹம்[154] என்ற நியூஇங்கிலாந்துப் பணிமுதல்வர் எங்களிடையே வந்திருந்தார். அவர் இந்தியப் போர் முறைகளில் அனுபவம் பெற்றவராயிருந்தார். எங்கள் பணியை ஏற்று நடத்தித் தரும்படி கோரியபொழுது, அவரும் இணங்கினார். ஆகவே, நான் எவ்வகைத் தயக்கமும் இல்லாமல் திரும்ப முடிந்தது.

நான் கிளாப்ஹமுக்கு ஆணைப்பத்திரம் தந்து, அவரை முறைப்படிப் படைகளுக்கு அறிமுகம் செய்து வைத்தேன். படையணிகள் வகுக்கப்பட்டபின், நான் ஆணைப்பத்திரத்தை வாசித்துக் காட்டி அவர் திறமையைப் பாராட்டிப் பேசினேன்.

என்னைவிடத் தலைமை வகிக்கும் தகுதி அவருக்கு மிகுதி உண்டு என்று கூறி, அவருடன் ஒத்தழைக்கும்படி படைவீரரைக் கேட்டுக்கொண்டு, ஒரு சிறுசொற்பொழிவாற்றியபின், நான் அவர்களிடம் விடைபெற்றுக் கொண்டேன்.

பெத்லெகம் வரை படைப்பாதுகாப்பு நன்மதிப்புடன் நான் வந்தேன். அங்கே சிலநாள் தங்கி, அரண் வேலை உழைப்பின் களைதீர ஓய்வுகொண்டேன். ஆனால், முதல் நாள் இரவு என்னால் உறங்கவே முடியவில்லை. கினாடனில் ஒன்றிரண்டு போர்வைக்குமேல் இல்லாமல், குடிசையின் தரையிலேயே படுத்துறங்கிய எனக்கு, அன்று நல்ல படுக்கையில் உறக்கமே வரவில்லை!

107. மொரேவியர் வழக்காறுகள் : பொது உடைமை முறைகள்

பெத்லெகத்தில் இருக்கும்போது, நான் மொரேவியரின் பழக்க வழக்கங்களில் சிறிது கருத்துச் செலுத்தினேன். அவர்களில் சிலர் என்னுடன் வந்தனர். அவர்கள் என்னிடம் மிகவும் அன்பாக நடந்துகொண்டனர். அவர்கள் மூலம் அவ்வகுப்பினர் வாழ்வுபற்றிய பல செய்திகள் எனக்குத் தெரியவந்தன.

மொரேவியர் ஒரு கூட்டுக் குடும்பமாக வாழ்ந்து, தம் செல்வத்தையும் பொருள்களையும் பொதுவுடைமையாகக் கொண்டிருந்தனர். அவர்கள் உழைப்பின் பயன் முழுதும் அப்பொதுச் செல்வத்தையே பெருக்கிற்று. அவர்கள் ஒரே பொது உணவு மேடையில் இருந்து உண்டனர். ஒரே பொதுக்கூட்டத்தில் ஒருங்கே உறங்கினர். இந்தத் துயிற்கூடத்தை நான் சுற்றிப் பார்த்தேன். அதன் மேல்தளத்தருகில் கொஞ்ச தொலைவுக்கு ஒன்றாகச் சுவரில் புழைவாய்கள் அமைக்கப்பட்டிருந்தன. உறங்குமிடத்தில் நச்சுக்காற்று நீங்கி நல்ல காற்று வருவதற்காகவே இவை முன்னறிவுடன் இயற்றப்பட்டிருந்தன என்று கண்டேன். அவர்கள் தொழுகைக் கூடத்தையும் நான் சென்று கண்டேன். அங்கே யாழ், குழல், தண்ணுமை ஆகியவற்றுடன் இனிய இசைவிருந்தை நான் பருகினேன்.

நம் தொழுகையிடத்தில் ஆடவர், பெண்டிர், குழந்தைகள் எல்லாருமே ஒருங்குகூடி அமர்கிறோம். அவர்களிடையே தொழுகைக் கூட்டங்கள் இத்தகைய கதம்பக் கும்பலாய் இல்லை. ஒரு சமயத்தில் மணமான ஆடவரும், மறுசமயம் மனைவியரும்

வந்து கூடினர். மணமாகாத இளைஞரும், நங்கையரும் தனித்தனியாக வந்து வழிபாடு செய்தனர். சிறு குழந்தைகளும் தமக்கென ஒரு தனி நேரத்திலேயே வந்து தொழுதனர்.

குழந்தைகள் தொழுகைக் கூட்டமொன்றை நான் சென்று கண்டேன். அவர்கள் பள்ளிகளில் உட்காருவது போல வரிசைவரிசையாக, ஆண் பெண் தனித்தனியாகவும், வயதுக்கேற்றபடி குழுக்குழுவாகவும் வந்தமர்ந்தனர். சிறுவர்களை அவர்கள் ஆசிரியரான ஒரு இளைஞரும், சிறுமியர்களை அதேபோல ஓர் இளநங்கையும் நடத்திக்கொண்டு வந்து மேற்பார்த்தனர். எல்லாரும் விசிப்பலகைகளில் உட்கார்ந்தபின், சிறுவர் சிறுமியர்களுக்கென்று வகுத்துத் திட்டமிடப்பட்ட ஒரு வணக்கவுரையும் சொற்பொழிவும் நிகழ்ந்தன. இரண்டும் சிறுவர் இயல்புக்கும் உளப்பாங்கிற்கும் அறிவுத் திறத்துக்கும் ஏற்ப அமைந்திருந்த காரணத்தால், அவர்கள் அமைதியுடனும் ஒழுங்குடனும் இருந்து ஆர்வமாகக் கேட்டனர். சமய உரைகள் வழக்கமாகச் சிறுவருக்குப் புரியாமலும், அவர்கள் ஆர்வத்தைத் தூண்டாமலுமே இருப்பது இயல்பு. ஆனால், இங்கே அது அவர்களுக்குகந்த எளிய வளர்ச்சிகரமான மொழியில் அமைந்திருந்தது. அது அவர்களுக்கு விளக்கமோ, கட்டளையோ இடாமலேயே, அவர்களை நல்லவர்களாயிருக்கத் தூண்டிற்று. அவர்களும் வழக்கமாகத் தொழுகையிடத்தில் பிள்ளைகள் நடப்பதுபோல நடந்துகொள்ளவில்லை. அமைதியாகவும் அடக்கமாகவும் நடந்துகொண்டனர்.

அவர்களிடம் நான் கண்ட குறை ஒன்றே ஒன்றுதான். அவர்கள் முகங்கள் வெளிறியிருந்தன. உடல்கள் நோஞ்சலாயிருந்தன. போதிய உடற்பயிற்சியோ, வெளியே ஓடியாடி விளையாடும் வழக்கமோ இல்லாததே இந்நிலைக்குக் காரணம் என்று நான் கருதினேன்.

108. மொரேவியர் திருமண ஏற்பாடுகள்

இன்ன ஆணுக்கு இன்ன பெண் என்பதைத் திருவுளச் சீட்டுப்போட்டு உறுதிப்படுத்துவதே மொரேவியர் வழக்கம் என்று நான் கேள்விப்பட்டிருந்தேன். 'இது உண்மைதானா?' என்று நான் உசாவினேன். அவசியமானால் மட்டுமே இம்முறை கையாளப்பட்டதென்றும், அது பொதுநடைமுறை அன்று என்றும் அவர்கள் எனக்கு விளக்கினார்கள்.

பொதுவாக ஓர் இளைஞன் திருமணம் செய்து கொள்ள விரும்பினால், அவன் தன் மூத்தோர்களிடம் அதைக் கூறுவான். அவர்கள் பெண்பாலரை மேற்பார்வை செய்துவந்த மூத்தோரிடம் கலந்துகொள்வர். இருபாலிலும் உள்ள இளையோர்களின் இயல்பையும் பண்புகளையும், அவ்வப் பிரிவின் மூத்தோர்கள் அறிந்திருப்பது இயல்பு. ஆகவே, அவர்கள் தேர்ந்தெடுத்த தேர்விணைவு பெரும்பாலும் பொருத்தமாகவே அமையும். அவை மாறுபாடில்லாமல் ஏற்பட்டும்வந்தன.

இவ்வகையில் மூத்தோரிடையே ஒரு முடிவு ஏற்படாமல், ஒரே இளைஞனுக்கு இரண்டு மூன்று நங்கையர் பொருத்தமாகக் காணப்பட்ட இடத்தில்தான், சீட்டுப் போட்டுப் பார்க்குமுறை கையாளப்பட்டது. அதில் யார் தேர்வுற்றாலும், அனைவரும் முன்னமே தகுதியுடையவர்களாகக் கருதப்பட்டவர்களாதலால், அவர்கள் பொருத்தத்துக்கும் மூத்தோரே காரணமாவார்கள்.

"தம் துணைவரைத் தாம் தேர்ந்தெடுக்காத இடத்தில், ஆண் பெண் பாலார் ஒருவரையொருவர் விரும்பாமல், நலக்கேடு ஏற்படாதா?" என்று நான் கேட்டேன்.

"தாமே தேர்ந்தெடுத்த இடத்தில் அத்தகைய நலக்கேடு ஏற்படாதா?" என்று அவர்கள் மறுத்துக் கேட்டனர்.

'ஏற்படக்கூடும்', என்பதை என்னால் மறுக்கக்கூடவில்லை.

109. புதிய படைத்துறைச் சட்டம்: படைத்தலைவர் பதவி

நான் பிலாடெல்பியாவுக்குத் திரும்பியபொழுது, படைவீரர் கழகங்கள் மிக வெற்றிகரமாக வேலை செய்வதைக் கண்டேன். குவேக்கரல்லாத பலர் இம்மாகாணத்தில் இப்போது குடியேறியிருந்ததனால், குழுக்கள் பெருகியிருந்தன. ஒவ்வொரு குழுவும் தத்தமக்குரிய தலைவர், துணைத்தலைவர், முனைவர்களைப்[155] புதியதொரு சட்டத்தினடிப்படையில் தேர்ந்தெடுத்துக் கொண்டனர்.

டாக்டர். பி.......... என்னை வந்து கண்டபோது, இந்தச் சட்டத்தை மக்கள் விரும்பும்படி, தாம் எவ்வளவு அரும்பாடு படவேண்டியிருந்தது என்று விரித்துரைத்தார். சட்டத்தின் வெற்றிக்குத் தமது இம்முயற்சிகளே காரணம் என்று அவர் அகமகிழ்வுடன் கூறினார். அதே சமயம் என் மனத்துக்குள்

அவ்வெற்றிக்கு நான் முன்பு வெளியிட்டிருந்த ‘உரையாடல்’தான் காரணம் என்று நானும் எண்ணித் தருக்கியிருந்தேன். ஆயினும் இத்துறையில் உண்மை என் கருத்தின்படி இருக்கக்கூடுமானால்கூட, அவர் கருத்தின் பயனான இன்ப மனநிறைவு அவருக்கும் இருக்கட்டுமே என்று கருதி நான் என் கருத்தை அவரிடம் கூறவில்லை. இம்மாதிரி தருவாய்களில்லெல்லாம், உண்மை காணும் முயற்சியைவிட அவரவர் வேறுபட்ட உண்மைகளை அவரவரிடமே விட்டுவிடுவதுதான் நல்லது என்று நான் கருதுகிறேன்!

பணி முதல்வர்கள் ஒருங்கு கூடியபோது, அவர்கள் என்னையே படைத்துறை முதல்வராகத்[156] தெரிவு செய்தனர். இத்தடவை நான் இப்பணியை ஏற்றுக்கொண்டேன். எத்தனை படைப்பிரிவுகள் எங்களிடம் இருந்தன என்பது எனக்கு நினைவில்லை. ஆனால், 1200 வீறுமிக்க வீரருக்கு மேல் அணிவகுப்பில் இருந்தனர். ஒரு பீரங்கிப்படை வரிசையும் இருந்தது. அவர்களிடம் பித்தளைக் களப் பீரங்கிகள் ஆறு இருந்தன. அதைச் சுடுவதில் அவர்கள் நன்கு பயிற்சிபெற்று, ஒரு கணத்தில் 12 தடவை சுடும் திறமையுடையவர்களாயிருந்தனர்.

முதன் முதல் தடவையாக நான் என் படைகளைப் பார்வையிடச் சென்று திரும்பியபோது, அவர்கள் என்னுடன் வீடுவரை வந்து, என் வாயில் முன்பே வணக்கவேட்டுச் செய்யவேண்டுமென்று பிடிவாதம் செய்தனர். அதன்படி ஒன்றிரண்டுவட்டணை வேட்டுக்கள் நிகழ்ந்தன. அவற்றின் அதிர்ச்சி கண்ணாடியாலான என் மின்சார ஆராய்ச்சிக் கருவிகள் பலவற்றை நொறுங்க வைத்தது.

என் கண்ணாடிக் கருவிகளைவிட என் புதிய பதவி நொய்மை குறைந்ததாயில்லை. படைக்குழு அமைப்பதற்கான எங்கள் சட்டத்தை இங்கிலாந்தின் புதிய சட்டம் தள்ளுபடி செய்துவிட்டது. இதனால் எல்லா ஆணைப்பத்திரங்களும் செல்லாதவையாயின.

110. படைவீரர் ஆர்வம்: ஆட்சிமுதல்வர் மனத்தாங்கல்

நான் படை முதல்வராயிருந்த இக்குறுகிய காலத்தில் நிகழ்ந்த ஒரு நிகழ்ச்சி என் நினைவுக்கு வருகிறது. அச்சமயம் நான் என் வேலையாக வர்ஜினியா செல்லவேண்டியிருந்தது. வழியில் கீழ்ப்

படகுத்துறை வரை எனக்குப் படை அணிவகுப்பு மதிப்புத் தரவேண்டுமென்று எக்காரணத்தாலோ பணி முதல்வர்கள் முடிவு செய்திருந்தனர். நான் குதிரை ஏறிப் புறப்பட இருந்த சமயம், அவர்கள் முப்பது அல்லது நாற்பது பேர் முழுச் சிறப்பாடையணியுடன் குதிரை ஏறி என் இல்லம் நோக்கி வந்தனர். எனக்கு அவர்கள் திட்டம் இன்னது என்ப்து முன்கூட்டித் தெரிந்திருந்தால் நான் அதைத் தடுத்திருப்பேன். ஏனெனில் இவ்வகைப் பணி ஆரவாரம் எதையும் நான் விரும்பவில்லை. அவர்கள் வருகை எனக்குச் சிறிது வெறுப்பை ஊட்டாமலில்லை. ஆயினும் வேறு வழியின்றி, அவர்கள் இருபுறமும் அணிவகுத்து வர, நான் சென்றேன்.

அவர்கள் திட்டம் அத்துடன் முடியவில்லை. அணி முன்னேறத் தொடங்கியதும், எல்லாரும் வாட்களை உருவி, அவை வெயிலின் ஒளியால் பளபளப்பாகச் சுடர் வீசும்படி நடந்தனர்.

மாகாண நிலவுரிமையாளர் தலைவருக்கு யாரோ இதைக் குறித்து வரைந்திருந்தனர். இது அவருக்கு மிகவும் சீற்றம் உண்டுபண்ணிற்று. ஏனெனில், மாகாணத்திலிருந்த காலமுழுதும் இத்தகைய நன்மதிப்பு ஆரவாரம் அவருக்குத் தரப்பட்டதில்லை. அவரது ஆட்சியாளர்களிலும் யாருக்கும் இது அளிக்கப்பட்டதில்லை. அவர்களுக்கெல்லாங்கூட உரியதல்லாத இம்மதிப்பு மன்னர் குருதியோடும் மன்னர் குடித் தோன்றல்களுக்கு மட்டுமே உரியதென்று அவர் கொண்டிருந்தார். அவர் சீற்றத்தின் விளக்கம் இதுவே. இவை உண்மையாயிருக்கலாம்; ஆனால், இவற்றுள் எதுவும் எனக்குத் தெரியவரார்து. இத்தகைய செய்திகளில் எப்போதுமே எனக்கு அறியாமை மிகுதி.

எப்படியும் இச்சிறு செய்தி அவருக்கு ஏற்கெனவே என் மீதிருந்த புழுக்கத்தைப் பெருக்க உதவிற்று. முன்னிருந்த புழுக்கமும் சிறிதன்று; ஏனென்றால், அது அவர் நிலப்பண்ணைகளுக்கு வரிவிலக்களித்துச் சட்டம் செய்வது பற்றியது. இதை நான் எப்போதுமே உணர்ச்சியார்வத்துடன் எதிர்த்துவந்தேன். அவ்வகையில் அவர் செயல் நேர்மையற்றதென்றும், அவர் உள்ளக்கிடக்கை சிறுமை வாய்ந்ததென்றும் நான் அடிக்கடி கடிந்து கூறியிருந்தேன். ஆகவே, மன்னர் பணித்துறைக்கே

நான் ஒரு பெரிய முள்ளாகயிருப்பதாகவும், பேரவையில் பண உதவியளிக்கும் சட்டங்களை நிறைவேறவொட்டாமல் அதைத் தன் செல்வாக்கால் தடுத்துவருபவன் நானே என்றும் அவர் பிரிடிஷ் அமைச்சவைக்கு முறையீடு செய்தார். அவர் கையிலிருந்து வலுக்கட்டாயமாக ஆட்சியைக் கைப்பற்றுவது என் நோக்கம் என்பதைக் காட்ட, மேற்கூறிய படையணி வகுப்பை அவர் ஒரு சான்றாக எடுத்துக்காட்டினார்.

இவற்றுடன் அவர் அமையவில்லை. அஞ்சல் முதல்வராயிருந்த சர் எவரார்டு பாக்கனருக்கு[157] எழுதி, அவர் கீழுள்ள என் பணியிலிருந்து என்னை விலக்க முயற்சி செய்தார். ஆனால் இது எதிர்பார்த்தபடி நிறைவேறவில்லை. சர் எவரார்டின் இலேசான ஒரு கண்டனக் கடிதத்துக்கு மேல் எதுவும் செய்ய இது தூண்டவில்லை.

111. பொதுத்துறைப் பூசலிடையே நட்புறவு

ஆட்சியாளருக்கும் பேரவைக்கும் இடையே இருந்துவந்த இடைவிடாப் பூசலில் என் பங்கு இங்ஙனம் பெரிதாகவே இருந்தது. ஆயினும் ஆட்சியாளருக்கும் எனக்கும் இடையே இன்னும் அமைதி கெடாது நல்ல தொடர்பு இருந்தே வந்தது. எங்களிடையே நேரடியாக எந்த வேறுபாடும் ஏற்படவில்லை. அவர் பேரவைக்கு அனுப்பிய கடிதங்களுக்கு நானே மறுமொழி வகுத்து உருவாக்கியவன் என்பது பொதுவாக எல்லாருக்கும் தெரிந்திருந்தும், அதற்காக அவர் என்மீது சினங்கொள்ளாதது பற்றி நானும் அடிக்கடி வியப்படைந்ததுண்டு. அது அவர் தொழில் மதிப்புக்குரிய ஒரு பழக்கமாயிருக்கவேண்டும் என்று நான் கருதினேன். மேலும் அவர் ஒரு சட்ட அறிஞராகப் பயிற்சி பெற்றிருந்தவர். ஆகவே, எங்கள் இருவர் மாறுபாடும் இரு கட்சிக்காரர்களுக்காப் போராடும் இரண்டு வழக்குரைஞர்களின் மாறுபாட்டிலிருந்து வேறுபட்டதல்ல என்றும் உண்மையில் அவர் நில உரிமையாளருக்கும், நான் பேரவைக்கும் உரிய வழக்குரைஞராக மட்டுமே தொண்டாற்றினோம் என்றும் அவர் எண்ணியிருக்கக்கூடும்.

என் ஊகம் சரி என்று கீழ்வரும் செய்தி காட்டுகிறது:

சில சமயம் சில நெருக்கடியான செய்திகளில் அவர் என் அறிவுரை கேட்பதுகூட உண்டு. அடிக்கடி இல்லாவிட்டாலும், சில சமயமாவது அவர் என் அறிவுரைப்படி நடந்ததும் உண்டு.

பிராடக்கின் படைக்கு உணவுத் தளவாடங்கள் தருவிப்பதில் நாங்கள் இருவரும் ஒன்றுபட்டே உழைத்தோம். அதிர்ச்சிதரும் அவர் தோல்வியைக் கேள்விப்பட்டவுடனேயும், அவர் என்னை விரைந்து அழைத்து, தொலைமாவட்டங்கள் எதிரி கைப்படாமலிருப்பதற்கு என்ன வகைதுறைகள் செய்யலாம் என்பது பற்றி கலந்தாராய முனைந்தார். அவருக்கு அவ்வகையில் என்ன அறிவுரை தந்தேன் என்பது இப்போது எனக்கு நினைவில்லை. ஆனால், இப்போது தோற்றுவது இதுவே. குடியேற்றப் பகுதிகளிலிருந்து புதிய படைவலு வரும்வரை, டன்பாரே தம் படைகளை அம்மாவட்ட எல்லைகளுக்குப் பாதுகாப்பளிக்க நிறுத்தும்படி கோரவேண்டும் என்றும், அப்படைகள் வந்தபின் மற்றப் பாதுகாப்பு நடவடிக்கைகள் தொடங்கலாமென்றும் நான் அறிவுரை அளித்ததாக எண்ணுகிறேன்.

எல்லைப்புறங்களிலிருந்து திரும்பியபின், எல்லைப்புறப் படைகளுடன் டுக்குவீன் கோட்டையை அடக்க நானே செல்லவேண்டும் என்று அவர் கோரினார். ஏனெனில், டன்பாரும் அவர் வீரர்களும் வேறு நடவடிக்கையில் ஈடுபட்டிருந்தனர். அப்பணிக்குரிய ஆணைத்தாளை அவர் எனக்கு அளிப்பதாகவும் கூறினார். ஆனால், அவர் என்னிடம் இருப்பதாகக் கூறிய அவ்வளவு படைத்துறைத் தகுதி எனக்கு உண்டு என்று நான் கருதவில்லை. உண்மையில் அவர் கூறியதுகூட அவர் உள்ளுணர்ச்சிக்கு மேம்பட்டதென்று கருதுகிறேன். ஒருவேளை என் மக்கட் செல்வாக்குமூலம் ஆள்திரட்டும், என் பேரவைச் செல்வாக்கு மூலம் பண உதவியும் எளிதாகும் என்று அவர் எண்ணியிருக்கக்கூடும். அல்லது ஒருவேளை பேரவையிலுள்ள என் செல்வாக்கினால் நில உரிமையாளர்மீது விலக்குரிமையுடன் வரிவிதிப்புச்சட்டம் நிறைவேற்றப்பட வழியுண்டு என்றும் அவர் எண்ணியிருக்கலாம்.

படைமுதல்வர் பணியை ஏற்றுக்கொள்ள நான் எளிதாக முன்வராதது கண்டு அவர் திட்டத்தைக் கைவிட்டுவிட்டார்.

அத்துடன் அவர் விரைவில் ஆட்சியை விட்டுச் செல்லவும், மீகாமன் டென்னியிடம்[158] அதை ஒப்படைத்துவிடவும் நேர்ந்தது.

112. இயல் நூலாராய்ச்சித்துறை ஈடுபாடு

புதிய ஆட்சியாளரின் காலத்தில் பொதுவாழ்வில் நான்கொண்ட பங்கை விரித்துரைக்குமுன், மெய்விளக்கத் துறையில்[159] நான் அடைந்த பெயரின் வளர்ச்சி தளர்ச்சி பற்றிய விவரங்களை நான் சிறிது குறிக்கவேண்டும்.

1746-இல் நான் பாஸ்டனில் டாக்டர் ஸ்பென்ஸ்[160] என்பவரைக் கண்டேன். அவர் அப்போதுதான் ஸ்காட்லாந்திலிருந்து வந்திருந்தார். அவர் மின்சாரத்துறை சார்ந்த சில செயல் தேர்வுமுறைகளை எனக்குக் காட்டினார். அவர் அத்துறையில் திறமற்றவராதலால், அவற்றை அரைகுறையாகவே செய்யமுடிந்தது. ஆனால், அந்தத்துறை எனக்குப் புத்தம் புதிதாய் இருந்ததால், அத்திறமைக்குறைவு என் ஆர்வத்தைச் சிறிதும் பாதிக்கவில்லை. அவை எனக்கு முழு வியப்பார்வமும், மகிழ்ச்சியும் விளைவித்தன. இதன்பின் நான் பிலாடெல்பியா வந்து சேர்ந்தேன். அச்சமயம் லண்டன் அரசுரிமைக் கழகத்தின் நன்மதிப்புறுப்பினரான[161] பி. காலின்ஸனிடமிருந்து[162] எங்கள் நூலகக் கழகத்துக்கு ஒரு கண்ணாடித் தேர்வுக் குழாய் பரிசாக அனுப்பப்பட்டிருந்தது. குழாயைத் தேர்வாராய்ச்சியில் கையாளும் வகைமுறை விளக்கமும் அத்துடன் அனுப்பப்பட்டிருந்தது. பாஸ்டனில் நான் பார்த்த தேர்வாராய்ச்சிகளைத் திரும்பவும் செய்து பார்க்க நான் இத்தறுவாயை ஆவலுடன் பயன்படுத்தினேன். கைப்பழக்கத்தால் அவற்றைச் செய்வதில் நான் மிகவும் தேர்ச்சி பெற்றேன். இங்கிலாந்திலிருந்து வேறு பல தேர்வாராய்ச்சிகளைப்பற்றிய விளக்கங்களைக் கண்டு, அவற்றையும் நான் செய்து பார்த்தேன். பல புதிய ஆராய்ச்சிகளையும் நானாகச் செய்தேன். என் கைப்பழக்கம் அவ்வளவு தொடர்ந்து திருந்தியதற்கு ஒரு காரணம் உண்டு. அத்தேர்வாராய்ச்சிகளைக் காண்பதற்கு மக்கள் என் வீட்டில் ஓயாமல் வந்து திரண்டுகொண்டே இருந்ததால், நான் அதை அடிக்கடி செய்துகாட்டவேண்டி வந்தது.

113. பொது ஆராய்ச்சி விளக்கக்கூடங்கள்

தேர்வாராய்ச்சிகளை எல்லாருக்கும் காட்டும் பொறுப்பை நான் என் நண்பர்களுடன் பகிர்ந்துகொள்ள விரும்பினேன். இதற்காக நான் எங்கள் கண்ணாடித் தொழிற்சாலை மூலமாக, மேற்சொன்ன கண்ணாடிக்குழாய் போன்ற குழாய்களைச் செய்து தருவித்தேன். இவற்றைக் கையாண்டு என் நண்பர்கள் பலர் என்னைப் போலவே தேர்வாராய்ச்சிகளைச் செய்து காட்டினர். இவர்களுள் முக்கியமானவர் கின்னர்ஸ்லி[163] என்பவர். அவர் நுண்ணறிவார்ந்த ஓர் அண்டைவீட்டுக்காரர். அவர் வேலையில்லாமலிருந்ததனால், பணம்பெற்று இத்தேர்வாராய்ச்சியை நடத்தும்படி நான் அவரை ஊக்கினேன்.

தனிச்சிறப்பு வாய்ந்த ஒரு முறைப்படி அவர் தேர்வாராய்ச்சிகள் வரிசைப்படுத்தப்பட்டன. அவற்றுடன் அவ்வச் செயல் முறைகளின் விளக்கமும் தரப்பட்டன. வரிசைமுறையின் பயனாக, ஒவ்வொரு படியிலும் முன்னதன் விளக்கம் பின்னதன் செயல்முறைக்கு உதவுவதாக அமைக்கப்பட்டிருந்தது. அத்துடன் நான் பருவெட்டாக நானே செய்துகொண்ட பல கருவிகளைச் சீர்செய்து செவ்வுருவாக்கவல்ல ஒரு நேர்த்தியான சாதனத்தையும் அவர் தருவித்திருந்தார். அதன் மூலம் தொழிலாளார் கருவிகளுக்கு மெருகூட்டினர்.

அவர் தேர்வுமுறை விளக்கங்கள் மிக வெற்றிகரமாயின. பார்க்க வந்தவர் கூட்டமும் மிகுதியாயிருந்தது. சில நாட்கழித்து அவர் குடியேற்ற நாடுகளெங்கும் சென்றும், தலைநகர்களுக்குச் சென்றும் அதைக் காட்டினர். பணமும் அவருக்கு ஓரளவு திரண்டது. ஆயினும், மேலை இந்தியத் தீவுகளில் மட்டும் தேர்வாராய்ச்சிகளைச் செய்வதே கடினமாக இருந்தது. ஏனென்றால், அங்குள்ள வளிமண்டலம் ஈரமிக்கதாயிருந்தது.

114. ஆங்கில இயல்நூல் கழகத்தின் வைதிக மனப்பான்மை

கண்ணாடிக் குழாயை எங்களுக்கு அளித்ததற்காக நாங்கள் ஏற்கெனவே நன்றியுடையவர்களாக இருந்தோம். ஆகவே, தேர்வாராய்ச்சிகளின் வெற்றியை நாங்கள் அவருக்குத் தெரிவிப்பதில் மகிழ்ச்சியுடையவராக இருந்தோம். எங்கள்

பல தேர்வாராய்ச்சிகளின் விளக்கங்களை நாங்கள் அவருக்கு அனுப்பினோம். அவர் அதை அரசுரிமைக் கழகத்தில் வாசித்துக் காட்டினார்.

தொடக்கத்தில் அவை அவ்வளவு கவனத்திற்கு உரியவை என்று அவர்கள் எண்ணவில்லை. ஆகவே, கழகத்தின் நடவடிக்கை விவரங்களுள் அதை வெளியிடவில்லை. கென்னடிக்கு நான் எழுதிய கட்டுரை ஒன்றில் மின்னலும், மின்னாற்றலும் ஒன்றே என்று நான் தெரிவித்தேன். இதே கட்டுரையை நான் என் நண்பர்களுள் ஒருவரான டாக்டர் மிச்சல்[164] என்ற இன்னொரு அரசுரிமைக் கழக உறுப்பினருக்கும் அனுப்பியிருந்தேன். அவரும் கழகத்தில் அதை வைத்து வாசிக்கச் செய்திருந்தார். கழகத்தின் மதியுரைஞர்கள்[165] அதைக்கேட்டு நையாண்டி செய்தனர் என்று அவர் தெரிவித்தார்.

ஆயினும் டாக்டர் பாதர்கில்லிடம்[166] அது காட்டப்பட்டபோது, அவர் அதை முக்கியம் வாய்ந்தது என்றே கருதினார். அதை இருட்டடிப்பது தகாச் செயல் என்று கூறி அவர் அதை அச்சிடும்படி அறிவுறுத்தினார். அதன்பின் காலின்ஸன் அதை 'ஜென்டில்மன்ஸ் மாகஸீன்' என்ற பத்திரிகையில் வெளியிடும்படி கேவி[167]னிடம் கொடுத்தார். அவர் அதைப் பத்திரிகையில் வெளியிடாமல் தனித் துண்டுத்தாளாகவே வெளியிட்டார். டாக்டர் பாதர்கில் அதற்கு முன்னுரை எழுதினார். கேவின்முடிவு வாணிகமுறையில் நன்முடிவாகவே அமைந்தது. அதற்குப் பின் அதனுடன் இணைக்கப்பட்ட இணைப்புகளுடன் அது ஒரு சிறு கால்மடி[168] ஏடாகி, ஐந்து மறு பதிப்புகளுக்கு இடம் தந்தது. இவ்வளவு ஆதாயத்துக்கும் அவர் முதலீடாகச் செலவு செய்ய நேர்ந்தது பகர்த்தெழுதுவதற்காக சிறு செலவு தவிர வேறு எதுவும் இல்லை.

115. பிரான்சில் ஆதரவு: கௌண்ட் டி பவ்வன் விசித்திர எதிர்ப்பு

இங்கிலாந்தில் இக்கட்டுரைமீது கவனம் ஏற்படச் சில காலம்மாயிற்று. அதற்கிடையில் அதன்படி ஒன்று கௌண்ட் டி பவ்வன்[169] என்ற மெய்விளக்க அறிஞர் கைக்கு மட்டுமன்றி ஐரோப்பா[170] முழுவதுமே அவர் பெரும்புகழ் பெற்றவர். அவர் தூண்டுதலால் டாலிபர்டு[171] அதை பிரஞ்சு மொழியில்

மொழிபெயர்த்துப் பாரிஸில் வெளியிட்டார். இது அரச குடும்பத்தினரின் இயற்றுறை ஆராய்ச்சி ஆசிரியரான அப்பே நாளேட்டைப்[172] புண்படுத்திற்று. ஏனெனில், அவர் மின்சாரம் பற்றிய ஒரு விளக்கக் கோட்பாட்டை உருவாக்கி வெளியிட்டிருந்தார். அது அன்று எல்லாராலும் ஏற்கப்பட்டிருந்தது. அத்துடன் இத்துறை பற்றிய கட்டுரை எதுவும் உண்மையில் அமெரிக்காவிலிருந்து வரமுடியும் என்பதை அவர் நம்பவில்லை. தம் கோட்பாட்டின்மீது பழி சுமத்துவதற்காகப் பாரிஸிலுள்ள தம் எதிரிகளே அதுபற்றிக் கதைகட்டி விட்டிருக்கவேண்டுமென்று அவர் நினைத்தார்.

முதலில் பிராங்க்லின் என்ற ஒரு பேர்வழி உண்டு என்பதிலேயே அவருக்கு ஐயப்பாடு இருந்தது. பிலாடெல்பியாவில் அப்படி ஓர் ஆள் உண்டு என்பது தெரிந்தபின், அவர் தம் கோட்பாட்டுக்கு ஆதாரமான கடிதத்தொகுதி ஒன்றை வெளியிட்டார். கடிதங்களில் பெரும்பாலானவை என் பெயருக்கே வரையப்பட்டிருந்தன. என் தேர்வாராய்ச்சிகளையும் அவற்றிலிருந்து நான் வருவித்த முடிவுகளையும் அவர் அறவே மறுத்திருந்தார்.

116. இயல்நூல் துறையில் எதிர்வாதம் தேவையில்லை; பிராங்க்லின் விளக்கம்

இப் பெரியாருக்கு மறுமொழி எழுத நான் முன்பு எண்ணியதுண்டு. அதை எழுதத்தொடங்கியுமிருந்தேன். ஆனால், சிறிது அமைந்து ஆராய்ந்தபின், இந்த முயற்சியை நான் கைவிட்டேன். ஏனென்றால், என் கட்டுரை முழுவதும் தேர்வாராய்ச்சிகளின் விளக்கமாக மட்டும் இருந்தது. அதில் மேலும் ஆதாரம் காட்ட எதுவும் இல்லை. அதே சமயம் அத்தேர்வாராய்ச்சிகளை யாரும் செய்து சரிபார்த்துக்கொள்ளமுடியும். தவிர, அதில் குறிப்பிடப்பட்டிருந்த செய்திகள் எவையும் கோட்பாட்டின் வற்புறுத்தலாக இல்லை. கொள்கை விளக்க முறையில் நான் அளித்த ஊகங்களாக மட்டுமே இருந்தன. எனவே, அவற்றுக்கு ஆதரவு தேடும் கடப்பாடு எனக்கு இல்லாதிருந்தது.

எல்லாவற்றுக்கும் மேலாக, இரண்டு பேர் இருவேறு மொழிகளில் வாதிடுவதானால், இடையே மொழிபெயர்ப்புத் தவறுகளால் அது எல்லையற்று நீடிக்க இடமுண்டு.

மொழிபெயர்ப்பு வழு இல்லாத இடத்தில்கூட ஒருவர் கருத்தை ஒருவர் தவறாக எடுத்துக்கொள்ளக்கூடும். உண்மையில் மேற்குறிப்பிட்ட அன்பரின் கடிதங்களில் பெரும்பாலானவை என் கட்டுரையின் மொழிபெயர்ப்பை அவர் தவறாக எடுத்துக்கொண்டதன் பயனேயாகும்.

மேற்கூறிய காரணங்களே என் கட்டுரைக்கு நான் ஆதரவு தராமல் விடும்படி செய்தன. பொதுவாழ்வில் ஈடுபட்ட என் போன்றவர்க்குக் கிட்டும் இடை ஓய்வுநேரம் சிறிது. அதைப் பழைய ஆராய்ச்சிமீது விவாதம் செய்வதில் கழிப்பதைவிட, புதிய ஆராய்ச்சியில் ஈடுபடுத்துவதே பயனுடையது ஆகும்.

117. இறுதியில் முழுநிறை வெற்றி

நாளட்டுக்கு நான் எத்தகைய மறுமொழியும் வரையாது வாளா இருந்ததற்காக நான் என்றும் வருந்த நேர்ந்தது கிடையாது. ஏனென்றால், அரசுரிமை விஞ்ஞானக் கழகத்தில் உறுப்பினரான என் நண்பர் லெராய்[173] என்பக்கம் நின்று நாளட்டை மறுத்தெழுதினார். என் கட்டுரை இத்தாலியன், ஜெர்மன், இலத்தீன் முதலிய மொழிகளிலும் மொழிபெயர்க்கப்பட்டன. அதில் கண்ட கொள்கையே நாளட்டின் கொள்கை கடந்து நாளடைவில் ஐரோப்பாவெங்குமுள்ள அறிஞர்களால் ஏற்கப்பட்டது. நாளட்டின் கோட்பாட்டுக் குழுவில், அவர் உரிமை மாணவரும், மரபினருமான பி..........[174] நீங்கலாக, அவரே கடைசி ஆதரவாளரானார். இதை அவர் தம் வாழ்நாளிலேயே காணவும் நேர்ந்தது.

என் ஏட்டுக்கு உடனடியாக பரந்த புகழ் தந்தவர்கள் டாலிபார்டு[175], மார்லியிலுள்ள டிலார்[176] ஆகியவர்களே. முகிலினங்களிலிருந்து மின்னாற்றல் மூலம் மின்னலை வருவித்துக் காட்டும் வகையில் அவர்கள் மேற்கொண்ட செயலாராய்ச்சிகள் பெருவெற்றி கண்டன. இது எங்கும் பொதுமக்கள் கவனத்தை ஈர்த்தது. டிலாரிடம் செயலாராய்ச்சித் துறைக்குரிய கருவிகலத் தொகுதி[177] ஒன்றிருந்தது. அதனுடன் அவர் எங்கும் சென்று சொற்பொழிவாற்றினார். பிலாடெல்பியாத் தேர்வாராய்ச்சிகள் என்ற பெயரை என் செயலாராய்ச்சிகளுக்குச் சூட்டி, அவற்றையும் விளக்கிக் காட்டினார். பிரான்சில் மன்னர் மன்னவை முன் அவற்றைக் காட்டியபின், அவர் பாரிஸில்

அதுவகையில் பேரார்வம் கொண்டு குழுமிய மக்கள் கூட்டத்தின் முன்னும் அதைச்செய்து காட்டினார். இந்தச் சிறப்புமிக்க தேர்வாராய்ச்சி பற்றியோ, பிலாடெல்பியாவில் ஒரு பட்டத்தின் உதவியால் நான் செய்த அதுபோன்ற இன்னொரு தேர்வாராய்ச்சி பற்றியோ, நான் இங்கே விரிவாக விளக்கந் தரத் தேவையில்லை. இவை இரண்டும் எனக்கு மட்டற்ற மகிழ்ச்சி தந்தன. மின்சாரத்துறை வரலாற்றில் இவை இரண்டும் மறக்கமுடியாத இடம்பெற்றுள்ளன.

118. ஆங்கில இயல்நூல் கழக மனமாற்றம்: நன்மதிப்பும் பாராட்டும்

டாக்டர் ரைட்[178] என்ற ஆங்கிலநாட்டு மருத்துவ அறிஞர் அப்போது பாரிஸில் இருந்தார். அரசுரிமைக் கழக உறுப்பினராக மற்றொரு நண்பருக்கு அவர் ஒரு கடிதம் வரைந்தார். வெளிநாடுகளில் என் தேர்வாராய்ச்சிகளுக்குக் காட்டப்பட்ட உயர்மதிப்பை அவர் அதில் எடுத்துக் கூறினார். இங்கிலாந்தில் அவற்றின்மீது இருந்துவந்த புறக்கணிப்புப்பற்றியும் அவர் வியப்புத் தெரிவித்தார். இதன்பின் கழகம் முன்பு வாசிக்கப்பட்ட என் கடிதங்களைத் திரும்பவும் கவனத்துக்கு எடுத்துக்கொண்டது. புகழ்சான்ற டாக்டர் வாட்சன்[179] அக்கடிதங்கள், அவற்றைத் தொடர்ந்து இங்கிலாந்துக்கு நான் அனுப்பிய கட்டுரைகள் ஆகியவற்றின் தொகுப்புரை ஒன்றை உருவாக்கினார். இது கழக நடவடிக்கை ஏட்டில் வெளியிடப்பட்டது.

லண்டனிலுள்ள கழக உறுப்பினர் பலர் என் தேர்வாராய்ச்சிகளைத் தாமும் செய்துபார்த்து உண்மை கண்டனர். சிறப்பாக இவ்வகையில் குறிப்பிடத்தக்கவர் அறிவு நுட்பமிக்க காண்டன்[180] ஆவர். கூரிய ஒரு கம்பியின் உதவியால் அவர் முகிலினங்களிலிருந்து மின்னல் வருவித்துக் காட்டினார். இச்செயலாய்வின் வெற்றிபற்றி அவர் கழகத்துக்கு அறிவித்தபின், முன் எனக்குக் காட்டப்பட்ட புறக்கணிப்பு முழுவதற்கும் கழகம் போதிய சரியீடு செய்தது.

நான் எவ்வகைக் கோரிக்கையும் அனுப்பாமலே, கழகம் என்னை ஒரு கழக உறுப்பினனாக்கிற்று. அத்துடன் கழக உறுப்பினரென்ற முறையில் நான் கொடுக்கவேண்டிய 25 பெரும் பொன்களும்[181] இல்லாமலே நான் உறுப்பினராகலாமென

விதி வகுத்தனர். நடவடிக்கை ஏடுகளையும் கழகம் எனக்குக் கட்டணமின்றி இலவசமாகவே அனுபித் தந்தது. தவிர, *1753-ஆம் ஆண்டுக்குரிய* **சர்காட்பிரே காப்லி**[182] தங்கப் பதக்கமும் எனக்கு அளிக்கப்பட்டது. அதை அளிக்கும் சமயம் கழகத் தலைவரான மாக்கிள்ஸ்பில்டுப் பெருமகனார் ஆற்றிய அரிய சொற்பொழிவில் என்னை மிகவும் உயர்வுபடுத்திப் பாராட்டினார்.

119. புதிய ஆட்சியாளர் டென்னியின் நட்புவலை: தன்னலத் தூண்டில்

புதிய ஆட்சியாளரான மீகாமன் டென்னி[183] இங்கிலாந்திலிருந்து வரும்பொழுது, அரசுரிமைக் கழகம் எனக் களித்திருந்த தங்கப்பதக்கத்தைத் தம்முடன் கொண்டு வந்திருந்தார். அவரை வரவேற்க நகரத்தார் கூட்டிய கூட்டமொன்றில் அவர் அதை எனக்களித்தார். அச்சமயம் அவர் என்னிடம் தமக்குள்ள மதிப்பை மிக இனிய மொழிகளால் விரித்துக்கூறினார். என் உயர்பண்புகளைத் தாம் நீண்ட நாளாகப் பழகி அறிந்திருப்பதாகவும் உரைத்தார்.

உணவுக்குப் பின் குடிகலத்தைச் சுற்றி வழக்கம்போல் எல்லாரும் கூடியிருந்தோம். அப்போது அவர் என்னைத் தனியாக ஓர் அறைக்கு அழைத்துச் சென்றார். என் தோழமையை முயன்று வளர்த்துக்கொள்ளவேண்டுமென்று இங்கிலாந்திலுள்ள தம் நண்பர்கள் தம்மிடம் வறுபுறுத்திக் கூறியிருப்பதாக அவர் என்னிடம் கூறினார். அவருக்கு மிக நல்ல அறிவுரைகள் கூறி, ஆட்சி எளிதாகத் திறம்பட நடக்க உதவவல்லவன் நானே என்றும் அவர்கள் கருதினராம்! மேலும் என்னிடம் நல்லுறவு வைத்துக்கொள்வதில் அவர் ஆர்வமுடையவராக இருப்பதாகவும், தம்மாலான வரை எனக்கு எத்தகைய ஒத்தாசையும் தரத் தாம் ஒருங்கியிருப்பதாகவும் அவர் என்னிடம் தெரிவித்தார்.

இத்துடன் அவர் விடவில்லை. "இம்மாகாண வகையில் நில உரிமையாளர் எவ்வளவோ நல்லெண்ணம் கொண்டவராக இருக்கிறார். எனவே அவர் நடவடிக்கைகளுக்கு நீண்ட நாளாக இருந்துவரும் எதிர்ப்புக்கு ஒரு முடிவு ஏற்பட்டு, மக்களுக்கும் அவருக்கும் இன்னிசைவு ஏற்படுமேயானால், அது பொதுவாக எல்லாருக்கும், சிறப்பாக உங்களுக்கும், எவ்வளவு

பயனுடையதாயிருக்கும் என்று கூறத்தேவையில்லை. இதைச் செய்து முடிப்பதில், தங்களைத் தவிர வேறு எவருக்கும் அவ்வளவு செல்வாக்குக் கிடையாது என்ற கருத்தே நிலவுகின்றது. இதற்குத் தக்கமுறையில், உங்களுக்குப் பாராட்டும் ஊதியமும் தரப்படும் என்று நீங்கள் உறுதியாக நம்பலாம்!" இதுவும் இன்ன பிறவும் அவர் அடுக்கிக்கொண்டே போனார்.

நாங்கள் விரைவில் திரும்பி வந்துவிடுவோம் என்றே குடிகலத்தைச் சூழ இருந்தவர்கள் எதிர்பார்த்திருந்தனர். அப்படி வராமல் போகவே, அவர்கள் இன்தேறலின்[184] ஒரு பெருங்கலத்தையே எங்கள்பால் அனுப்பிவைத்தனர். ஆட்சியாளர் அதில் போதிய அளவு தாராளமாய்ப் பங்குகொண்டதன் காரணமாக, அவர் வேண்டுகோளும் வாக்குறுதிகளும் பின்னும் வளர்ந்தன.

120. பிராங்க்லின் நயநாகரிக விடை

இத்தனைக்கும் நான் சுருக்கமாகவே விடையளித்தேன்.

"நிலவுரிமையாளர் துணை தேவையில்லாத அளவு இறைவனருளால்எனக்குப்போதியவாய்ப்புவளங்கள்இருக்கின்றன. அத்துடன் நான் பேரவையின் உறுப்பினராயிருப்பதால், எதையும் ஏற்றுக்கொள்ளவும் கூடாதவன். ஆயினும் நிலவுரிமையாளரிடம் எனக்கு எந்த வகையான தனிப்பட்ட மாறுபாடும் கிடையாது. அவர் கொண்டுவரும் நடவடிக்கைகள் பொதுமக்கள் நலனுக்குரியதென எனக்குத் தோற்றும்போதெல்லாம், அவற்றுக்கு ஆதரவு தந்து நிறைவேற்றும் ஆர்வத்தில் நான் எவருக்கும் பின்னடையமாட்டேன். அண்மையில் இதற்குமுன் நான் மேற்கொண்ட எதிர்ப்பு, அந்நடவடிக்கைகள் நில உரிமையாளர் நலனுக்கு மட்டுமே உகந்ததாகவும், மக்கள் நலனுக்கு மிகவும் முரண்பட்டதாகவும் இருந்த காரணத்தினாலேயேயன்றி வேறன்று.

"அதே சமயம் என்னிடம் நீங்கள் கொண்ட நன்மதிப்புக்கும் பாராட்டுக்கும் நான் மிகவும் நன்றியுடையவன் ஆவேன். உங்கள் ஆட்சியின் வெற்றிக்கு என்னால் கூடியமட்டும் உதவ நான் முயல்வேன். அதே சமயம் முந்திய ஆட்சியாளர்க்குக் குந்தகமாக இருந்த நில உரிமையாளரின் அதே கட்டளையுடனேயே நீங்களும் அனுப்பப்படவில்லை என்று நம்புகிறேன்," என்று நான் கூறினேன்.

இதுபற்றி அவர் எதையும் தெளிவாகக் குறிப்பிடவில்லை. ஆனால், அவர் பேரவையுடன் தொடர்புகொள்ளத் தொடங்கியதன் பின்னால், அக்கட்டளைகள் மீண்டும் தலைகாட்டின. அதன்மீது பழைய விவாதங்களும் தொடங்கின. பேரவையின் எழுத்தாளன் என்ற முறையில், நான் எப்போதும் போலவே எதிர்ப்பில் சுறுசுறுப்பாயிருந்தேன். முதலில் அவருக்கு அனுப்பப்பட்ட கட்டளைகளைப்பற்றிய தகவல் அறிவிக்கும்படி கோரினேன். அதன்பின் அவற்றின்மீது அவர் தெரிவித்த குறிப்புக்கள் பற்றி வினாவினேன். இவை இரண்டையும் அச்சமயத்திலுள்ள பேரவை நடவடிக்கைக் குறிப்புகளிலும், பிற்படநான் வெளியிட்ட 'வரலாற்றுக் குறிப்புரை'யிலும் காணலாம்.

121. டென்னியின் நற்பண்புகள்: பழைய நண்பர் ரால்ப் வாழ்க்கை வளம்

எங்களிடையே மட்டும் தனிப்பட்ட முறையில் இவற்றாலெல்லாம் எத்தகைய பகைமையும் ஏற்படவில்லை. நாங்கள் இருவரும் அடிக்கடி ஒன்றாகக் கூடினோம்.

அவர் ஓர் இலக்கிய ஆர்வலர். உலக அனுபவம் பெற்றவர். எனவே, அவர் உரையாடல் இன்பகரமாகவும் சுவைகரமாகவும் இருந்தது. என்னுடைய பழைய நண்பர் ஜான் ரால்ப் இன்னும் உயிருடன் இருந்த தகவலை எனக்கு அறிவித்தவர் அவரே. இப்போது அவர் இங்கிலாத்திலுள்ள அரசியல் துறை எழுத்தாளர்களுள் மிகச்சிறந்த ஒருவராகக் கணிக்கப்பட்டிருந்தார். அரசனுக்கும் இளவரசன் பிரடெரிக்குக்கும்[185] இடையே நடைபெற்ற விவாதத்தில் அவர் ஈடுபடுத்தப்பட்டிருந்ததுடன், ஆண்டுக்கு 300 பொன் அரசியல் உதவிப் பணமும் பெற்றுவந்தார். கவிஞர் என்ற முறையில் அவர் புகழ் வளரவில்லை. உண்மையில் போப்[186] தம் "டன்ஸியட்"[187] என்ற வசைக்காவியத்தில் அவர் கவிதையைக் கண்டதுண்டம் செய்திருந்தார். ஆயினும் அவர் உரைநடை மிகச் சிறந்ததாகவே கருதப்பட்டிருந்தது. ஆட்சியாளர் அவரைப் பற்றித் தந்த தகவல்கள் இவை.

122. பேரவையின் புதுக்கருத்து: மன்னர்பிரானுக்கு முறையீடு

நில உரிமையாளர் தம் பிரதிநிதிகளுக்கு அனுப்பிய கட்டளைகள் மக்கள் குடியாட்சி உரிமைக்கும் முரணாயிருந்தன.

மன்னர் முடியுரிமைக்கும் பொருந்துபவையாயில்லை. ஆயினும் நில உரிமையாளர் இக்கட்டளைமூலம் ஆட்சியாளர் கைகளைத் தளைவதில் பிடிவாதமாயிருந்தார். எனவே, அவருக்கெதிராக மன்னருக்கு முறையீடு அனுப்புவதென்று பேரவையோர் துணிந்தனர். அவர்கள் சார்பாக இங்கிலாந்துக்குச் சென்று முறையீட்டை நேரில் கொடுத்து அதனை ஆதரித்துப்பேச அவர்கள் என்னை அமர்த்தினர்.

இச்சமயம் மன்னர்பிரான் செலவுக்காகப் பேரவை 60,000 பொன் அளித்து, அதற்கான சட்டப்பகர்ப்பை ஆட்சியாளருக்கு அனுப்பி வைத்திருந்தது. இதில் 10,000 பொன் அப்போது படைத்தலைவராயிருந்த லோடன் பெருமகனார்[188] கட்டளைக்குரியதாயிருந்தது. ஆனால், அவர் கருத்துரை கேட்டு, ஆட்சியாளர் அச்சட்டப் பகர்ப்புக்கு இணக்கம்தர அறவே மறுத்துவிட்டார்.

123. லோடன் பெருமகனாரின் இரண்டகம்

இங்கிலாந்துக்குச் செல்வதற்காக நியூயார்க்கிலுள்ள அஞ்சல் கப்பலின் தலைவரான மீகாமன் மாரிஸுடன்[189] நான் திட்டம் செய்திருந்தேன். பயணச் சீட்டு எடுத்தாயிற்று. மூட்டை முடிச்சுகளைக் கப்பலில் ஏற்றியாயிற்று. அச்சமயம் லோடன் பெருமகனார் பிலாடெல்பியா வந்து சேர்ந்தார். பேரவைக்கும் ஆட்சியாளருக்கும் இடையே சந்தி பண்ணுவதற்காகவே அவர் வந்ததாகக் கூறினார். அவர்களிடையே உள்ள பூசலால் மன்னர்பிரானின் செங்கோன்மைக்குக் குந்தகம் நேரக்கூடாதென்பதில் தாம் கருத்துடையவர் என்று அவர் கரிசனை காட்டினார். இந்நோக்கங்களுக்காக, அந்தக் கட்சிப்பூசலின் இருதிற வாதங்களையும் உணர்த்தும்படி அவர் ஆட்சியாளருக்கும், எனக்கும் அழைப்பு விடுத்தார். அதன்படி நாங்கள் அவரைச் சந்தித்தோம், பேசினோம்.

பேரவையின் சார்பில் பொதுப் பத்திரிகைகளிலும் அவைக்களங்களிலும் வாதிட்டவன் நானே. பேரவை நடவடிக்கைகளுடனே அவற்றைக் காணலாம். அவ்வாதங்கள் எல்லாவற்றையும் நான் பேரவையின் சார்பில் லோடன் எனும் பெருமகனாரிடம் கூறினேன். ஆட்சியாளர் தம் சார்பில் தமக்குத் தரப்பட்ட பணி அமர்வுகாலக் கட்டளைகளைக் காட்டினார். அவற்றைப் பின்பற்றுவதாகத் தான் உறுதிகொடுத்த பத்திரத்தை

அவர் நடுவர்முன் வைத்து, அதை மீறி நடந்தால் தமக்கு நேரும் வீழ்ச்சியையும் தெளிவாக்கினார். ஆயினும், அதே சமயம் லோடன் பெருமகனார் விருப்பம் அதுவாயின், அந்த வீழ்ச்சிக்கும் தான் ஒருங்கியிருப்பதாக அவர் மனம்விட்டுக் கூறத் தயங்கவில்லை.

ஆனால், பெருமகனார் உள்ளம் இத்திசையில் செல்லவில்லை. என் வாதத்தை அவர் ஆர்வத்துடன் கேட்ட நிலையில், அவ்வாறே அவர் செய்யக்கூடும் என்று நான் தொடக்கத்தில் நம்பினேன். ஆனாலும், இறுதியில் அவர் வற்புறுத்தலின் வேகம் பேரவைக்கு எதிராகவே சென்றது. அவ்வகையில் பேரவையில் என்செல்வாக்கைப் பயன்படுத்தும்படி அவர் என்னைக் கோரினார். அதே சமயம் அவர் வேண்டுதல் முற்றிலும் வேண்டுதலாக இல்லை. ஒருபுறம் தம் விருப்பப்படி பேரவை நடந்தால், மாகாணத்தின் எல்லைப்புறங்களுக்கு மன்னர் படைகளைப் போதுமான அளவில் அனுப்பி அவர்களுக்கு முழுப் பாதுகாப்பு அளிப்பதாக அவர் உறுதி கூறினார். மற்றொருபுறம் தம் விருப்பப்படி நடக்காவிட்டால், அந்தப் பாதுகாப்புக்கு எங்கள் ஆதரவு இல்லை என்ற காரணத்தால், எல்லைப்புறங்கள் எதிரிகளிடமிருந்து எத்தகைய பாதுகாப்புமில்லாமலிருக்க வேண்டிவருமென்றும் அவர் எச்சரித்தார்.

நடைபெற்றவை யாவற்றையும் நான் பேரவைக்கு அறிவித்தேன். அதே சமயம் நான் பேரவையின் உரிமைகளைத் தொகுத்தெழுதித் தீர்மானங்களாக்கினேன். இந்த உரிமைகளைப் பேரவை என்றும் கைவிட்டுவிட முடியாதென்றும், இச்சமயம் வலுக்கட்டாயத்தின் பேரிலேயே அதைச் சிறிது தளர்த்த நேர்ந்ததென்றும், அவ்வாறு நேர்ந்தாலும், இது அவற்றைக் கைவிட்டதாகாதென்றும், நடைமுறையிலிருந்து சிறிது காலம் ஒத்திவைத்ததாகவே ஆகுமென்றும் அத்தீர்மானங்களின் இறுதியில் குறிப்பிட்டேன். இம்முயற்சிகளின் பயனாக, பேரவை தான் கொண்டுவந்த பகர்ப்பைக் கைவிடவும், நில உரிமையாளர் கட்டளைக்கு உகந்த மற்றொன்றை உருவாக்கி நிறைவேற்றவும் இணங்கிற்று. ஆட்சியாளர் இதற்கு எளிதில் ஏற்பளித்தார் என்று கூறத்தேவையில்லை.

124. மன்னனிடம் தூதராக இங்கிலாந்துக்குப் பயணம்

என் பயணத்துக்கு இடையேவந்த தடை இவ்வாறு விலகிற்று. மீண்டும் பயணம் தொடர எனக்கு விடுதலை கிடைத்தது.

ஆனால், இதற்குள் நான் திட்டம் செய்திருந்த அஞ்சல்கப்பல் போய்விட்டது. என் மூட்டை முடிச்சுக்கள் கப்பலுடன் போய்விட்டபடியால், நான் அவற்றை இழந்தேன். இந்த இழப்புக்கு எதிராக எனக்குக் கிடைத்த ஈடு அல்லது ஆறுதல் பெருமகனார் தந்த நன்றியுரை ஒன்றுதான். சந்து செய்துவைத்துவிட்ட பெருமையோ, முழுதும் அவருக்கே உரியதாயிற்று.

எனக்கு முன்பே லோடன் பெருமகனார் நியூயார்க்குக்குச் சென்றுவிட்டார். அஞ்சல் கப்பல்களின் கால அட்டவணை அவர் விருப்பத்துக்குரியதாகவே இருந்தது. துறை முகத்திலிருந்த இரண்டு கப்பல்களில், ஒன்று விரைவில் புறப்பட இருந்ததென்று கேள்விப்பட்டேன். என் தாமதத்தால் பயணம் தவறிவிடப் படாதே என்று நான் அது புறப்படும் சரியான நேரத்தைத் தெரிவிக்கும்படி அவரை வேண்டினேன். அடுத்த சனி புறப்படவேண்டும் என்று தாம் வெளியிட்டிருப்பதாகவும், ஆனால், உண்மையில் திங்கள் காலையிலேயே புறப்படும் என்பதை எனக்குத் தனிப்படக் கூறமுடியுமென்றும் அவர் தெரிவித்தார். திங்கட்கிழமை காலைக்குள் வந்துவிட்டால், பயணம் தவறாதென்றும், அதன்பின் வந்தால் தவறிவிடுமென்றும் அறிவுறுத்தினார். ஆனால், தற்செயலாக நேர்ந்த சில தடைகளால் நான் திங்கட்கிழமை நண்பகலுக்குமுன் வரமுடியாமல் போயிற்று. அப்போது காற்றுவாக்காக அடித்ததனால், கப்பல் புறப்பட்டேயிருக்கும் என்று நான் அஞ்சினேன். ஆனால், அங்கே போனபோது என் அச்சம் பொய்யானது கண்டு மகிழ்ந்தேன். கப்பல் துறைமுகத்திலேயே நின்றது. அத்துடன் அது மறுநாள்தான் புறப்படும் என்றும் கேள்விப்பட்டேன்.

எனக்கும் என் பயணத்துக்கும் இடையே ஒருநாள்தான் இருந்தது என்று இப்போது எவரும் எண்ணியிருக்கூடும். நானும் அப்படியே எண்ணினேன். ஆனால், லோடன் பெருமகனாரின் சிறப்பியல்புகளைப்பற்றி நான் அப்போது அறிந்திருக்கவில்லை. அவற்றுள் உறுதியின்மை முனைப்பான பண்பாயிருந்தது.

125. லோடன் பெருமகனாரின் விசித்திரப் பண்புகள்: எல்லையற்ற நாட்கடத்தல்

நான் நியூயார்க்கு வந்தது ஏப்ரல் தொடக்கத்தில். ஆனால், நான் உண்மையில் புறப்படுமுன் ஜூன் இறுதியாயிற்று. இச்சமயத்தில்

இரண்டு கப்பல்கள் ஏற்கெனவே துறைமுகத்தில் நின்றன. அவை புறப்படமுடியாமல், படைத்தலைவரின் கடிதங்களுக்காகவே காத்துநின்றன. ஒவ்வொரு நாளும் நாளை புறப்படுவது, நாளை புறப்படுவது என்று அவை நாட்கடத்திக்கொண்டு இருந்தன. ஆனால், இதற்குள் இன்னொரு கப்பல் வந்துவிட்டது; அதுவும் இவ்வாறே காத்திருக்க வேண்டியதாயிற்று. நாங்கள் புறப்படும் சமயம் நான்காவது கப்பல்கூட எதிர்பார்க்கப்பட்டது.

எங்கள் கப்பல்தான் முதலில் புறப்பட்டது. ஏனென்றால், அதுதான் நீண்டநாள் காத்திருந்த கப்பல். அதே சமயம் எல்லாக் கப்பல்களிலும் பிரயாணிகள் நிறைந்திருந்தனர். பலர் பயணத்துக்கு அவசர அவசரமாக வந்து, அவசரப்பட்டுக்கொண்டே பலநாள் தங்கியிருந்தவர்கள். பலர் அக்கப்பலில் செல்லும் தாங்கள் அஞ்சல் கடிதங்களைப்பற்றிக் கவலைகொண்டிருந்தனர். பலர் அச்சமயம் போர்க்காலமாக இருந்தபடியால், தம் சரக்குகளுக்குக் காப்பீடு செய்யும் பாத்திரங்களை அனுப்பிக் காப்பீட்டை எதிர்பார்த்துக்கொண்டிருந்தனர். ஆனால், எவர் கவலையாலும் எந்தப் பயனும் இல்லை. படைத்தலைவர் கடிதம் எழுதி முடிந்தபாடில்லை!

அவரைச்சென்று பார்க்கிறவர்கள் எப்போதும் அவர் எழுதிக்கொண்டிப்பதையே கண்டதில் குறைவில்லை. ஓயாது எழுதுவது கண்டு அவர் கடிதங்கள் மிக மிக நீளமாக இருக்கவேண்டும் என்றுதான் எவரும் எண்ணினர்.

ஒருநாள் காலையில் நான் அவரைப் பார்க்கச் சென்றேன். அவர் அறையின் முன்கட்டில் பிலாடெல்பியாவிலிருந்து வந்த இன்னிஸ்[190] என்ற ஒரு தூதரைக் கண்டேன். அவர் ஆட்சியாளர் டென்னியிடமிருந்து படைத்தலைவருக்கு ஓர் அவசரக்கடிதத்துடன் ஒரு தனிப்படகில் வந்திருந்தார். அங்குள்ள என் நண்பர்களிடமிருந்து அவர் எனக்குச் சில கடிதங்கள் கொண்டுவந்திருந்தார். அவர்களுக்கு மறுகடிதம் எழுதி அனுப்பும் நோக்கத்துடன் நான் அவர் தங்கியிருக்கும் இடம், திரும்பிப் போகும் நேரம் ஆகியவற்றைப்பற்றி விவரம் கேட்டேன். ஆட்சியாளருக்கான மறுகடிதத்துக்காகப் படைத்தலைவர் மறுநாள் காலை 9 மணிக்கு வரும்படி கூறியிருந்தாரென்றும், அக்கடிதம் பெற்றவுடன் திரும்புவதாகவும் அவர் கூறினார். ஆகவே, நான் அன்றே என் கடிதங்களை எழுதி அவரிடம் கொடுத்தேன்.

இரண்டு வாரங்களுக்குப்பின் அத்தூதரை நான் மீண்டும் அதே இடத்தில் கண்டேன். "ஆ இன்னிஸ்! எப்போது திரும்பிவந்தீர்கள்? தங்களைக்காண மகிழ்ச்சி!" என்று நான் முகமனுரைத்தேன்.

"திரும்பி வரவா? ஏன், நான் இன்னும் போகவே இல்லையே," என்றார் அவர்.

"ஏன் அப்படி?" என்று நான் கேட்டேன்.

"சென்ற இரண்டு வாரமும் ஒவ்வொரு நாளும் காலை வரும்படி அழைக்கப்படுகிறேன். ஆனால், இன்னும் கடிதம் எழுதியபாடில்லை!" என்றார் அவர்.

"இவ்வளவு பெரிய எழுத்தாளர் அவர்! நானும் காணும்போதெல்லாம் எழுதிக்கொண்டுதானே இருக்கிறார்? அப்படியுமா முடியவில்லை?" என்றேன்.

"ஆம்! கொடியில் பறக்கும் ஜார்ஜ்[191] உருவத்தைப்போல் அவர் என்றும் குதிரைமீதமர்ந்து பறக்கிறார். ஆனால், என்றும் நின்ற இடத்திலேயே நிற்கிறார்," என்று புதிர்விடை கூறினார் அவர்.

தூதர் கூறியது முற்றிலும் சரியே என்று நான் இப்போது எண்ணுகிறேன். ஏனென்றால், இந்தப் படைத்தலைவரை நீக்கி அவரிடத்தில் படைத்தலைவர்கள் ஆம்ஹர்ஸ்ட், உல்ஃவ் ஆகியவர்களை அமர்விக்கும் உத்தரவில் அமைச்சர் பிட், இவ்வாறு குறிப்பிடுகிறார் : "அவர் என்ன வேலை செய்துள்ளார் என்பது எனக்குத் தெரியாது. ஏனென்றால், அவரிடமிருந்து எனக்கு எத்தகைய கடிதமும் வந்ததில்லை!"

126. கப்பல்களின் அலைக்கழிவு: முயற்சியிலும் படுதோல்வி

ஒவ்வொருநாளும் கப்பல் புறப்படும் என்றே எவரும் எதிர்பார்த்திருந்தனர். அத்துடன் மூன்று கப்பல்களும் ஸாண்ட் ஹூக்கில்[192] நின்ற கடற்படையுடன் ஒருங்கே சென்று நின்றன. இந்நிலையில் பிரயாணிகள் கப்பலை விட்டுச்செல்ல அஞ்சினார்கள். எந்த நேரத்திலும் திடீர் உத்தரவு பிறப்பிக்கப்பட்டுக் கப்பல் புறப்பட்டுவிட்டால், தாம் பின்தங்கிவிட நேர்ந்துவிடும் என்று அவர்கள் எண்ணினர். ஆனால், அந்த இடத்திலேயே, என் நினைவின்படி, நாங்கள் ஆறு வாரங்களுக்குக்

குறையாமல் இருந்தோம். பயணத்துக்கான பொருள்களைத் துறைமுகத்திலேயே செலவு செய்துவிடுவதால், மீண்டும் மீண்டும் அவற்றை வாங்கிக்கொண்டே இருக்கவேண்டிவந்தது.

கடைசியில் கப்பற்படை புறப்பட்டது. படைத்தலைவரும் அவர் படைவீரரும் எல்லாரும் கப்பலேறினர். அவர்கள் நோக்கம் லூயிஸ்பர்க் கோட்டை நாடிச்சென்று அதைப் பிடிப்பது. ஆனால், இப்போது அவர் கடிதங்கள் முடிந்தவுடன் அவற்றைப் பெறுவதற்காக மூன்று அஞ்சற்கப்பல்களும் ஒன்றாக அவர் கப்பலுடன் சென்றன. இங்ஙனம் ஐந்து நாட்களுக்குமேல் சென்றபிறகுதான் ஒரு கடிதம் முடிந்து எங்கள் கப்பலுக்கு மட்டும் விடுதலை கிடைத்தது. அது கப்பற்படையிடம் விடைபெற்றுக் கொண்டு இங்கிலாந்துக்குப் புறப்பட்டது.

எங்களுடன் இருந்த மற்ற இரண்டு அஞ்சல் கப்பல்களும் பின்னும் படைத்தலைவர் பக்கமே சுற்றவேண்டியதாயிற்று. அவர் அவற்றுடன் ஹாலிபாக்ஸ்[193] சென்றார். போலிக் கோட்டை பிடிக்கும் ஒத்திகைக்காக அங்கே அவர் அவற்றை தங்கவைத்தார். ஆனால், இவ்வளவும் செய்தபின், லூலிஸ்பர்க் முற்றுகைபற்றி அவர் தம்முடிவை மாற்றிக்கொண்டார். அத்தனை படைவகுப்புகளுடனும், இரண்டு அஞ்சல் கப்பல்களுடனும், அவற்றின் பிரயாணிகளுடனும் அவர் மீண்டும் நியூயார்க்குக்கே வந்துசேர்ந்தார்!

இவ்வளவு நடவடிக்கைகளுக்கிடையில் பிரஞ்சுக்காரரும் காட்டாளர்களும் சேர்ந்து மாகாணத்தின் எல்லைப்புறத்திலுள்ள ஜார்ஜ்கோட்டையைப்[194] பிடித்துகொண்டார்கள். சரணடைந்தபின்னும் படைவீரரில் பெரும்பாலரைக் காட்டாளர்கள் கொலைசெய்து ஒழித்தனர்.

127. மீகான் பானலின் அனுபவம்

அஞ்சல் கப்பல்களுள் ஒன்றில் மீகாமனாயிருந்த மீகாமன் **பானலை**[195] நான் பின்னால் லண்டனில் சந்தித்தேன். அவர் கூறிய கதை இன்னும் விசித்திரமானது. கப்பல் ஒரு மாதம் தாக்காட்டி வைக்கப்பட்டபின், அதனால் கப்பலடிப்புறம் மிகவும் வண்டலைடைந்துவிட்டதென்று அவர் கண்டார். இது பயணத்தையே பாதிக்கத்தக்கதென்றும் அவர் கருதினார். இந்நிலையில் அவர் படைத்தலைவரிடம் இச்செய்தி தெரிவித்து,

அதைக் கரையேற்றித் துப்புரவு செய்ய இணக்கமும், நேரமும் கேட்டார். அதற்கு எவ்வளவு நேரம் பிடிக்கும் என்று படைத்தலைவர்கள் உசாவினர். மூன்று நாளாகுமென்று கேட்டதும் அவர், "ஒரு நாளில் முடியுமானால் அதைச் செய்க; இல்லாவிட்டால் தொடவேண்டாம். ஏனென்றால், எப்படியும் நாளை மறுநாள் போய்த்தீரவேண்டும்," என்று கூறினாராம்!

இதன்பின் அடுத்த நாள், அடுத்த நாள் என்று கப்பல் மூன்று நாட்களுக்குக் குறையாமல் அங்கே நின்றது என்று கூறவேண்டுவதில்லை. ஆனால், இத்தனை நாளிலும் கப்பல் துப்புரவாக்கும் அவசரவேலைக்கு இணக்கம் தரப்படவில்லை.

லண்டனிலேயே மீகாமன் பானலின் கப்பலில் வந்த பிரயாணிகளில் ஒருவரையும் நான் சந்திக்க நேர்ந்தது. தன்னை ஏமாற்றி நியூயார்க்கிலேயே நீண்டநாள் தங்க வைத்து, ஹாலிபாக்ஸிலிருந்து நியூயார்க்குக்கும் இழுத்தடித்து விட்டதற்காக லோடன் பெருமகனார்மீது மான இழப்பீடு வழக்குத் தொடரப்போவதாக அவர் ஆணையிட்டுக் கூறினார். இதைச் செய்தாரோ, இல்லையோ! நான் பின்னால் அதுபற்றிக் கேள்விப்படவில்லை. ஆனால், இச்சுணக்கத்தால் அவருக்கு நேர்ந்த இழப்பு மிகப்பெரிது.

128. பொறுப்புடைய பதவிகளில் தகாமுறை உயர்குடி ஆதிக்கம்

ஒரு பெரிய படையின் தலைமை என்பது மிகப்பெரும் பொறுப்புடைய பணி. இவ்வளவு பெரும் பொறுப்பு எப்படி இப்படிப்பட்ட ஆளிடம் ஒப்படைக்கப்பட்டதென்று நான் ஒரு சமயம் வியப்படைந்ததுண்டு. ஆனால், இப்போது அவ்வளவு வியப்படையவில்லை. உலகில் எனக்கு ஏற்பட்டுள்ள அனுபவம் அதைத் தெளிவுபடுத்தியுள்ளது. பெரிய பதவிகள், பொதுவாக, எவ்வாறு, என்ன நோக்கத்துடன் கொடுக்கப்படுகின்றன என்பதை நான் கண்டிருக்கிறேன்.

படைத்தலைவர் பிராடக்குக்குப்பின் படையின் தலைமை தலைவர் ஷர்லியின் தோள்களமீதே வந்து விழுந்தது. அந்தப் பொறுப்பில் அவரே தொடர்ந்து விடப்பட்டிருந்தால், 1757-இல் லோடன் நடத்தியபோரை லோடனைவிட அவர் எவ்வளவோ

சிறந்த முறையில் நடத்தியிருப்பார் என்பதில் ஐயமில்லை. எப்படியும் லோடனின் ஊதாரித்தனமும் மனம்போன போக்குகளும் இந்த நாட்டின் பெயருக்கே அளவிட முடியாத ஒரு களங்கம் விளைவிப்பதாகும். ஷர்லி ஒரு படைவீரராகப் பயிற்சி பெற்றவராயினும், லோடனைப் பார்க்க எத்தனையோ மடங்கு விரும்பத்தக்கவர் என்னலாம். ஏனெனில், அவர் அறிவுத்திறம் உடையவர். காரியத்திறம் உடையவர். அவர் தாமும் நல்ல திட்டமிடவல்லவர். பிறர் அறிவுரைகளுக்கும் செவிசாய்த்து, ஆய்ந்தமைந்து பார்த்து, அவற்றை மேற்கொள்பவர். எல்லாவற்றுக்கும் மேலாக, அவர் நிறை துணிவும், அதை நிறைவேற்றுவதில் மிகுவிரைவும் உடையவர்.

லோடன் தம் பெரும்படையுடன் குடியேற்ற மாகாணங்களைப் பாதுகாப்பதற்கு மாறாக, அவற்றைப் பாதுகாப்பில்லாது விட்டுவிட்டு, ஹாலிபாக்ஸில் சோம்பேறித்தனமாக அணிவகுப்பு நடவடிக்கையில் பொழுது போக்கினார். இதனால் ஜார்ஜ் கோட்டையை இழந்தோம். இது மட்டுமன்றி, எதிரிகளுக்குச் சரக்குகள் சேராமல் தடுக்கவேண்டும் என்ற சாக்கில், உணவுப்பொருள்களின் ஏற்றுமதி மீது நீடித்த தடை விதித்திருந்தார். இது உண்மையில் எல்லா வாணிக நடைவடிக்கைகளையும் சீர்குலைய வைத்தது. நம் வாணிகமும் தொழிலும் இதனால் பெருத்த அழிவுக்கு ஆளாயின. ஆனால், இந்தத் தடை உண்மையில் எதிரிகளுக்கெதிராக நிறுவப்பட்டவையல்ல. விலைகளைக் குறைத்துப் படைத்துறைக் குத்தகைக்காரர்களின் ஆதாயத்தைப் பெருக்கி அதில் பங்கு கொள்வதற்காகவே அவை திட்டமிடப்பட்டன என்று கூற இடமுண்டு. அந்தக் குத்தகைகளிலெல்லாம் அவருக்கு ஒரு பங்கு உண்டு என்று கூறப்படுகிறது. இது ஒருவேளை ஐயுறவாக இருக்கலாமானாலும், அதனால் குற்றம் குறையவில்லை. ஏனெனில், இத்தடை அகற்றப்பட்ட பின்னுங்கூட, அச்செய்தியைச் சார்ல்ஸ் டௌனுக்குத்[196] தெரிவிக்கத் தவறினர். இதன் பயனாகக் கரோலினாவி[197]லுள்ள கப்பல்தொகுதி பின்னும் மூன்று மாதங்கள் தங்கி நின்றுவிட நேர்ந்தது. இக்காலத்தில் கப்பலின் அடித்தளங்கள் புழுக்களின் அரிப்புக்கு இரையாயின. திரும்பிவரும் பயணத்தில் அவற்றுட் பெரும்பாலான கடலில் மூழ்கிவிட்டன.

129. பொறுப்புணர்ச்சிமிக்க ஷர்லியின் பண்பு

படைத்தலைமையின் பொறுப்பிலிருந்து விடுவிக்கப்பட்டதற்கு ஷர்லி மட்டும் சிறிதும் வருந்தவில்லை. அவரைப்போலப் படைத்துறை அலுவலில் பழக்கமில்லாத ஒருவருக்கு, அது மிகவும் பாரிய பொறுப்பேயாகும் என்பதை அவர் அறிந்திருந்தார். அதிலிருந்து விடுபட்டது பற்றி, அவர் பெரிதும் மகிழ்ச்சியே அடைந்தார். லோடன் பெருமகனார் தலைமையை ஏற்றபோது, நியூயார்க் நகரம் அவருக்கு ஒரு வரவேற்பு விருந்து நடத்திற்று. அதில் நான் இடம் பெற்றிருந்தேன். இந்நிகழ்ச்சியால் ஷர்லி பதவியிழந்தவரானாலும், அவரும் அதில் கலந்துசொண்டிருந்தார். விருந்தில் பெருந்திரளான பணியாளர்களும், நகர மக்களும் அயலவர்களும் வந்திருந்தார்கள். ஆகவே, அயலிடங்களிலிருந்து பல சாய்விருக்கைகள் இரவல் பெறப்பட்டிருந்தன. அவற்றுள் மிகவும் உயரம் குறைந்த ஒன்று ஷர்லிக்கு வந்தமைந்தது. அவர் பக்கத்திலிருந்த நான் அதைக்கண்டு, அதுபற்றிக் குறிப்பாக நகையாடினேன். “ஐயா, தங்களுக்கு இவர்கள் மிகத் தாழ்ந்த ஓர் இடம்தான் கொடுத்திருக்கிறார்கள்,” என்றேன், உடனே அவர், “பிராங்க்லின், தாழ்ந்த இடம் எனக்கு மிகவும் வாய்ப்பெளிமையான இடமாயிருக்கிறது,” என்று நயம்பட விடையிறுத்தார்.

130. நாட்டுப்பணி செய்தவர் அவதி: திருடர் குழுவில் திருடாதவன் கள்ளன்

பிராடக்குக்கு நான் பெற்றுத் தருவித்திருந்த உணவுச் சரக்குகளின் கணக்கு எனக்கு அவ்வகையில் என்னுடன் ஒத்துழைத்த பலரிடமிருந்து வரவேண்டியிருந்தது. அவர்களில் சிலர் கணக்கு நெடுநாள் கடந்துவந்தது. மேலே கூறியபடி நான் நியூயார்க்கில் தடைபட்டுத் தங்கியிருந்த சமயத்தில், அது என் கைக்கு வந்து சேர்ந்தது. நான் அவற்றை லோடன் பெருமகனாரிடம் கொடுத்து, சேரவேண்டிய மீதிப் பணத்தைக் கொடுக்கும்படி கோரினேன். அவர் அக்கணக்குகளை முறைப்படி ஒரு பணியாளர் மூலம் தேர்வாராயும்படி செய்தார். ஒவ்வொரு இனத்துக்கும் உரிய பற்றுச் சீட்டுக்களை ஆராய்ந்து பார்த்தபின், அவர் கணக்குகள் சரி என்று கூறினார். வரவேண்டிய தொகைக்குப் படைத்துறை ஊதியக்காரர் பெயருக்கு ஒரு உத்தரவு தருவதாக உறுதி கூறினார். செயலில் இதுவும் நாளுக்குநாள்

கடத்தப்பட்டுக்கொண்டு வந்தது. அவர் கூறிய சமயத்திலெல்லாம் வந்தும் அதை நான் பெறவில்லை. கடைசியில், அவர் போகும் சமயத்தில் அவர் தம் புதிய திடீர் முடிவை என்னிடம் கூறினார். "எனக்கு முன்னிருந்தவர்கள் கணக்குகளுடன் என் கணக்கைப் போட்டுக் குழப்புவதில்லை என்று நான் முடிவுசெய்துவிட்டேன். ஆனால், நீங்கள் இங்கிலாந்துக்குப் போய், கருவூலத்தில் உங்கள் கணக்குகளைக் காட்டவேண்டியதுதான் தாமதம். உடனடியாக உங்களுக்குப் பணம் தரப்படும்," என்றார்.

நியூயார்க்கில் நீண்டநாள் காத்திருக்க வேண்டிவந்ததனால் ஏற்பட்ட எதிர்பாராச் செலவைக் காட்டி, உடனே பணம் தரப்படவேண்டிய அவசியத்தை நான் வற்புறுத்திப் பார்த்தேன். அது சிறிதும் பயன்படவில்லை. இவ்வகையில் என் உழைப்புக்கு நான் எத்தகைய விலையும் குறித்துக்கொள்ளாத நிலையில், நான் முன்பணமாகக் கையிலிருந்து செலவழித்ததை உடனே கொடுக்கவேண்டியதே நேர்மை என்றும் நான் கூறினேன். அவர் மறுமொழி அதை அவர் நம்பும் நிலையில் இல்லை என்பதைக் காட்டிற்று. "இத்தகைய செய்திகளில் உமக்கு ஆதாயமில்லை என்று கூறி என்னை உங்களால் நம்பவைத்துவிடமுடியாது. நான் அவ்வளவு அனுபவமற்ற குழந்தையல்ல. படைத்துறைக்குப் பொருள் தருவிப்பவர் ஒவ்வொருவரும், அதன் மூலம் தத்தம் பைகளை நிறைக்கும் வகையறிந்தவர்கள் என்பதை நான் அறிவேன்" என்றார். "நான் அத்தகையவனல்ல, அதில் ஒரு செப்புக் காசும் நான் எடுத்தது கிடையாது," என்று நான் மீண்டும் கூறினேன். ஆனால், அவர் நம்பிக்கை மறுபுறம் ஊறியிருந்தது. என் பின்னாளைய அனுபவத்தால் அதன் காரணத்தை நான் நன்கு அறிகிறேன். இத்துறையில் மிகப் பாரிய செல்வந் திரட்டியவரே ஏராளம்.

எனக்கு வரவேண்டிய பணம்பற்றிய வகையில், நாளது வரை ஒரு காசும் எனக்குத் தரப்பட்டதில்லை. இது பற்றிய செய்திகளை மேல் கூறுகிறேன்.

131. கப்பல் வேகம்பற்றி இரு மீகாமன்களின் போட்டித் தேர்வு

நாங்கள் சென்ற அஞ்சல் கப்பலின் மீகாமன் பயணம் தொடங்குவதற்கு முன்பு கப்பலின் வேகத்தைப்பற்றி மிகவும் பெருமையாகப் பேசினார். ஆனால் கடலுள் புகுந்த பின்

தொண்ணூற்றாறு பாய் வேகத்தினும் அது கடைப்பட்ட வேகமாகவே இருந்தது. இதன் காரணத்தைப்பற்றிப் பல ஊகங்கள் செய்துகொண்டிருந்தோம். அதைப் போலவே மிகவும் வேகம் குறைந்த மற்றொரு கப்பல் அதை அணுகி வந்தது. புதிய கப்பல்கூட எங்களைத் தாண்டிச் செல்வதை நாங்கள் கவனித்தோம். இச்சமயத்தில் எல்லாரும் பின்புறமாக வந்து, கொடிமரத்தின் அருகே நிற்கும்படி மீகாமன் கூறினார். கப்பலில் ஏறத்தாழ நாற்பது பிரயாணிகள் இருந்தார்கள். அத்தனை பேரும் பின்னால் வந்தபின் கப்பலின் வேகம் மிகுதியாயிற்று. தாண்டிச் செல்ல இருந்த கப்பல் நெடுந்தொலை பின்னடைந்தது. கப்பலின் பாரம் மிகவும் முன்பாரமாயிருந்தது என்று மீகாமன் கருதியது சரி என்றே இதனால் தோற்றியது. நீர் மிடாக்கள் முன் சாரவைக்கப்பட்டிருந்ததே இதற்கு மூலகாரணம். அவற்றையெல்லாம் பின் சேர வைத்தபின், கப்பலுக்குக் கூறப்பட்ட பெருமையை அது எண்பித்தது. அது கப்பல் தொகுதியில் சிறந்ததொரு கப்பலே என்பதும் விளங்கிற்று.

ஒரு சமயத்தில் கப்பல் 13 கெடு[198] வேகத்தில் போயிற்று என்று மீகாமன் குறிப்பிட்டார். இது ஏறத்தாழ மணிக்கு 13 கல் தொலை என்றே கணிக்கப்படுகிறது. கடற்படையைச் சார்ந்த மீகான் கென்னடி எங்கள் பிரயாணிகளுள் ஒருவராக இருந்தார். இந்த வேகம் ஒருநாளும் சரியாயிருக்கமுடியாதென்றும், எத்தகைய கப்பலும் அவ்வளவு வேகம் செல்லமுடியாதென்றும் அவர் வாதிட்டார். குறுந்தடி வரிசையளவிலோ அல்லது குறுந்தடியிட்டுக் கணிப்பதிலோ[199] பிழைபாடு கட்டாயம் இருக்கவேண்டும் என்று அவர் கூறினார். இரு மீகாமன்களிடையிலும் இதுவகையான பந்தயப் போட்டி எழுந்தது. காற்றெழுந்தவுடன் யார் முடிவு சரி என்பதைத் தேர்வு செய்துவிட அவர்கள் முடிவுசெய்தனர்.

குறுந்தடி வரிசையை மிகக் கவனமாகக் கென்னடி ஆராய்ந்து பார்த்து, அது சரியே என்று கண்டார். பின் அதைத் தாமே அளவிட அவர் முடிவுகட்டினார். சில நாட்களில் காற்று முனைந்தெழுந்தது. கப்பல் இப்போது 13 கெடு வேகத்தில் செல்லத் தொடங்கிவிட்டது என்று கப்பல் மீகாமன் கூறினார். கென்னடி அளவிட்டார். கப்பல் மீகாமன் சொன்ன அளவு சரி என்று கண்டு, அவர் தம் தோல்வியை ஒத்துக்கொண்டார்.

132. கப்பல் கட்டும் கலையிலுள்ள குறைபாடுகள்

இந்நிகழ்ச்சிகளை நான் எடுத்துரைப்பதற்குக் காரணம் அவற்றிலிருந்து நான் கண்ட கீழ்க்காணும் உண்மையைச் சுட்டிக் காட்டுவதற்காகவே. கப்பல் கட்டும் கலையில் ஒரு பெருங்குறை இருப்பதாகப் பொதுவாகக் கூறப்படுகிறது. புதிதாக இயற்றப்பட்டுள்ள எந்தக் கப்பலையும் கடலில் செல்லவிட்டதன் பின்னால்தான் அது நன்றாக ஓடவல்லதா அல்லவா என்று சொல்ல முடிகிறது. அதற்கு முன் எவ்வகையிலும் அதைக் கணித்துணரமுடிவதில்லை. உண்மையில் நன்றாக ஓடவல்ல ஒரு கப்பலின் முன் மாதிரியிலேயே ஒரு புதிய கப்பல் செய்யப்பட்டது. ஆனால், அது கடலில் மிக மிக மோசமான ஒரு கப்பலாயிற்று.

இக்கோளாற்று நிலைக்குக் காரணம் என்ன? கப்பலின் பாரம், பாய்க்கயிற்று வகைமுறைகள், பாய்கள் ஆகியவை பற்றிக் கடலோடிகளிடையே மிகவும் பல்வேறுபட்ட கருத்துக்கள் இருந்துவருவதே இக்கோளாற்றுக்கு மூல காரணம் என்று எனக்குத் தோற்றுகிறது. இதில் ஒவ்வொருவரும் தத்தமக்குரிய ஒரு தனிமுறையைக் கையாள்கின்றனர். ஒரே கப்பலில் இருவேறு மீகாமன்கள் பாரமேற்றினால், அதன் பயணத்திறம் இருவேறுபட்டதாகவே இருக்கிறது. இது தவிர கப்பல் இயற்றுவது, கடலுக்கேற்றபடி அதை வனைவது, கடலிலோட்டுவது ஆகிய மூன்று படிகளையும் என்றும் ஒரே மனிதனே செய்வதில்லை. ஆகவே, ஒவ்வொரு படியிலும் கப்பலைக் கையாளுபவருக்கு மற்றை இருபடியிலும் அதைக் கையாளுபவரின் அனுபவ அறிவின் துணை இல்லாமல் போகிறது. கப்பல் வேகம் திட்டத்தின் மூன்று படிகளையும் பொறுத்ததாதலால், மூன்று படிகளுள் ஒன்றில் மட்டுமே அதைக் கையாளுபவரால், அதன் மொத்தப் பயனான பயணத்திறத்தைக் கணிக்கமுடிவதில்லை.

கப்பலின் பயணத் திறத்தைக் கணிப்பதைவிட, அது செல்லும் வேகத்தைக் கணிப்பது மிக எளிது. ஆனால், இதிலேயே கணிப்புக்குக் கணிப்பு மிகவும் வேறுபாடுடையதாகிறது. ஒரே கப்பலில் ஒரே வகைக் காற்றில்[200] வேறு வேறு ஆட்களின் கணிப்பு வேறு வேறாகவே இருப்பதை நான் கண்டிருக்கிறேன். ஆயினும் கப்பல் பற்றிய தேர்வாராய்ச்சிகளை நான் வகுக்க ஏற்பாடு செய்தால், கீழ்க்காணும் இனங்களில் ஒன்றுபட்ட முடிவுகளைக்

காண்பது முடியாததல்ல. முதலாவது வேகமான பயணத்துக்குகந்த முறையில் கப்பலின் சட்டம் எவ்வாறு அமையவேண்டும் என்பது. அடுத்தது அதற்கேற்ற பாய்மரங்களின் அளவுகள், பாய்மரங்கள் நிறுத்தப்பட வேண்டிய சரியான இடங்கள் இவை என்பது. இவைபோலவே, காற்றின் போக்குக்கு உகந்த பாய்களின் அளவு, வடிவம், நிலைகள்; பாய் அளவு இட அமைதி ஆகிய செய்திகளும் ஒரு நிலைப்பட முடிவு செய்யத் தக்கவையே.[201]

இது தேர்வாராய்ச்சிக்குரிய காலம். மேற்குறிப்பிட்ட இனங்களில் தேர்வாராய்ச்சிமூலம் தனித்தனி முடிவு கண்டு, அவை அனைத்தும் ஒரே அட்டவணையாகத் தொகுக்கப்பட்டால், அம்முயற்சிகளின் கூட்டுப்பயன் மிகப் பெரிதாகவே இருக்கும். யாராவது அறிவார்ந்த அறிஞர் இம்முயற்சியில் விரைவில் ஈடுபடவேண்டும் என்று நான் விரும்புகிறேன். ஈடுபடுவார் என்றும் நம்புகிறேன். அத்தகையவர் அதில் வெற்றி பெறுக எனவும் வாழ்த்த விரும்புகிறேன்.

133. கடலின் கைவரிசை

எங்கள் பயணத்தில் எங்களைப் பல எதிரிக் கப்பல்கள் பின் தொடர்ந்து வர முயன்றதுண்டு. ஆனால், நாங்கள் எல்லாரையும் தாண்டி விரைந்து, 30 நாட்களில் எங்கள் கணிப்பின்படி நெடுந்தொலை வந்துவிட்டோம். கணிப்பு மிகவும் வெற்றிகரமாக இருந்தது. நாங்கள் செல்லவேண்டிய துறையாகிய பால்மௌத்துக்கு மிகவும் அருகாமையில் வந்துவிட்டோம் என்று மீகாமன் கருதினார். இரவு வேகம் பயணத்தின் வேகத்துக்கு விடாமலிருந்தால், காலையில் துறைமுகத்துக்கு வெளியே சிறிது தொலைவில் வந்துவிடக்கூடும் என்றும் கணிக்கப்பட்டது. இரவில் பயணம் செய்வதால் தனிப்பட்ட எதிரிக் கப்பல்களின் பார்வைக்கு முழுதும் தப்பி விரைந்துவிட வழி ஏற்படும். ஏனெனில் ஆங்கிலக் கால்வாயின் வாயிலருகிலேயே அவை சுற்று வேவு பார்த்துக்கொண்டிருப்பது இயல்பு. இவ்வெண்ணத்துடன் இரவில் கப்பலுக்கிருந்த அத்தனை பாய்களையும் அகலவிரித்துப் பயணமானோம்.

காற்று வலுவானதாகவும், நேரானதாகவும் இருந்தது. அதன் திசையிலேயே நாங்கள் செல்லவேண்டியிருந்தது. ஆகவே, எங்கள் முன்னேற்ற வேகம் மன நிறைவளிப்பதாயிருந்தது.

சிலி[202]த்தீவுகளை விட்டு விலகிச் செல்லவேண்மென்ற எண்ணத்துடன் மீகாமன் கப்பலின் போக்கைச் சரியாகக் கணித்துத் திருப்பியிருந்தார். ஆயினும், கடலின் உள்ளோட்டம் இங்கே பல சமயம் கடலோடிகளின் கணிப்பைக் கடந்து அவர்களை ஏமாற்றியுள்ளதென்பதை நாங்கள் அறிந்திருந்தோம். சர் கிளவுட்ஸ்லி ஷவலின்[203] படைவகுப்பு இவ்வகையிலே அணிமையில் அழிவுக்காளாயிருந்தது. எங்கள் வகையிலும் இந்த உள்ளோட்டம் தன் கைவரிசையைக் காட்டிற்று.

134. காவலாளின் சோர்வு: கென்னடியின் வீர உதவி

கப்பலின் முன்தளத்தில் ஒருவன் காவலிருந்து வந்தான். அவனிடம் நாங்கள் அடிக்கடி, “முன்னால் என்ன இருக்கிறது என்று நன்றாகப் பார்த்தாயா?” என்று கேட்டு வந்தோம். அவனும் கேட்டபோதெல்லாம், ‘ஆகா, ஆகா!’ என்று கூறிக்கொண்டுதான் வந்தான். ஆனால், அடிக்கடி இத்தகைய சமயங்களில் கடலோடிகளின் வாய்மட்டும் பழக்கம் காரணமாக உணர்வில்லாமலே பேசுவதுண்டு. அவர்கள் கண்கள் மட்டும் மூடி, அரைத்தூக்கத்திலேயே ஆழ்ந்திருக்கும். எங்கள் காவலாளும் அன்று இந்நிலையிலே இருந்திருக்கவேண்டும். ஏனென்றால், அவன் கண்ணுக்கு நேரே இருந்த ஓர் ஒளியை அவன் கவனிக்கவில்லை. சுக்கானருகே இருந்த மனிதனும் பிறரும் அதைக் காணமுடியாமல் பாய்கள் மறைத்துக்கொண்டிருந்தன. ஆனால், கப்பலின் தற்செயலான ஒரு சாய்வின்போது, அது எல்லார் கண்ணுக்கும் தெரிந்தது.

நாங்கள் அவ்வொளியின் அருகாமையிலேயே இருந்தோம். ஆகவே, திடீரெச்சரிக்கைக் குரல் எழுப்பப்பட்டது. அவ்வொளி உண்மையில் ஒரு வண்டிச் சக்கரத்தளவு பெரிதாக இருந்தது. எங்கள் மீகாமன் அச்சமயத்தில் நல்ல உறக்கத்தில் ஆழ்ந்திருந்தான். ஆனால், மீகாமன் கென்னடி சட்டெனத் தளத்தின்மீது பாய்ந்தார். இடரின் இயல்பை உடன் கண்டு, எல்லாப் பாய்களையும் அப்படியே வைத்துக்கொண்டு, கப்பல் போகும் திசையை உடன் மாற்றும்படி உத்தரவிட்டார். இச்செயல் பாய்மரங்களுக்கு மிகவும் ஊறுசெய்வதேயாகும். ஆயினும் இச்செயல்முறை மூலமே கப்பல் காப்பாற்றப்பட்டது. ஏனெனில், நாங்கள் கண்ட ஒளி ஒரு கலங்கரை விளக்க ஒளியே.

அது அமைக்கப்பட்டிருந்த பாறையை நோக்கித்தான் நாங்கள் விரைந்து சென்றுகொண்டிருந்தோம்.

பேரிடரிலிருந்து மயிரிழையில் பிழைத்த இந்த நிகழ்ச்சி கலங்கரை விளக்கங்களின் இன்றியமையா உயிர்ப் பயனை எனக்கு நன்கு எடுத்துக்காட்டிற்று. நான் உயிருடன் அமெரிக்காவுக்குத் திரும்பிச் சென்றால், அந்நாடெங்கும் போதிய கலங்கரை விளக்கங்கள் அமைக்கும் செயலுக்கு, என்னாலியன்ற தூண்டுதல் செய்வது என்று நான் உறுதிகொண்டேன்.

கணிப்பின்படி காலையில் நாங்கள் துறைமுகத்துக்கு மிகவும் அணிமையில்தான் இருக்கவேண்டுமென்று கருதப்பட்டது. ஆனால், நாற்புறமும் திண்ணிய உறைபனி மூடியிருந்ததால், ஒன்றும் காணமுடியாதிருந்தது. மணி ஒன்பதுக்கு நாடகமேடையில் திரை விலகியதுபோல, பனி திடுமென அகன்றது. நாங்கள் எதிர்பார்த்ததுபோல் துறைமுகத்தின் அருகிலில்லை. துறைமுகத்துக்குள்ளேயே வந்திருந்தோம். எங்களைச்சூழ துறைமுகத்தின் மற்றக் கப்பல்கள் நின்றன. கப்பலின் தட்டுக்கு நேராக, ஒருபுறம் பால்மௌத் நகரம் துயிலெழாமல் அரை உறக்கத்தில் கிடந்தது. அதன்மேல் போர்த்திருந்த பனியாடை பாதி அதன் மீதாகவும், பாதி அருகிலுள்ள வயல் மீதாகவும் சுருண்டு கசங்கிக்கிடந்தது.

எங்கள் மகிழ்ச்சிக்கு எல்லையில்லை. பரந்தகன்ற கடலையன்றி எதையும் காணாது வெறித்துப்போன எங்கள் கண்கள், கரையுலக ஆவலுடன் கண்டுகளித்தன. கடலின் அச்சுறுத்தலுடன் அதில் நடமாடும் எதிரிக் கப்பல்களின் அச்சமும் அகன்றதனால் களிப்பு இரட்டிப்பாயிற்று.

135. மீட்டும் இங்கிலாந்து

என் மைந்தனுடன் நான் உடனே லண்டன் செல்லப் புறப்பட்டேன். வழியில் சாலிஸ்பரி[204] அகல்வெளியில் ஸ்டோன்ஹெஞ்சின்[205] மருட்சிதரும் காட்சியைக் காண மட்டுமே சிறிது தங்கினோம். அதுபோல வில்ட்ட[206]னில் பெம்ப்ரோக் பெருமகனாரின்[207] மாளிகைத் தோட்டத்திலுள்ள அவரது அரும்பெரும் பழம் பொருட்குவையைக் காணவும் சிறிதுநேரம் செலவழித்தோம். 1757-ஆம் ஆண்டு ஜூலைத் திங்கள் 27-ஆம் நாள் நாங்கள் லண்டன் சென்று சேர்ந்தோம்.

Footnotes:

1. The Society of the Free and Easy
2. Richard Saunders
3. Almanack
4. Spectator : பதினெட்டாம் நூற்றாண்டில் பிரிட்டனிலிருந்து அடிசன் வெளியிட்ட கட்டுரைகள் நிறைந்த நாளிதழ்.
5. Socrates : கி.மு. 6-ஆம் நூற்றாண்டில் வாழ்ந்த கிரேக்க அறிஞர். அவர் வாதமுறை உரையாடல் முறையே.
6. South Carolina
7. Ireland
8. Hemphill
9. Presbyterian preacher
10. British Reviews
11. Dr. Foster's Discourses
12. Vine, Union, Band
13. Clerk
14. Votes
15. Colonel Spotswood
16. State of Viginia
17. Postmaster-General
18. Deputy
19. Commission
20. Fire - hooks
21. Rev. Mr. Whitefield
22. Pulpits
23. Westminster Hall : பிரிட்டனில் அரசமன்றம் கூடும் இடம்.
24. Constantinople : துருக்கி பேரரசாய் இருந்த காலத்துத் தலைநகரம். அந்நாளைய துருக்கிப் பேரரசரே இஸ்லாத்தின் கலிபா அல்லது தலைவராகவும் இருந்தார்.
25. Mufti : சமயத் தலைவர்.
26. Georgia
27. Mr. Benezet
28. German town
29. Court House
30. Market Street
31. Front Street
32. Radius
33. Semicircle
34. Generals

35. Military Academy
36. Rev. Peters
37. Philosophical Society
38. Spain
39. Thomas
40. Plain Truth
41. Draft
42. Colonel
43. Mr. Lawrence
44. Battery
45. Merlons
46. Governor Clinton
47. Mr. William Allen, Abram Taylor Esqr
48. Madeira Wine
49. Mr. James Morris
50. Friends : குவேக்கர்கள் தங்களைக் குறிக்க வழங்கிய பெயர் 'நண்பர்கள்' என்பதே. அவர்கள் கழகம் 'நண்பர்கள் கழகம்' (Society of friends) என்பதே. குவேக்கர்கள் என்பது நண்பர் கழகத்தினரை வெளியார் குறித்தழைத்த பெயரேயாகும்.
51. Mr. Logan.
52. Founder of Friend's Society, William Penn
53. வெடிமருந்து, மருந்து என்ற பெயரால் கோட்பாட்டுக்கு முரண்படாத தாக்கப்பட்டது. இது சொற்பொறி மூலநூலில் இங்கே சிலேடையாய் வரும் சொல் மருந்து அல்ல, பொடி (grain) என்பது. அதன் ஒரு பொருள் தானியம். மறுபொருள் பொடி அஃதாவது மருந்துப்பொடி.
54. Mr. Syng
55. The Dunkers
56. Michael Welfare
57. Mr. Robert grace
58. போர் என்பது இங்கே அமெரிக்க விடுதலைப் புரட்சிப் போரை. நூலின் தொடக்கச் செய்திகள் போருக்கு முற்பட்டது. நூல் எழுதப்பட்டது அப்போருக்குப் பின்னரே.
59. Attorney General
60. Mr. Francis
61. Presbyterians, Papists, Moravians
62. David Hall
63. Justice of Peace
64. City Corporation
65. இங்கே இந்தியர்கள் என்பது செவ்விந்தியர்கள்; அதாவது அமெரிக்காவின் பழங்குடியினரைக் குறிக்கும். நீகிரோக்கள் கறுப்பினமாயிருப்பதுபோல இவர்கள் சிவப்பினத்தவர் ஆவர்.

66. Carlisle
67. இதன் விவரத்தை இன்னும் திட்டமாகப் பேரவை மொழித்தரவு விவரத்தில் காண்க. (இது மூலநூலாசிரியரின் ஓரக் குறிப்பு.)
68. Speaker
69. Mr. Norris
70. Rum
71. Dr. Thomas Bond
72. Arch - Street
73. Jersey Market
74. 6 Pence
75. Dr. Fothergil
76. இது முதனூலாசிரியர் இதை எழுதிய காலம்வரை உள்ள நிலையாய் இருக்கவேண்டும் என்பது தெளிவு.
77. Craven Street
78. ஆசிரியர் எழுதுங்காலம் (18-ஆம் நூற்றாண்டு) மேனாட்டிலும் பொறிவண்டி, இருப்பூர்திகள் இல்லாத காலம் என்பது ஈண்டு நினைவில் வைக்கத்தக்கது.
79. நிலநடுக்கோட்டுக்குப் பத்துப் பாகை பன்னிரண்டு பாகைக்குள்ளாக அருகிலிருக்கும் தமிழகத்தில் கோடைகுளிர் காலங்களில் பகலிரவில் ஏற்படும் ஏற்றத்தாழ்வு அரைமணிக்கு மேலில்லை. இங்கிலாந்தில் இவை மூன்று மணியளவானவை. கோடையில் பகல் 15 மணி இரவு 8 மணி.
80. The Strand and Fleet Street
81. Mr. William Hunter
82. Farthing
83. Master of Arts
84. Title of Honour
85. Connecticut
86. Yale University
87. Albany
88. Lord of Trade Corynn
89. Mr. Secretary Peters
90. Mr. Thomas Penn
91. Democracy
92. Governor Shirley
93. Mr. Morris
94. சாங்கோபான்ஸா என்பது ஸெவான்டிஸ் என்ற ஸ்பானிய புனை கதாசிரியர் எழுதிய டான்குவிக்ஸோட் என்ற புனை கதையில் இடம்பெறும் ஒரு பண்போவியம். கோமாளி வீரனான டான்குவிக்ஸோட்டுக்கு ஏற்ற பணியாளாக அவன் அமைகிறான். டான் குவிக்ஸோட் உலகஞ் சுற்றி வெற்றியுலாப் புறப்படுகையில், 'உன்னுடன் வந்தால் என்ன தருவாய்?' என்று அவன் டான்குவிக்ஸோட்டிடம் கேட்க, 'வெல்லும் ஒரு நாட்டின் அரசனாக்குகிறேன்' என்றான். அது

கறுப்பர் நாடாயிருக்கவேண்டுமென்று சாங்கோ வலியுறுத்துகிறான். அவன் காரியத்திறமும் நகைத்திறமும் வாய்ந்த காட்சி புனைகதையின் மிக இனிய பகுதியாகும்.

95. முதனூலாசிரியர் பக்க ஓரக்குறிப்பு: மாரிஸ் காலத்திலுள்ள என் செயல்கள் படைத்துறை செய்திகள் முதலியன.
96. Captain Denny
97. Government of Massachusetts Bay
98. Crown Point
99. Mr. Quincy
100. Mr. Pownall
101. Loan Office
102. Credit
103. General Braddock
104. Virginia
105. Alexandria
106. Maryland
107. Fredericktown
108. Will's Creek
109. His Excellency
110. ஆங்கில முதனூல்படி இவை Oats, Indian corn அல்லது சோளம் ஆகும்.
111. Sir John St Clair
112. Colonel Dunbar
113. Pounds
114. Muscovado
115. Bohea
116. Chocolate
117. Hundred-weight (cwt)
118. Biscuit
119. Quarter
120. White wine vinegar
121. Gloucester Cheese
122. Old Madeira wine
123. Gallons of Jamaica Spirits
124. George Crogan
125. Fort Duquesne
126. Niagara
127. Frontenac
128. Iroquois
129. Secretary

தன் வரலாறு

130. Mr. Shirley
131. Apple
132. Captain Orme
133. Aides de-Camp
134. Lord Hertford
135. David Hume
136. General Conway
137. Secretary of State
138. Trenton
139. The two Doctors Bond
140. Receiver General
141. முதனூலாசிரியர் ஓரக் குறிப்பு : இவ்வுரையாடலையும் நாட்டுத் தொண்டர் படைச் சட்ட விவரங்களையும் 1756 பிப்ரவரி மார்ச்சுக்குரிய ஜெண்டில்மன்ஸ் மாகசின் (Gentleman's Magazine) இதழ்களில் காணலாம்.
142. Aid-de- camp
143. Gnadenhut
144. Moravian
145. Bethlehem
146. Bishop of Spangenberg
147. Minisink
148. Gnadenhut
149. Mate
150. Presbyterian
151. Mr. Beatty
152. Gill
153. Rum
154. Colonel Clapham
155. Captains, Lieutenants Ensigns
156. Colonel
157. Sir. Everard Fawkener
158. Captain Denny
159. Philosophy : இங்கே இது அறிவியலைக் (Science) குறிக்கும்.
160. Dr. Spence
161. Fellow of the Royal Society of London
162. Mr. P. Collinson
163. Mr. Kinnersley
164. Dr. Mitchel
165. Connoisseurs
166. Dr. Fothergill

167. Cave
168. Quarto Volume
169. Count de Buffon
170. Europe
171. Mr. Dalibard
172. Abbe Nollet
173. Mr. le-Roy
174. Monsieur B -
175. Mr. Dalibard
176. De-Lor at Marly
177. Apparatus
178. Dr. Wright
179. Dr. Watson
180. Mr. Canton
181. 25 Guineas
182. Sir Godfrey Copley
183. Captain Denny
184. Madeira
185. Prince Frederic
186. Pope : பதினெட்டாம் நூற்றாண்டில் இலக்கிய உலகில் கிட்டத்தட்ட சர்வாதிகாரியாக இருந்த கவிஞர்.
187. Dunciad : எதிரிகளை மட்டிகளாக்கி மட்டியரசு புனைந்த வசைக்காவியம்.
188. Lord Loudoun
189. Captain Morris
190. Innis
191. St. George on the signs
192. Sand Hook
193. Halifax
194. Fort George
195. Captain Bonnell
196. Charlestown
197. Carolina
198. Knots
199. Division of logline or bearing of the log
200. பென்சமின் பிராங்க்லின் வாழ்ந்த காலம் 18-ஆம் நூற்றாண்டின் பிற்பகுதி. 19-ஆம் நூற்றாண்டின் நடுவிலேயே நீராவி, கப்பல்களுக்குப் பயன்படுத்தப்பட்டது. ஆகவே ஆசிரியர் கப்பல்பற்றிக் கூறும் ஆராய்வுரை முழுதும் இன்று காலங் கடந்தாகிவிட்டது; அவை பாய்மரக் கப்பல்களையே பற்றியது; இன்றைய நீராவிக் கப்பலைக் குறிக்கமாட்டா.

201. முந்தைய குறிப்புரை காண்க.
202. Scilly Isles
203. Sir Cloudesley Shovel's Squadron
204. Salisbury Plain
205. Stonehenge : தென் இங்கிலாந்தில் காணப்படும் பாரிய கல்தூண் வரிசைகள். இது வரலாற்றிற்கு முந்தைய காலத்திலுள்ள ஏதோ ஒரு தொல் பழ நாகரீகத்தின் சின்னமென்று கருதப்படுகிறது.
206. Wilton
207. Lord Pembroke

பிற்சேர்க்கை

சார்லஸ்[1] எங்களுக்கு ஒரு தங்கிடம் அமர்த்தியிருந்தார். அதில் அமர்ந்தபின், நான் டாக்டர் பாதர்கிலைக்[2] காணச்சென்றேன். அவரைச்சென்று காணும்படியும், என் நடவடிக்கைகளில் அவர் துணையை மேற்கொள்ளும்படியும் நான் அறிவுறுத்தப்பட்டிருந்தேன். உடனடியாக அரசியலாரிடம் முறையிடுவது நல்லதல்ல என்று அவர் கருதினார். முதலில் நில உரிமையாளர்களையே நேரடியாகக் காண்பது நல்லது என்றும் தனிப்பட்ட நண்பர்கள் ஆதரவுரைக்கும் அறிவுரைக்கும் இணங்கி, அவர்கள் காரியங்களை இனிது முடிக்க மனங்கொள்ளக் கூடுமென்றும் அவர் தெரிவித்தார்.

இதன்பின் நான் என் பழைய நண்பரும் கடிதப்போக்குவரத்து தோழருமான பீட்டர் காலின்சனைக்[3] கண்டேன். பெரிய வர்ஜினிய[4] வணிகரான ஜான் ஹான்பரி[5] நான் வந்தவுடன் அவரிடம் தெரிவிக்கும்படி கூறியிருந்தார். என்னைக் கூடியவிரைவில் காணவும் அவர் விருப்பம் தெரிவித்திருந்தார். ஏனெனில், அப்போது அரசு மன்றத்தலைவராக[6] இருந்தவர் கிரன்வில் பெருமகனார்.[7] என்னை அவரிடம் இட்டுச்செல்லக் காலின்சன் விரும்பினார். நான் அவர் விரும்பியபடியே அவருடன் மறுநாள் காலை சென்றேன்.

1. அமெரிக்கர் உரிமைபற்றிய ஆங்கிலப் பெருமகனார் கருத்து

ஹான்பரி என்னை அழைத்துக்கொண்டு பெருமகனார் இல்லம் சென்றார். பெருமகனார் என்னை அன்பாதரவுடன் வரவேற்றார். அமெரிக்காவின் தற்போதைய தகவல்களைப்பற்றிச் சிறிதுநேரம் அவர் என்னுடன் பேசியிருந்தார். பின் அவர் பேச்சுடன் பேச்சாகத் தன் கருத்து இன்னதெனத் தெரிவித்தார். "அமெரிக்கராகிய நீங்கள் நம் அரசியலைப்பைப்பற்றிப் பல தவறான கருத்துக்கள் கொண்டிருக்கிறீர்கள். ஆட்சியாளருக்கு மன்னர் பெயரால் அனுப்பப்படும் கட்டளைகள் சட்டங்களல்ல என்று நீங்கள் கருதுகிறீர்கள். அதன் பயனாக உங்கள் விருப்பம்போல் அவற்றை மதிக்கவோ அவமதிக்கவோ செய்யலாம் என்று எண்ணுகிறீர்கள். ஆனால், அந்தக் கட்டளைகள் வெளிநாடு செல்லும் ஒரு அமைச்சருக்குத் தரப்படும் சேம அறிவுரைகள்[8] போன்றவையல்ல. ஏனென்றால், பின் கூறியவற்றைப் போல

அவை அமைச்சர் நடைமுறைகளுக்கு வழிகாட்டியாகத்தக்க நுணுக்க அறிவுரைகளல்ல. அவைகள் உண்மையில் சட்ட அறிவு நிரம்பிய முறைமன்ற நடுவர்களாலேயே உருவாக்கப்படுபவை. பின் அவை அரசு மன்றத்தில் ஆய்ந்தாராயப்பட்டு, வாதிட்டு, வேண்டிய திருத்தங்களுடனேயே மன்னருக்கு அனுப்பப்படுகின்றன. ஆகவே, மன்னர் கையொப்பம் பெற்றபின், அவற்றின் மதிப்பை நீரே காணலாம். அமெரிக்கராகிய உங்களைப் பொறுத்தவரையில், அவையே உங்கள் நாட்டுச்சட்டங்கள். ஏனெனில், குடியேற்ற நாடுகளுக்குச் சட்டம் நாட்டுபவர் மன்னரே என்பதை நீங்கள் அறிந்திருப்பீர்கள்," என்று அவர் முடித்தார்.

இது எனக்கு முற்றிலும் புதுக்கோட்பாடு என்று நான் பெருமகனாரிடம் கூறினேன்.

எங்கள் சட்டங்கள் எங்கள் பேரவைகளால் இயற்றப்படுபவை என்றுதான் எங்கள் உரிமைப்பத்திரங்கள் மூலம் நான் அறிந்திருக்கிறேன். அவை மன்னர் இணக்கம் பெற அனுப்பப்படுவது உண்மையாயினும், ஒரு தடவை இணக்கமளித்தபின், அவை சட்டமாகிவிடுகின்றன. மன்னரால் கூட அதை அழிக்கவோ மாற்றவோ முடியாது. எனவே, மன்னர் இணக்கமில்லாமல் பேரவை நிலவரமான சட்டங்கள் இயற்றமுடியாததுபோலவே, மன்னரும் பேரவையின் தூண்டுதலில்லாமல் சட்டம் அமைக்கமுடியாது.

இதுவே என் கருத்து என்று நான் தெரிவித்தேன்.

என் கருத்துத் தவறானது என்று அவர் தம் முடிபுரைத்தார். நான் அவ்வாறு நினைக்கவில்லை. இந்நிலையில் உரையாடல் மணலில் சென்று முட்டிற்று.

ஆயினும், இவ்வுரையாடல் எங்கள் நிலைமைபற்றி மன்னவையோர் கருதக்கூடும் கருத்துக்கு ஒரு முன்முகமாகத் தோற்றியதனால், நான் என் தங்கிடம் சென்றவுடன் அதைக் குறித்துவைத்துப் பதிவுசெய்துகொண்டேன்.

2. ஆள்பவரை எதிர்த்து ஆளும் நாட்டுமக்கள்!

என் உள்ளத்தில் ஒரு பழைய செய்தியின் நினைவு புதுப் பொருளுடன் தலைநீட்டிற்று.

இருபது ஆண்டுகளுக்குமுன் பிரிட்டிஷ் அமைச்சர் குழுவினால் அரசியல் மாமன்றத்தில்[9] ஒரு சட்டப் பகர்ப்புக்

கொண்டுவரப்பட்டது. அதன் ஒரு வாசகம் மன்னர் கட்டளைகளையே குடியேற்ற நாடுகளில் சட்டங்களாக்கும் தன்மையுடையதாயிருந்தது. பொது அவையினர்[10] அந்த விதியை ஒழித்த பின்னரே அதைச் சட்டமாக்கினர் இச்செயலுக்காக நாங்கள் பொது அவையினரை விடுதலையின் நண்பர்களென்றும், எங்கள் தோழர்களென்றும் ஆர்வத்துடன் புகழ்ந்தோம். ஆனால், இப்புகழ்ச்சியின் சாயம் 1765-இல் வெளுத்துவிட்டது.

அவர்கள் மன்னர் உரிமையை எதிர்த்ததெல்லாம் ஆளும்நாட்டு மக்களாகிய தம் உரிமை காக்கவேயன்றி, சட்டத்துக்குரிய நாட்டுமக்களாகிய எங்கள் உரிமை காக்கவல்ல என்பதை நாங்கள் அன்றுதான் உணர்ந்தோம்.

3. அடிப்படை வேறுபாடு இருக்குமிடத்தில் ஒற்றுமையோ சமரசமோ காணமுடியாது!

சில நாட்களுக்குள் டாக்டர் பாதர்கில் நிலவுரிமையாளர்களுடன் பேசினார். அவர்கள் வேனில் வளாகத்தி[11]லுள்ள டி.பென்னின் மாளிகையில் என்னைச் சந்திக்க இணங்கினர். உரையாடல் தொடங்கிற்று. முதலில் நேர்மையான அளவில் ஒருவருக்கொருவர் அன்பாதரவாக விட்டுக்கொடுக்க விரும்புகிறோம் என்று முகமனுரைகள் பரிமாறப்பட்டன. ஆனால், 'நேர்மையான' என்ற சொல்லுக்குள்ளேதான் இரு சார்பிலும் இருவேறு கருத்து நிலவியிருக்கவேண்டும் என்று நான் கருதுகிறேன்.

அடுத்து நாங்கள் வேறுபாட்டுக்குரிய செய்தியின் கூறுகளை ஒவ்வொன்றாக எடுத்துக்கொண்டோம். முதலில் நான் அவற்றை வகுத்துரைத்தேன். நிலவுரிமையாளர் தம்மாலியன்ற மட்டும் தம் கட்சி நேர்மையானது என்ற அடிப்படையிலேயே பேசினார். நானும் பேரவையின் கட்சி நேர்மையானது என்ற அடிப்படையிலேயே வாதிட்டேன். எங்கள் வேறுபாடு மிகப் பெரிதாகவே தோன்றிற்று. எந்த ஒப்பந்தத்துக்கும் வரமுடியாத அளவு அது அகலமாக இருந்தது. இருந்தபோதிலும் முறையீட்டின் இனங்களைத் தலைப்பிட்டுக் கூறுபடுத்தி எழுத்துமூலம் நான் கொடுக்கவேண்டுமென்று கோரினர். அதை அவர்கள் ஆய்வுக்கு எடுத்துக்கொள்வதாக உறுதி கூறினர்.

4. சமரசப் பேச்சில் உட்பகைமை

நான் அவ்வாறே விரைவில் செய்துமுடித்தேன், ஆனால், அவர்கள் தங்கள் சட்ட அறிவுரையாளரான பெர்டினாண்டு ஜான் பாரிஸிடம்[12] தந்தனர். எங்கள் மாகாணத்துக்கு அருகிலுள்ள மேரிலண்டின்[13] நிலவுரிமையாளரான பால்டிமோர்[14] பெருமகனுடன் அவர்கள் வழக்காடியபோது, அவர்கள் சட்டக் காரியங்களனைத்தையும் மேற்பார்த்தவர் இவரே. அப்பெரிய வழக்கு 70 ஆண்டுகள் நடந்தது. இது மட்டுமன்றி, பேரவையுடன் அவர்களுக்கு ஏற்பட்ட விவாதங்களிலும் அவர்கள் பத்திரங்கள், செய்திகள் ஆகிய யாவையும் உருவாக்கியவர் அவரே.

அவர் இறுமாப்புடையவர். முன்கோபி. பேரவையின் சார்பில் அவருக்கு மறுமொழி எழுதியபோது, அவர் வாதம் மிகவும் மோசமாகவும், தற்பெருமை மட்டும் பெரிதாகவும் இருந்ததால், அவர் வகையில் நான் சில பல கடுஞ்சொற்களை வழங்கியிருந்தேன். இது காரணமாக, அவர் என்னிடம் உயிர்ப்பகைமை கொண்டிருந்தார். அவரைச் சந்தித்தவுடனே நான் இதைக் கண்டுகொண்டேன். ஆகவே, முறையீட்டை அவருடன் வாதித்து முடிவுகட்ட வேண்டும் என்ற கோரிக்கை எழுந்தபோது, நான் நிலவுரிமையாளருடனன்றி வேறு எவருடனும் பேச மறுத்துவிட்டேன்.

5. சமரசப் பேச்சுச் சட்டப் பேச்சாயிற்று; சட்டம் ஒருதலை முடிவாயிற்று

பாரிஸின் அறிவுரையால், நிலவுரிமையாளர்கள் என் முறையீட்டுத்தாளை அரசியல் சட்டம் வல்ல வழக்குரை முதல்வரிடம்[15] அனுப்பி அவர் கருத்துரையும் அறிவுரையும் கோரினர். அவரிடம் அது எட்டு நாள் குறைய ஓர் ஆண்டளவும் மறுமொழி எதுவுமில்லாமல் கிடந்தது. அதனிடையே நான் பல தடவை நிலவுரிமையாளரிடம் என் கோரிக்கைக்குரிய மறுமொழி கோரினேன். ஆனால், வழக்குரை முதல்வரின் கருத்துரை வரவில்லை என்பது தவிர வேறு எந்த மறுமொழியும் அவர்கள் தரவில்லை.

வழக்குரை முதல்வர் கருத்துரை வந்தபின்னும், அதன் கருத்து என்ன என்பதை நான் அறியமுடியவில்லை. ஏனென்றால், அவர்கள் அதுபற்றி என்னிடம் எதுவும் தெரிவிக்கவில்லை. அவர்கள் செய்ததெல்லாம் பேரவைக்குப் பாரிஸால் எழுதி உருவாக்கப்பட்ட ஒரு நீண்ட செய்தி அனுப்பியதே. அதில்

அவர்கள் என் முறையீட்டுத் தாளை முழுதும் எடுத்து எழுதி, அது முறையற்ற வகையில் எழுதப்பட்டதென்றும், அத்தகைய ஒன்றை அனுப்பியது என் துடுக்குத்தனமென்றும் குறிப்பிட்டிருந்தனர். ஆனால், தங்கள் சார்பில் நிலவுரிமையாளர் வாதம் மிகவும் வலிமையற்றதாயிருந்தது.

இறுதியாக, பேரவையுடன் இணங்கிப் போகவே அவர்கள் விரும்பினர் என்றும், ஆனால் அவ்வகையில் தம்முடன் பேச வாய்மையுடைய ஒருவரையே அனுப்புதல் நலமென்றும் அவர்கள் குறிப்பிட்டனர். வாசகத்தின் போக்கிலேயே நான் வாய்மையற்றவன் என்ற தொனிப்புத் தொக்கிநின்றது.

நிலவுரிமையாளர் தங்களுக்குத் தாங்களே சூட்டிக் கொண்டிருந்த முழுப்பட்டம், "பென்ஸில் வேனியா மாகாணத்தின் உண்மையான முழு நிறை உரிமையுடைய நிலவுரிமையாளர்" என்பது. நான் அனுப்பிய தாளில் இத்தொடரைக் குறிக்கவில்லை. குறிக்கத் தேவையில்லை என்றும் கருதினேன். ஏனெனில் அதன் நோக்கம், நான் உரையாடலில் வாய்மொழியாகக் கூறியவற்றை எழுத்து மூலம் குறிப்பிப்பதேயாகும் ஆயினும் முறையற்ற தன்மை, துடுக்குத்தனம் முதலிய சொற்களால் அவர்கள் குறித்தது, இம்முழுப்பட்டத்துடன் நான் அவர்களைக் குறிக்காததே என்று எண்ணுகிறேன்.

6. பென்ஸில்வேனியாவில் பேரவை வெற்றி: இங்கிலாந்தில் மீட்டும் விவாதம்

இத் தாமதத்துக்கிடையில், பேரவை ஆட்சியாளர் டெனியைக் கொண்டே நிலவுரிமையாளர் உடைமைகள் மீதும், மக்கள் உடைமைகள் மீதும் ஒருங்கே வரி விதிக்கிற ஒரு சட்டத்தை வெற்றிகரமாக நிறைவேற்றிவிட்டனர். விவாதக்குரிய மாபெரும் செய்தி இவ்வாறு எளிதாக முடிந்துபோனதனால், நிலவுரிமையாளர் தகவலுக்கு அவர்கள் மறுமொழி தராமலே விட்டனர்.

மேற்குறிப்பிட்ட சட்டம் இங்கிலாந்துக்கு வந்தபோது, பாரிஸின் அறிவுரைமீது நிலவுரிமையாளர் தலையிட்டு, மன்னர் இணக்கம் பெறாமல் அதனைத் தடுக்கத் தீர்மானித்தனர். அதன்படி அவர்கள் மன்றத்தில் மன்னரிடம் மனு அனுப்பினர்.

இருதரப்பாருக்குமிடையே விசாரணை குறிக்கப்பட்டது. நிலவுரிமையாளர் சட்டத்துக்கு எதிராக வாதிட இரண்டு வழக்கறிஞர்களை அமர்த்தினர். அதை ஆதரித்து வாதிட நான் வேறு இரண்டு வழக்கறிஞர்களை அமர்த்தினேன்.

இச்சட்டம் நிலவுரிமையாளர் உடைமைகள்மீது மட்டுமே வரிச்சுமையைச் சார்த்தி, மக்கள் உடைமைகளின் பொறுப்பை மழுப்புவதற்காகவே கொண்டுவரப்பட்டதென்று எதிர்ப்பாளர் வாதித்தனர். சட்டம் நடைமுறைக்கு வர இணக்கம் அளிக்கப்பட்டால், நிலவுரிமையாளர் அழிவுக்காளாவர் என்றும் அவர்கள் கூறினர். ஏனென்றால், ஏற்கெனவே அவர்கள் மக்கள் வெறுப்புக்கு ஆளானவர்கள். வரிவிகிதத்தை வரையறுக்கும் உரிமை மக்களிடமே சென்றுவிட்டால், அவர்கள்மீதே வரிமுழுவதும் விதிக்கப்பட்டு அவர்கள் அழிய இடம் ஏற்படும். அவர்களுடைய இந்த வாதத்துக்கு நாங்கள் சரியான மறுப்புத் தந்தோம். எங்களுக்கு அத்தகைய நோக்கம் கிடையாது என்றும், சட்டத்தின் பயனாக அத்தகைய பலன் ஒருபோதும் ஏற்பட இடமில்லை என்றும் நாங்கள் வாதித்தோம். வரிக் கணிப்பாளர்கள் கண்ணியமானவர்கள். ஆழ்ந்த அறிவமைதியுடையவர்கள். அத்துடன் நீதி நேர்மையுடன் வரி கணிப்பதாக அவர்கள் ஆணையிட்டு உறுதிகூறியே கடமையாற்றுபவர்கள். நிலவுரிமையாளர் வரிப்பளுவை ஏற்றிப் பொதுமக்கள் வரியைக் குறைப்பதால், அவர்கள் பங்குக்கு வரக்கூடும் குறைப்பு மிகமிகச் சிறு அளவிலேயே இருக்கமுடியும். இச்சிறு அளவுக்காக அவர்கள் நேர் நெறியைவிட்டு விலக எண்ணுபவர்கள் என்று எண்ணுவதற்கு இடமே இல்லை. இவ்வாறாக நாங்கள் வாதித்தோம்.

இருதரப்பு வாதங்களும் பெரும்பாலும் இவையே என்று இப்போது நான் நினைக்கிறேன். ஆனால், நாங்கள் எங்கள் வாதத்துடன், சட்டம் தள்ளப்படுமானால் ஏற்படக்கூடும் மோசமான பெருவிளைவுகளையும் எடுத்துக்கூறினோம். ஏனெனில், அதன்படி மன்னர் பயன்படுத்துவதற்காக அளிக்கப்பட்ட 100,000 பொன்னும் ஏற்கெனவே அச்சிடப்பட்டு அவ்வகையில் செலவாய்விட்டன. இப்போது அப்பணம் மக்களிடையே பரந்து வழங்கப்பட்டு வருகிறது. சட்டம் தள்ளுபடியானவுடன் பலர் கையில் அப்பணம் உயிரற்ற பணமாய்விடும். பலர் வாழ்க்கையே அழிந்துபட நேரும். வருங்காலத்தில் மன்னர் அரசியலுக்குப்

பணம் அளிக்கப்படுவதற்கும் இது பெரிதும் குந்தகமான ஒரு தடையாய்விடும்.

இவ்வாதத்துடன் நிலவுரிமையாளர் குறுகிய தன்னலத்தாலேயே இத்தனை பொல்லா விளைவுகளும் ஏற்படுகின்றன என்பதை நாங்கள் வலியுறவுடன் சுட்டிக்காட்டினோம். இக்குறுகிய தன்னலமும் தங்கள் உடைமைகள் மிகுதியான வரிக்கு ஆளாகும் என்ற தவறான அச்சத்தின் பயனேயன்றி வேறல்ல என்றும் குறிப்பிட்டோம்.

7. பிராங்க்லின் உறுதிமீது சமரசம்

இத்தறுவாயில் அரசியல் வழக்குரைஞருள் ஒருவரான மான்ஸ் பீல்டு பெருமகனார்[16] எழுந்து, என்னைச் சாடை காட்டித தம்முடன் வரும்படி அழைத்துக்கொண்டு எழுத்தாயர் கூடத்துக்கு[17] இட்டுச்சென்றார். “சட்டத்தின் நடைமுறையில் நில உரிமையாளர்களுக்கு எந்தத் தீங்கும் ஏற்படாதென்று நீங்கள் உண்மையாகவே நம்புகிறீர்களா?” என்று கேட்டார். “உண்மையாகவே நம்புகிறேன்,” என்றேன். “அப்படியானால் அவ்வகையில் உறுதியளித்து ஒரு ஒப்பந்தம் செய்வதில் உங்களுக்கு எவ்வகைத் தடையும் இராது என்று எண்ணுகிறேன்,” என்றார். “கிடையாது” என்றேன்.

அவர் அதன்பின் பாரிஸை அழைத்தார். சிறிது நேர உரை எதிருரையின்பின் பெருமகனார் கருத்துரையை இரு தரப்பினரும் ஏற்றோம். மன்ற எழுத்தாயர் இதற்கான பத்திரம் வரைந்துருவாக்கினார். அதை நானும் பொதுச்செய்திகளில் மாகாணத்தின் செயல் பேராளாயிருந்த சார்லஸுும் கையொப்பமிட்டோம். இதற்குள் மான்ஸ் பீல்டுப் பெருமகனார் மன்றக் கூடத்துக்குச் சென்றார். சட்டம் நிறைவேறுவதற்கான இணக்கமளிக்கப்பட்டது. ஆயினும், அதில் சில திருத்தங்கள் வேண்டுமென்று கோரப்பட்டது. நாங்கள் அதை இன்னொரு சட்டமாக உருவாக்குவதாக உறுதி கூறினோம். ஆனால், இவை அவசியம் என்று பேரவை கருதவில்லை. ஏனெனில், ஏற்கெனவே மன்றத்தின் இணக்கக் கட்டளை வருமுன் ஓர் ஆண்டைய வரி விதிக்கப்பட்டிருந்தது. வரிக் கணிப்பாளர்களின் நடவடிக்கைகளை ஆராயப் பேரவையாளர் ஒரு குழு அமர்த்தினர். அதில் நிலவுரிமையாளர் நண்பர்கள் பலர் அமர்த்தப்பெற்றனர். முழுத் தேர்வாராய்வின்பின், வரி மிகவும்

நேர்மையாகவே கணிப்பிடப்பட்டதென்று முடிவுசெய்து, அத்தகைய அறிவிப்பில் அனைவரும் ஒருமனதாகக் கையொப்பமிட்டனர்.

இந்நடவடிக்கைகளின் முதற்பகுதியில் நான் ஈடுபட்டது பற்றிப் பேரவை கூர்ந்தாராய்ந்து, அது மாகாணத்துக்கு உயிர்நிலையான ஒரு நற்பணி என்று கருதிற்று. ஏனெனில், நாடு முழுவதும் ஏற்கெனவே பரந்துவிட்ட தாள் பணத்தின் மதிப்பை அது காத்தது. நான் அமெரிக்கா திரும்பியதும் பேரவையோர் இதற்காக முறைப்படி எனக்கு நன்றி தெரிவித்தனர். ஆனால், அதே சமயம் சட்டத்தை நிறைவேற்ற உதவியதற்காக ஆட்சியாளர் டென்னி மீது நிலவுரிமையாளர் சீற்றங்கொண்டனர். அவர்கள் கட்டளைகளைப் பின்பற்றுவதாக அவர் செய்திருந்த ஒப்பந்தத்தை மீறியதற்காக அவரைப் பதவியிலிருந்து நீக்கி அவர் மீது வழக்குத் தொடருவதாக அவர்கள் அச்சுறுத்தினர். ஆனால், அவர் இவ்வச்சுறுத்தல்களைப் பொருட்படுத்தவில்லை. ஏனென்றால், அவர் இவ்வகையில் படைத்தலைவர் கருத்தின்படியும், மன்னர்பிரான் சேவைக்காகவுமே ஈடுபட்டுத் தொண்டாற்றினார். அத்துடன் மன்னவையிலும் அவருக்குப் போதிய செல்வாக்கு இருந்தது................

(முற்றுப்பெறாது நிற்கின்றது)

8. தமிழாக்க முடிவுரை

தன்வரலாறு முன்னுரையில் குறித்தபடி, மூன்றாம் பகுதி இறுதியில், ஒரு பிற்சேர்க்கையின் பகுதியுடன் நிற்கிறது. இப்பகுதி 19-ஆம் நூற்றாண்டின் தொடக்கத்தில் வெளியிட்ட ஆங்கிலப் பதிப்பு வரையில் இல்லாமல், ஆசிரியர் மூலப்படியிலிருந்து அதன் பின்னரே வெளியிடப்பட்டது. அதை ஆசிரியர் நான்காம் பகுதியாகத் தொடர்ந்து எழுத எண்ணியிருந்தார் என்று தோன்றுகிறது. ஆனால், எப்படியோ அது நிறைவேறாமல், தன் வரலாறு அரை குறையிலேயே நின்றுவிடுகிறது.

தன்வரலாறு முற்றுப்பெற்றிருந்தால் எப்படியிருக்கும் என்று இப்போது கற்பனை செய்வது அரிது. அவர் இருக்கும் நிலையில்கூட, தன் வரலாற்றின் மிகச் சிறந்தபகுதி ஆசிரியர் புதல்வருக்குக் கடிதமாக எழுதிய முதற்பகுதியேயாகும் என்பதில் ஐயமில்லை. அதுவே 'உண்மைத் தன் வரலாறு'; முழுவடிவான

தன் வரலாற்று வீரகாவிய ஏடு. அதன் பின்னுள்ள பகுதிகள் அறிவுரைகள் நிறைந்தவை. பயன் நிறைவுடையவை. ஆனால், அவை ஆசிரியர் கட்டுரைகள்போல, பிற்சேர்க்கைகள் போலத் துண்டு துண்டாகவே செல்வன. தமிழாக்க முன்னுரையில் தரப்பட்ட மீந்த வாழ்க்கைப் பகுதிபோலவே அவை வீரகாவிய வாழ்வின் தொடர்பைத் தெரிவிப்பவை. தன்வரலாற்று மழை பொழிந்தபின், அதன் எச்சமிச்சமான தூறல்கள் என்றே அவற்றைக் கொள்ளலாம்.

தன்வரலாற்று வீரகாவியத்தின் தொடர்பாகக் கொள்ளக்கூடிய 2-3 பகுதிகளில்கூட, தன்வரலாற்றுக் காவியத்துடன் இணையான தனிச் சிந்தனைக்குரிய பகுதிகள் பல உள்ளன. அவற்றுட் சிலவற்றை இங்கே குறிக்கலாம். ஏனெனில், தமிழகத்துக்கும் உலகுக்கும் அவை தனிச்சிறப்பான பயன் தருவன.

1. வரலாறு, கட்சிகள், கட்சித் தலைவர்கள், ஆட்சித் தலைவர்கள் ஆகியவர்கள்பற்றிய ஆசிரியரின் நாட்குறிப்புப் பகுதி.
2. ஆசிரியர் உலக சமயத்திட்டம்.
3. ஆசிரியர் ஒழுக்கமுறைத் திட்டம்.
4. "சமயப்பற்று வேறு; சமய தத்துவங்கள், கட்டுப்பாடுகள் வேறு; முன்னதே சமயங்களின் உயிர்நிலைச் செம்பகுதி" என ஆசிரியர் விளக்கும் பகுதி.
5. ஆசிரியர் விஞ்ஞானக் கோட்பாடு, விஞ்ஞான உரிமைகள், விஞ்ஞான கோட்பாட்டு வாதம் ஆகியவை பற்றி அவர் கொண்ட கொள்கை.
6. அரசியற் பணியில் உயர்குடிச் செல்வாக்குடையவர் அமர்வு, திருடரிடையே திருடத் தெரியாதவர்கள் கள்ளனாகக் கருதப்பட நேரும்நிலை, பணிகளை ஏற்றல், துறத்தல்பற்றி அவர் பின்பற்றிய கொள்கை முதலியன.

வள்ளுவர் வாழ்வின் இலக்கணத்திற்கேற்ற இலக்கிய வாழ்வுகளுள் ஒன்றாக, பிராங்க்லின் தன்வரலாற்றில் கண்ட வாழ்வு தமிழகத்தில் சிறக்குமாக.

Footnotes:

1. Mr. Charles.
2. Dr. Fothergill.
3. Mr. Peter Collinson.
4. Virginia.
5. John Hanbury.
6. President of the Council.
7. Lord Granville.
8. Pocket instructions.
9. Parliament.
10. Commons.
11. Spring Garden.
12. Ferdinand John Paris.
13. Maryland.
14. Lord Baltimore.
15. Attorney and Solicitor - General.
16. Lord Mansfield.
17. Clerk's Chamber.